लोकसत्ता

# अन्यथा

गिरीश कुबेर

लोकसत्ता
लोकमान्य लोकशक्ती

लोकसत्ता ग्रंथमाला

डायमंड पब्लिकेशन्स

लोकसत्ता-अन्यथा
गिरीश कुबेर

Loksatta-Anyatha
Girish Kuber

प्रथम आवृत्ती : जानेवारी २०१७

ISBN : 978-81-8483-674-5


"First published by Diamond Publications, Pune"

मुखपृष्ठ
सुशांत ऐनापुरे, करीनेशन

अक्षरजुळणी
डायमंड पब्लिकेशन्स

प्रकाशक
डायमंड पब्लिकेशन्स
२६४/३ शनिवार पेठ, ३०२ अनुग्रह अपार्टमेंट
ओंकारेश्वर मंदिराजवळ, पुणे-४११ 0३0
☎ 0२0-२४४५२३८७, २४४६६६४२
info@diamondbookspune.com

# ऋणनिर्देश

संपादकाने दैनंदिन संपादकीय अग्रलेखांव्यतिरिक्त स्वतःच्या नावाने एक तरी सदर लिहायलाच हवे, हा आग्रह माझा तत्कालीन सहकारी मित्र प्रवीण टोकेकर आणि नंतर दै.लोकसत्ताच्या संपादकीय पानांची जबाबदारी हाताळणारा दुसरा मित्र/सहकारी अभिजित ताम्हणे या दोघांचा. अग्रलेखाद्वारे हाताळता येत नाहीत पण तरी हाताळायला हवेत अशा अनेक विषयांवर त्यामुळे भाष्य करता येते, ही या मागची भूमिका. तसेच या निमित्ताने वेगळ्या शैलीचाही प्रयोग करता येतो हे त्यांचे म्हणणे मलाही पटले. त्यातूनच २०११च्या १ जानेवारीस या सदराचा जन्म झाला. त्याचे 'अन्यथा' हे समर्पक शीर्षक प्रवीणचेच.

सुरुवातीला दर शनिवारी आणि नंतर खूपच व्याप वाढल्यानंतर एका आड एक शनिवार हा या सदराचा दिवस ठरला. त्या आठवड्यातील काही वेचक जागतिक घडामोडी, वेगळ्या देशांतर्गत घटना वा अन्य असे काही निर्णय आदींची दखल घेत त्यांचा आपल्या जगण्याशी असलेला संबंध उलगडून दाखवणे हे या सदराचे सूत्र होते आणि अजूनही आहे. आसपास इतके काही घडत असते आणि तरीही त्याकडे माध्यमांचेही दुर्लक्ष होत असते. या अशा घटना हेरण्याचा छंदच या सदराने लावला. एका अर्थी हे सदर म्हणजे माझ्याही निरंतर शिक्षणाची सोय होती. त्या बद्दल या दोघांचे आभार.

या सदरास एक वर्ष झाल्यापासून त्याच्या पुस्तकाची सूचना काही प्रकाशकांकडून आली. काही ना काही कारणाने ते लांबत गेले. अखेर मुकुंद संगोराम, राजीव कुलकर्णी, रवी आमले, ब्रँड महाव्यवस्थापक सुपर्णा नायक, मकरंद पाटील, पुस्तकाचे मुखपृष्ठ तयार करणारे आमच्या जाहिरात कंपनीचे सुशांत ऐनापुरे आणि दै.लोकसत्ता ग्रंथमालेचे प्रकाशक भागीदार दत्तात्रेय पाष्टे यांच्या रेट्याने ते आकारास येत आहे. यात अर्थातच सर्वच्या सर्व स्तंभांचा अंतर्भाव नाही; तसे करणे योग्यही ठरले नसते. कारण काही विषय अगदीच तात्कालिक असतात. त्यामुळे या तत्कालिकतेच्या मर्यादा ओलांडून जे विषय टिकतील त्यांनाच पुस्तकात स्थान देण्याचा प्रयत्न आहे.

इंडियन एक्सप्रेस समूहाचे व्यवस्थापन हे प्रचलित वर्तमानपत्रीय व्यवस्थापनांत बसणारे नाही. आपल्या दैनिकात विविध विषयांवर लेखन व्हावे, त्यावर वाद आणि मतमतांतरे झाली तरी बेहत्तर परंतु आपल्या वर्तमानपत्रांनी समाजास बौद्धिक नेतृत्व द्यायला हवे असे हा समूह मानतो. इतकेच नाही, तर असे लिहिणाऱ्यांना उत्तेजन दिले जाते. बातम्याही जाहिरातीच्या दरात विकल्या जाण्याच्या काळात हे असे व्यवस्थापन असणे हे पत्रकारांइतके समाजासाठीही महत्त्वाचे आहे. त्यामुळे अध्यक्ष आणि व्यवस्थापकीय संचालक विवेक गोएंका, मुख्य कार्यकारी अधिकारी जॉर्ज व्हर्गीस आणि प्रकाशक वैदेही ठकार आणि अन्य सर्व सहकाऱ्यांचे आभार मानणे माझे कर्तव्य ठरते.

वर्तमानपत्रीय लेखनाचे म्हणून एक महत्त्व असते. वर्तमानपत्रे दैनंदिन इतिहासाचे आपापल्या परीने दस्तऐवजीकरण करीत असतात. त्या अर्थाने अन्यथा हे सदर हे इतिहास घडवणाऱ्या क्षणांचे संकलन म्हणता येईल. भविष्यातील घडामोडींचा संदर्भबिंदू म्हणून यातील लेखांचा उपयोग होऊ शकला तर हे लेखन सार्थकी लागेल असे म्हणता येईल.

आपला

गिरीश कुबेर

# अनुक्रम

# १. एक ब्रँडेड गाव...!

**जर्मनीचे धडे**

व्यक्तींसारखीच काही गावं तोंडात सोन्याचा चमचा घेऊन जन्माला येतात. जर्मनीच्या दक्षिणेकडचं स्टुटगार्ट हे अशा गावांपैकी एक. बर्लिनमधून आपण जसजसं दक्षिणेला जाऊ लागतो, तसा निसर्ग झपाट्यानं बदलतो. मुळात जर्मनीतली सगळीच गावं अतिहिरवी. राजधानी बर्लिन शहरात असं मध्यभागीच जंगल. दक्षिण जर्मनी त्याहीपेक्षा अतिहिरवा. त्याच्यावरची स्वित्झर्लंडची सावली जाणवू लागतेच. थोडं आणखी खाली गेलं की ऱ्हाईन नदीच्या प्रसन्न पाण्यावर पुष्ट झालेलं जंगलच्या जंगल लागतं. आणखी पुढे गेलं, की थेट स्वित्झर्लंडच. द जर्मनीतला काही भाग बव्हारिया प्रांताचा. हा प्रांत खाऊन पिऊन सुखी. वाइन, उत्तम प्रतीची बीअर... चीज... जगण्यातल्या तारुण्यानं बव्हारिया बारमाही ओसंडून वाहात असलेला.

पण स्टुटगार्टचं कौतुक फक्त यासाठी नाही. तसं तर तिथून तास-दीड तासात फ्रँकफर्ट. स्टुटगार्टची मजा या पैशाळलेल्या फ्रँकफर्टला नाही. स्टुटगार्ट टुमदार आहे. जिवंत आहे. साधारण आपल्या सिमला किंवा मनालीसारखं. अर्थातच बकालपणा सोडून. गावात चढउतार खूप. गावाच्या मध्यभागी एक अशी अर्धगोलाकार घळ तयार झालेली. तिच्या मधोमध एक तरुण टोलेजंग इमारत नुकतीच उभी राहिलेली. त्या घळीच्या कडेला उभं राहिलं तर ही खालती असलेली इमारत डोळ्यासमोर येते. सगळी रचना चौकोनी. काचेची. समोरून पाहिलं तर एकावर एक चौकोन ठेवल्यासारखं वाटतं. उन्हात सगळ्या त्या काचा चमकतात. तिच्यावर नजर ठरते न ठरते तोच शेजारी उभा असलेला आपला यजमान सांगतो... सार्वजनिक वाचनालय आहे ते स्थानिक नगरपालिकेनं बांधलेलं... १० लाख (हो... दहा लाखच) पुस्तकांचा संग्रह आहे त्यात. असं काही ऐकलं की आपल्याला नको नकोसंच होऊन जातं. आपल्याकडच्या नगरपालिका वाचनालयांच्या धूळभरल्या कोळिष्टकांनी पादाक्रांत केलेल्या इमारती दिसायला लागतात, भिंती आणि माणसंही... पोपडे उडालेली... आणि इथं हे असं.

अर्थातच स्टुटगार्टचा मोठेपणा यासाठीही नाही, तर त्या गावात जन्मलेल्या

माणसांसाठी. आणि माणसांनी घडवलेल्या ब्रँड्ससाठी. विसावं शतक सुरूही झालं नव्हतं तेव्हा त्या गावात एक दुचाकी विकणारा दुकानदार होता. भलता उद्योगी. आपल्या दुचाकीवर काय काय प्रयोग करायचा. त्याच काळात म्युनिच इथं दुसऱ्या एका त्याच्यासारख्या अभियंत्यानं एक इंजिन केलं होतं. ते ज्या इंधनावर चालायचं त्या इंधनालाच त्या अभियंत्याचं नाव मिळालं. अभियंत्याचं नाव रूडॉल्फ डिझेल. तर त्या डिझेलचं इंजिन दुचाकीला लावायचा स्टुटगार्टच्या तरुणाचा प्रयत्न होता. बऱ्याच प्रयत्नांनंतर ते जमलंही. ते बघायला गावकऱ्यांना त्यानं बोलावलं. पण त्या डिझेल इंजिनावरची दुचाकी इतकी सुसाट पळाली की आवरेचना. भिंतीवर आदळून कपाळमोक्षच करून घेतला त्या पहिल्या मोटार दुचाकीनं. पण नंतर त्याला ते जमलं. आणखी एक साथीदार त्याला येऊन मिळाला. दोघांनी कारखाना काढायचं ठरवलं. तिथल्याच एका बँकेकडनं कर्ज घेतलं. या दोघांच्या प्रयत्नातून मोटारीचा जन्म झाला. कार्ल बेंझ आणि ग्वाटीलेब डेम्लर अजरामर झाले. या दोघांनी मिळून जी गाडी बनवली तिचं नाव मर्सिडिज. सजन्म स्टुटगार्ट. स्टुटगार्टच्या जगण्यात मर्सिडिजला गालावरच्या खळीसारखं स्थान आहे. गावात अर्थातच मर्सिडिजच्या आतापर्यंतच्या सर्व रूपांचं दर्शन घडवणारं वस्तुसंग्रहालय आहे.

पण ती काही त्या गावची एकच खळी नाही. आणखी एक अभियंता या गावाचाच. बेंझ आणि डेम्लर या दोघांनी जे काही केलं ते याला आणखी पुढे न्यायचं होतं. एकाच नाही तर दोन इंधनांवर चालणारी मोटार त्याला बनवायची होती. आणि ही इंधनंही एका घराण्याची नाहीत, तर वेगवेगळी. त्यानं खरोखरच तशी मोटार बनवली. तिचं नाव फोक्सवॅगन (वोक्सवॉगन नाही, फोक्सवॅगन... म्हणजे जनतेची मोटार) बिटल. आणि त्या अभियंत्याचं नाव फर्डिनंड पोर्शे. मोटारींच्या क्षेत्राचं ज्याला थोडं फार कळतं त्याला पोर्शे ही काय चीज हे कळू शकेल. धनिकमंडळी जी मोटार घेण्याचं स्वप्न पाहतात आणि साध्या मोटारवाल्यांना जी स्वप्नातही झेपत नाही ती मोटार म्हणजे पोर्शे. हा डेम्लर सुरुवातीला बेंझ यांच्याकडे चाकरी करायचा. तिथं अनेक मोटारींचे आराखडे त्यानं तयार केले. गमतीचा भाग असा, की आज जरी तो अतिश्रीमंती मोटारींसाठी नावाजला जात असला तरी त्या वेळी त्याचे आणि बेंझमध्ये मतभेद झाले ते सामान्यांसाठी स्वस्तात मोटार तयार करण्याच्या मुद्द्यावरून. अशी मोटार पोर्शेला तयार करायची होती तर बेंझला नाही. शेवटी पोर्शेनं आपला स्वतःचा कारखाना सुरू केला. स्टुटगार्टला.

पण हे एवढंच काही या गावाचं वैशिष्ट्य नाही. ही सगळी मंडळी आपापल्या क्षेत्रात काही ना काही करीत असताना आणखी एक अभियंता याच स्टुटगार्टमध्ये पायावर उभा राहू पाहात होता. सुरुवातीला हा पण डेम्लर, बेंझ यांच्या बरोबर होता.

सगळेच मोटारी बनवायचे. यानं नवनवी इंजिनं दुचाकी, पाण्यातल्या बोटी वगैरेंवर बसवून अनेक प्रयोग केले. इंजिनांच्या मोटारींना अधिकाधिक गतिमान कसं करता येईल, हे हा पाहायचा. पण याचेही डेम्लर-बेंझ मंडळींशी कशावरनं तरी मतभेद झाले. हा बाहेर पडला. एव्हाना त्याचा मुलगा हाताशी आलेला. दोघांनी मिळून इंजिनं आणि मोटारी बनवायचाच कारखाना काढला. आपलं आडनावच या दोघांनी त्यांच्या मोटारीला दिलं. मेबॉक. विल्हेम मेबॉक हा या गाडीचा प्रणेता. पोर्शे जर श्रीमंती गाडी असेल, तर मेबॉक अतिअति श्रीमंती असते. आपल्याकडे आता दिसते ती आता. एका पानमसाला बनवणाऱ्यानं आपल्या मुलीला काही वर्षांपूर्वी मेबॉक भेट दिली होती, तेव्हा अनेकांना ते नाव कळलं. नंतर तो भेट देणाराच तुरुंगात गेला कोणत्या तरी आर्थिक घोटाळ्यावरनं. यावरून गाडीची किंमत लक्षात येईल. साधारण दीड कोट रुपये मोजल्यावर एक मेबॉक येते.

पण इतकंच काही या स्टुटगार्टचं वैशिष्ट्य नाही. ही सगळी अभियंता मंडळी नवनव्या मोटारींच्या प्रेमात पडत असताना शुद्ध अभियांत्रिकीच्या प्रेमापोटी एक तरुण धडपडत होता. मोटारींसाठी लागणारे सुटे भाग, इंजिनाच्या जोडण्या, वेगवेगळ्या इंधनांच्या इंजिनांसाठी लागणारे वेगवेगळे भाग... या सगळ्याचा त्याला नाद होता. त्यासाठीच त्यानं आपली स्वतःची अशी वेगळी कंपनीच काढली. १८८६ साली. आज १२५ वर्षांनंतरही ही कंपनी अधिकाधिक तरुण होत चालली आहे. ती स्थापन करणाऱ्याचं नाव रॉबर्ट बॉश आणि कंपनी अर्थातच बॉश.

हिचा जन्मही स्टुटगार्टमधलाच. गावाच्या मध्यभागी कंपनीचं मुख्यालय आहे. तिथून जवळच टेकाडावर कंपनीनं गावासाठी काढलेलं रुग्णालयही आहे. कंपनीच्या मुख्यालयाचा फेरफटका म्हणजे मानवी मनाच्या कल्पनाशक्तीला बहुरूपात भेटणं आणि तिचा आवाका पाहून चकित होणं. साधी दुचाकी असो वा श्रीमंती गाड्या, विमानांच्या इंजिनाचे भाग... बॉशमध्ये बनत नाही असं काही नाहीच. भर अर्थातच इंजिनाशी संबंधित काही ना काही बनवण्यावर. जर्मनी आणि एकंदर युरोपातच पर्यावरण जागृती जरा अतिच असते. म्हणजे अर्थातच आपल्या दृष्टीनं. तर बॉश आता दुचकींवर काम करतीये. अत्यंत छोटी, हलकी अशी इंजिनं या कंपनीनं तयार केलीत. ती बसवून वेगवेगळ्या आकाराच्या ज्या काही दुचाकी केल्यात त्याला तोड नाही. तासाला २५ किमी इतक्या आणि इतक्याच वेगानं या दुचाकी चालवता येतात. वेग २५ किमीच का, २६ का नाही, तर तसं केलं तर तीमधून कार्बन उत्सर्जनाचं प्रमाण वाढतं आणि मग त्यासाठी वाहतूक खात्याची... म्हणजे आपल्याकडच्या आरटीओची... वगैरे परवानगीचं झंझट मागे लागतं. त्यामुळे सर्व दुचाक्या २५ किमी प्रतितास ही मर्यादा पाळणाऱ्या. त्यांचं इंजिन हे इंजिन वाटतच नाही. आवाजच नाही त्याचा.

आणि इंधन, एक तर सूर्यप्रकाश. पण युरोपात तो हिवाळ्यात नसतो. तेव्हा त्या काळात चक्क बॅटऱ्या. त्यासुद्धा दुचाकी चालते तसतशा आपोआप चार्ज होत जातात. आमचं गाव इतकं उंचसखल आहे... अगदी आरामात वापरतो आम्ही या दुचाकी गावभर भटकायला... बार्बरा झेलेनी अभिमानानं सांगत होत्या. बॉशच्या जागतिक पातळीवरच्या त्या जनसंपर्क प्रमुख. बॉश आता पोर्शे आणि फोक्सवॉगन यांच्यासाठी आणि साहाय्यानं तेल इंधन आणि विजेच्या यावर चालणाऱ्या मोटारी तयार करण्याच्या कामात गुंतलाय. अशा मोटारींचं प्रारूप तयारही झालंय. एकदा वीज भरली की तीनशे किलोमीटर बघायला नको. त्या विजेवर चालणाऱ्या मोटारीतून फेरफटका मारून चाचणीही घेता आली. मोटार चालू आहे की बंद... हेही कळत नाही इतकं मुलायम इंजिन. बॉशचा प्रयत्न आहे पेट्रोलपंपासारखी वीजभरती केंद्रं तयार करायची. नाक्यावर ट्रकचं कसं वजन होतं तशा या वीजभरती केंद्रात पट्ट्या असणार... गाडी नुसती त्यावर उभी करायची... बॅटऱ्या आपोआप चार्ज. पुढच्या पंचवीस वर्षांत तेल आणखीनच महाग होईल... तोपर्यंत आमच्या या गाड्यांना चांगलीच किंमत आलेली असेल, बार्बरा म्हणाल्या. पुढचं त्यांचं विधान जागं करणारं होतं. त्या म्हणाल्या : इथल्या प्रत्येक संशोधनाचं पेटंट आम्ही घेत असतो. साधारण दिवसाला सरासरी ३० या गतीनं जगभरात ठिकठिकाणी बॉशच्या नावावर पेटंट्स जमा होत असतात... एकट्या २०१० सालात फक्त आम्ही ३,८०० पेटंट्स मिळवली... यंदा हा आकडा पार होईल.

आपल्या अख्ख्या देशात घेतल्या जाणाऱ्या पेटंट्सची संख्या सांगायला तीन आकडेच पुरतात.

०३ डिसेंबर २०११

# २. त्यांचं पाणीच वेगळं...!

**जर्मनीचे धडे**

हॅंबर्गमध्ये गटाराचं पाणी प्यायला कोणालाच काही वाटत नाही.

हे जर्मनीतलं दुसऱ्या क्रमांकाचं मोठं शहर. एल्ब नदीच्या काठी वसलेलं हे गाव अतिशय सुरेख आहे. एकेकाळी हे रोमन साम्राज्याचा भाग होतं. त्या साम्राज्याच्या खुणा आजही इथं पाहायला मिळतात. अलीकडे दुसऱ्या महायुद्धात या गावानं बरंच भोगलं. त्या जखमांच्या खपल्या कधीच भरल्यात. व्रण आहेत कुठंकुठं. मुळात हे बंदराचं गाव. अशा गावात एक प्रकारचा ग्रामीण रासवटपणा असतो. हॅंबर्गच्या काही भागात तो जाणवतो. याच गावच्या एका चौकात बीटल्सचा शुभारंभ झाला होता. ती सगळी मंडळी तिथल्या छोट्याशा गल्लीत राहात होती. ही गल्ली मुख्य रस्त्याला जिथं मिळते, तिथं बीटल्सच्या चार जणांचे पोलादाच्या पट्ट्यांचे आकार उभे करून ठेवलेत. कायमस्वरूपी. आता ती गल्ली रेड लाईट हमरस्त्याचा भाग आहे. तो अख्खाच्या अख्खा रस्ता त्या लाल आणि भडक गुलाबी रंगात रंगलेला. तो परिसर सोडला तर मात्र गाव डोक्यावरनं पदर घेतलेलंच. छोटे रस्ते. कोपऱ्यावर कॅफे. जिवंत. रसरशीत. कॉफीच्या घुटक्यावर शेजारचा वाहता रस्ता बघत बसणं हा मोठा आनंद. अगदी कामाच्या दिवशीही तो आनंद लुटताना अनेक जण या शहरात दिसतात. मी ज्या दिवशी संध्याकाळी हॅंबर्गला पोहोचलो त्या रात्री जर्मनी आणि फ्रान्स यांच्यात फुटबॉलचा सामना होणार होता. त्यामुळे गावात हे सगळं चैतन्य भरलेलं. मंडळी कामावरनं घरी परतून नटून थटून सामना बघायला थेट स्टेडियमकडेच निघालेली. ज्यांना तिथं जायचं नव्हतं ते एकमेकांच्या घरी बसून सामना बघणार होते. थोडक्यात, गावात असा उत्साह सळसळत होता. गावाची लोकसंख्या वीसेक लाखाच्या आसपास. पण आसपासचं पोटशहर मोजलं तर साधारण दुप्पट.

पण तरी हे सगळे गटाराचं पाणी पितात.

म्हणजे या गावानं पाणी शुद्धीकरणाचा धडाच घालून दिलाय. कौन्सलअॅक्वा हॅंबर्ग ही कंपनी हे सगळं काम करते. म्हटलं तर ही कंपनी आपल्याकडच्या सार्वजनिक उपक्रमासारखी. पण सार्वजनिक उपक्रम... म्हणजे सरकारी मालकीची कंपनी...

म्हटलं एक अंगभूत गचाळपणा येतो. तो अजिबात इथं नव्हता. महत्त्वाचं म्हणजे सरकारी असली तरी कंपनी नव्या विचारांचं स्वागत करणारी आणि त्याप्रमाणे आचरण करणारीही होती. त्यामुळे खासगी क्षेत्रातल्या नव्याकोऱ्या कंपनीइतकीच तिची कार्यक्षमता आणि वागणं होतं. मुद्दाम ही कंपनी बघायचं ठरवलं.

त्यासाठी बोटीतनं जावं लागतं. एल्ब नदी जिथं समुद्राला मिळते तिथं बरोबर मध्ये एक छोटं बेट आहे. भूखंडच तो. त्या जमिनीच्या चतकोर तुकड्यावर टाकाऊ पाण्याचं पिण्याच्या पाण्यात रूपांतर करणारी युरोपातली सगळ्यांत मोठी यंत्रणा उभी आहे. तिथं या कंपनीचे या खात्याचे प्रमुख मथिआस स्टेफ यांनी हा सगळा पसारा जातीनं फिरून दाखवला. त्यांच्या कार्यालयात गेल्यावर चहापाणी झालं. पाणी तिकडे सगळीकडे बाटलीतलंच असतं; पण इथं त्या बाटल्या रिकाम्या होत्या. आत गेल्यावर बाजूच्या बेसिनच्या नळाच्या पाण्यानंच त्यांनी त्या भरल्या. त्यामुळे ते पाणी पिताना त्यांच्या काय कशी काय वाटली पाण्याची चव... या प्रश्नातली खोच त्या वेळी कळली नाही. मोठं झकास बनलंय पाणी... असं उत्तर त्यांना अपेक्षित आहे की काय, असं त्यांच्या प्रश्नावरनं वाटलं.

नंतर हे सगळं प्रकरण बघायला बाहेर पडलो. प्रचंड म्हणता येतील अशी सहा तळी. अगदी कर्कटकानं कापून बरोबर गोलच्या गोल बनवलेली. एकासारखी एक. वरनं पाहिलं तर सहा बश्याच ठेवल्यात शेजारी शेजारी असंच वाटलं असतं. त्याच्या मध्यभागातून परिघापर्यंत एक लोखंडी हात आलेला. नीट पाहिलं तरच कळत होतं तो मंदगतीनं फिरत होता. जवळ गेल्यावर जाणवलं तो फिरत असताना त्याच्याखाली बरंच काही जमा होत होतं. आणि डांबर उकळताना कसे काळे बुडबुडे येतात तसेच बुडबुडे त्या पाण्याच्या जाड लादीतून येत होते. मोठमोठे. एखादा बुडबुडा फुटला की भयंकर घाण वासाची लाट यायची. नाकातले केस जळतील की काय, असं वाटावं इतकी त्या वासाची तीव्रता. ती सहन करण्यासाठी रुमाल वगैरे आपण काढणार तेवढ्यात स्टेफ म्हणाले... वर पाणी प्यायलंत ना ते हे.

हा प्रयोग त्यांनी बहुधा अगदी घोटून घोटून बनवलेला असणार हे जाणवत होतं. या प्रकल्पाला भेट द्यायला आलेल्या प्रत्येकाची प्रतिक्रिया अशीच असणार आणि त्या प्रतिक्रियेच्या खिंडीत त्याला पकडून आपण त्याला धक्का द्यायचा... आणि गंमत बघायची... हे सगळं असंच होणार असं तिथल्या प्रत्येकाला माहीतच होतं. कारण समोरचा गवई समेवर येताना श्रोते जसे एकमेकांच्या नजरेला नजर देत असतात... तसंच तिथं होत होतं. वर पाणी प्यायलंत ना ते हे... यातल्या 'हे' वर त्या केंद्रातील सगळ्यांनी एकमेकांकडे पाहिलं आणि मनातल्या मनात एकमेकांना टाळ्याही दिल्या. त्या जाणवल्यादेखील.

पुढं हे स्टेफ सांगू लागले... आमच्या सुदैवानं आम्हाला पाण्याचं जराही दुर्भिक्ष्य नाही... आमच्या नद्या बारमाही दुथडी भरून वाहात असतात... जर्मनी किती हिरवाकंच आहे ते तुम्हाला जाणवलं असेलच. पण तरीही आम्ही ठरवलं... पाण्याचा अपव्यय टाळायचा. ते करायलाच हवं. निसर्गाची देणगी असते ती. वाया घालवणं बरोबर नाही. लोक प्यायच्या पाण्यानंच गाड्या धुतात... किती अयोग्य आहे हे... तेच पाणी धुणीभांड्यासाठी वापरलं जातं... बरोबर नाही हे... तेव्हा आम्ही ठरवलं... पाण्याच्या पुनर्वापराचं तंत्र विकसित करायचं.

आपल्यात आणि त्यांच्यात फरक इतकाच, की ते तंत्रज्ञान त्यांनी खरोखरच विकसित केलं. आणि विकसित केलेलं तंत्रज्ञान व्यवहारात आणून दाखवलं. आणि व्यवहारातल्या या तंत्रज्ञानानं चांगला फायदाही होऊ शकतो... हेही दाखवून दिलं. हॅंबर्गच्या रहिवाशांकडून त्यासाठी भांडवल गोळा झालं. घरात नळाला पाणी हवंय ना... मग या प्रकल्पाला मदत करायचीच... असा साधा नियम. तो मोडण्याची सवलत कोणालाच नाही. या सगळ्यांनी पैसे गोळा केले. त्यातून कंपनी उभी राहिली. आता तीच कंपनी गावाला पाणीपुरवठा करते. त्या गोल गोल टाक्यांत शहरांतलं सगळं सांडपाणी गोळा होतं, त्यातला गाळ, कचरा काढला जातो, रासायनिक प्रदूषकं असतील तर ती काढली जातात आणि पाण्याचा दर्जा तपासून पाणी पुन्हा नळात जायला तयार.

स्टेफ भारतात बऱ्याचदा आलेले. आपल्या पाणी वापराचा अनुभव त्यांनी याची देही घेतलेला. त्यामुळे साहजिकच आपल्याकडच्या परिस्थितीविषयी बोलणं निघालं. त्यांच्या शब्दाशब्दांत आपल्या बेजबाबदार पाणी वापराविषयी चिंता आणि असहाय्यता व्यक्त होत होती. माहिती-तंत्रज्ञान, अणुबॉम्ब वगैरेत एवढा तुमचा देश पुढे जातो... पण पाणी जपून वापरावं... हे तुम्हाला कसं कळत नाही... या त्यांच्या प्रश्नावर इयत्ता सातवीत गणितात नापास झाल्यावर जसा चेहरा होतो तसा तो त्या वेळी झाला. तुमच्या दिल्लीत एकेकाळी वीसपंचवीस फूट खोदलं की पाणी लागायचं... आता दोनशे फुटांवरही लागत नाही... हे माहीतच असेल तुम्हाला... असं त्यांनी विचारल्यावर हे सगळं माहीत असूनही तोंडचं पाणी पळालं. आता आणखी पुढे काय ते म्हणणार या विचारानं घशाला कोरड पडली. जीवात जीव येण्यासाठी दोन घोट पाणी प्यायलो... तेच गटाराचं. या पाण्याचा स्टेफ यांना इतका अभिमान आहे की, ते आव्हानच देतात... गावातल्याच काय आसपासच्या कोणत्याही दुकानात, हॉटेलात बाटलीतून विकलं जाणारं पाणी आणि हे यांचं पाणी यातला फरक ओळखून दाखवायचा. या कंपनीला आपल्या पाण्याच्या दर्जाची इतकी खात्री आहे, की आमचे ग्राहक घरात बेसिनच्या नळाचंच पाणी पितात... असं ते अभिमानानं सांगतात. आणि महत्त्वाचं

म्हणजे त्या गावातल्या पंचवगैरे तारांकित हॉटेलातूनही हेच पाणी पुरवलं जातं. ग्राहकांना देताना ते देतात बाटल्यातून... पण त्या बाटल्या नळाच्या पाण्याच्याच असतात... इतकं आमचं पाणी चांगलं आहे... हे सांगताना स्टेफ यांच्या चेहऱ्यावरचा अभिमान धबधब्यासारखा वाहात होता. मुक्तपणानं.

त्यांच्या तोंडून त्यातल्या त्यात बरं ऐकायला मिळालं ते नाशिकबद्दल. नाशिक महापालिकेनं या कंपनीशी सहकार्य करार केलाय. हॅंबर्गसारखाच सांडपाण्याच्या शुद्धीकरणाचा प्रकल्प नाशकात उभा राहतोय. त्यामुळे हल्ली त्यांचं नाशकात येणं वाढलंय. आम्ही नाशिकलाही हेच तंत्रज्ञान देणार आहोत... तिथंही इतकंच चांगलं पाणी मिळेल... असं स्टेफ म्हणाले. ते ऐकल्यावर तुमच्याकडे नदीत ढोरं धुतात का... अखंड मढी पाण्यात फेकतात का... अस्थिविसर्जनाचं काय... कोणातरी पॉवरफुल राजकारण्याच्या साखर कारखान्याची मळी नदीत सोडतात का... तशी ती सोडल्यावर काय होतं... कोणत्याही नदीला गंगा म्हणायचं आणि तिची वाट लावायची असं होतं का तुमच्याकडे... वगैरे प्रश्न विचारावे असं वाटत होतं. पण टाळलं. आतापासनंच उगाच त्यांना निराश कशाला करा. नाशकात आल्यावर काय ते कळेलच सगळं त्यांना.

तसं होणार नाही कदाचित. कारण आपल्या जबाबदारपणापेक्षा त्यांचा स्वतःच्या तंत्रज्ञानावर विश्वास आहे. आपण करू ते उत्तमच करू... याची त्यांना खात्री आहे.

त्यांचं पाणीच वेगळं!

------

आज शनिवारी १० तारखेला नांदेडमध्ये जल साहित्य संमेलनाचं उद्घाटन होतंय. माधवराव चितळ्यांसारखा पाण्यासाठी आयुष्य वाहणारा, ज्याच्यामुळे महाराष्ट्रातली उत्तम धरणं उभी राहिली... असा जलअभियंता त्या संस्थेच्या मागे आहे. एकंदरच जलसाक्षरता वाढवावी, यासाठी या सगळ्यांची धडपड आहे. खरंतर यांचंही पाणी असंच वेगळं आहे. त्याची चव आपल्याला नाही, इतकंच! ती लागावी म्हणून...

१० डिसेंबर २०११

# ३. पहिले ते अर्थकारण...!

सध्या ट्विटर हे तरुणाईचं माध्यम झालंय. त्यात बोलायचं नसतं. लिहायचं नसतं. तर फक्त ट्विट करायचं असतं. म्हणजे मी लिहिलं... तू लिही... असं नाही. तर मी ट्विट केलं... (ट्विटलो का नाही?) तू ट्विट कर... असं सगळं असतं. हे ट्विट किती करायचं यालाही मर्यादा असतात. म्हणजे बकाबका बोलत-लिहीत बसलाय, असं नाही. तर थोडक्यात आपलं म्हणणं मांडायचं. थोडक्यात म्हणजे किती, तर फक्त १४० शब्दांत. त्याच्यापेक्षा जास्त लिहिलं गेलं तर, तसं होतच नाही. कारण १४१ वा शब्द स्वीकारायची सोयच नाही त्याच्यात.

मायक्रोब्लॉगिंग म्हणतात त्याला. दुसरे असतात ते ब्लॉग्ज. ज्याच्यावर शब्दमर्यादा नसते. पीएचडीच्या प्रबंधासारखं काहीही आणि कितीही लिहिता येतं, त्यांच्यावर. ट्विटरचं तसं नाही. इथं सगळं आटोपशीर. जागच्या जागी. २००६ सालचं हे ट्विटबाळ सध्या चांगलंच लोकप्रिय झालंय. जॅक डोर्से याचं हे अपत्य. जॅक अर्थातच अमेरिकी. मोबाइलवरनं बिलं वगैरे द्यायचं सॉफ्टवेअरही त्याच्याच कंपनीनं विकसित केलंय. पण त्याचं खरं नाव झालं ते ट्विटरमुळे. आजमितीला जवळपास ३५ कोटी जण या ट्विटरचे सभासद आहेत. आता तर काय मोबाइलवरूनही ट्विट करायची सोय असल्यानं ही ट्विट्वि कधीही आणि कुठूनही करता येते. अमेरिकेचे अध्यक्ष बराक ओबामा ते सचिन तेंडुलकर व्हाया शशी थरूर अशी अनेक मंडळी या ट्विटरवर असतात. त्यामुळे या ट्विटरचा भाव चांगलाच वाढलेला आहे. या वेबसाईटची लोकप्रियता इतकी आहे, की गेल्या वर्षात तिचं जाहिरातीतील उत्पन्न हे १४ कोटी डॉलर्स होतं आणि पुढच्या वर्षी ते २६ कोटी डॉलर्सच्या घरात जाईल.

त्यामुळेच असेल पण गेल्या आठवड्यात सौदी राजपुत्र अल वालिद बिन तलाल यानं ट्विटरच्या कंपनीत ३० कोटी डॉलर्स गुंतवले. ट्विटरला मोठ्या प्रमाणावर विस्तार करायचाय आणि त्यासाठी भांडवल हवंय. ते सौदी राजघराण्यातनं पुरवलं गेलंय. ज्यानं ही गुंतवणूक केली तो राजपुत्र वालिद सध्याचे सौदी राजे अब्दुल्ला यांचा पुतण्या. हा असा मोठमोठ्या गुंतवणुकीसाठी प्रसिद्ध आहे. इतका की सौदीचा वॉरेन बफे असंच म्हणतात त्याला. यातला महत्त्वाचा भाग असा, की ट्विटर ही वेबसाईट

प्रसिद्ध आहे तिच्या मोकळेपणासाठी. म्हणजे कोणालाही, भले १४० शब्दांची मर्यादा असेल, आपल्या मनातले विचार हवे तसे मांडता येतात. कोणतंही बंधन नाही की कोणाचं दडपण नाही. या ट्विटरच्या मालकीत आता मोठा वाटेकरी असणार आहे राजपुत्र वालिद. म्हणजे मोकळेपणासाठी प्रसिद्ध असलेल्या ट्विटरच्या मालकीचा मोठा वाटा जाईल निर्बंधांसाठी कुख्यात असलेल्या सौदी राजघराण्याकडे.

पण हे काही फक्त या बाबतीतच होतंय असं नाही. तेलातनं आलेल्या अमाप पैशातून सौदी राजघराण्यानं अनेक बड्या कंपन्यांत मोठा हिस्सा घेतलेला आहे. कोणकोणत्या कंपन्या आहेत त्यात–राजपुत्र वालिद यानं स्टिव्ह जॉब्सच्या ॲपल कंपनीत गुंतवणूक केलीय. याच्या जोडीला रूपर्ट मरडॉक याच्या न्यूज कॉप या कंपनीतही त्याची गुंतवणूक आहे. अनेक देशांत या न्यूज कॉपच्या उपकंपन्या आहेत. प्रचंड आकाराच्या या माध्यम सम्राटाच्या मालकीची अनेक वर्तमानपत्रं, टीव्ही वाहिन्या वगैरे आहेत. प्रत्यक्ष सौदीत कोणतंही खासगी वर्तमानपत्र नाही आणि टीव्ही वाहिनी तर नाहीच नाही. पण तरी जगभरातल्या अशा मुक्त माध्यमांत त्यांची मालकी आहे.

सौदी राजघराण्यातले अनेक जण दुहेरी आयुष्य जगत असतात. जेव्हा ते सौदीत असतात तेव्हा ते कट्टर इस्लामी असतात आणि शुद्ध धर्माचरण करीत असतात. निदान त्यांचं वागणं तरी तसं असतं; पण परदेशात गेले की तिथल्या स्थानिकांपेक्षाही जास्त त्या देशाचे होतात. हा राजपुत्र वालिद त्याला अपवाद नाही. तेलातून या मंडळींना अमाप पैसा मिळू लागल्यानंतर लंडन, पॅरिस, स्वित्झर्लंड अशा अनेक आंतरराष्ट्रीय शहरांत या मंडळींच्या मोठमोठ्या गुंतवणुका झाल्या. एकेकाळी तर लंडन आणि पॅरिसचे नाईट क्लब्ज चालायचे ते सौदी राजपुत्रांच्या पैशानं. त्या वेळी असं म्हटलं जायचं, की या मंडळींकडे इतका पैसा आहे, की त्यांच्या गाडीतले सिगरेटचे ॲशट्रे भरले की ते रिकामे करण्याच्या फंदात पडण्याऐवजी हे लोक गाड्याच बदलतात.

हा राजपुत्र वालिद हाही त्यातलाच. हा शिकला कॅलिफोर्नियात. पैशाची ददात असायचा प्रश्नच नाही. तरुणपणी त्याला फुटबॉल आवडायचा. त्यामुळे इंग्लिश साखळीतले सामने बघण्यासाठी हा खास इंग्लंडला जायचा. एकदा आर्सेनेल आणि एव्हर्टन या दोन क्लबसमधल्या सामन्याला तो गेला होता. आता या दोन संघांत आर्सेनेल कितीतरी उजवा हे काही कोणी सांगायची गरज नाही. परंतु तरीही एव्हर्टननं या सामन्यात आर्सेनेलला कडवी लढत दिली. त्या सामन्यात मैदानावर हे दोन संघ चुरशीचा लढा देत असताना प्रेक्षागृहात या दोन संघांच्या समर्थकांत त्याहूनही अधिक कडवी लढत सुरू होती. एव्हर्टनचे समर्थक इतके कडवे होते, की आपला संघ हरणार हे उघड झाल्यावरही ते आपल्या आवडत्या खेळाडूंच्या मागे उभे राहिले. हे

सगळं वालिद उत्साहानं पाहात होता. त्याला एव्हर्टन संघाचा इतका अभिमान वाटला, म्हणून त्यानं काय केलं...

... तर हा क्लबच विकत घेऊन टाकला. नंतर या संघाच्या प्रत्येक महत्त्वाच्या सामन्याला वालिद जातीनं हजर राहायचा. पुढे गुंतवणूक हा त्याचा छंदच बनला. त्यासाठी त्यानं एक खास कंपनीच जन्माला घातली. किंग्डम होल्डिंग कंपनी. १९९०च्या सुमारास अमेरिकेतली बलाढ्य सिटी बँक चांगल्याच अडचणीत होती. अमेरिकेतला घरबांधणी व्यवसाय थंडावला होता. त्यामुळे या व्यवसायात मोठी गुंतवणूक असलेल्या सिटी बँकेला खड्डा पडला. तो बुजवला राजपुत्र वालिदनं. फक्त २.९८ डॉलर प्रतिसमभाग या दरानं त्यानं ५५ कोटी डॉलर्स या बँकेत गुंतवले. बँक तगली. नंतर वालिद हळूहळू या बँकेत आपली गुंतवणूक वाढवत गेला. ज्या वेळी, म्हणजे १९९१च्या फेब्रुवारीत, कुवेत वाचवण्यासाठी अमेरिकी फौजा सौदीच्या भूमीवर उतरल्या होत्या, त्या वेळी हा सौदी राजपुत्र अमेरिकी कंपन्यांचं भागभांडवल खरेदी करण्यात मग्न होता. त्या काळात एका महिन्यात त्यानं जवळपास ६० कोटी डॉलर्स मोजून सिटी बँकेचे समभाग घेतले. आता जवळपास १०० कोटी डॉलर्सची त्याची गुंतवणूक एकट्या सिटी बँकेतच आहे. पुढे अमेरिकन ऑनलाइन, ॲपल, मोटोरोला, फॉक्स न्यूज अशा अनेक माध्यम कंपन्यांत त्यानं मोठी गुंतवणूक केली.

अशाच पद्धतीनं पुढे मग वालिदनं जमीनजुमल्यात गुंतवणूक करायला सुरुवात केली. न्यूयॉर्कमधल्या प्रसिद्ध प्लाझा हॉटेलात त्याची मोठी गुंतवणूक होती. लंडनचं अतिश्रीमंताचं सव्हॉय हॉटेल असो किंवा मोनॅकोमधलं माँते कार्लो असो. त्यात मोठी मालकी आहे राजपुत्र वालिद याचीच. नंतर तर सव्हॉय त्यानं अख्खंच्या अख्खं विकतच घेतलं. इतकंच काय, पॅरिसमधल्या डिस्ने लँडमध्येही त्याचीच मालकी आहे. इतकं सगळं झाल्यावर यानं बांधणी क्षेत्रासाठी स्वतःची एक कंपनीच काढली. भागीदारीत.

त्यात त्याचा सहकारी उद्योगसमूह होता त्याचं नाव बिन लादेन ग्रुप. तोच. ओसामा बिन लादेनच्या कुटुंबीयांचा. या बिन लादेन उद्योगसमूहाची मुळं अनेक देशांत पसरली आहेत आणि चांगलीच खोलवर रुजलेलीही आहेत. अमेरिकेचे माजी अध्यक्ष जॉर्ज बुश यांची एक तेलकंपनी होती. फारसा काही व्यवसाय नव्हता तिला. परंतु थोरले जॉर्ज बुश सत्तेवर आले आणि भराभर कंत्राटं मिळाली बुश यांच्या कंपनीला. कारण त्यांना एक तगडा भागीदार त्या कंपनीत मिळाला होता. आणि योगायोग हा की त्या तगड्या भागीदाराचं आडनाव होतं बिन लादेन.

जोपर्यंत सगळं काही ठीकठाक होतं, तोपर्यंत होतं. पुढे २००१ साली ९/११ घडलं आणि सगळ्याचेच संदर्भ बदलले. त्या वेळी न्यूयॉर्कचं जे काही नुकसान झालं

त्याच्या भरपाईसाठी, मदतीसाठी वालिदनं मोठी रक्कम देऊ केली होती; परंतु न्यूयॉर्कचे महापौर रूडी गिलानी यांनी ही रक्कम फेटाळली. त्या वेळी वालिद एकदा चर्चेत आला होता. त्यानंतर आता ट्विटरमध्ये एवढी मोठी गुंतवणूक केल्यावर. आज ट्विटरच्या मालकीत त्याचा वाटा तीन टक्क्यांहूनही अधिक आहे. उद्या तो वाढणारच नाही, असं मानायचं कारण नाही.

हे असं असतं वास्तव. सर्वसामान्यांनी समजून घ्यायचं. अमेरिका आणि सौदी यांच्यातले संबंध ताणले गेलेत... सौदी राजकारणावर अमेरिका नाराज आहे... अमेरिकेच्या इस्रायल धार्जिण्या राजकारणामुळे सौदी अमेरिकेवर रागावलाय... वगैरे वगैरे. हे सगळं दाखवायला.

खरं महत्त्वाचं असतं ते अर्थकारण.

२४ डिसेंबर २०११

# ४. गरिबांच्या अहिंसेची किंमत

भुवनेश्वरला वार्षिक सायन्स काँग्रेसचं उद्घाटन करताना पंतप्रधान मनमोहन सिंग परवा खरं बोलून गेले. चीनने विज्ञानाच्या क्षेत्रात भारताच्या तुलनेत खूपच प्रगती केली आहे आणि त्या देशाला गाठायचं असेल, तर आपल्याला बरेच प्रयत्न करावे लागतील, इतक्या स्पष्ट शब्दांत पंतप्रधानांनी वास्तव अधोरेखित केलं. बरंच झालं ते.

कारण हल्ली भारत आणि चीन याचा उल्लेख जोडशब्द म्हणून करायची फॅशनच आली आहे. तहान-भूक, लहान-मोठं, वर-खाली... या शब्दांसारखा भारत आणि चीन यांचा उल्लेख केला जातो. परिसंवादात वगैरे भारत आणि चीन या दोन आशियाई वाघांवर जगाच्या प्रगतीची जबाबदारी कशी आहे... छापाच्या मोठमोठ्या वल्गना केल्या जातात. या बातांचा दुष्परिणाम असा, की भारतातल्या अनेकांना आपण खरोखरच चीनच्या बरोबरीनं मोठं होत असल्यासारखं वाटायला लागतं.

परंतु वास्तव हे, की चीन आणि आपण यांच्यात शब्दशः जमीन आणि अस्मानाइतकं अंतर आहे. आणि त्यातही परत अडचण अशी, की हे अंतर केवळ एखाददुसऱ्या मुद्द्याबाबत आहे, असं नाही. तर ते अनेकांगी आहे. एखाददुसऱ्या क्षेत्रात मागेपुढे होऊ शकतं. कोणत्या ना कोणत्या टप्प्यावर हे अंतर कमी होईल अशी आशा असते. पण चीन आणि आपल्यात तसं नाही. म्हणजे सध्या ऑस्ट्रेलियाच्या दौऱ्यावर असलेल्या भारतीय क्रिकेट संघापेक्षा यजमान संघ कसा प्रत्येक बाबतीत पुढे आहे, तसं आपल्यात आणि चीनमध्ये आहे. पंतप्रधानांनी विज्ञान परिषदेत हे वास्तव मान्य करून या कबुलीसत्राची सुरुवात केली, असं मानायला हरकत नाही. गृहमंत्री पी. चिदंबरम आजच म्हणाले... भारतानं चीनचा हेवा करू नये... अनुकरण कसं करता येईल ते पाहावं. म्हणजे त्यांनीही एकप्रकारे कबुलीच दिली. हेवा करून काहीही हाताला लागणार नाही... इतका चीन आपल्यापेक्षा पुढे गेला असल्याचं त्यांनीही मान्य केलं. कशाकशाच्या बाबतीत अशी कबुली द्यावी लागेल, याचा या निमित्तानं आढावा घ्यायला हरकत नाही.

आपल्या समग्र देशाची वीजनिर्मिती क्षमता घेतली, तर ती आहे १८२ गिगावॉट्स इतकी. त्यातली निम्मी कोळशावर तयार होते. आंतरराष्ट्रीय स्तरावरचा नियम असा,

की कोणत्याही औष्णिक वीज प्रकल्पात पुढचे किमान २२ दिवस पुरेल इतका कोळसा असावा लागतो. आपल्याकडे पर्यावरण आणि तत्सम कारणांमुळे अनेक खाणींवर गदा आलेली आहे. त्यामुळे कोळशावर चालणाऱ्या देशातल्या ८९ वीजनिर्मिती केंद्रांपैकी ४६ केंद्रांवर फक्त आठवडा जेमतेम निघेल इतकाच कोळसा आहे. २००७ पासून आपण वेगवेगळ्या वीज प्रकल्पांसाठी तब्बल १,००० कोटी रुपयांची गुंतवणूक केली आहे. आता हे सगळेच गॅसवर आहेत. कारण कोळसाच नाही. आंतरराष्ट्रीय बाजारातून तो आणायचा तर बरीच तयारी करावी लागते. ती तयारी नाही. कारण आपल्याकडचाच कोळसा वापरायचा असं ठरलं होतं. आता आपल्याकडचा कोळसा जमिनीतनं निघणं थांबलंय आणि आंतरराष्ट्रीय कोळसा येणं कमी झालंय... आई जेवू घालेना... बाप भीक मागू देईना... म्हणतात ते हेच.

तर आपली एकूण वीजनिर्मिती क्षमता आहे १८२ गिगावॉट्स इतकी. आपण ज्या चीनशी बरोबरी करू पाहतोय त्या चीनची आताचीच वीजनिर्मिती क्षमता आहे ९६२ गिगावॉट्स इतकी. त्यातली ७३ टक्के वीज ही कोळशावर चालणाऱ्या केंद्रात तयार होते आणि त्यांना कोळशाचा अजिबात तुटवडा नाही. ज्या देशांत कोळसा आहे त्या देशांशी चीनने उत्तम संबंध बांधलेत आणि त्यांच्या देशात पर्यावरण वगैरे मुद्दे कोणी काढायचा प्रश्नच नाही. पुढच्या दशकात ऊर्जानिर्मिती क्षमता कितीने आपण वाढवू शकतो, असं चीनला वाटतं, तर १० लाख मेगावॉट. आपलं लक्ष्यच आहे १ लाख मेगावॉट. त्यांचा मार्ग काहीही असो. गंतव्य स्थान पक्कं आहे. भरपूर, हवी तेवढी वीज त्यांना मिळणार यात शंकाच नाही.

दशकापूर्वी, म्हणजे २००१च्या गणनेनुसार, आपलं जन्म-मृत्यूचं प्रमाण चीनच्या तिप्पट होतं. म्हणजे जन्माला येणारे आणि जगाचा निरोप घेणारे यांचं प्रमाण दरहजारी २७ इतकं होतं. चीनसाठी हे प्रमाण होतं ८.८ इतकं. आजच्या तारखेला आपण वर्षाला एक कोटी ८० लाख जीवांची भर आपल्या लोकसंख्येत घालत असतो. चीनपुरता हा आकडा आहे ९० लाख इतका. म्हणजे चीनपेक्षा दुप्पट गतीनं आपली खाणारी तोंडं आताच्या काळात वाढताहेत, असा त्याचा अर्थ.

इतक्या सगळ्यांना सांभाळायचं तर आपली अर्थव्यवस्था तगडी हवी. आपल्या एकूण अर्थव्यवस्थेचा आकार आहे १.२ ट्रिलियन डॉलर्स इतका. चीनची परकीय चलनाची गंगाजळीच आहे ३ ट्रिलियन डॉलर्स इतकी. म्हणजे आपल्या एकूण अर्थव्यवस्थेच्या दुपटीपेक्षा जास्त रक्कम चीनच्या खजिन्यात नुसती पडून आहे. चीन आणि अमेरिका यांच्यात सध्या व्यापारावरनं आणि परस्परांच्या चलनाच्या दरावरनं ताणतणाव आहे. या दोन देशांतील आयात-निर्यातीत चलनदरात एकतर्फी गडबड केल्यामुळे चीनला मोठा फायदा झाला आहे. चीनचा अमेरिकेबरोबरच्या व्यापारातला

सरप्लस आहे २५० बिलियन डॉलर्स इतका. आपल्याला आपली जागा कळावी म्हणून सांगायला हवं ते हे, की भारताची एकूण जी काही निर्यात आहे ती इतक्या रकमेची आहे. म्हणजे चीनचा एकट्या अमेरिकेबरोबरच्या व्यवहारातलं जे अधिक्य आहे ते आपल्या संपूर्ण जगाबरोबरच्या निर्यातीइतकं आहे. एकट्या उत्पादन क्षेत्राचा विचार केला तर चीन हा जगात तिसऱ्या क्रमांकावर आहे. त्याच्या पुढे आहेत अमेरिका आणि जपान. गेल्या वर्षीच्या भूकंप आणि त्सुनामीनंतर जपान जरा घसरला. पण तो सावरेल. यांच्या पाठोपाठ या क्षेत्रात चीन आहे. त्या तुलनेत आपण आहोत बाराव्या क्रमांकावर.

आणखी एक शेखी मिरवायला आपल्याकडे सांस्कृतिकदृष्ट्या सर्वांनाच आवडतं. ते म्हणजे शेतकरी असणं. भारत हा कृषिप्रधान देश आहे... हे वाक्य आपण वारंवार ऐकत असतोच, पण त्याच वेळी एका हाताच्या पाच बोटांत सहा अंगठ्या असणारे राजकारणीही मी शेतकरी आहे... असं अभिमानानं सांगत असतात. आता ज्या देशात इतकी श्रीमंत कृषी संस्कृती आहे त्या देशातली शेती चांगलीच फलफलदायी असेल असाच कोणाचाही समज होईल. चीनचा कोणताही राजकारणी मी शेतकरी आहे... वगैरे सांगताना आपण ऐकलेला नाही. यापेक्षा जे शेतकरी आहेत त्यांनी शेती करावी, अशी त्या देशाची व्यवस्था असावी. कारण आपण जेवढं धान्य वर्षाला पिकवतो त्याच्या दुप्पट चीनचं कृषी उत्पादन आहे. यावर काही म्हणतील की एवढा मोठा देश, शेतजमीनही आपल्यापेक्षा जास्त असणार... तेव्हा उत्पन्न जास्त असलं तर नवल ते काय... पण यातील मेख अशी की चीनचं दुप्पट कृषी उत्पादन हे आपल्यापेक्षा निम्म्या जमिनीतनं निघालेलं आहे.

आता आपलं सगळंच काही वाईट आणि वाटोळं करणारं आहे का?

तर नक्कीच नाही. सर्वांत महत्त्वाचं म्हणजे आपण लोकशाहीत राहतो आणि आपल्याकडे तिआनमेन घडलं तर निदर्शकांच्या अंगावर कोणी रणगाडे घालणार नाही. आणि दुसरं म्हणजे चीनचं नक्की गौडबंगाल काय, हेच अनेकांना कळलेलं नाही. म्हणजे प्रगती तर दिसतीये. कारण आकडे कधी खोटं बोलत नाहीत. पण ही प्रगती किती खोलवर आणि दूरवर गेलेली आहे, हे काहीच कळायला मार्ग नाही. ज्यांनी हे शोधण्याचा प्रयत्न केला त्यांना चीनने चक्क तुरुंगातच टाकलं. असा प्रयत्न करणारी न्यूयॉर्क टाइम्सची वार्ताहर आहे म्हणून कारवाईचा हात आखडता नाही घेतला. आपल्याकडे असं होण्याची सुतराम शक्यता नाही. आपला सगळा मोकळाढाकळा मामला. कोणालाही कुठेही डोकावायची कसलीही आडकाठी नाही. चीनचं तसं नाही. एक डझनभर शहरं, अर्धा डझन विशेष राखीव क्षेत्रं सोडली तर त्या पलीकडचा चीन कसा आहे हे आपल्याला काय... कोणालाच कळलेलं नाही.

तरीही प्रगतीचा मुद्दा उरतोच. आपण मोकळे आहोत, चांगले आहोत, लोकशाहीवादी आहोत... आणि चीन तसा नाही. लोकशाहीवादी नाही. सहिष्णु नाही आणि शांतताप्रियही नाही. खरंतर तो हिंसकच आहे. पण त्यानं आपली गरिबी कमी केली आहे, हे नक्की आणि गरिबीइतकं दुसरं काहीही हिंसक नसतं असं आपले महात्मा गांधीच म्हणाले होते. गरिबांच्या अहिंसेला तसा काय अर्थ असतो.

०७ जानेवारी २०१२

# ५. मरणात खरोखर (असे) जग जगते...!

तशी ती नेहमीचीच परिषद. गेल्याच आठवड्यात भरली होती. शिकागोतल्या व्यापार प्रदर्शन केंद्रात. खूप कंपन्यांचे गाळे होते. वेगवेगळ्या प्रदर्शनीय वस्तू होत्या. भेट द्यायला येणाऱ्यांची रीघ होती. कंपन्यांच्या चकचकीत तरुणी पाहुण्यांना उत्साहानं उत्पादनांची माहिती देत होत्या. मागच्या छोट्या सभागृहात सुटाबुटातल्यांची लगबग. हातातल्या लॅपटॉप्सवर नजर. आपण किती व्यग्र आहोत ते दाखवणं... पॉवरपॉइंट प्रेझेंटेशन्स... आकड्यांची चढती-उतरती मांडणी... नेहमीच्याच वातावरणातली.

यात नवीन ते काय?

ते या प्रदर्शनात सहभागी झालेल्या एका कंपनीप्रमुखाच्या गाडीमागच्या स्टीकरवरनं कळतं. या गाडीच्या मागे, काचेवर भल्या मोठ्या अक्षरांत लिहिलेलं होतं, लेट्स पुट द फन बॅक इन फ्युनरल! चला अंत्यविधीत जरा रंगत आणूया...!

अंत्यविधी समारंभ आणि व्यवस्था या क्षेत्रात असलेल्या अमेरिकेतल्या वेगवेगळ्या कंपन्या आणि प्रमुख शहरांतल्या स्मशानांचे प्रमुख अधिकारी यांची ही वार्षिक परिषद होती. तेव्हा विषय होता अर्थातच मरणोत्तर जगण्याचा. जे गेलेत त्यांना आणू तर शकत नाही. मात्र, त्यांचा पुढचा प्रवास त्यांच्यासाठी आणि त्यांना त्या प्रवासात निरोप द्यायला येणाऱ्यांसाठीही सुखाचा... खरंतर कमी दुःखाचा कसा करता येईल... यासाठीच्या उपायांची चर्चा करण्याचा. त्यासाठी काही मार्ग ठरवण्याचा आणि महत्त्वाचं म्हणजे त्या उपायांची अंमलबजावणी करण्याचा.

तेव्हा या परिषदेतील विषयही मूळ बीजसंकल्पनेला धरूनच होते. म्हणजे एक चर्चाविषय होता मार्केटिंग युवर सिमेटरी... थोडक्यात... तुमच्या स्मशानाचं मार्केटिंग. म्हणजे तुमच्या स्मशानापेक्षा माझं स्मशान किती आणि कसं चांगलं आहे, ते प्रत्येकानं अहमहमिकेनं सांगायचं. आमच्याकडे जास्त झाडं आहेत... पार्किंगला जागा आहे... श्रद्धांजली सभेसाठी वातानुकूलित सभागृह आहे... तिथं खानपानाची व्यवस्था आहे... आमचा अंतर्गत फूलविभाग आहे... एकदा आम्हाला कंत्राट दिलंत की तुम्हाला काही म्हणजे काही बघायला नको... असं सगळं. दुसऱ्या एका सत्रात चर्चा झाली घाऊक मृत्यू कसे हाताळावेत... यावर. घात, अपघात, नैसर्गिक आपत्ती, साथीचे

आजार वगैरे काळात एकाच वेळी अनेक गतप्राण होतात. तेव्हा स्मशानव्यवस्थेवर जास्त भार पडू शकतो. तसं झाल्यास तो कसा हाताळायचा? एकात चर्चा झाली एम्बाल्मिंग यावर. म्हणजे काही कारणानं मृत्यूनंतर कलेवर काही काळासाठी ठेवावं लागतं. जवळचे यायचे असतात. अंत्यदर्शनासाठी अनेकांची गर्दी असते... शासकीय इतमामात अंत्यसंस्कार करायचे असतात. अनेक कारणं. तर अशा वेळी हा अचेतन देह कुरूप न होता टिकवणं आवश्यक असतं. त्यासाठीच्या विविध उपायांवर त्यात चर्चा झाली. आणखी एका ठिकाणी मृत्यूसमोरची फूलसजावट हा विषय होता. अंत्ययांत्रेत संगीत कसं आणि कोणतं असावं... यावर मौलिक मार्गदर्शन झालं. (काय वाजवायचं यापेक्षा कधी काय वाजवायचं नाही, हे कळणं फार आवश्यक असतं. आपल्याकडे लग्नाच्या वरातीत... मौत का सामान ले चले... असं वाजवलं जाताना मी प्रत्यक्ष ऐकलंय.)

सगळ्यांत जास्त गर्दी होती ती पाळीव प्राण्यांच्या अंत्यविधीसंदर्भात माहिती देणाऱ्या कक्षात. त्यांच्यासाठी वेगवेगळ्या आकाराच्या, रंगाच्या शवपेटिका, सजावट साहित्य, शोकसंदेश देणारी पत्रं... असं खूप काही होतं. अनेक जण अरे... आपल्याकडचा अमुकतमुक गेला/गेली... तेव्हा हे असतं तर किती बरं झालं असतं... वगैरे आठवणी काढत आपल्या कुटुंबातल्या अ... मानवी सदस्यांना श्रद्धांजली वाहात होते; पण तरीही कुठंही भावनांचं अवडंबर नव्हतं आणि गळे काढणं तर नव्हतंच नव्हतं.

अन्य कोणत्याही व्यवसायाइतक्याच तटस्थपणे मंडळी या व्यवसायाकडे बघत होती. आणि मुख्य म्हणजे हा व्यवसाय आहे हे मान्य करून तो अधिकाधिक चांगल्या आणि सुयोग्य पद्धतीनं कसा केला जाईल याची अगदी वस्तुनिष्ठपणे चिकित्सा करीत होती. तिथल्या एका विक्री व्यवस्थापकानं तर स्मशान व्यवस्थेला डिस्नीलँडचं उदाहरण दिलं. त्याचं म्हणणं असं होतं, की डिस्नीलँडमध्ये कसं भेट द्यायला येणाऱ्या मुलांच्या आणि पालकांच्या संभाव्य गरजा काय असतील याचा आधीच विचार करून त्याप्रमाणे सोयीसुविधा उभारल्या जातात, त्याप्रमाणे प्रत्येक स्मशानातसुद्धा व्हायला हवं.

मामला अगदी सोपा. उगा भावनांचे कढ नाहीत... पाप-पुण्याच्या बाता आणि त्याच्यावरनं लुबाडणं नाही.

------

केवळ योगायोगच हा. त्यानंतर अगदी जवळच्या मित्राच्या वडिलांना अखेरचा निरोप देण्यासाठी जावं लागलं. मित्र आईला आधार देत वडिलांच्या निश्चेष्ट पार्थिवा जवळ बसून होता. तयारीची जबाबदारी आम्हा अन्य मित्रांवर होती. ते साहजिकच

होतं. मित्राच्या आईची इच्छा होती, की पूर्ण धार्मिक रीतिरिवाजात अग्नी द्यायचा. तेव्हा त्या तयारीचाच एक भाग म्हणून स्मशानात जाऊन यादी घेऊन आलो... काय काय वस्तू आम्ही न्यायच्या त्या. तिथला जो कोणी होता तो लग्नाची बोलणी करण्याच्या पद्धतीनं तुमच्याकडचे... आमच्याकडचे अशा पद्धतीनं सांगत होता. तुमच्या पार्टीनं... अमुकअमुक एवढ्या वस्तू आणायच्या. आम्ही मान डोलावली. यादी केली. जाताना त्या सगळ्या वस्तू घेऊन गेलो.

गुरुजी आतच होते. आधीच्यांना मुक्ती मिळायची असल्यानं ते त्या प्रयत्नात होते. स्मशानात भलतीच गर्दी. दोनचार जणांनी एकाच वेळी इहलोकाला निरोप दिल्यानं त्यांना निरोप देणाऱ्यांना एकाच वेळी तिथं यावं लागलेलं. आतमध्ये कुबटातलं कुबट वातावरण. लाकूड, गठ्ठ्यानं लावल्या जाणाऱ्या उदबत्त्या, पार्थिवांच्या अंगाचं उग्र निलगिरी तेल, धूर आणि धुरी या सगळ्यांचा मिश्र असा वास वातावरणात भरलेला. शेजारी उघडं गटार. तिथं कोंबड्यांची वचवच चाललेली. एकंदर हवेतच आमलेलं कंटाळवाणेपण. अशा वेळी वेळ जाता जात नाही आणि गंभीर तरी किती वेळ दिसायचं. तेव्हा थोड्या वेळानं आमच्यातला एक जण म्हणाला... इतक्या भयंकर वातावरणात यायचं कशाला मरायला. पितृहीन झालेला मित्र शेजारीच होता. ताटीवर अज्ञात शांतपणे पहुडलेल्या वडिलांच्या देहाकडे पाहून तो म्हणाला, त्यांनाही असंच वाटत असेल.

एव्हाना गुरुजी अन्यांना वातावरणातून मुक्त करून रिकामे झालेले. त्यामुळे त्यांनी आम्हाला... म्हणजे मित्राच्या वडिलांना... हात घातला. विधींना सुरुवात करणार तर त्यांनी विचारलं, तांब्याचा तांब्या नाही आणलात...

आमच्यापैकी एक म्हणाला... तो यादीत नव्हता.

मी यादीत काय होतं हे विचारलं का... गुरुजींचा प्रश्न. आमचं सगळ्यांचं मौन. मित्र उघड्यानं... केवळ पंचा गुंडाळून बराच... बसायला लागल्यानं असेल बहुधा, कावलेला होता. तो म्हणाला, जाऊ दे ना... घेऊन या तो तांब्या. तो घ्यायचा तर दुकान एकच. यादी देणारं. त्याच्याकडे तांब्या घेताना विचारलं... म्हटलं का रे बाबा... सकाळी का नाही सांगितलं... तांब्याचा तांब्या लागतो ते. त्यावर तो म्हणाला, मला वाटलं तुम्हाला कळतच असेल...

आमच्या आधी विधी करून रिकाम्या झालेल्यांतल्या एकानं हा संवाद ऐकला. त्यालाही असाच अनुभव आलेला. तांब्या नाही. मग ऐनवेळी तांब्या खरेदी. तेच दुकान. तेच गुरुजी. तो म्हणाला, आधी साांगितलं असतं तर तुम्ही घरचा घेऊन आला असतात आणि परत घरी घेऊन गेला असता. मग याचा धंदा कसा होणार. आता कसं स्मशानात विकत घेतलेला तांब्या काही तुम्ही घरी घेऊन जाणार नाही...

तो गुरुजींकडेच सोडणार आणि मग गुरुजी तो परत याच दुकानदाराला आणून देणार... दुकानदार परत तोच तांब्या इतरांच्या गळ्यात मारणार... असंच असतं...

मग आपल्याकडे या पाप-पुण्याच्या बाता मारल्या जातात, त्याचं काय होतं. त्यापेक्षा शिकागोतली परिषद बरी. अंत्यविधीला सरळ सरळ व्यवसाय मानतात आणि व्यवसायाच्या नियमानं तो चालवतात.

------

यानंतर एकदम आठवल्या त्या नितीन गडकरी यांच्याशी झालेल्या गप्पा. भाजपच्या या अध्यक्षाच्या अंगणात काय काय नवं करता येईल यांसाठीच्या कल्पनांचा सडा पडलेला असतो. ते करता येतं की नाही, हा मुद्दा नंतरचा. पण गडकरी अशा कल्पनांनी ओसंडून वाहात असतात. रस्ते... पूल तर त्यांनी इतके बांधले की त्यांना ब्रीजभूषण गडकरी असंच म्हणतात. तर ते सांगत होते... माझ्जवळ एक योजना आहे... राज्यभर राबवता येईल... आपली सगळी स्मशानं बांधा... वापरा... हस्तांतरित करा... या तत्त्वावर सुशोभित करायची. काय गचाळ असतात हो आपली स्मशानं... एवढी जागा असते यांच्याकडे... कितीतरी चांगला वापर करता येईल आणि येणाऱ्यांना (अर्थातच पोचवायला) प्रसन्न वाटेल असं वातावरण तयार करता येईल... अगदी तपशीलवार योजना तयार आहे माझी.

त्यांना म्हटलं... तुमचं सरकार होतं तेव्हा का नाही राबवायला सुरुवात केली ती.

त्यावर ते म्हणाले... तीच तर अडचण आहे ना... कधी नव्हे ते पहिल्यांदा आपलं सरकार आलं तर स्मशानाच्या योजना काढून काढायले तू... तुले बरं काही सुचेना झालं का... डायरेक्ट आम्हाले पोचवायलाच आले का तू... असं त्यांना त्यांचे सहकारीच विचारू लागले.

असं झाल्यामुळे गडकरी यांनी शेवटी तो प्रयत्न सोडून दिला. आणि दुसऱ्या कोणीही तो केलाच नाही.

त्यामुळे राज्यातली स्मशानं तशीच निष्प्राण जगत राहिली. तिथले दुकानदार तांब्या लागतो हे आधी सांगायला विसरतच राहिले आणि गुरुजी आत्म्यांना मुक्ती देता देता दुकानदाराला तांब्या पुरवत राहिले.

आपल्याकडे मरणात खरोखर जग जगते... असं म्हणतात... ते हेच बहुधा. शिकागोवाल्यांनी काहीतरी शिकायला हवं आपल्याकडून.

२१ जानेवारी २०१२

# ६. गगनचुंबी धडा!

फेब्रुवारी महिना आला की आपल्याकडे केंद्र सरकार, राज्य वगैरे तिजोरी तपासायला लागतात. याच महिन्यात अर्थसंकल्प सादर होतात आणि एकंदरच आपण किती उत्तम कामगिरी करतोय, असं सरकारकडून सांगायला सुरुवात होते. गेल्या वर्षाच्या तुलनेत आगामी वर्ष किती चांगलं... आणि बऱ्याचदा तंगीचच... जाणार आहे, याचे अंदाज बांधायला सुरुवात होते. नोकरदारवर्ग आपल्या आयकरात सवलत मिळणार का, मिळणार असेल तर किती... वगैरे पतंग स्पर्धात रस घ्यायला लागतो. थोडक्यात, वातावरण कसं आर्थिक आर्थिक असं होऊन जातं.

यात नवीन असं खरंतर काहीच नसतं. म्हणजे सरकार अर्थव्यवस्था सुधारत आहे, असं म्हणत असताना आपल्याला महिन्याला पैसे का कमी पडतायत, ते आपल्याला कळत नाही. आणि चलनवाढीचा दर कमी झालाय असा सरकारचा दावा असताना आपल्याला मात्र महागाई वाढत असल्याचं का जाणवतं... ते समजेनासं होतं. एका बाजूला आपले अर्थमंत्री वगैरे बडी माणसं सांगत असतात- भारत महासत्ता होण्याच्या मार्गावर आहे... २०३० पर्यंत जगातली सगळ्यात मोठी अर्थव्यवस्था आपली असेल... आणि त्याच वेळी आपल्या घराच्या आसपास झोपड्या वाढताना दिसत असतात... चौकाचौकांत दिवसागणिक भिकाऱ्यांचे तांडे वाढत असतात... शेतकऱ्यांच्या आत्महत्याही कमी होताना दिसत नाहीत... मग आपल्याला प्रश्न पडतो... आपण महासत्ता वगैरे होतोय म्हणजे काय आणि समजा हे आपले नेते म्हणतायत त्यप्रमाणे खरोखरच महासत्ता वगैरे झालो, तर आपल्या जगण्यात नक्की काय बदल होणार... लोकलमधली गर्दी कमी होणार का, रिक्षावाला आपण म्हणू तिकडे यायला तयार होणार का, वीज २४ तास राहणार का, कोणालाच पाण्यासाठी चार चार मैल जावं लागणार नाही... सगळ्या घरात नळांना पाणी येणार का, असे अनेक प्रश्न आपल्याला असतात. त्याची उत्तरं कोणीच देत नाही. कारण ज्यांना ती देता येतात ते तज्ज्ञ दुसऱ्या जगात राहात असतात आणि राजकारण्यांना हे प्रश्न मुळात प्रश्नच वाटत नाहीत. त्यामुळे आपण आपले असहायपणे हे प्रश्नचिन्हांचं ओझं डोक्यावर वागवत दोन निवडणुकांच्या मधला काळ उत्तरासाठी धापा टाकत असतो.

सध्याही तसंच होतंय. मुंबईसह राज्यातल्या सगळ्या बड्या महापालिकांच्या निवडणुका होऊ घातल्यात. दोन आठवड्यांत आपण पुढील पाच वर्षं कोणाकडून लुटून घ्यायचं, या प्रश्नाचं उत्तर मिळेल. आता जी मंडळी सत्तेवर आहेत ती आपण शहरांचा कसा आणि किती विकास केला हे आपल्याला सांगतायत. आमच्या काळात मुंबईसारख्या देशाच्या आर्थिक राजधानीत जगातली सगळ्यात उंच, गगनचुंबी वगैरे म्हणतात ती... इमारत उभी राहणार आहे... असंही मिरवलं जातंय. मुंबईत या इमारतीला आयकॉनिक टॉवर असं काहीसं नाव होतं म्हणे. सत्तरएक मजले असेल ती इमारत. ती पूर्ण झाल्यावर रस्त्यावरचे खड्डे चुकवत मान वाकडी करून तिचे मजले मोजायचा प्रयत्न करायला हरकत नाही; पण...

पण तोपर्यंत जागतिक अर्थव्यवस्थेसंदर्भातील ताजा निष्कर्ष आपण नक्कीच समजून घ्यायला हवा. ज्या ज्या देशात गगनचुंबी उभारण्यासाठी स्पर्धा सुरू असते त्या त्या देशाची अर्थव्यवस्था खपाटीला गेलेली असते... असं ठामपणे समजावं... असं हा अहवाल सांगतो. बार्क्लेज कॅपिटल या जगातल्या मान्यवरांत गणल्या जाणाऱ्या वित्तसंस्थेचा अहवाल गेल्याच आठवड्यात आलाय. ब्रिटनमधल्या बार्क्लेज बँकेची ही उपकंपनी. या सगळ्या संस्था बार्क्लेज या खासगी कंपनीची पिलावळ. गेल्या वर्षी या उद्योगाची उलाढाल ही १.३ ट्रिलियन पौंड इतकी होती. एक पौंड म्हणजे साधारण ७५ रुपये हे लक्षात घेतलं, तर या वित्तसंस्थेच्या आकाराचा अंदाज यावा.

तर या वित्तसंस्थेनं असं ठसठशीतपणे म्हटलंय, की शहरांतल्या इमारतींची उंची वाढायला लागली की समजावं त्या परिसराची विपन्नावस्था दूर नाही. आता इतका ठोस निष्कर्ष जेव्हा काढला जातो तेव्हा त्याला काही आधार असतो. तसा तो अर्थातच या अहवालालाही आहे. त्यानुसार १९३०च्या सुमारास अमेरिकेत अशा गगनचुंबी इमारती बांधायची लाटच्या लाट आली होती. पुढच्याच वर्षी अमेरिकेला मंदीनं ग्रासलं. २९ ऑक्टोबर १९२९ या दिवशी अमेरिकेत भांडवली बाजार कोसळला. पुढच्या तीन महिन्यांत हे आर्थिक संकट अधिकच गहिरं झालं आणि १९३० साल उजाडलं तेच मुळात मंदी पोटात घेऊन. अमेरिकेतलं बेकारीचं प्रमाण सर्वाधिक म्हणजे... २५ टक्के... इतकं त्या काळात वाढलं. म्हणजे दर चार माणसामधला एक जण अमेरिकेत त्या वेळी रोजगाराच्या शोधात होता. (आता हे प्रमाण नऊ टक्के आहे, गेल्याच महिन्यात ते १० टक्के इतकं होतं.) पण या सगळ्या काळात अमेरिकेत गगनचुंबी इमारती बांधण्याचं फॅड मात्र होतं.

नंतर जग स्थिरावलं. अर्थव्यवस्था रुळावर आल्या. इमारती उभ्या राहातच होत्या. पण त्याला लाट म्हणावी असं काही नव्हतं. म्हणजे श्रीमंत आपापल्या मर्जी आणि कुवतीप्रमाणे इमले बांधत होते. ते ठीकच आहे. अशी लाट दिसली ती मग

एकदम कुआलालांपूरमध्ये. म्हणजे आपल्या दक्षिणेकडच्या मलेशियात. १९९७च्या आसपास त्या देशात अशा उंचच उंच इमारती बांधायला सुरुवात झाली. पेट्रोनास टॉवर्स म्हणून ओळखले जाणारे ते उंच सुळके याच काळात तयार झाले. काय योगायोग आहे, आशियाई संकट म्हणून ज्या आर्थिक संकटाचा दाखला दिला जातो तेही नेमकं सुरू झालं याच वर्षी. म्हणजे एका बाजूला जगाला सगळ्यात उंच मनोरे ज्या भागात उभे राहिले तोच भाग खोल खोल खड्ड्यात त्याच वेळी कोसळला. थायलंडच्या बहात या चलनानं त्या वेळी पहिल्यांदा गटांगळ्या खाल्ल्या. मग पाठोपाठ मलेशिया, इंडोनेशिया, हाँगकाँग, फिलिपिन्स अशा सगळ्याच देशांच्या नाकातोंडात पाणी गेलं. त्यातून सावरायला या प्रदेशाला पुढची पाच वर्षं पुन्हा खस्ता खाव्या लागल्या.

त्यानंतर क्रम दुबईचा. मुळात त्या प्रदेशातल्या शेख मंडळींना शहाणं म्हणणंच अवघड. त्यात काहीही न करता जमिनीतनं निघणाऱ्या तेलातनं आलेला अमाप पैसा. त्यामुळे या मंडळींनी त्या वाळवंटात काय नाही केलं. कृत्रिम बर्फाचे डोंगर आणवून स्वित्झर्लंडच्या आल्प्स पर्वतावरचे खेळ भर उन्हात खेळायची सोय केली. समुद्रात भराव घालून कृत्रिम बेटं तयार केली. त्यावर राहायला घरं बांधली. पण त्याहीपेक्षा म्हणजे जगातली सगळ्यात उंच इमारत आपल्याच शहरात असायला हवी असा वेडा अट्टाहास धरला. त्यातूनच बूर्ज खलिफा नावाचं आकाशाला स्पर्श करू पाहणारं स्वप्न आकाराला आलं. यात या मंडळींचा वेडेपणा इतका, की त्याचा शेवटचा मजला त्यांनी पूर्ण केला नाही. का तर त्यापेक्षा उंच इमारत कुठं जगात उभी राहात असेल, तर तिच्यापेक्षा चार बोटं का होईना दुबईतली इमारत उंच करण्याची सोय असावी म्हणून. हे सगळं प्रकरण उभं राहिलं २०१० साली.

पुन्हा योगायोग हा की त्याच वर्षी दुबईचा आर्थिक डोलारा कोसळला. जगातच एकूण अर्थउद्योगाची गती मंदावली. प. आशियाच्या वाळवंटात अनेक देशांत अशांतता माजली आणि बघता बघता दुबईची रयाच गेली. ज्या दोन इमारती जगात सगळ्यांत उंच ठरणार होत्या त्या जगातली सगळ्यांत वाया गेलेली गुंतवणूक ठरल्या आणि तिथल्या घरांना कोणी वाली नाही, अश्शी परिस्थिती तयार झाली.

पण आताच हे सगळं का सांगायचं?

तर बार्क्लेजचं म्हणणं आहे, चीन आणि भारतात आता अशा अगडबंब इमारतीची फॅशन आली आहे आणि इतिहास लक्षात घेता या दोन देशांच्या अर्थव्यवस्थांकडे लक्ष ठेवायला हवं. चीनमध्ये एक नाही... दोन नाही... तीन नाही... तर तब्बल १२४ गगनचुंबी इमारतींचं बांधकाम सुरू आहे. पुढच्या सहा वर्षांत हे प्रकल्प पूर्ण होणं अपेक्षित आहे. यातील धक्कादायक भाग हा, की हे आणि इतकेच

काही प्रकल्प चीनमध्ये होत आहेत असं नाही. तर त्या देशानं आताच ७५ इतक्या गगनचुंबी इमारती पूर्ण केल्या आहेत. या सर्व इमारतींची सरासरी उंची आहे २४० मीटर्स इतकी.

आपली सध्या चीनशी बरोबरी करण्याची स्पर्धा लागलीये. आपण आणि चीन हे जणू जुळेच असल्यासारखे चर्चा करतात. परंतु या साध्या गगनचुंबींचा आढावा घेतला तरी कळेल, आपण कुठं आहोत. चीनमध्ये ७५, अधिक १२४ इतक्या गगनचुंबी होत आहेत; पण आपल्या देशात ही संख्या आहे फक्त २. पुढच्या पाच वर्षांत आपण बांधणार आहोत अशा १४ इमारती. जगात २४० मीटर्सपेक्षा उंच इमारतींची संख्या आहे २७६ इतकी. त्यातल्या दोनच आपल्याकडे आहेत. पण आपण संकल्प मात्र करतोय अशा इमारती उभारण्याचा.

बार्क्लेजला याचीच काळजी वाटतीये. म्हणजे चीन आणि भारत हे जर आर्थिक कारणांसाठी जगाचे आशास्थान असतील, तर त्या आशेच्या पायाखालची भूमी भुसभुशीत आहे, असं या बँकेचं म्हणणं आहे. याचा अर्थ इतकाच, की वरवर जायचं स्वप्न पाहायचं आणि पूर्ण करायचं ठरवलं तरी पायाखालती दुर्लक्ष करून चालत नाही.

गगनचुंबी धड्याचा हा अर्थ आहे. त्याकडे दुर्लक्ष करणं आपल्याला परवडणारं नाही.

०४ फेब्रुवारी २०१२

# ७. संपर्कसंसर्गाचे बळी!

माझा गुरुतुल्य असा एक जवळचा मित्र आहे. लेखक आहे. पत्रकारितेत आहे. सध्या दुर्मिळ अशी व्रतस्थ पत्रकारिता तो करतो. त्याचं म्हणून एक जगण्याचं तत्त्वज्ञान आहे आणि त्याच्याच आधारे तो जगतो. काळाचं दडपण त्याच्या तत्त्वज्ञानावर कधी येत नाही आणि त्यामुळे ते त्याच्यावरही येत नाही. आपल्या मस्तीत असतो तो. या मस्तीतला एक माज म्हणजे तो मोबाइल वापरत नाही. वास्तविक, आजच्या काळात... तेसुद्धा पत्रकारितेत असूनही... मोबाइल न वापरणं म्हणजे कपडे न घालण्याइतकंच अब्रह्मण्यम्. पण ते तो कटाक्षानं करतो. असं का... असं विचारलं तर त्याचं उत्तर साधं असतं...

सतत कोणाच्या ना कोणाच्या इतकं संपर्कात राहायची खरोखरच गरज असते का आपल्याला. मोबाइल ही सोय आपली आहे का इतरांची.

या दोन्ही प्रश्नांना प्रामाणिकपणे द्यायची तर सरळ उत्तरं नाहीत. त्याचं म्हणणं, मी घरातून निघालो की कार्यालयात जातो. तिथं फोन असतो. मध्ये समजा मला काही झालं तर ती इतरांची डोकेदुखी असेल. ते काय ते बघतील. आणि काही नाही झालं तर मी कार्यालयात पोहोचतोच. रात्री परत उलटा प्रवास. कार्यालयातून निघाल्यावर घरी जातो. दरम्यानच्या काळात एखाद्या कोणाला काही महत्त्वाच्या कामासाठी मला गाठायचं असेल तर तो वाट बघेल... नसेल बघायची वाट तर ते काम महत्त्वाचं नाही, असं समजायचं. तेव्हा इतरांच्या महत्त्वाच्या, बिनमहत्त्वाच्या कामासाठी मी कशाला ते मोबाइल वगैरेच्या भानगडीत पडायचं... असा त्याचा सरळ प्रश्न असतो, ज्याचं उत्तर मात्र इतकं सरळ देता येत नाही. हा मोबाइलच वापरत नाही. तेव्हा फेसबुक, ट्विटर वगैरे भानगडींचा प्रश्नच नाही. जे वापरतात त्यांच्याविषयी त्याची प्रतिक्रिया इतकीच असते, आपल्याकडे जग लक्ष ठेवून आहे, असं ज्यांना वाटत असतं... त्यांच्यासाठी आहे हे सगळं... खरंतर कोणालाही काही इतकं पडलेलं नसतं आपल्याविषयी...!

हा आपला मित्र बरोबरच आहे, त्याचंच तत्त्वज्ञान बरोबर आहे असं वाटावं असा प्रसंग गेल्याच आठवड्यात घडला. डॉ. रिचर्ड स्टॉलमन भारतात आले होते.

जगात सध्या मोफत, विनाशुल्क किंवा बौद्धिकसंपदा मुक्त संगणकप्रणालीसाठी मोठी मोहीम सुरू आहे. डॉ. रिचर्ड त्याचे प्रणेते. अमेरिकेस्थित हे सांगायला नकोच. हे एक अमेरिकेचं वैशिष्ट्य. नवनव्या प्रणाली त्या देशात जन्माला येतात आणि त्या प्रणालींना तीव्र विरोध करणारे घटकही तिथंच जन्मतात. असो. म्हणजे जगाच्या संगणक बाजारावर हुकमत गाजवणारा बिल गेट्स, स्टीव्ह जॉब्स, ॲमेझॉनचा जेफ बेझोस वगैरे त्याच देशात जन्मले. आणि या सगळ्यांच्या नाकावर टिचून लायनक्स ही मुक्त संगणक प्रणाली जगाला देणारा रिचर्डही त्याच देशात निपजला. गेट्स आदींप्रमाणे रिचर्ड हाही संगणक अभियंता. युनिक्सच्या प्रचंड यशानंतर १९८५ साली त्यानं फ्री सॉफ्टवेअर फौंडेशन ही संस्थाच जन्माला घातली. जगभरात ठिकठिकाणी या संघटनेचं काम सुरू आहे आणि त्याच्या मोहिमेला प्रचंड गती आली आहे. कारण लोकांना त्याचं म्हणणं पटायला लागलंय. तेव्हा आपले मुद्दे अधिक समजावून सांगण्यासाठी संगणकाची बाजारपेठ बाल्यावस्थेत असलेल्या भारतात रिचर्ड आला होता. संगणक, फेसबुक, ट्विटर वगैरेंनी जणूकाही क्रांतीच होऊ घातली आहे आणि मानवाचं एकंदर भलं काही होणार असेल तर ते यांच्यामुळेच... असं मानण्याइतका हुच्चपणा सध्या आपल्याकडे दाटलाय. त्यात काही बोलके पण अर्धज्ञानी पोपट इजिप्तमधल्या किंवा प. आशियातल्या सत्ताबदलाला किंवा असंतोषाला ट्विटर क्रांती वगैरे म्हणतायत. अशा वेळी रिचर्डसारख्यांची दखल घ्यायची असते. पण तो येऊन गेलेला फार कुणाला कळलंही नाही. कारण अनेक चांगल्या गोष्टींप्रमाणे अनेक प्रसारमाध्यमांनी त्यांच्या येण्याची फारशी काही दखल घेतली नाही. कदाचित प्रचलित बाजारपेठीय अर्थसत्तांना रिचर्डसारखी मंडळी सुरुंगच लावीत असतात. त्यामुळे या बाजारपेठांचा भाग असलेली माध्यमं अशांकडे दुर्लक्ष करतात. त्यामुळेही असेल... कारणं काहीही असोत. जगाला पुढे नेण्यासाठी गेट्स वा जॉब्स जितके महत्त्वाचे आहेत तितकीच रिचर्डसारखी माणसंही महत्त्वाची आहेत.

स्वतः संगणक अभियंता, एका संगणकप्रणालीचा जन्मदाता असलेला रिचर्ड अत्यंत साधेपणानं राहतो. मार्क्ससारखी वाढलेली दाढी, कुडतासदृश एखादा डगला आणि कंमरेला जीन्स. काखेत एखादं झोळणं नाही, इतकंच. ते दिलं तर आपल्या रत्नांग्रीत वगैरेसुद्धा हा सहज खपून जाईल. हा संगणक वापरतो. पण विंडोज वगैरे प्रणाली नसलेला. सर्व फुकटप्रणाली असलेला लॅपटॉप त्याच्याकडे असतो. इंटरनेट दिवसातून फक्त दोन वेळा. शक्य असेल तर एकदाच. तेसुद्धा तासाभरासाठी. तेपण कामापुरतंच. फेसबुक, ट्विटर शंभर टक्के वर्ज्य म्हणजे वर्ज्य. हा अमेरिकी. म्हणजे कोक ढोसत असेल, असं आपल्याला वाटू शकेल. पण हा कोक किंवा पेप्सीला तोंड जाऊ द्या... हातसुद्धा लावत नाही. वॉलमार्टसारख्या दुकानातून खरेदी केलेली एकही

वस्तू हा वापरत नाही. त्याचा युक्तिवाद असा, की वॉलमार्ट वगैरे कंपन्या कामगारांचं एकतर शोषण करतात आणि दुसरं म्हणजे आपल्या गरजांचं नियंत्रण ते करू पाहतात... हे होता नये. आणि याचं आणखी एक महत्त्वाचं वैशिष्ट्य.

हा चुकूनसुद्धा मोबाइल वापरत नाही.

हे असं का वागायचं, रिचर्डचं त्यावरचं उत्तर विचार करायला लावणारं आहे.

विंडोज असो वा गुगल वा फेसबुक वा ट्विटर वा मोबाइल फोन. यातलं काहीही आपल्या सुविधेसाठी जन्माला आलेलं नाही. या सगळ्यांच्या माध्यमातून ते वापरणाऱ्यांवर लक्ष ठेवायचं जगद्व्याळ असं षड्यंत्र आखलं गेलेलं आहे आणि आपण सगळे ते न समजून घेता या कटाचे बळी ठरत आहोत.

या संदर्भात रिचर्ड अनेक उदाहरणं देतो.

विंडोजची प्रणाली ज्या ज्या संगणकावर आहे ते ते संगणक तो वापरणाऱ्याची माहितीही उलट कंपनीला पाठवत असतात. अनेकदा हा माहितीचा उलट प्रवास पकडला गेलेला आहे. ऑस्ट्रेलियन नौदलाची माहिती बाहेर कोण फोडतंय याच्या चौकशीतदेखील हा प्रकार उघडकीस आलेला आहे. गुगलसारख्या कंपन्यांची उत्पादनं वरकरणी निरागस वाटतात. पण ती वापरू लागल्यावर लक्षात येईल, की ती उत्पादनं हळूहळू वापरणाऱ्यांना वापरू लागतात. म्हणजे तुम्ही एखादी विशिष्ट अशी वेबसाईट पाहिली की गुगल ते लक्षात ठेवतं. दुसऱ्या दिवशी संगणक सुरू केल्यावर तीच साईट ते तुम्हाला सुचवतं... तुम्ही हो म्हणालात की त्याच प्रकारच्या अनेक साईट्स पुढे यायला लागतात आणि तुम्ही त्या जाळ्यात फसत जाता. फेसबुकचंही तेच. एखादी त्यावरची गोष्ट आवडती असं तुम्ही लाईक बटण दाबून म्हणायचाच अवकाश. फेसबुक ते लक्षात ठेवतं... आणि नंतर तुम्हाला त्यात गुंतवतं. मग तुमचा मित्रवगैरे परिवार असेल तेही त्यात ओढले जातात. ही सगळी माहिती उलटीही जात असते... आणि मग कळतं... आणि बऱ्याचदा न कळत... तुम्ही त्या जाळ्याचेच भाग होऊन जाता. मोबाइलचंही तेच. तुम्हाला वाटतं तुम्हाला त्यामुळे कुठंही संपर्क साधता येतोय. पण तसं होत असताना या संपर्काची सोय देणारी यंत्रणाही तुम्हाला अडकवून ठेवत असते... ज्या यंत्रणांना तुम्ही बुद्धिमान म्हणून डोक्यावर घेत असता त्या सगळ्या एक प्रकारे तुमच्यावर नजर ठेवणाऱ्या यंत्रणाच आहेत.

रिचर्ड आपल्या युक्तिवादाच्या समर्थनार्थ दोन प्रश्न विचारतो? गेट्स, जॉब्स वगैरेंना जनकल्याणाचा इतका ध्यास होता तर त्यांनी आपापली मालकी का ठेवून दिली आहे आपल्या उत्पादनांवर. त्याचा कोड का देत नाहीत या कंपन्या आणि दुसरं असं, की साऱ्या अमेरिकेत म्हणून इंटरनेट वगैरे सेवा देणाऱ्या तीनच कंपन्या कशा

काय? उद्या या तिघांची मिळून एक झाली तर अमेरिकेच्या साऱ्या संपर्कनाड्या एकाच कंपनीच्या हाती राहतील. हे धोकादायक नाही का?

रिचर्ड भारतात येऊन हे सगळं बोलला आणि दुसऱ्याच दिवशी आपले दूरसंचार मंत्री कपिल सिबल यांनी त्यांच्या राजवटीच्या नव्या दूरसंचार धोरणाचा मसुदा जाहीर केला. त्यातलं पहिलंच वाक्य आहे-'यापुढे मोबाइल कंपन्यांना त्यांच्या ग्राहकांचा ठावठिकाणा सादर करावा लागेल.

म्हणजे रिचर्ड म्हणतोय आणि माझा मित्र वागतोय त्यात तथ्य आहे तर!

प्रगतीच्या वाटेवर वेगवेगळ्या आजारांच्या संसर्गानं माणसं मेली. प्रगती साधल्यानंतरच्या या टप्प्यावर ती मरणार नक्कीच नाहीत; पण संपर्कसंसर्गानं ती ग्रासली जातील अशी लक्षणं दिसायला लागलीयेत, हे नक्की.

१८ फेब्रुवारी २०१२

# ८. आकड्यांच्या पलीकडले...

अर्थसंकल्पाकडे आर्थिक नजरेतनंच बघितलं तर फक्त आकडे हाती लागतात. आणि नुसते आकडे म्हणजे सांगाडेच. हाडांचे सापळे. त्यांना प्रेक्षणीय आकार येण्यासाठी मांस लावावं लागतं आणि जीव ओतावा लागतो. अर्थसंकल्पालाही तसंच करावं लागतं. तसं केलं की अर्थसंकल्प त्या त्या वेळचा काळ उभा करतो. खरं म्हणजे त्यामुळे अर्थसंकल्पांचा इतिहास हा त्या त्या काळचा इतिहास असतो. आपल्याकडे दुर्दैवानं इतिहासाकडे राजकीय नजरेतनंच पाहिलं जातं आणि त्यामुळे अर्थामागचा अर्थ दुर्लक्षिलाच जातो. तसा तो जाऊ नये यासाठीचा हा प्रयत्न.

स्वातंत्र्य आपल्याला मिळालं १५ ऑगस्ट १९४७ ला. देशाचा पहिला अर्थसंकल्प मांडला गेला त्या वर्षी २६ नोव्हेंबर या दिवशी. तो सादर करणार होते पूर्वीच्या कोचिन संस्थानचे दिवाण, राजसल्लागार, उद्योगपती सर आर के षण्मुघम चेट्टी. वास्तविक, त्यांचा काँग्रेसशी काही संबंधच नव्हता. अमीर-उमरावांच्या स्वतंत्र पक्षासच ते जवळचे. परंतु सरदार वल्लभभाई पटेलांच्या आग्रहामुळे त्यांच्याकडे नेहरूंना अर्थखातं द्यावं लागलं. कदाचित काँग्रेस परिघाबाहेरच्या उद्योगपतींना पक्षाकडे खेचण्यात चेट्टी यांची मदतच होईल, असा विचारही त्यामागे असावा. पण गमतीचा भाग असा, की स्वतंत्र देशाचा पहिला अर्थसंकल्प मांडला जात होता त्या दिवशी त्याची जराही बातमी नव्हती. दुसऱ्या दिवशीही बातमी होती ती राजकन्या एलिझाबेथ आणि राजपुत्र फिलिप यांच्या शाही विवाहाची. हा काव्यात्म न्याय म्हणायला हवा. ब्रिटिश साम्राज्यातला कोहिनूर असलेला भारत देश स्वतंत्र होऊन आपला पहिला अर्थसंकल्प मांडत असताना सूर्य मावळलेल्या ब्रिटिश साम्राज्याचे महाराज्ञीपद एलिझाबेथ यांच्याकडं आलं. देशाच्या पहिल्यावहिल्या अर्थसंकल्पास असा शुभमंगल संदर्भ होता. पण चेट्टी यांच्या भाषणास पाकिस्तानच्या ताज्या फाळणीची रक्ताळलेली किनार होती. आणि ते ऐकायला संसदेच्या प्रेक्षागृहात होते ते दक्षिणेचे सोनेरी पगडीवाले आणि उत्तरेचे मारवाडी पगडीवाले उद्योगपती. पुढे चेट्टी यांना आणखी एक अर्थसंकल्प सादर करायची संधी मिळाली. स्वतंत्र भारताचा तो पहिला पूर्ण संकल्प. पण तो सादर झाला आणि चेट्टी यांना राजीनामा

द्यावा लागला. देशाच्या पहिल्या अर्थमंत्र्यांचे उद्योगपतींशी नको इतके सौहार्द आहे असा नेहरूंना संशय आला आणि त्यात चेट्टी यांचा बळी गेला. कदाचित ते पं. नेहरूंना नकोच होते, त्यामुळेही त्यांना बळीचा बकरा बनवलं असेल. अधिकृत कारणाची नोंद दफ्तरात नाही. पण ते गेले आणि पं. नेहरूंनी आपल्याला हवा तो अर्थमंत्री केला. टाटा सन्सचे माजी संचालक, देशाचे पहिले रेल्वेमंत्री जॉन मथाई यांच्याकडे अर्थखात्याची धुरा आली. १९४९ सालचा त्यांचा पहिला अर्थसंकल्प. त्या वेळचं मथाई यांचं भाषण आजही आजचं म्हणून खपून जाईल. ते म्हणाले, बर्लिनमधली चिंता वाटावी अशी परिस्थिती, ग्रीसमधील नागरी संघर्ष, पॅलेस्टाईनची गंभीर समस्या, चीनशी वाढते घर्षण, ब्रह्मदेशातील अशांतता... या सगळ्याचा परिणाम आपल्या अर्थव्यवस्थेवर होणार आहे...

मथाई यांचा पुढचा अर्थसंकल्प हा भारत प्रजासत्ताक झाल्यानंतरचा पहिला. तो सादर करताना मथाई यांनी खासदारांचा अर्थशास्त्रावरचा वर्गच घेतला. वाढती चलनवाढ, तूट वगैरे मुद्दे मांडल्यानंतर मथाई म्हणाले, परकीय गुंतवणूक यावी असे आपल्याला वाटत असेल, तर आपल्या देशात गुंतवणूक करण्याचा धोका पत्करणाऱ्यांसाठी परताव्याची हमी देणारे वातावरण आणि नियमप्रणाली आपल्याला बनवावी लागेल...

हे उद्गार १९५० सालचे. पण ते वातावरण अजूनही आपण देऊ शकलेलो नाही, हे पाहिल्यावर मथाई यांचे द्रष्टेपण कळेल. या माणसाचं आणखी एक मोठेपण म्हणजे नियोजन आयोगाची स्थापना त्यांनी केली. पण या नियोजन आयोगाशीच त्यांचे मतभेद झाले आणि त्यामुळे मथाई यांनी राजीनामा दिला. नियोजन आयोगाचे प्रमुख हे पंतप्रधान असतात, तेव्हा मथाई यांचे मतभेद नक्की कुणाशी झाले हे सहज कळण्यासारखं आहे. मथाई यांची जागा दुसऱ्या एका द्रष्ट्यानं घेतली. त्यांचं नाव सी डी देशमुख. सीडींचं अर्थसंकल्प सादरीकरण मथाई यांच्यासारखं अनौपचारिक नव्हतं. त्यांची भाषणं तशी कंटाळवाणी असायची. पुढचे सहा अर्थसंकल्प देशमुख यांनीच मांडले. त्यांच्याच काळात भारतातल्या पहिल्या सार्वत्रिक निवडणुका पार पडल्या. ते स्वतः मुंबईतल्या कुलाबा मतदारसंघातून निवडून आले. १९५६ साली संयुक्त महाराष्ट्राच्या मुद्द्यावर त्यांनी राजीनामा दिला आणि नवे अर्थमंत्री झाले टी टी कृष्णम्माचारी. टीटीके नावानं ओळखले जाणारे हे नवे अर्थमंत्री उद्योगक्षेत्राशी संबंधित होते. परंतु त्यांनी आल्या आल्या उद्योगांचाच गळा आवळायला सुरुवात केली. वेल्थ टॅक्स, एक्पेंडिचर टॅक्स वगैरे कल्पना त्यांच्याच. नेहरूंच्या रम्य समाजवादी कल्पनांशी टीटीकेंची नाळ जुळली असणार. कारण पुढे मुंदडा प्रकरणात टीटीकेंना पायउतार व्हावं लागल्यावर नेहरूंनी मनापासून दुःख व्यक्त केलं आणि पुढचा अर्थसंकल्प

स्वतःच सादर केला. नेहरूंच्या स्वभावाप्रमाणेच त्यांच्या भाषणात चंद्रतारे वगैरे होते. पण देशाच्या म्हणून हाताला काही फारसं लागलं नाही.

याच्या पुढचा काळ हा अर्थमंत्री आणि पंतप्रधान यांच्यातील संघर्षाचा अथवा श्रेयलढाईचा आहे. पुढच्याच वर्षी, १९५९ साली, अर्थमंत्रिपद आलं मोरारजी देसाई यांच्याकडे. यानंतरच्या काळात पं. नेहरूही थकले होते. त्यांच्यापश्चात कोणाकडे नेतृत्व येणार याकडे अनेकांचा डोळा असणार. मोरारजी देसाई अर्थातच त्यांपैकी एक. १९६४ साली पं. नेहरू गेल्यावर त्यांनाच सर्वोच्च पद हवं असणार. पण ते गेलं लालबहादूर शास्त्रींकडे. पुढे दोनच वर्षांत तेही गेले. त्यामुळे त्या इच्छेने देसाई यांच्या मनात पुन्हा उचल खाल्ली. या वेळी इंदिरा गांधी त्यांना भारी पडल्या. मग देसाई यांनी सरकारच सोडलं. १९६७ साली ते परत आले सरकारात. आता ते उपपंतप्रधान होते आणि अर्थमंत्रीही. दोनच वर्षांत काँग्रेसनं इंदिरा गांधी यांच्या नेतृत्वाखाली डावं वळण घेतलं आणि १९७७ पर्यंत देसाई यांना आपली सत्ताकांक्षा दाबून ठेवावी लागली. त्या वेळी जनता पक्षाचं सरकार आलं. देसाई पंतप्रधान. या आधी अर्थमंत्री ताकदवान असेल तर पंतप्रधानालाही तो कसं आव्हान देऊ शकतो, हे त्यांनी पाहिलं होतं. त्यामुळे देसाई यांचे अर्थमंत्री बनले पंतप्रधानपदाची सत्ताकांक्षा नसलेले एच एम पटेल. त्यांना दोन वर्षं मिळाली. नंतर चौधरी चरणसिंग यांनीच ते खातं बळकावलं. चरणसिंगांनी एकच अर्थसंकल्प मांडला. नंतर त्यांनी देसाई यांचं सरकारच पाडलं. नंतर इंदिरा गांधींनी त्यांना पाडलं आणि १९८० साली सत्ता ताब्यात घेतली. त्यांनीही अर्थमंत्रिपद दिलं पंतप्रधानपदाच्या स्पर्धेत येण्याची शक्यता नसलेल्या आर वेंकटरमण यांना. पुढे ते राष्ट्रपतीही झाले.

हा सगळा काळ आर्थिकक्षेत्रातल्या प्रयोगांचा होता. स्वतः पंतप्रधान इंदिरा गांधी यांची अर्थखात्यावर नजर होती आणि पकडही असायची. त्याचमुळे त्याआधी १९६७ साली त्यांनी रुपयाचं अवमूल्यन करून टाकलं. दोनच वर्षांनी बँकांच्या राष्ट्रीयीकरणाचा धाडसी निर्णय घेतला आणि पाठोपाठ मक्तेदारी प्रतिबंधक कायदा... एमआरटीपी... त्यांनी मंजूर करून घेतला. अत्यंत बदनाम झालेला फॉरेन एक्स्चेंज रेग्युलेशन ॲक्ट, म्हणजेच फेरा, हाही त्यांच्याच काळातला. १९७३ सालचा. कमाल नागरी जमीन धारणा कायदाही याच काळातला. १९७० साली स्वतः अर्थमंत्रिपद सांभाळल्यानंतर इंदिरा गांधी यांनी पुढच्याच वर्षी या पदावर बसवलं यशवंतराव चव्हाण यांना. आधीच्या दशकात चीनचं युद्ध, १९६५ आणि १९६६चा दुष्काळ वगैरेंनी देशाला भेडसावलं होतं. याच काळात इंदिरा गांधी आणि मोरारजी देसाई यांच्यातला संघर्षही शिगेला पोहोचला होता. म्हणून त्यांनी त्यांच्याकडून अर्थमंत्रिपद काढून घेतलं, स्वतःकडे ठेवलं आणि नंतर यशवंतराव चव्हाण यांना त्यावर बसवलं.

चव्हाण यांना बांगलादेश युद्ध आणि पाठोपाठ १९७४ सालच्या तेलसंकटाला तोंड द्यावं लागलं.

पुढचा काळ आणीबाणीचा. या काळात अर्थमंत्री होते हरितक्रांतीला गती देणारे सी सुब्रमण्यम. याच काळात संजय गांधी यांची हडेलहप्पी वाढली होती. त्यांनी अर्थखात्यातून बँकिंग, आयकर, सीमाशुल्क आदी विभाग काढून घेतले आणि एका मितभाषी, हाताळायला सोप्या अशा तरुण मंत्र्याकडे ते दिले.

त्या तरुण मंत्र्यांचं नाव प्रणब मुखर्जी.

अशा वातावरणामुळे असेल पण सुब्रमण्यम यांच्या अर्थसंकल्पीय भाषणात कविता वगैरे आल्या. म्हणजे अर्थसंकल्प सादर करताना कविता, शेरोशायरीची प्रथा सुरू झाली ती अत्यंत कंटाळवाण्या दिसणाऱ्या सुब्रमण्यम यांच्यापासून. आपल्या पहिल्या भाषणात त्यांनी थेट शेक्सपीअरलाच आणलं होतं. त्यांच्यानंतरचा पहिलाच अर्थसंकल्प जनता सरकारचा. त्या वर्षी अर्थसंकल्पापेक्षा त्याच्या आधीचाच एक प्रसंग गाजला. तो घडला होता ब्रीच कँडी रुग्णालयात. तिथं दाखल होते जनता सरकारचं कुलदैवत असलेले जयप्रकाश नारायण. तर त्या दिवशी मुंबईतल्या तब्बल ७५ तस्करांनी... ज्यात हाजी मस्तान, युसुफ पटेल असे नामांकित मान्यवर होते... जेपींच्या समोर तस्करी सोडण्याची शपथ घेतली. यातला महत्त्वाचा भाग असा, की या सगळ्या नामांकित मंडळींना जेपींसमोर नेण्याची कामगिरी केली होती मुरली देवरा यांनी.

त्याचप्रमाणे आणखी एक ऐतिहासिक घटना त्या वेळी नोंदली गेली. जनता सरकारचे अर्थमंत्री एच एम पटेल यांना अर्थसंकल्पाची कसरत सांभाळण्यात मदत करीत होता एक सौम्य, मृदुभाषी अधिकारी. वित्तसचिव.

त्याचं नाव मनमोहन सिंग.

पुढच्या काळात हे मनमोहन सिंग अर्थमंत्री आणि पंतप्रधान झाले. दरम्यान देशात बरीच राजकीय उलथापालथ झाली होती. इंदिरा गांधी गेल्या. पुढे राजीव गांधी यांचीही हत्या झाली. नंतरच्या काळात विश्वनाथ प्रताप सिंग, इंद्रकुमार गुजराल, देवेगौडा ते नरसिंह राव अशी अनेकांची सरकारं आली. या सगळ्या काळात अर्थमंत्री म्हणून दोघांची कामगिरी अत्यंत महत्त्वाची राहिली. यशवंत सिन्हा आणि मनमोहन सिंग. पण सिंग नशीबवान. त्यांना श्रेय मिळालं. वास्तविक, त्याचा पाया सिन्हा यांनी घातला होता; पण तो अदृश्यच राहिला. एकेकाचं नशीब, दुसरं काय!

पण मनमोहन सिंग हे अधिकृतपणे अर्थसंकल्पाच्या राजकीय आखाड्यात आले आणि या आखाड्याच्या एका महान भाष्यकारानं आपल्या कामातून निवृत्ती घेतली.

त्या भाष्यकाराचं नाव नानी पालखीवाला. मनमोहन सिंग अर्थमंत्री झाले. तीनेक वर्षांत त्यांचं उदारीकरण स्थिरावलं आणि ते पाहून नानी पालखीवाला यांनी १९५७ पासून सुरू असलेलं आपलं अर्थसंकल्पायन थांबवलं. वयही तसं झालं होतं त्यांचं. पण त्याहीपेक्षा ज्या चांगल्या आर्थिक उदारीकरणाचा पुरस्कार आपण करीत होतो ते धोरण मांडणारा अर्थमंत्री अखेर आला... असं समाधानही सिंग यांना पाहून नानींना वाटलं असणार.

पण त्यांना काय माहीत. हा, त्यांचं आशास्थान असलेला अर्थमंत्रीच पुढे उदारीकरण अर्ध्यावरच सोडून राजकीय व्यवस्थेला शरण जाणार आहे, ते. मनमोहन सिंग आर्थिक सुधारणा अर्ध्यावर सोडत असताना आज उणीव जाणवतीये ते नानी पालखीवाला यांच्यासारख्यांची. आज टीव्हीवर वचावचा बोलणारे, पॉवरपॉइंटच्या आधाराने विंडोजच्या खिडकीतून आपली उसनी विद्वत्ता जडजंबाळ शब्दांत पाजळणारे पाहिले की कसल्याही कागदपत्रांशिवाय, आधाराशिवाय... एखादी गाण्याची बैठक सजवावी तसं सहजसोप्या शब्दांत अर्थसंकल्पाख्यान रंगवणाऱ्या नानी पालखीवाला यांची आठवण आल्याशिवाय राहात नाही.

हे अन्यथा त्यांच्याच स्मृतीला...!

१७ मार्च २०१२

# ९. सारं काही देशासाठी

समजा एखाद्यानं आपल्या मोटारीत पेट्रोल भरलं आणि पेट्रोलपंप मालकाला तो म्हणाला... द्यायला पैसे नाहीत... तर काय होईल किंवा एखाद्यानं दुसऱ्याची अगदी मोक्याची जागा वापरली आणि म्हणाला, भाड्याला पैसे नाहीत... तर मालक काय करेल त्याला, किंवा एखाद्याकडे त्याच्या नोकरांना पगार द्यायलाच पैसे नसतील तर नोकर काय करतील...

या आणि अशा प्रश्नाचं उत्तर काहीही नाही आणि काहीही होणार नाही... असं असेल जर हे सगळे प्रश्न विजय मल्ल्या यांच्यासंदर्भात असतील तर. ही अशी कायदाबाह्य वागणूक देण्याची परंपरा खास आपलीच. आपल्याकडे मल्ल्या आणि त्यांच्या कंपनीच्या बाबतीत इतकं काही गळे काढणं सुरू आहे, की किंग फिशर बुडाली म्हणजे काही राष्ट्रीय संकटच जणू भारतावर येणार आहे, अशी हवा निर्माण केली जातीये. अर्थमंत्री जातीनं या प्रकरणात लक्ष घालतायत. आपल्याएवढ्या आकाराच्या सार्वभौम देशाच्या अर्थमंत्र्यांनं एखाद्या फुटकळ कंपनीच्या संदर्भात भाष्य करावं... हेच मुळात लाजिरवाणं आहे. आपल्या देशाचा आकार केवढा, त्याचा अर्थसंकल्प केवढा... आणि टिनपाट (खऱ्या अर्थानं... कारण किंग फिशरची काही मौल्यवान उत्पादनं टिन्समधून विकली जातात. असो.) कंपनीचा जीव तो केवढा. आपल्याला काही भानच नाही की काय असा प्रश्न निर्माण होतो. जगात कित्येक विमान कंपन्या जन्माला आल्या, झेपत होतं तोवर चालल्या आणि जेव्हा झेपेनासं झालं तेव्हा बुडाल्या.

असं अलीकडच्या काळातलं देदीप्यमान म्हणता येईल असं बुडणं पॅन ॲम कंपनीचं. १९२७ पासून ही अमेरिकेतली सगळ्यात मोठी खासगी विमान कंपनी होती. सगळ्या विमान कंपन्यांच्या कार्यालयात आयएटीएचं बोधचिन्ह असतंच असतं. म्हणजे इंटरनॅशनल एअर ट्रान्स्पोर्ट असोसिएशन. ही संघटना स्थापन केली ती पॅन ॲमनं. विमान प्रवासाशी संबंधित अनेक महत्त्वाच्या गोष्टी पॅन ॲमच्या नावावर आहेत. म्हणजे संगणकीकृत तिकीटविक्री, मोठ्या जेट विमानांचा वापर वगैरे. या कंपनीचा दरारा इतका मोठा होता, की एकेकाळी अमेरिकेची ती अधिकृत विमानसेवा

म्हणून गणली जात होती. बोइंग कंपनीची विमानं पहिल्यांदा याच कंपनीनं मोठ्या प्रमाणावर खरेदी केली. स्वतःचा असा स्वतंत्र विमानतळ बांधायला घेतला आणि अगदी अटलांटिक महासागर ओलांडून युरोपपर्यंत या कंपनीच्या विमानांनी धडक मारली. पहिल्या महायुद्धाच्या नंतरच्या दशकात लगेचच जन्माला आलेल्या या विमान कंपनीनं अमेरिका खंड सगळा जोडला होता. अत्युत्कृष्ट प्रतिष्ठित हवाई कर्मचारी ही या कंपनीची ओळख होती. उगा गुलछबुगिरी करण्यासाठी नुसत्या चिकन्याचोपड्या मुलीच भरायच्या असं काही या कंपनीनं कधी केलं नाही.

दुसऱ्या महायुद्धानंतर या कंपनीला जरा स्पर्धा जाणवू लागली. युरोपच्या काही विमान कंपन्या सरकारी आशीर्वादानं आकाशाच्या मैदानात उडाल्या तेव्हा पहिल्यांदा पॅन ॲमला कंबर कसावी लागली. पण अशा काही ताकदीनं या कंपनीनं ती कसली की पॅन ॲम जगात सर्वात मोठी विमान कंपनी होण्याच्या दिशेनं उडू लागली. १९६६ या एकाच वर्षात तब्बल साडेसहा कोटी प्रवाशांची वाहतूक करण्याचा विक्रम या कंपनीनं केला. यावरनं लक्षात येईल, पॅन ॲम किती मोठी होती ते. पण १९७३च्या तेल संकटानंतर कंपनीच्या उत्पन्नाला जरा गळती लागली. त्या वर्षी सौदी अरेबियानं अमेरिकी कंपूतील देशांवर तेल निर्यातबंदी घातली आणि सगळा व्यवहारच गळाठला. साध्या मोटारींत इंधन भरण्यासाठी अमेरिकेत नागरिकांना दोनदोन दिवस रांगा लावायला लागायच्या. तेव्हा विमानांना इंधन कुठलं मिळायला. त्यात तेलाच्या किमती इतक्या गगनाला भिडल्या, की ते गगनच कार्यक्षेत्र असणाऱ्या विमान कंपन्यांना आपला व्यवसाय सांभाळणं अवघड जाऊ लागलं. त्यामुळे १९७५ पर्यंत या कंपनीचा तोटा ६३ कोटी डॉलर्सवर जाऊन पोहोचला आणि एकूण कर्ज १०० कोटी डॉलर्स इतकं झालं.

पुढे कंपनी वाचवायचे बरेच प्रयत्न झाले. देशांतर्गत सेवा सुधारण्यावर पॅन ॲमनं भर दिला. नुकसानीचे मार्ग कमी केले. पण परिस्थिती काही सुधारेना. मग शेवटचा एक मार्ग म्हणून मॉर्गन स्टॅन्ले वगैरे चार-पाच मोठे बँकर पॅन ॲमने गोळा केले आणि नॉर्थ वेस्ट एअरलाईन्स ही दुसरी मोठी विमान कंपनी घेण्याचा प्रयत्न केला. हेतू हा की पॅन ॲम आणि नॉर्थ वेस्ट एकत्र आणून भली मोठी विमान कंपनी तयार करायची. मोठी कंपनी झाली की व्यवसाय संधीही मोठी. साहजिकच फायदाही मोठा. असं हे सोपं गणित होतं. पण तेही काही जमलं नाही. तेव्हा १९९१मध्ये अखेर पॅन ॲमला दिवाळखोरी जाहीर करावी लागली. डेल्टा एअरलाईन्सनं डब्यात गेलेल्या पॅन ॲमचा काही भाग विकत घेतला. ज्या बँकांनी पॅन ॲमला कर्ज दिली होती, त्यातली काही वसूल झाली. काही बुडाली. यापैकी एकाही बँकेनं गळा काढला नाही. अमेरिकी सरकारनं मध्ये पडावं अशी मागणीही कोणी केली नाही. जवळपास ६४ वर्षांच्या गगनभरारी कामगिरीनंतर पॅन ॲम ढगांच्या पडद्याआड गेली.

यातला गमतीचा भाग असा, की पॅन अॅम ज्या दुसऱ्या कंपनीला विकत घेणार होती, ती नॉर्थ-वेस्ट एअरलाईन्सही पुढे बुडाली. पॅन अॅमचा जन्म २७ सालचा. तर नॉर्थ वेस्टचा २६ सालचा. म्हणजे ही तर पॅन अॅमपेक्षा एक वर्षानं मोठी. पॅन अॅम प्रमाणे तीसुद्धा जगातल्या पहिल्या दहा विमान कंपन्यांत गणली जात होती. तीही बुडाली आणि तिला गटांगळ्या खाताना पाहून अमेरिकी सरकारनं काही केलं नाही. या विमान कंपन्यांइतकीच आणखी एक मोठी विमान कंपनी आहे आणि लवकरच तीही होती होईल. अमेरिकन एअरलाईन्स... एए... अशी दोन आद्याक्षरं मिरवणारी. ही तर जगातली सध्याची पाचव्या क्रमांकाची विमान कंपनी आहे. पण गेल्या वर्षी तिनंही दिवाळखोरीसाठी अर्ज केलाय. परिस्थिती नाही सुधारली तर ही एएही बघता बघता नाहीशी होईल. तसं झालं तर दिवाळखोरीत निघालेली ती ४८ वी कंपनी ठरेल. एकट्या अमेरिकेतच ४७ विमान कंपन्या आतापर्यंत बुडाल्यात.

हे झालं फक्त अमेरिकेपुरतंच. दुसऱ्या टोकाला युरोपकडे पाहिलं तर तिथल्या आकाशात तब्बल १०३ विमान कंपन्यांची थडगी बघायला मिळतील. म्हणजे युरोपातल्या महत्त्वाच्या वीसेक देशांत शंभराहून अधिक विमान कंपन्या गतप्राण झाल्यात. हे अगदी स्वीडन, जर्मनी, इटली, हॉलंड, इंग्लंड असं सर्वच देशांत घडलंय.

हल्ली स्वस्तात विमान सेवा देणाऱ्या कंपन्यांचीही मोठी चलती आहे. या कंपन्यांच्या विमानांत बसल्यावर १०० रुपये वगैरे देऊन चहा घ्यावा लागतो आणि यष्टीस्टँडावर जशा बाया पेरू, चण्यामण्या बोरं विकायला येतात तशा या कंपन्यांत पॉपकॉर्न वगैरे विकले जातात. फरक इतकाच की या विमानांतल्या मुली बऱ्या कपड्यात आणि इंग्रजीत आपल्या वस्तू विकतात. तर मुद्दा हा की जगभरात अशा स्वस्त म्हणवून घेणाऱ्या विमान कंपन्या बुडीत खात्यात निघण्याची साथच आलेली आहे. आजमितीला तब्बल १०५ या स्वस्त विमान कंपन्या विकायला निघाल्यात किंवा विलीनीकरणाच्या वाटेवर आहेत.

पण कुठंही या कंपन्यांना वाचवा असं त्या त्या देशांतील विजय मल्ल्या म्हणतायत... असं झालेलं नाही. आपलं तसं नाही. आपण इतरांपेक्षा वेगळे आहोत. आपल्याला आपल्या बँका बुडालेल्या चालतील... त्यातल्या खातेदारांचं नुकसान झालेलं चालेल... देशाच्या तिजोरीला गळती लागली तरी चालेल. पण मल्ल्या आणि मंडळी वाचायला हवीत. लाख मेले तरी चालतील, पण लाखांचा पोशिंदा जगायलाच हवा... असं नाहीतरी आपण म्हणतोच. तेव्हा मल्ल्या यांच्यासारख्या महत्त्वाच्या व्यक्तींना मदतीचा हात द्यायलाच हवा. देश पुढे कसा जाणार त्याशिवाय...

३१ मार्च २०१२

# १०. सत्ता आणि संतुलन

विशाल भारद्वाज याच्या मकबूल नावाच्या सिनेमात एक छान वाक्य आहे. शेक्सपीअरच्या मॅक्बेथवर हा सिनेमा बेतलेला. त्यामुळे मुळात शेक्सपीअरची पूर्ण उदात्त नाट्यमयता यात ठासून भरलेली आहे. तर ते वाक्य असं, सत्ता के लिए संतुलन का होना जरुरी है.

हे संतुलन म्हणजे काय, तर राजालासुद्धा तू नागडा आहेस, असं सांगायची ताकद. ती कशातून येते, तर विरक्त अभ्यासातून, साधनेतून. स्वतःतच रमण्याच्या मस्तीतून आणि स्वतःवरच्या आत्मविश्वासातून. ती उच्च दर्जाच्या कलावंतांमध्ये असते. पैसे नाहीत तर एक बाई कमी ठेवा... असं एका संस्थानिकाला भर दरबारात ठणकावणाऱ्या वि. का. राजवाडे यांच्यासारख्या पंडितांकडे असते. मिळतंय त्यात आनंदानं जगणाऱ्या प्रामाणिक कवींमध्ये असते, लेखकांकडे असते. अशी मंडळी मुख्यमंत्र्यांच्या दारात मागण्यांचे कटोरे घेऊन जात नाहीत. त्यांना नाटकासाठी अनुदान नको असतं किंवा त्यांच्या पुस्तकाचं प्रकाशन वगैरे कोणत्या तरी मंत्र्यानं वगैरे करावं, अशी त्यांची अजिबात इच्छा नसते. अशा मंडळींचं एक वेगळं जग असतं. अनेकांना अशा जगण्याची इच्छा असते; पण त्यासाठी लागते ती किंमत मोजायची तयारी नसते. त्यांच्यासारखं आपल्याला कसं काय हे झेपणार बुवा... अशा छापाचे दांभिक युक्तिवाद ही मंडळी करीत असतात आणि पाण्यात राहून माशांशी वैर करायचं नसतं... असे व्यावहारिक सल्लेही देत असतात.

पण पाण्यात राहूनही तत्त्वासाठी माशाशी वैर करता येतं. सांसारिकांना ही तत्त्वबित्व काही पाळता येत नाहीत... असं मानणाऱ्यांच्या नाकावर टिच्चून ही अशी माणसं जगत असतात. त्याची किंमत ते मोजतात आणि त्यातून मिळणाऱ्या मस्त आनंदात तडजोडवाद्यांच्या जथ्याकडे बघत समाधानाचा ढेकरही देतात.

अलीकडच्या काळातलं असा आनंद मिळवणाऱ्याचं देदीप्यमान उदाहरण म्हणजे नीरज मोंगा. अनेकांना याचं नावही माहीत असायची शक्यता नाही. नीरज मूळचा दिल्लीचा. तरुणपणी केबल टीव्हीच्या वगैरे किरकोळ व्यवसायात तो होता. हे काही हेवा वाटावा असं क्षेत्र नाही. त्यामुळे त्याच्या वडिलांना वाटत होतं, नीरजनं हा

टुकार उद्योग सोडावा आणि काहीतरी शिकून मोठ्ठं व्हावं. त्यांचं वाटणं अखेर नीरजला पटलं. त्यानं शिक्षण पूर्ण केलं. व्यवस्थापनशास्त्राची पदवी घेतली. पुढचं शिकायला परदेशात गेला. तिकडे त्याचा जो गुरू होता, त्याला नीरजची चमक लक्षात आली. कितीही जडजंबाळ आकड्यांच्या जंजाळाचा गुंता नीरज पटकन सोडवायचा आणि त्यातून इतरांना लक्षात न आलेला आकृतिबंध उलगडून दाखवायचा. एरवी हे अनेकांच्या लक्षातही यायचं नाही. त्यामुळे नीरजच्या या कौशल्याचं परिसरात कौतुक व्हायला लागलं. पुढे त्याच्या प्राध्यापकानंच ठरवलं, एक वित्तसंस्था काढायची. त्यानं ती काढली. व्हेरिटास इन्व्हेस्टमेंट रीसर्च. कॅनडात. या कंपनीचा पहिला कर्मचारी होता नीरज. गुंतवणुकीसाठी पैशाच्या थैल्या घेऊन आलेल्यांची गुंतवणूक चांगल्या घरी पडेल, हे पाहायचं, हे या कंपनीचं मुख्य काम. त्यांना सल्ला द्यायचा, कशात पैसे गुंतवा. कोणत्या देशात जा. कोणत्या क्षेत्रातील गुंतवणूक जोमात वाढेल वगैरे. हे सगळं करायचं तर त्यासाठी त्या त्या क्षेत्राचा, कंपनीचा अभ्यास असावा लागतो. कंपन्यांचे वार्षिक ताळेबंद झकास कादंबरी वाचत असल्यासारखे आनंदात वाचावे लागतात. त्या आकड्यांना अर्थ लावावा लागतो आणि त्या अर्थाची पुनःपुन्हा खात्री करून तो इतरांना समजावून द्यावा लागतो.

हे सगळं नीरज आनंदानं करतो. किंबहुना त्यातच त्याचा आनंद आहे. पण गंमत ही, की त्याचं विश्लेषण हे समोरच्यासाठीही आनंदाचं असेल याची शक्यता नाही. पण विश्लेषकानं डॉक्टरसारखं वागायचं असतं, असं नीरजला वाटतं. म्हणजे रुग्णाला वाईट वाटेल म्हणून आजार सांगायचा नाही... असं कसं करणार चांगला डॉक्टर... असा त्याचा प्रश्न. तो किती बरोबर होता याची चुणूक भारतीयांना गेल्या वर्षीच्या जुलै महिन्यात आली. गुलाबी रंगात छापून अर्थव्यवस्थेचं अतिगुलाबी चित्र मांडणाऱ्या अर्थविषयक नियतकालिकांत नीरजचं मत त्या वेळी छापून आलं होतं आणि त्यामुळे बसलेला धक्का सावरायला व्यापारीजगाला काही काळ द्यावा लागला होता.

... तर आपल्या अहवालात नीरजनं छातीठोकपणे लिहिलं होतं- दुनिया मुठ्ठी में घेऊ पाहणाऱ्यांच्या दूरसंचार कंपनीविषयी. या कंपनीत कोणतीही व्यावसायिक मूल्यं पाळली जात नाहीत... इतकंच काय तर या कंपनीनं सादर केलेल्या हिशेबातील आकड्यांविषयी संशय घ्यावा अशी परिस्थिती आहे. या कंपनीचं काही खरं नाही. आणि ही कंपनी ज्या मूळ कंपनीतून फुटून तयार झाली त्या मूळ कंपनीविषयीही बरं बोलावं असं काहीही नाही...

हे फारच भयंकर होतं. याचं कारण असं, की भल्या मोठ्या काहीही करायची ताकद असणाऱ्या उद्योगसमूहाविषयी असं काही वाचायची सवयच भारतीयांना तोपर्यंत

नव्हती. आपल्या अर्थविश्लेषकांचे अहवाल गुळगुळीत. हात फिरवल्यावर छान वाटतं. पण हाती काहीच लागत नाही. गुंतवणूकदारांना अमुक कंपनीत धोका आहे असं कधी ते सांगत नाहीत किंवा कंपन्यांनाही कधी ते चार शब्द सुनवत नाहीत. सगळ्यांचेच हितसंबंध सांभाळायच्या वातावरणात त्यामुळे नीरजचा अहवाल विजेसारखा चमकून गेला. हे असं काही मान्य करण्यापेक्षा सामुदायिकरीत्या जोरकसपणे त्याच्या विश्वासार्हतेविषयीच शंका निर्माण करायची आपली पद्धत. या कंपनीनंही इतरांना हाताशी घेऊन नीरजचा अहवालच खोटा ठरवायचा प्रयत्न केला आणि त्याच्या विश्वासार्हतेविषयीही प्रश्न निर्माण केले.

साधारण महिन्याभरानं खरी परिस्थिती समोर आली. नीरज शंभरपेक्षा अधिक टक्के बरोबर होता. त्या दूरसंचार कंपनीच्या डोक्यावर जवळपास ८० हजार कोटींचं कर्ज असल्याचं उघड झालं आणि त्या मानानं उत्पन्न काही होत नसल्याचंही जगाला कळलं.

त्यानंतर दोनच महिन्यांनी नीरजनं आपल्याकडच्या त्या वेळी फारच गवगवा असलेल्या विमान कंपनीविषयी भाकीत वर्तवलं होतं. या कंपनीचा प्रवर्तक ओवाळून टाकलेल्या सांडांसारखा बीअर पीत पोरीटोरींना मिरवत हिंडत असतो. त्याच्या विमान कंपनीवर सत्ताधार्जिणे भरभरून बोलत असताना नीरजचा त्या कंपनीबाबतचा अहवाल आला. या कंपनीचं संपत्तिमूल्य पार धुऊन गेलं आहे आणि ती फक्त दिवाळखोरीच्या रस्त्यानंच निघालेली आहे. आपला जमाखर्च जो काही ही कंपनी दाखवत आहे, तो बनावट आहे, हे मत नीरजनं २०११ सालच्या मध्यावर जाहीरपणे मांडलं.

तेव्हाही तो वेडाच ठरवला गेला. भारतात असं काही होत नाही, असं म्हणून त्याचा अहवाल फेटाळला गेला. पुढे तीन-चार महिन्यांतच नीरजचं भाकीत खरं ठरलं आणि या कंपनीचं विमान जमिनीवर आलं. दिल्लीस्थित अत्यंत बड्या राजकारण्यांत चांगली ऊठबस असणाऱ्या, जमीनजुमल्यांत असलेल्या चांगल्या नामांकित कंपनीबाबतही नीरजनं असंच भाकीत वर्तवलं होतं. त्या वेळी त्यावर कोणीही विश्वास ठेवला नाही. यथावकाश ती कंपनीही गटांगळ्या खायला लागली.

आता नीरजला सगळेच गांभीर्यानं घेतात. मी हे करतो त्यात काहीही वेगळं नाही... भारतीयांना ते वेगळं वाटतं याचं कारण तिथं मुळात अर्थसाक्षरता बेताची आहे आणि दुसरं म्हणजे खरं सांगायची सवय तिथल्या वित्तविश्लेषकांनी जनतेला लावलेली नाही... असं त्याचं मत आहे. भारतीयांना सांस्कृतिकदृष्ट्या शांत, संयत वास्तवापेक्षा उकळ्या फोडायला लावणाऱ्या उन्मादातच जास्त रस असतो... त्यांना आकड्यांचा सुसंगत अर्थ लावायची सवय जडलेली नाही... असं तो नमूद करतो.

हे ऐकून तू किती चांगलं काम करतोस... समाजाला वास्तवाचं भान आणण्यात

मदत करतोस... असं कोणी म्हटलं तर त्याची प्रतिक्रिया खासच असते... मी हे काही धर्मार्थ किंवा समाजाचं भलं वगैरे व्हावं या उद्देशानं करत नाही. मी ते करतो याचं कारण ते माझं कामच आहे.

आपल्याला हे सगळंच नवीन आहे म्हणा. आपल्याकडे ज्याचं काम त्यानं केलं की सत्कार करतात. म्हणजे वाहतूक पोलिसानं वाहतुकीचं नियमन केलं की सत्कार... बसच्या चालकानं अपघाताशिवाय गाडी चालवली की सत्कार... शिक्षकानं मुलांना शिकवलं की सत्कार... असं.

तेव्हा या पार्श्वभूमीवर नीरजसारख्यांचं काम खूपच महत्त्वाचं वाटतं. विशेषतः, अनेक मध्यमवर्गीय आपले निवृत्तिवेतनाचे किंवा भविष्य निर्वाह निधीचे घामाचे पैसे कोणत्या तरी कंपनीच्या समभागात वगैरे गुंतवायचं ठरवतात तेव्हा त्यांना खरी माहिती मिळायलाच हवी. सध्या तिची टंचाई आहे. त्यामुळे बाजारात हात पोळून गेलेल्यांची प्रचंड मोठी संख्या आपल्या देशात आहे आणि या पोळलेल्या हातांना आणि करपलेल्या अनुभवांवर फुंकर घालून मदत देणारी यंत्रणाही आपल्याकडे नाही. तुम्ही आणि तुमचं नशीब... असंच सगळं.

तर आता चांगली बातमी म्हणजे नीरज काम करतो ती व्हेरिटास इन्व्हेस्टमेंट्स आता भारतात आपली शाखा उघडतीये.

सत्ता के लिए संतुलन का जरुरी असतं... ते आता कळेल आपल्याला.

१४ एप्रिल २०१२

# ११. ऐल तटावर पैल तटावर

आपलं गाव दुसऱ्याला- अगदी मित्रालाही आवडेल अशी खात्री आपल्याला नसते. गाव 'आपलं' म्हणून आपल्याला आवडतं... याउलट इटलीतलं बुरानो... अगदी गावासारखंच, पण रंगबिरंगी. रस्ते नावालाच असल्यानं वाहनं नसलेलं आणि मनीऑर्डरची वाट पाहण्याऐवजी लेस विणणाऱ्या ज्येष्ठांचं...

माझं मूळ गाव मुंबई किंवा दिल्ली... किंवा न्यूयॉर्क वगैरे आहे असं कुणी सांगितलं की मला एकदम त्याच्याविषयी कणव दाटून येते. ही गावं नोकरी-व्यवसायासाठीची. पैसे मिळवायची. त्यामुळे या गावांत जन्मापासून मरणापर्यंत सगळं आयुष्य घालवायला लागणं तसं दुर्दैवीच म्हणायला हवं. जगणं पूर्ण होण्यासाठी मातीशी सततचा संपर्क असलेलं एक गावाकडचं घर हवं. लहानपण त्या गावात गेलेलं असावं. जिथं आजी-आजोबा असतात. सुट्टी लागल्यावर कधी एकदा त्या आपल्या गावाला जातोय... असं झालेलं असतं. पाण्यात पडल्यावर तरंगायचं कसं याचे धडे पहिल्यांदा त्या गावात मिळालेले असतात. मामाकडनं. मग मागच्या विहिरीतही पोटाला भोपळा न बांधता धबाक्कन उडी मारायची आपली तयारी झालेली असते. सायकलला पेडल मारायला शिकत असताना पहिली खोक त्याच गावात पडलेली असते आणि आजीनं केवळ हळद आणि तेल लावून ती बरी केलेली असते. नदीकाठच्या वाळवंटात पायात बाभळीचा काटा रुतल्यावर त्याचा पायातच राहिलेला तुकडा साधी लोणच्याची फोड पायाला बांधून आजीनं बाहेर काढलेला असतो. आतासारखं टिटॅनसचं वगैरे इंजेक्शन न घेता जखमा बऱ्या झालेल्या असतात. त्या जखमांचे अजूनपर्यंत राहिलेले व्रण आनंददायकच वाटत असतात.

हे गाव प्रत्येकाचं असतं. वेगवेगळ्या ठिकाणचं असतं. त्याचे भौगोलिक अक्षांश-रेखांश वेगळे असतात. त्यामुळे कधी त्यात नदीच्या जागी बावडी असते आणि नारळाच्या बागा असतात. आंब्यांच्या राया असतात. कधी खिंडीतला गणपती असतो, तर कधी रवळनाथ असतो. पण यातलं काहीतरी असतं हे नक्की.

हे ज्याचं त्याचं गाव. ज्याच्या त्याच्या नजरेला सुंदर असलेलं. इतकं की

यासारखं इतकं सुंदर गाव जगाच्या पाठीवर दुसरं कुठलं असूच शकत नाही, याबद्दल त्याची छातीठोक खात्री झालेली असते.

पण हे इतरांनाही तितकंच सुंदर वाटतं का?

कारण गावात रस्ते नसतात. एक बैलगाडी आली की समोर अंग चोरून उभं राहावं लागेल इतके रस्ते अरुंद असतात. तेही धूळभरले. आसपास कोंबड्या पकपकत असतात. त्यांची शिटं आणि धूळ असं सगळं एकत्रच असतं. वीज बऱ्याचदा नसतेच. त्यामुळे अंगाची काहिली होत असते. नळ नावाचा प्रकारच नसतो. आजीची कंबर पाणी भरण्यात वाकलेली असते.

आपण आपल्या गावाच्या प्रेमापोटी त्या सगळ्याचा भले आनंद घेत असतो. पण इतरांना दुसऱ्याचं गाव इतकं सुंदर वाटू शकतं का? आपल्याकडचा अनुभव तरी 'नाही' असाच असतो. म्हणजे एखाद्या मित्राच्या वर्णनावरून आपण त्याचं गाव बघायला गेलेलो असतो... आणि 'काय भयंकर प्रकार आहे हा' असाच अनुभव आलेला असतो. मित्राला त्याचं गाव सुंदर वाटत असतं; कारण ते त्याचं असतं.

पण गेल्याच आठवड्यात इटलीतल्या बुरानो या शब्दश: 'गावा'त अर्धा दिवस घालवायला मिळाला आणि इतरांचं गावही सुंदर असतं का, या प्रश्नाचं उत्तर ठामपणे 'हो' मिळालं. आमचं व्हेनिस झालंय किंवा रोम झालंय... असेच शब्द ज्यांच्या तोंडातून बाहेर पडत असतात त्यांना बुरानो दिसायची शक्यता नसते.

त्या गावात जायचं तर व्हेनिसहून बोटीनं जावं लागतं. मुळात व्हेनिस हाच प्रकार रोमँटिकतेची हद्द. पण बुरानो पाहिलं तर व्हेनिस... फारच किरकोळ वाटू लागतं... किंवा 'ठीकाय' अशा यादीतलं वाटायला लागतं. तर बुरानो गावात एकूण घरांची संख्या हजारभर असेल नसेल. लोकवस्ती त्यामुळे अर्थातच तीन-चार हजारांच्या वर नाही. महत्त्वाचं म्हणजे गावात जायला रस्ताच नाही. बोटी. घरं रस्त्याच्या रांगेनं लागलेली असावीत तशी. म्हणजे छोट्या कालव्यांच्या कडेनं. कालवे किती छोटे. तर या बाजूच्या घरातल्या आजीनं आपल्या हातानं बनवलेली वाइन समोरच्या घरात बाळंतपणाला आलेल्या माहेरवाशिणीला आपल्या हातानं देता येईल इतके. गंमत म्हणजे छोटे असले तरी या कालव्यांचा मान मोठ्यांच्या प्रमाणेच राखला जातो. बाहुला-बाहुलीच्या लग्नात नऊवारी नेसलेल्या घरच्या चिमुरडीला त्या वयाचाच मान घरच्यांनी द्यावा तसंच हे. म्हणजे हे कालवे ओलांडून वगैरे कोणी जात नाही. दर चारसहा घरांच्या नंतर इकडून तिकडे जायला पूल बांधलेले. मेरे पिया गये रंगून वगैरे गात छत्र्या फिरवत आपल्या जुन्या हिंदी सिनेमांत दिसतात तसे. सकाळी बऱ्याचशा आज्या आपापल्या सुनांच्या तक्रारी याच पुलांवर ऐकवत असतील आणि संध्याकाळी

याच आज्यांच्या नाती किंवा नातू, संभाव्य नातसुना किंवा नातजावई याच पुलांवर आणाभाका घेत असतील... इतके ते पूल गोड. गावात एकच चौक. एकमेव चर्चच्या समोर. रविवारी तिथं गावजेवण. म्हणजे प्रत्येकानं आपापल्या घरनं काहीतरी बनवून आणायचं, आपल्याच घरी बनलेली वाइन झुरूक झुरूक घ्यायची... गप्पा मारत निवांत जेवायचं. त्या जेवणाच्या तयारीचा खर्च म्हणजे टेबलं. रात्रीचं जेवण असेल तर दिवे वगैरे याचा खर्च ती ग्रामपंचायत करणार. ही प्रथा का? तर त्यामुळे शेजारपाजाऱ्यांविषयी प्रेम आधी वाटावं, मग वाढावं यासाठी. खरं म्हणजे त्या गावची एकंदर माणसं बघितली तरी त्यांच्याविषयी प्रेम वाटण्यासाठी काहीही करायची गरज नाही... याची खात्री पटावी. निखळ सुंदर. प्रत्येक जण. आणि प्रत्येकाच्या अंगावर घरातच तयार झालेलं लेसचं काहीतरी. म्हणजे टोपी, जाकीट. असं काहीतरी. लेसच्या कलाकृती हा या गावचा छंद.

सगळ्यात महत्त्वाचं हे की गावात एकही वाहन नाही. अगदी दुचाकीदेखील. त्या गावचा नियमच आहे हा. एखादा गाव असा काही नियम करू शकतो हे ऐकून आपण थक्क वगैरे होतोय न होतोय तर माहिती मिळते... त्याच नाही तर आसपासच्या ११८ बेटांवरच्या एकाही गावात मोटारीला परवानगी नाही. आपल्याकडे माथेरानमध्ये असं काही होतं हे आपण ऐकतो आणि तरीही नियम डावलून आपण कशी गाडी त्या गावात घुसवली याच्या शौर्यकथाही ऐकलेल्या असतात. पण इथं तर ११८ बेटांवर गाडीच नाही. म्हणजे भयंकरच. मग आणीबाणीच्या वेळेला काय करतात? एकतर प्रत्येक गावाचा मुख्य अशा व्हेनिसशी थेट संपर्क असतो आणि तशीच वेळ आली आणि कोणाला जावं-आणावं लागलं तर प्रत्येक गावच्या बोटी असतातच बांधलेल्या वेशीवर. गावात वाहनंच नसल्यामुळे रस्त्यात खेळणारी मुलं आणि त्यांच्या शेजारी खुर्च्या टाकून ऊन खाणारे, बीअर पिणारे किंवा लेसचं काम करीत बसलेले आई-वडील, आजी-आजोबा... असं एकंदर गावाचं चित्र.

या गावांचा आणखी एक नियम आहे. विलोभनीय असा. तो म्हणजे घराची बाहेरची प्रत्येक भिंत वेगवेगळ्या रंगातच रंगवायची. म्हणजे एक पोपटी. दुसरी निळी. तिसरी लाल. वगैरे अशी. आणि दुसरं म्हणजे हे रंगकाम शेजारच्या घरांशी बोलून करायचं. आणि एका घराचा रंग दुसऱ्या घराच्या भिंतीवर असता कामा नये. त्यामुळे लांबून पाहिलं की अख्खं गावच्या गाव इंद्रधनुषी रंगांत रंगलेलं दिसतं. आपल्याकडे असं काही केलं तर काहीतरी भयंकर गावंढळ वाटेल. पण तिथं ते इतकं विलोभनीय दिसतं... की विचारायची सोय नाही. कारण ते तिथल्या वातावरणाशी सुसंगत असतं. घराघरांमध्ये कालवे... त्यांच्या शेजारून जाणारे पायवाट म्हणूनच शोभतील असे रस्ते. घरांच्या खिडक्या त्या कालव्यांकडे उघडणाऱ्या. प्रत्येक खिडकीत काही ना

काही फुलांची कुंडी. त्या खिडकीला घरीच बनवलेले पांढरेशुभ्र लेसचे पडदे आणि त्या पडद्यांच्या पांढरेपणास छेद देणाऱ्या रंगीबेरंगी भिंती.

इतकं सुरेख गाव. पाचशे वर्षांपूर्वी होतं तशाच बाह्यांगांच्या रूपात उभं असलेलं. इथं कोणी राहतं का? म्हणजे काय... आमच्या चार-पाच पिढ्या इथं नांदतायेत... पोराबाळांना नोकरी-धंद्यासाठी जावं लागतं रोम किंवा फ्लोरेन्स वगैरे ठिकाणी... बिचारे... पण शनिवार-रविवार हमखास गावातच असतात... शिवाय निवृत्तीनंतर बुरानो गावचा तुम्हाला कुठंही दुसरीकडे राहताना आढळणार नाही... अशी उत्तरं गावात मिळाली.

ती खरीच असणार, यात जराही शंका नाही. हे गावच असं आहे की बालकवी इथले असते तर त्यांची 'ऐल तटावर पैल तटावर... ' कविता याच गावात निःसंशय जन्मली असती... सारं गावच हिरवाळी लेवून आलेलं आणि पाय टाकुनी जळात बसलेलं...

२८ एप्रिल २०१२

# १२. ही बँक नक्की कोणाची?

खरंतर बऱ्याचदा नावावरनं सगळंच कळतं असं नाही. उदाहरणार्थ जागतिक बँक. किंवा आंतरराष्ट्रीय नाणेनिधी. किंवा नॉर्थ अटलांटिक ट्रिटी ऑर्गनायझेशन. किंवा आपल्याकडची महाराष्ट्र राज्य मध्यवर्ती सहकारी बँक. किंवा... अशा अनेक. या सगळ्या संस्थांची नावं अशी आहेत, की त्यामुळे फार मोठा व्यापक अर्थ त्या त्या संस्थांना मिळतो. त्यामुळे जागतिक बँक ही खरोखरच जगाची बँक वाटू लागते... आंतरराष्ट्रीय नाणेनिधी या नावात आंतरराष्ट्रीय असलं तरी त्यात आंतरराष्ट्रीय कमी आणि युरोपीय जास्त हे लक्षात येत नाही... नाटो संघटना ही दुसरं तिसरं काही नसून अमेरिकेच्या हातातला चालता बोलका बाहुला आहे किंवा आपल्या महाराष्ट्राच्या मध्यवर्ती सहकारी बँकेच्या नावात राज्य असलं तरी ती प्रत्यक्षात एकाच राजकीय घराण्याच्या तालावर नाचते... वगैरे. हे असं होतच असतं. अनेकदा. पण सर्वसाधारण जनतेला यातलं एकतर बरंच काही लक्षात येत नाही आणि परत आपल्याला काय त्याचं... असंही वाटत असतं. काहीही झालं तरी परिणाम एकच असतो. तो म्हणजे या संस्थांचं खरं स्वरूप कळतच नाही.

या संदर्भात ताजा वाद झाला तो जागतिक बँकेच्या संदर्भात. ही बँक जन्माला आली दुसऱ्या महायुद्धाच्या पार्श्वभूमीवर. हे महायुद्ध संपल्यानंतर जगाची उभारणी करण्यासाठी समर्थ आर्थिक संस्था असायला हव्यात असा विचार ब्रेटन वुड्स इथं भरलेल्या बड्यांच्या शिखर परिषदेत झाला. त्यातूनच दोन संघटना जन्माला आल्या. जागतिक बँक आणि आंतरराष्ट्रीय नाणेनिधी. आता बँक म्हटलं की कोणाचाही समज असाच होईल, की तिच्या प्रमुखपदी आर्थिक व्यवहाराशी संबंधितच कोणाची नेमणूक होत असेल. आपल्याकडे साध्या सहकारी बँकेच्या प्रमुखपदीदेखील ज्याला काही बँकिंगमधलं कळतं, त्यालाच नेमलं जातं. त्यात ही तर काय जगाची बँक. त्यामुळे इथंही तसंच होत असेल असं कोणाला वाटलं तर चूक म्हणता येणार नाही. पण वास्तव याच्या बरोबर उलटं आहे.

या बँकेचे पहिले प्रमुख होते युजिन मेयर. वॉशिंग्टन पोस्ट या बड्या वृत्तपत्राचे मालक. अमेरिकेच्या रिझर्व्ह बँकेच्या... म्हणजे फेडरल रिझर्व्ह म्हणतात त्याच्या...

संचालक मंडळात ते होते. दुसरं महायुद्ध संपल्या संपल्या पुढच्याच वर्षी जागतिक बँक स्थापन झाली आणि तिचं प्रमुखपद थेट मेयर यांनाच दिलं गेलं. पुढे वॉटरगेट प्रकरण जिनं धडाडीनं लावून धरलं आणि पर्सनल हिस्ट्री या आत्मचरित्रासाठी जी गाजली ती कॅथेरिन ग्रॅहम ही मेयर यांचीच कन्या. नंतर कॅथरिन यादेखील पोस्टच्या प्रकाशक बनल्या. असो. पण त्याचा मेयर यांच्या बँकिंग नेमणुकीशी अर्थातच संबंध नाही. मेयर यांच्यानंतर या बँकेचं प्रमुखपद गेलं जॉन मक्लॉय यांच्याकडे. ते वकील होते आणि युद्धकाळात संरक्षणखात्यात मंत्री. त्यामुळे त्या अर्थानं त्यांचा तसाही बँकेशी संबंध नव्हता. त्यांच्यानंतरचे दोघे जण युजिन ब्लॉक आणि जॉर्ज वुड्स हे मात्र बँकवाले. मग हे प्रमुखपद गेलं रॉबर्ट मॅक्नामारा यांच्याकडे. ते अमेरिकेचे संरक्षणमंत्री होते आणि फोर्ड मोटार कंपनीच्या संचालक मंडळावरही होते. आपल्याशी यांचा बराच संबंध आला. त्यांच्यानंतर ॲलन क्लॅसन हे बँकर होते आणि नंतरचे बार्बर कॅनेबल हे तर होते साधे खासदार. नंतर लेविस प्रेस्टन आणि जेम्स वुल्फेन्सन हेही बँकर होते. अलीकडच्या पॉल वुल्फोविट्झ यांचा मात्र बँकिंगशी काहीच संबंध नव्हता. ते संरक्षण खात्याचे राज्यमंत्री होते, इंडोनेशियात अमेरिकेचे राजदूत होते... पण दुरान्वयानंही कधी बँकर नव्हते. आता पायउतार होतील ते रॉबर्ट झोलिक हे गोल्डमॅन सॅक या सर्वात मोठ्या बँकेशी संबंधित आहेत. आर्थिक क्षेत्रात अनेक प्रश्नचिन्हांकित योगायोग असतात. त्यातलाच हा की अमेरिकेचे अर्थमंत्री टिमोथी गेथ्नर हेही गोल्डमॅनशी संबंधित. पुढचा योगायोग असा, की २००८ सालच्या आर्थिक संकटाच्या काळात अमेरिकी सरकारनं जे काही निर्णय घेतले त्याचा फायदा झाला तोही बरोबर गोल्डमॅन सॅक या बँकेलाच. असो. याचा अर्थ इतकाच, की अमेरिकेतही तळं जो राखतो त्याला पाणी जास्त आणि सहज चाखायला मिळतंच.

हे आता सांगायचं कारण असं की, इतके सगळे अध्यक्ष होऊन गेले जागतिक बँकेचे; पण त्यांच्यात समान धागा काय, इतक्या वेगवेगळ्या क्षेत्राशी ते संबंधित आहेत पण या सगळ्यांमधला समान धागा हाच, की हे सगळेच्या सगळे अमेरिकेचेच नागरिक होते. स्थापनेपासून डझनभर जणांना जागतिक बँकेच्या अध्यक्षपदी नेमलं गेलं. पण एकही अमेरिकेबाहेरचा नाही. नाव जागतिक बँक. पण अध्यक्षपदी बिगर-अमेरिकी एकही नाही, असं का?

गेल्याच महिन्यात हा प्रश्न विचारला गेला. जागतिक बँकेच्या पुढच्या अध्यक्षपदासाठीची निवडणूक झाली, त्या वेळी. या वेळी पहिल्यांदा अनेकांनी हा मुद्दा उपस्थित करण्याचा प्रयत्न केला, जागतिक बँकेचं अध्यक्षपद बिगर अमेरिकी व्यक्तीस मिळायलाच हवं. जग बदलतंय... अमेरिकेशिवाय अनेकांच्या अर्थव्यवस्था वेगानं वाढतायत... तेव्हा इतरांनाही जागतिक बँकेच्या अध्यक्षपदाची संधी मिळायला

हवी. याच विचारातून दोघा जणांनी अध्यक्षपदाच्या निवडणुकीसाठी उभं राहायचं ठरवलं. कोलंबियाचे जोस अंतोनियो ओकंपो आणि दुसऱ्या होत्या नायजेरियाच्या अर्थमंत्री गोझी ओकंझो इवेला. यातले ओकंपो हे अर्थशास्त्राचे प्राध्यापक. अनेक सामाजिक आणि आर्थिक संस्थांशी त्यांचा संबंध. शिवाय कोलंबिया विद्यापीठातला अध्यापनाचा अनुभव आणि वर संयुक्त राष्ट्रात अनेक अर्थविषयक समित्यांवरचं काम. दुसऱ्या, इवेला या तर खुद्द अर्थमंत्री. आता नायजेरियाच्या अर्थमंत्री ते काय... अशी प्रतिक्रिया येईल अनेकांची. पण बाईंचं नाव अर्थशास्त्राच्या क्षेत्रात अत्यंत आदरानं घेतलं जातं. परत जागतिक बँकेच्या व्यवस्थापकीय संचालकपदावरही त्यांनी काम केलेलं. त्यामुळे बँकेच्या प्रमुखपदीही बसायचं स्वप्न त्यांनी पाहिलं असेल तर त्यात काहीही चूक नाही.

चूक असली तर एकच. ओकंपो काय किंवा इवेला काय. हे दोघंही अमेरिकी नाहीत. यातला दुर्दैवाचा भाग असा, की असा कागदोपत्री कुठंच नियम नाही की जागतिक बँकेचा अध्यक्ष अमेरिकीच असावा, म्हणून. पण तो अमेरिकी आणि फक्त अमेरिकीच असतो हे नक्की. आताही तेच झालं.

हे दोघे निवडणुकीच्या रिंगणात उतरले तरी अमेरिकेचे अध्यक्ष बराक ओबामा यांनी आपला उमेदवार जाहीर केला. जिम यॉंग किम. अर्थातच अमेरिकी. नावानं कोरियन वाटत असले तरीही. काय करतात हे किम. डॉक्टर आहेत. म्हणजे अर्थशास्त्रातले वगैरे नाही. तर शरीराचे. हॉर्वर्ड वैद्यकीय महाविद्यालयात प्राध्यापक आहेत. हैती वगैरे आफ्रिकी देशांत क्षयरोग, एड्स आदींच्या साथी रोखण्यासाठी त्यांनी बरंच काम केलंय. पण या सगळ्यापेक्षा महत्त्वाची अशी त्यांची पात्रता एकच की ते साक्षात बराक ओबामा यांचे उमेदवार होते.

शेवटी बऱ्याचदा एखाद्यानं काय केलंय यापेक्षा त्याच्या मागे कोण आहे... हे महत्त्वाचं ठरतं. किम यांच्या बाबतीतही ते ठरलं आणि कोणताही विरोध न होता ते जागतिक बँकेचे पुढचे अध्यक्ष म्हणून सुरळीतपणे निवडून आले. कोलंबियाच्या ओकंपो यांनी निवडणुकीच्या आधीच माघार घेतली. त्यांना कळलं, अमेरिकेच्या अधिकृत उमेदवाराविरोधात आपल्याला कोणी मत देणार नाही. इवेला यांना ते लक्षात आलं नाही. त्यांना वाटलं अमेरिकेविरोधात बोलणारे आपल्या पाठीशी उभे राहतील आणि आपण निवडून येऊ.

प्रत्यक्षात तसं काहीही झालं नाही. आपल्यासकट जवळपास सर्वच देशांनी ओबामांचे उमेदवार किम यांच्याच पारड्यात आपली मतं टाकली. या निवडणुकीत देशांच्या मतांचं प्रमाण ठरलेलं असतं. एकट्या अमेरिकेला १५.८५ टक्के मतं असतात. पाठोपाठ जपान ६.८४ टक्के, चीन ४.४२ टक्के, जर्मनी ४ टक्के, ब्रिटन ३.७५ टक्के,

फ्रान्स ३.७५ टक्के, भारत २.९१ टक्के, रशिया आणि सौदी अरेबिया प्रत्येकी २.७७ टक्के आणि इटली २.६४ टक्के. तेव्हा ही रचना लक्षात घेता अमेरिकेच्या विरोधात कोण कसं काय निवडून येणार?

त्यामुळेच हा प्रश्न आहे, ही बँक नक्की कोणाची?

१२ मे २०१२

# १३. न उमटलेल्या ओरखड्याची कहाणी

स्वत:चं असं काहीही उत्पादन नसताना केवळ माणसांना प्रत्यक्ष–अप्रत्यक्ष जोडण्याच्या कल्पनेतून या कंपनीची इतकी ताकद उभी राहिलेली आहे... गुगलनं तयार केलेल्या अपेक्षांच्या पायघड्यांवर फेसबुकला भांडवली बाजारातही अलगद येता आलं. पण आसपासचं जग मंदीच्या दलदलीत रुतलेलं असताना फेसबुकचा एकट्याचा रथ वेगात दौडत राहू शकेल?

ही संख्या नक्की किती आहे माहीत नाही. मराठी असल्यामुळे इतके मोठे आकडे वाचायची आपल्याला सवयही नाही, परंतु अवघ्या आठ वर्षांपूर्वी जन्माला आलेल्या कंपनीनं गेल्या आठवड्यात आपले समभाग पहिल्यांदा विकायला काढले, तेव्हा त्याच्या विक्रीतून आलेल्या महसुलाचा हा आकडा आहे. म्हणजे इतके रुपये या कंपनीच्या पहिल्यावहिल्या समभाग विक्रीतून. ज्याला आयपीओ. इनिशियल पब्लिक ऑफर म्हणतात. उभे राहिले.

फेसबुक असं या कंपनीचं नाव.

काय करते ही कंपनी, असं विचारायचं काहीच कारण नाही, कारण ती एका अर्थानं काहीच करीत नाही. माणसांना फक्त जोडत जाते. तेही दुसऱ्याच्याच संगणकावरनं. म्हणजे स्वत:चं असं काहीही उत्पादन नसताना केवळ माणसांना प्रत्यक्ष–अप्रत्यक्ष जोडण्याच्या कल्पनेतून या कंपनीची इतकी ताकद उभी राहिलेली आहे. या भूतलावर जितके मनुष्यप्राणी राहतात त्यातला दर सातवा माणूस हा फेसबुकवर असतोच असतो. इतका प्रचंड जनाधार आहे या फेसबुकचा. त्यामुळेच या कंपनीचा आयपीओ जेव्हा बाजारात आला तेव्हा त्यातून थेट १०,४०० कोटी डॉलर्स उभे राहिले. ज्या काळात जगाची अर्थव्यवस्था बसकण मारून बसलेली आहे, ज्या काळात बड्या बड्या कंपन्यांनी आपापले आयपीओ वा अन्य समभाग विक्री निर्णय पुढे ढकलले आहेत, त्या काळात ही आठ वर्षांची चिमुरडी कंपनी बाजारात येते काय आणि इतका अफाट पैसा उभा करते काय, सारंच विलक्षण.

या अशा मोठ्या संख्यांचा खरा आकार समजायचा असेल तर तो कशाच्या तरी तुलनेत दिला तर सोपं जातं. म्हणजे ही नुसती संख्या किती मोठी आहे हे

कदाचित कळणार नाही, पण समजा असं सांगितलं, की या इतक्या रकमेत अख्खीच्या अख्खी रिलायन्स कंपनी एकदा नाही तर दोन वेळा खरेदी करता येऊ शकेल आणि तरीही वर काही चार पैसे हातात राहतील. तर या संख्येचा अंदाज येणं सोपं जाईल किंवा असंही सांगता येईल, की या इतक्या महाप्रचंड रकमेत आपली टाटा कन्सल्टन्सी म्हणजे टीसीएस आणि आयसीआयसीआय आणि रिलायन्स या तीनही कंपन्या विकत घेता येतील किंवा या ११० कोटींच्या देशाची जी वित्तीय तूट आहे ती सगळीच्या सगळी या रकमेतून धुऊन टाकता येईल, इतकी ती प्रचंड आहे. त्याच्याहीपेक्षा तुलनेसाठी सोपी गोष्ट म्हणजे सध्या आपल्या देशात ज्या सार्वजनिक हिताच्या सरकारी योजना राबवल्या जातात. म्हणजे रोजगार हमी वगैरे. त्या योजना तब्बल आठ वर्षं इतक्या पैशातून चालवता येतील.

तसं बघायला गेलं तर जगाच्या इतिहासातच इतका अवाढव्य आयपीओ झाल्याची फार उदाहरणं नाहीत. याआधी क्रेडिट कार्डवाल्या व्हिसा कंपनीचा आयपीओ १९०७ कोटी डॉलर्सचा होता. दुसऱ्या क्रमांकावर होता तो जनरल मोटर्सचा. त्यातून १८१० कोटी डॉलर्स उभे राहिले होते. हा फेसबुकचा तिसरा. १६०० कोटी डॉलर्सचा. त्याची किंमत झाली वर शीर्षकात दिली आहे इतकी.

याचं वैशिष्ट्य म्हटलं तर हेच, की स्थापन झाल्यानंतर अवघ्या आठ वर्षांत ही कंपनी इतक्या उंचीवर पोहोचली. मार्क झुकेरबर्ग या तरुणानं कॉलेजात शिकत असताना टाइमपास म्हणून स्थापन केलेली ही कंपनी. मार्क हा ज्युईश. वडील दाताचे डॉक्टर तर आई मानसोपचारतज्ज्ञ. शाळेपासनं आवड म्हणाल तर कवितेची. अनेक कविताच्या कविता त्याला पाठ आहेत. परत हा बहुभाषिक. म्हणजे फ्रेंच, ज्यू असल्यामुळे हिब्रू, लॅटिन आणि ग्रीकसुद्धा त्याला येतं. याचा हळवा कोपरा म्हटला तर तो इंग्रजी. ते त्याचं खूपच कच्चं; पण आपल्याला इंग्रजी तितकं चांगलं येत नाही. याची कधीही त्याला लाज वाटली नाही. वडिलांनी संगणक आणून दिल्यानं लहान वयातच त्याची संगणकाशी दोस्ती झाली. त्याच्या चरित्रकारानं म्हटलंय, ज्या वयात मुलं संगणकावर खेळ खेळतात त्या वयात मार्क संगणक खेळ तयार करत होता. म्हणजे इतकी त्याला सॉफ्टवेअरमध्ये गती होती आणि हे सगळं कोणतंही प्रचलित शिक्षण व्हायच्या आधी. हा संगणक त्याचा जीव की प्राण होता. त्यानं काय केलं. तर वडिलांचा घराजवळच असलेला दवाखाना, तिथले संगणक आणि घरातला संगणक यांना जोडून दाखवलं. हे केव्हा? तर नेटवर्किंग वगैरे शब्दही जन्माला यायचे होते तेव्हा. म्हणजे घर आणि वडिलांचा दवाखाना यांच्यात त्यांनी पारदर्शकता आणणारं सॉफ्टवेअर तयार केलं, त्यासाठी लागेल ते हार्डवेअर म्हणजे साधनसामग्री तयार केली. त्याला त्यानं नाव दिलं झुकनेट.

पुढे तो हॉर्वर्डला दाखल झाला, उच्च शिक्षणासाठी. तोपर्यंत त्याचं संगणकाच्या क्षेत्रातला भावी तारा वगैरे नामकरण झालेलं होतं. हॉर्वर्डला तो महाविद्यालयाच्या वसतिगृहात राहायचा. पुन्हा एकदा तिथं टाइमपास म्हणून त्यानं एक सॉफ्टवेअर विकसित केलं. त्यामुळे विद्यार्थ्यांना आपल्याला आवडतील त्यांची छायाचित्रं एकत्र आणता येत होती. त्याला मार्कनं नाव दिलं फेसमेश- चेहऱ्यांची जाळी. ते तिथंच राहिलं, पण झालं असं, की त्या वसतिगृहात एक पद्धत होती. तिथं राहणाऱ्यांची छायाचित्रं आणि समोर तपशील असा एक पुस्तकात दिलेला तपशील असायचा, कार्यालयाच्या माहितीसाठी. त्या पुस्तकाचं नाव फेसबुक. पुढे त्या फेसमेश या सॉफ्टवेअरला मार्कनं आणखी घासूनपुसून आकर्षक केलं. त्यामुळे जोड्याच जुळवता यायला लागल्या. त्यात सोय अशी झाली, की कोणत्याही मुलाच्या/मुलीच्या छायाचित्रासमोर कोणत्याही मुलीचं/मुलाचं छायाचित्रं ठेवता येऊ लागलं. हे सॉफ्टवेअर मार्कनं महाविद्यालयाच्या वेबसाइटला जोडून दिलं. ही बातमी बाहेर कळली आणि एकच कल्ला झाला. इतका की वेबसाइटच बंद पडली. झाला प्रकार लक्षात आल्यावर प्राध्यापकांनी मार्कलाही दम दिला. काही मुला/मुलींच्या तक्रारीही तोपर्यंत आल्या होत्या. तेव्हा हे प्रकरण दोन दिवसांतच बंद करावं लागलं. ते बंद झाल्यावर पोरांना कळलं आपली किती गंमत कमी झाली आहे ती. त्यांनी प्राचार्यांनाच गळ घातली, आमची छायाचित्रांसह माहिती देता येईल, असं काही तरी करा. कॉलेजनंही सांगितलं करू या म्हणून. ते मार्कला कळल्यावर तो म्हणाला, हे असं काही करायचं असेल तर कॉलेजपेक्षा मीच जास्त चांगलं करू शकेन. असं म्हणून त्यानं थेट कॉलेजलाच आव्हान दिलं आणि तो जिंकला. म्हणजे अशी काही सोय तयार व्हायच्या आत मार्कची वेबसाइट तयारसुद्धा झाली. ४ मार्च २००४ या दिवशी त्यानं या साइटचं उद्‌घाटन केलं, वसतिगृहात पोरांच्या कॉमन खोलीत, डॉर्मिटरीत. या साइटला त्यानं नाव दिलं फेसबुक.

तिचाच आयपीओ हा आता जगात गाजला. जगभरातले शेअरबाजार आणि एकूणच अर्थव्यवस्था माना टाकीत असताना मार्कच्या फेसबुकनं विक्रम केला. आजमितीला फेसबुकची वार्षिक उलाढाल आहे ३०७ कोटी डॉलर्सच्या आसपास. कंपनीच्या आयपीओतून उभे राहिले १६०० कोटी डॉलर्स. माहिती-तंत्रज्ञान क्षेत्राचा अजब न्याय असा, की गुगलची वार्षिक उलाढाल आहे ३८०० कोटी डॉलर्सची, पण गुगलचा आयपीओ आला होता तेव्हा त्यातून उभे राहिले होते फक्त १६८ कोटी डॉलर्स.

असं का? कारण गुगलनं तयार केलेल्या अपेक्षांच्या पायघड्यांवर फेसबुकला अलगद येता आलं. माहिती क्षेत्राची हवा तयार झाली होती. त्या हवेवर उडतच

फेसबुकचा आयपीओ आला. गुगल इतकं कमवतं आहे, तेव्हा आम्हीही उत्तम कमवू शकतो... असं तो सांगू लागला आणि गुंतवणुकीच्या क्षेत्रात दाटलेल्या नैराश्यानं कंटाळलेल्या ग्राहकांनी अमाप उत्साहानं त्याचं स्वागत केलं. शीर्षकात दिलेली रक्कम त्यातून उभी राहिली, पण आसपासचं जग मंदीच्या दलदलीत रुतलेलं असताना फेसबुकचा एकट्याचा रथ वेगात दौडत राहू शकेल?

तोच प्रश्न आता निर्माण झालाय आणि फेसबुकच्या मागे खटलेच्या खटले उभे राहू लागलेत. मंदीच्या वातावरणात आपल्याला अपेक्षित उत्पन्न मिळणारही नाही कदाचित याचा अंदाज फेसबुकच्या समभागांच्या विक्री व्यवस्थेतील बँकांना आला; पण ही कबुली त्यांनी सामान्य गुंतवणूकदारांपर्यंत पोहोचवली नाही, असा गंभीर आक्षेप आता घेण्यात आलाय. तशी ती पोहोचवली गेली असती तर गुंतवणूकदारांनी सावधपणे निर्णय घेतले असते? विक्रमी रक्कम उभी केल्यानंतर फेसबुकच्या मागे खटल्यांचं झेंगट लागलंय.

उत्तम नियंत्रक हवा असतो तो यासाठी.

नाही तर आपण. एक पैचंही विजेचं उत्पादन नसणारी, दुनिया मुठ्ठी में घेऊ पाहणारी कंपनी आपल्याकडे कोट्यवधी रुपये कमावून गाळात जाते आणि बुडलेल्या गुंतवणूकदारांच्या व्यथेचा एक ओरखडाही व्यवस्थेवर उमटत नाही. असो.

२६ मे २०१२

# १४. करते आणि नुसतेच करविते...

परवा एका बड्या बहुराष्ट्रीय बँकेत काम करणारा मित्र भेटला. सगळ्या रडगप्पाच. सांगत होता आर्थिक स्थिती किती वाईट आहे... धंदाच नाही... अर्थव्यवस्था एकदम संकटात आहे... बँकेतून अडीचशे जणांना काढतायत... वगैरे. शेवट या मुद्द्यावर... आमचा क्रमांक कधी येतोय, माहीत नाही. दचकायलाच झालं एकदम.

मित्र उत्तम शिकलेला. आई-वडिलांनी अगदी कर्ज वगैरे काढून त्याला चांगल्या नावाजलेल्या कॉलेजातून व्यवस्थापन शिक्षण दिलं. तिथनं हा बाहेर आला तोच टाय घालून. मग सगळं त्याचं ठरल्यासारखं. आधी यूटीआय, आयसीआयसीआय... मग रॉयल बँक ऑफ स्कॉटलंड... एचएसबीसी... गोल्डमन सॅक असं काय काय. एका वर्षात तीन बेडरूम फ्लॅट... पार्किंग सकट. सोसायटीत जॉगिंग पार्क, क्लब हाऊस... समोर देरासर... असं बरंच काही. होंडा सिटीही आली. सोमवार ते शुक्रवार... दणकून काम. शुक्रवारी जरा सैल... फ्रायडे ड्रेसिंग... आणि सप्ताहांत बैठकांचे वेध. त्यातही गप्पा सगळ्या आर्थिक क्षेत्राच्या. काही कोटींच्या खाली बातच नाही. याचं घर मुळात सेवाभावी वृत्तीचं. आपण समाजाचं काही देणं लागतो... वगैरे मानणारं. हा व्यवस्थापन शिकला आणि सगळाच बदलला. कोणाला काही देण्याची गरजच नसते... वगैरे सांगायचा. सगळं जगणं सेन्सेक्स भोवती फिरणारं. रक्तदाबालाही इतकं महत्त्व नसेल तितकं सेन्सेक्सच्या खाली-वर होण्याला याच्या लेखी महत्त्व. तो... म्हणजे सेन्सेक्स... वर गेला की आज मार्केट कॅप किती कोटींनी वाढली... ते सगळं उत्साहानं एकमेकांना सांगायचे. तसं झालं की शुक्रवारच्या सप्ताहांत बैठका जरा जास्तच रंगायच्या. एकदा विचारलं हे इतके पैसे... म्हणजे इतका फायदा झाला, तितका झाला... वगैरे प्रत्यक्ष मिळतात का?. तर म्हणाला... ते सगळं नोशनल असतं... म्हणजे आपण अमुक कंपनीचे सगळेच्या सगळे समभाग विकले तर किती कमाई होईल... तो आकडा म्हणजे मार्केट कॅप... त्यानं सोपं करून सांगायचा प्रयत्न केला.

तर त्याला म्हटलं... हे म्हणजे घराच्या किमतीसारखंच की. त्यातली गुंतवणूक

खूप वाढल्यानं आपण खूश व्हायचं. पण राहतं घर विकून राहायचं कुठे... तेव्हा राहतं घर विकलं की किती पैसे मिळतील या चर्चेला काय अर्थ..., नवीन घ्यायचं ते याहीपेक्षा महागच असणार ना, मग जे विकताच येणार नाहीये... त्याची किंमत वाढल्याचा आनंद मानायचाच कशाला...

या प्रश्नाचं उत्तर बहुधा व्यवस्थापनशास्त्रात शिकवत नसावेत. तो विचारलेलं त्याला आवडलं नाही. तेव्हापासून जरा भेटणंच कमी झालं होतं. आता भेटला ते एकदम हे सगळं सांगायला... म्हणाला... ज्यांना आमच्या बँकेनं नारळ दिलाय त्या सगळ्यांच्या डोक्यावर इतकी कर्जं आहेत... आता काय करणार आहेत कुणास ठाऊक. बरं यांच्या बायकाही त्याच क्षेत्रातल्या. म्हणजे यातले काही काही तर जोडीनंच घरी बसणार. पंचाईत अशी की ज्या घरांच्या किमती वाढल्या त्याचं हे सगळे गुणगान करत होते, त्या घरांच्या किमतीही आता पडल्याच. तेव्हा विकून करणार काय... आणि राहायचं कुठं? सगळेच प्रश्न.

महत्त्वाचा मुद्दा म्हणजे हे सगळेच्या सगळे एमबीए किंवा तत्सम काहीतरी झालेले. मास्टर्स इन बिझनेस ॲडमिनिस्ट्रेशन वगैरे.

पण आता बिझनेसच नाही म्हटल्यावर कशाचं ॲडमिनिस्ट्रेशन करणार?

तशी समस्या गंभीरच म्हणायची.

------

गेल्याच आठवड्यात बातमी होती. ॲपल, सॅमसंग, मायक्रोसॉफ्ट, आयबीएम वगैरेंनी भारतात जरा जास्तच हातपाय पसरायला सुरुवात केलीय. या कंपन्या भारतातून जी उत्पादनं करतात त्यांच्यातही वाढ होणार आहे, म्हणे. याची प्रचिती या कंपन्या स्वामित्व हक्कांसाठी भारतातून जे अर्ज करतात त्याच्यात वाढ झाली आहे, यातून येऊ शकते, असं या क्षेत्रातले जाणकार सांगतात.

आर्थिक क्षेत्रात सध्या असं सगळं उलटं पालटं झालेलं असताना अशाच एका मोठ्या कंपनीचा डिझाईन प्रमुख एका कार्यक्रमात भेटला. मुंबईतला पाऊस, खड्डे या नव्या हवापाण्याच्या गप्पा झाल्यावर त्याला विचारलं... कसं काय चाललंय... धंदापाणी–

तो म्हणाला उत्तम... वाटते तितकी काही समस्या अजिबात गंभीर नाही. आमच्या क्षेत्रात तर माणसं मिळत नाहीत, अशी परिस्थिती आहे. भारतात इतकी अभियांत्रिकी महाविद्यालयं आहेत... पण चांगले अभियंते तयार करणारी फार नाहीत... आयआयटी वगैरेंचा आकार तसा कमीच. ते आयआयटीयन्स किती ठिकाणी पुरणार.

एमबीए मित्राचं स्मरण केलं आणि त्याला विचारलं... पण ठिकठिकाणी

नोकर कपातीला सुरुवात झालीये... अर्थव्यवस्था संकटात आहे, असं म्हणतात... तुम्हाला नाही वाटतं आर्थिक संकट...

त्यावर त्याचं उत्तर बोलकं होतं. हे संकट वगैरे रडतायत ना ते सगळे वित्तीय संस्थांत वगैरे नोकरी करणारे आहेत. यांचा धंदा वाढावा म्हणून पैसा होता तेव्हा ते कर्ज वाटत सुटले... ज्याला परतफेड शक्य नाही, त्याच्याही गळ्यात या मंडळींनी कर्ज घातली. ज्यांनी कर्ज घेतले त्यांना ते परवडणारं नव्हतंच... तसंच झालं. त्यांचे हप्ते चुकायला लागले आणि तेव्हापासून यांची परवड सुरू झाली... हे आर्थिक संकट म्हणजे यांच्याच पापाची फळं आहेत...

त्याची दुखरी नस बहुधा नकळत दाबली गेली असावी. त्याला तसंच बोलतं ठेवलं. तो म्हणाला, हे वित्तीय संस्थावाले... यांच्या बुडाशी पैसा असतो. तो तयार करतो आम्ही... उद्योजक... अभियंते. तो फक्त मॅनेज करण्याचं काम हे करतात. आमच्याकडून काही तरी निर्मिती होते... मग भले ती काडेपेटी का असेना... यांच्याकडून सांगा काही होतं का? हे फक्त पैसे फिरवत बसतात... आम्ही काही उभारतो... तयार करतो... उत्पादन करतो... संपत्ती निर्मिती करतो... तसं करताना अनेकांसाठी रोजगाराच्या संधी तयार होत असतात... आणि या सगळ्यांचं झाल्यावर त्यातून फायदा कमावतो... या फायदा मिळवण्याच्या टप्प्यावर हे एमबीएवाले येतात. आमच्या दोन रुपयांचा फायदा चार रुपयांचा करून देण्याचं आश्वासन घेऊन. आम्हालाही गरज असते... आणि यांना जे जमतं ते आम्हाला जमत नाही... तेव्हा आम्ही त्यांच्या हाती माना देतो आमच्या... मग आमच्या दोन रुपयांचे चार रुपये करण्यासाठी हे लागतात पैसा फिरवायला... तो बोलत राहिला. दमला. आणि मग भरतवाक्य बोलल्यासारखा एकदम म्हणाला, गेल्या शंभर वर्षांतले जे काही आर्थिक घोटाळे आहेत ना ते या कार्यालयांत व्यवस्थापक म्हणवून घेणाऱ्या मंडळींनी केलेत. ते होतात कारण त्यांना निर्मिती करायची नसते. नुसतेच पैसे फिरवायचे असतात. वरवर पैसा फिरवत बसणारे घोटाळेच करणार... दिसतो का तुम्हाला यात एकतरी अभियंता...

खरं असावं बहुधा त्याचं म्हणणं. कारण डोळ्यासमोरून एकदम रजत गुप्ता ते केतन पारीख व्हाया हर्षद मेहता वगैरे मंडळी येऊन गेली.

याच्या म्हणण्याचा अर्थ इतकाच, की खरे खरे कर्ते आणि काही न करता नुसतेच असलेले करविते यांच्यातली ही तफावत आहे. त्याच्या म्हणण्यात तथ्य होतं. पण पूर्ण नाही. राज्यातल्या पाटबंधारे वगैरे नामांकित खात्यातले अभियंतेही काय काय करतात ते याला माहीत नसावं. असो.

------

बरोबर दोनच दिवसांपूर्वी घोषणा झाली. बार्क्लेज या खूप मोठ्या ब्रिटिश बँकेचे मुख्य कार्यकारी अधिकारी बॉब डायमंड यांना राजीनामा द्यावा लागलाय. बँकेचे अध्यक्ष मार्कुस अग्नयस यांनाही त्या आधी राजीनामा द्यावा लागलाय. परकीय चलन व्यवहारात घोटाळा केल्याचा आणि त्यामुळे बँकेचं नुकसान केल्याचा त्यांच्यावर आरोप आहे. अमेरिकेतल्याही काही मोठ्या बँकप्रमुखांवर कारवाईची मागणी होऊ लागलीये.

करत्यांपेक्षा करवित्यांची संख्यावाढली, की असं होत असावं बहुधा.

०७ जुलै २०१२

# १५. मेड इन इंडिया... असेही...

सध्या जगात दोन देशीयांचा मोठा सुळसुळाट झालाय... एक आहेत चिनी. जगण्याचे अपार कष्ट आपल्या मिचमिच्या डोळ्यांतून न दाखवता जगातल्या कोणत्याही देशांत चिनी आढळतात. अगदी न्यूयॉर्कमध्ये गेलात तरी तिकडे चायना टाउन आहे. आणि दुसरे म्हणजे भारतीय. आपणही जगातल्या कोणत्याही देशात असतोच असतो. चिनींच्या तुलनेत आपली उपस्थिती वेगळी असते. म्हणजे आपण चिनींइतके घाऊक नसतो आणि तिथली बाजारपेठच्या बाजारपेठ ताब्यातच घेऊन टाकावी, अशी काही आपली इच्छा नसते. तशी ती असणारही नाही म्हणा. आपल्याला आपल्याच देशातली बाजारपेठ राखता येत नाही... तेव्हा दुसऱ्या देशात जाऊन तिथली बाजारपेठ काबीज करण्याची महत्त्वाकांक्षा आपल्या मनात असण्याची तशी शक्यता कमीच. असो. तर आपण... म्हणजे भारतीय... परदेशात बऱ्याचदा दिसतो ते वरिष्ठ पदांवर, डॉक्टर, प्राध्यापक, सॉफ्टवेअर इंजिनिअर वगैरे.

आता आणखी एका क्षेत्रात आपण दिसायला लागलोय. घोटाळ्यांत. सध्या जगात गाजणाऱ्या अनेक आर्थिक घोटाळ्यांत भारतीय आघाडीवर आहेत. मग ते गोल्डमन सॅकसारख्या जगातल्या सगळ्यात मोठ्या व्यापारी बँकेच्या तोंडाला काळं फासणारा इनसायडर ट्रेडिंगचा आरोप लागलेले रजत गुप्ता असोत वा पॉलिकॉम कंपनीचा सुनील भल्ला असो. भारतीय नाही असा मोठा आर्थिक घोटाळा जगाच्या पाठीवर सध्या नाहीच की काय, असा प्रश्न पडावा इतके आपण जगात कार्यरत आहोत. यातलं ताजं नाव म्हणजे श्रीती वधेरा. अमेरिकेतील इनसायडर ट्रेडिंगपेक्षाही आकाराने मोठ्या असणाऱ्या घोटाळ्यानं युरोप... त्यातही ब्रिटन सध्या हादरलेलं आहे. तो घोटाळा म्हणजे लिबॉर किंवा लायबॉर. तो समजून घेण्यासाठी लिबॉर म्हणजे काय, याची ओळख करून घ्यायला हवी. लिबॉर हे लघुरूप आहे. लंडन इंटरबँक ऑफर्ड रेट या प्रक्रियेचं. म्हणजे जगातल्या मोठ्या, आंतरराष्ट्रीय बँका एकमेकांना ज्या व्याजदरानं पैसे देतात तो सरासरी दर म्हणजे लिबॉर. उदाहरणार्थ, लंडनमधली बार्क्लेज बँक आपल्या स्टेट बँकेला निधी देताना किंवा आपली एखादी बँक दुसऱ्या एका युरोपीय बँकेला पैसे देताना ज्या दरानं व्याज आकारते, त्याला लिबॉर म्हणतात.

हा लिबॉर घोटाळा सध्या प्रचंड गाजतोय. ब्रिटनची सारी सरकारी व्यवस्था या घोटाळ्यामुळे हादरलीये आणि त्यामुळे किती जणांना घरी जावं लागणार आहे या घोटाळ्यामुळे यावर तिकडे अंदाज बांधणं सुरू झालं आहे. कारण आतापर्यंत बार्क्लेज बँकेचे अध्यक्ष मार्कुस एजियस आणि मुख्य कार्यकारी अधिकारी बॉब डायमंड या दोघांना राजीनामा द्यावा लागलाय या घोटाळ्यामुळे. नक्की काय आहे हा घोटाळा.

नावात असल्याप्रमाणे लिबॉर लंडनमध्ये ठरतो. महत्त्वाच्या बँका एकमेकांच्या संपर्कात असतात आणि लिबॉर काय आणि किती आकारायचा ते ठरवतात. ही प्रक्रिया अर्थातच वाटते तेवढी सोपी नाही. कारण जगात इतकी चलनं आहेत त्या सगळ्यांच्या मूल्यांचा आधार घेऊन दर ठरवायचे असतात. त्यामुळे डॉलर, स्टर्लिंग पौंड, येन, युरो, रुपया... अशी अनेक चलनं, त्यांच्यामागची आर्थिक ताकद अशा सगळ्यांचा विचार करून लिबॉर ठरवला जात असतो. आणि ती काही एक्स्चेंजवर बोली लावून ठरणारी पारदर्शक... वरकरणी तरी... अशी व्यवस्था नाही. तरीही ती वर्षानुवर्षं सुरू आहे आणि तिच्या विश्वासार्हतेवर आतापर्यंत तरी कधी प्रश्न निर्माण झाले नव्हते.

ते पहिल्यांदा उपस्थित केले वॉल स्ट्रीट जर्नल या वर्तमानपत्रानं. गेलं आर्थिक संकट ऐन भरात असताना म्हणजे २००८ सालच्या मे महिन्यात या वर्तमानपत्रानं पहिल्यांदा एक पाहणी अहवाल सादर केला. त्यात म्हटलं होतं- जगातल्या काही अत्यंत बड्या बँकांनी... ज्यात बार्क्लेज होती... एचएसबीसी... जेपी मॉर्गन चेस, सिटी बँक आदींनी... लिबॉरचे दर ठरवताना लबाडी केली. म्हणजे या बँकांनी काय केलं, तर आपल्या आपल्यात पैशाची देवाणघेवाण करताना लिबॉरचा दर होता त्यापेक्षा कमी दाखवला. म्हणजे ज्या व्याजदरानं या बँकांनी पैसे घेतले त्यापेक्षा कमी व्याजदरानं घेतल्याचं त्यांनी अधिकृतपणे दाखवलं. त्यामुळे झालं काय तर या बँकांच्या खर्चाच्या रकान्यात कमी रक्कम भरली गेली, म्हणजे अर्थातच जमेच्या रकान्यात भर पडली आणि त्यामुळे आहेत त्यापेक्षा अधिक पैसे या बँकांकडे आहेत, असं चित्र निर्माण झालं. म्हणजे या बँका प्रत्यक्षात होत्या त्यापेक्षा अधिक सशक्त वाटू लागल्या.

पण वॉल स्ट्रीट जर्नलनं ही भानगड प्रकाशित केल्यावर हा प्रश्न चर्चेच्या गुऱ्हाळात आला. तिकडे वर्तमानपत्रांनी काही भानगड वगैरे प्रसिद्ध केली की त्याची दखल घ्यायची प्रथा असल्यानं या सगळ्याची चौकशी सुरू झाली. हे वर्तमानपत्र आंतरराष्ट्रीय. इंग्लंडमध्येही त्याच्या बातमीचे प्रतिसाद उमटले. प्रश्न पार्लमेंटमध्ये आला. पार्लमेंटनं बँक ऑफ इंग्लंडचे गव्हर्नर मर्व्हन किंग यांना स्पष्टीकरण देण्यासाठी बोलावलं. २००८ सालच्या नोव्हेंबर महिन्यात पार्लमेंटसमोर येऊन ते म्हणाले,

लिबॉरच्या दरानं ना बँका एकमेकांत पैशाची देवाणघेवाण करतात ना हा दर खरोखरच सांगितला जातो तेवढा असतो.

झालं. त्यांनी वॉल स्ट्रीटनं जे काही छापलं त्याची एकप्रकारे कबुलीच दिली. तिकडे अमेरिकेतही सरकारी यंत्रणा या प्रकाराच्या मुळाशी जाण्याचा प्रयत्न करीत होत्या. पुन्हा आपलीच बातमी असल्यानं वॉल स्ट्रीट हेही अधिक काही मिळतंय का त्याच्या मागावर होतं. २०११ साली त्याच्या हाती आणखी एक बातमी लागली. अमेरिकी सरकार बँक ऑफ अमेरिका, सिटीग्रुप आणि स्वित्झर्लंडची यूबीएस या तिघांच्या व्यवहारांची लिबॉरसंदर्भात चौकशी करत असल्याची. प्रकरणाला पुन्हा गती आली. पुढे यंदाच्या जून महिन्यात अमेरिकी यंत्रणेनं बार्क्लेज बँकेवर या संदर्भात थेट आरोपच केला आणि वट्ट ४५ कोटी डॉलर्सची नुकसानभरपाई मागितली. आपण अडकल्याचं लक्षात आल्यावर दुसरा काही पर्यायच नव्हता. या बँकेला ती भरावीच लागली. इतका फटका खाल्ल्यानंतर बँकेच्या वरिष्ठांना राजीनामा द्यावा लागणार, हे तर आलंच. त्यांनी ते दिले. आता कोणत्या बँकेच्या कोणाचा क्रमांक आहे, अशी चर्चा ब्रिटन आणि अमेरिकेत रंगात आलीय.

हा झाला या प्रकरणाचा सर्वसाधारण, ओळख करून देण्यापुरता आराखडा. मग यात भारतीयाचा संबंध कुठे येतो, तर त्याचं असं झालंय की ब्रिटनच्या पंतप्रधानपदी गॉर्डन ब्राउन असताना त्यांच्या आर्थिक सल्लागार होत्या श्रीती वधेरा. भारतीयांच्या पोटी... पण युगांडात... जन्मलेल्या या वधेराबाई ब्रिटनमध्ये अर्थतज्ज्ञ म्हणून ओळखल्या जातात. अनेक खासगी कंपन्या, यूबीएससारखी बलदंड बँक अशा अनेक ठिकाणच्या कामांचा अनुभव बाईंच्या पाठीशी आहे. तर पंतप्रधान ब्राउन साहेबांसमोर या वधेरा बाईंनी एक प्रस्ताव सादर केला. २००८ साली. रिड्युसिंग लिबॉर नावानं. सध्याच्या दोलायमान आर्थिक वातावरणात बँकांना स्थैर्य हवं असेल तर त्यांनी बेलाशक लिबॉर कमी करावा... असा सल्ला त्यांनी सरकारला आणि ब्रिटिश बँकांना दिला. आता पंतप्रधानांचा आर्थिक सल्लागारच असा छुपा मार्ग अवलंबावा असं म्हणत असेल तर फायद्यासाठीच टपून बसलेल्या बँका त्याचं पालन करणार नाहीत, असं कसं होईल. त्याप्रमाणे पडत्या फळाची आज्ञा शिरसावंद्य मानत बँकांनी लिबॉर कमी करण्याचा चोरटा मार्ग अवलंबला... आणि हे पुढचं लिबॉरायण घडलं. आता वधेराबाईंचीही चौकशी सुरू आहे.

वधेराबाईंचे आई-वडील अगदी अलीकडेपर्यंत भारतात होते. युगांडातूनही परत मध्ये ते इथं आले होते. परत गेले. तेव्हा सर्वार्थानं भारतीयपणाची... म्हणजे गुन्हेगाराला शासन न करण्याच्या व्यवस्थेची... मुळं थेट त्यांच्यात आहेतच. आपल्याकडे किती बँका बुडाल्या, किती खातेदार आयुष्यातून शब्दशः उठले... किती वृद्धांचं

निवृत्तिवेतन किती वित्तसंस्थांनी खाल्लं... किती विमा कंपन्यांनी ग्राहकांना त्यांची देणी दिलीच नाहीत... तेव्हा आपल्या देशी वातावरणात आर्थिक गुन्हेगार उजळ माथ्यानं मिरवू शकतात... त्यांना काहीच होत नाही... ही बाब इथून परदेशात जाणाऱ्यांच्या मनात आत कुठे तरी राहिलेली असेल का? उत्तर नकारार्थी देणं अवघड आहे. कारण ज्या गतीनं परदेशस्थ भारतीय जगात वेगवेगळ्या देशांत आर्थिक घोटाळ्यांत अडकतायत... ते पाहता मुळात आपल्याला आपल्या पद्धतीत सुधारणा करायलाच हवी.

अन्यथा ही अशी मेड इन इंडिया पाटी वागवणाऱ्या घोटाळेकारांची संख्या देशोदेशात अशीच वाढत राहायची.

२१ जुलै २०१२

# १६. मेकॉलेचे मारेकरी...

ओळखीचे एक प्राध्यापक आहेत. भाषातज्ज्ञ. कोणताही भाषाभेद निर्माण झाला की त्यांचा एक उपाय असतो. त्यांचं म्हणणं असं, की आपण हिमालयापासून कन्याकुमारीपर्यंत चालत निघायचं. मध्ये टप्प्याटप्प्यावर राहायचं. मुक्काम करायचा. स्थानिकांत मिसळायचं. असं करत करत जेव्हा आपण कन्याकुमारीला पोहोचू तोपर्यंत आपल्यातले भाषाभेद मिटलेले असतील आणि सर्व भाषा आपल्याला सारख्याच वाटायला लागतील.

हा प्रयोग कोणी करून बघितलेला नाही. त्यामुळे त्यांचा निष्कर्ष बरोबर आहे की नाही... हे अर्थातच कळायला मार्ग नाही. हल्ली जग जवळ आलंय वगैरे म्हणतात, पृथ्वी म्हणजे एक जागतिक खेडं आहे... असंही म्हणतात. फ्रान्सिस फुकुयामा यानं तर आपल्याला इतिहासाचाच अंत होणार असल्याचं सांगितलंय. भाषाभेदाबाबतीत असं कोणी सांगितलंय किंवा काय माहीत नाही; पण भाषा ही अजून तरी मानवसमूहातील अनेक दऱ्यांपैकी एक दरी आहे, हे नक्की. तसं नसतं तर फुकुयामाच्या नाकावर टिच्चून बेळगाव-कारवार वाद शिल्लक राहिला नसता. असो.

हे सगळं आता आठवायचं कारण म्हणजे ऑक्सफर्ड डिक्शनरी बनवणाऱ्यांपैकी एक पथक गेल्याच आठवड्यात भारतात येऊन गेलं. साहेबाच्या इंग्रजीचं शुद्ध तुपातलं रूप न्याहाळायचं असेल, शब्दाचा असा शुद्ध तुपातला अर्थ शोधायचा असेल तर या डिक्शनरीला पर्याय नसतो, हे तर सगळ्यांनाच माहीत आहे. म्हणजे या डिक्शनरीत आहे ते इंग्रजीचं शुद्ध रूप. इंग्रजीची बाकी सगळी रूपं इतर वर्गांत मोडतात. गमतीचा भाग असा, की ज्या ऑक्सफर्डचा संदर्भ या इंग्रजीच्या बाबत दिला जातो त्या ऑक्सफर्डमधल्या भाषाधुरिणांना काळजी लागली आहे ती इंग्रजीच्या घसरणीची. ते बिचारे ब्रिटिश इंग्रजीवर अमेरिकन इंग्रजीचा पगडा कसा वाढू लागलाय वगैरे मुद्द्यांवर चर्चा करत असतात. म्हणजे आपल्याकडे ज्या इंग्रजी शिक्षणासाठी सगळे धडपडत असतात ती इंग्रजी आता पहिल्यासारखी कशी राहिलेली नाही... असे उसासे इंग्लिश विद्वान सोडत असतात.

यातून सरळ अर्थ दिसतो तो असा, की भाषा ही नेहमी सुदृढ अर्थव्यवस्थेच्या

आसऱ्याला जाते. अमेरिकी अर्थव्यवस्था आता जगात पहिल्या क्रमांकावर आहे... साहजिकच अमेरिकी इंग्लिश हे अर्थव्यवस्थेमुळे मागे पडलेल्या ब्रिटिशांच्या इंग्रजीपेक्षा आघाडीवर आहे. उद्या फ्रान्सनं समजा अमेरिकेची जागा घेतली तर सारं जग उलाला म्हणायला लागेल. याचा अर्थ असाही घेता येईल का की समजा अशोकाचं साम्राज्य जगभर पसरलं असतं तर त्याच्या राज्याची भाषा जगाची भाषा झाली असती का? सामाजिक अंगानं भाषेकडे पाहणाऱ्यांच्या मते तसं नक्कीच झालं असतं. इंग्रजी जगाची भाषा झाली कारण ब्रिटिशांचं जगावर राज्य होतं. सोळाव्या शतकात सुरू झालेला हा साम्राज्याचा विस्तार पुढे इतका झाला, की १९२२ पर्यंत एक चतुर्थांशपेक्षाही अधिक जगावर ब्रिटिशांचं राज्य होतं. २२ जून १८९७ ला जेव्हा ब्रिटनची राणी व्हिक्टोरिया हिच्या राज्यारोहणाचा हीरक महोत्सव साजरा झाला तेव्हा जगातील जवळपास सर्व देशांचे प्रमुख राणीचं अभीष्टचिंतन करायला हजर होते. इंग्रजीचा प्रसार झाला तो यामुळे. दुसऱ्या महायुद्धानंतर जगाचं केंद्र लंडनमधून वॉशिंग्टनला सरकलं... आणि अर्थातच साहेबाच्या इंग्रजीला उतरण लागली.

तर मुद्दा हा की गेल्या आठवड्यात ऑक्सफर्डचं पथक भारतात आलं होतं ते कोणकोणत्या नव्या शब्दांचा अंतर्भाव इंग्रजी शब्दकोषात करता येईल याची चाचपणी करण्यासाठी. आजमितीला जवळपास ७०० भारतीय शब्द ऑक्सफर्ड इंग्रजी शब्दकोषात इंग्रजी शब्दांच्या मांडीला मांडी लावून बसले आहेत. म्हणजे आपल्याकडचा गुरू आणि इंग्रजीतला गुरू यात आता काहीही फरक नाही. गुरू हा शब्द इंग्रजीच झालाय. जेम्स कॅमेरून... म्हणजे टायटॅनिक या भव्य सिनेमाचा निर्माता/दिग्दर्शक... यानं जेव्हा दुसरा तितकाच भव्य सिनेमा काढला त्याचं नाव होतं अवतार. हा शब्द काही आपल्या अवताराचा इंग्रजी अवतार नक्कीच नाही. म्हणजे आपला अवतार आणि इंग्रजी अवतार यात काहीही फरक नाही. असे कित्येक शब्द सांगता येतील. आपला आर्य इंग्रजीनं तसाच्या तसा गिळंकृत केला. आपल्या भाषेत जे चक्र फिरतं तेच चक्र इंग्रजीतही तसंच फिरतं. आपला धर्म हा इंग्रजीतही धर्मच असतो आणि आपल्याकडे निर्वाण ज्या अर्थानं घेतलं जातं त्याच अर्थानं इंग्रजीतही घेतलं जातं. आता वास्तविक राजा राममोहन रॉय आणि अन्यांच्या प्रयत्नांमुळे सतीची प्रथा कधीच बंद झाली; पण बंद व्हायच्या आधी सती या शब्दाची इंग्रजीतही त्याच अर्थानं प्रतिष्ठापना झालेली आहे, याची आपल्याला कल्पनाही नाही. आपला पंडित हा इंग्रजीतही पंडित असतो आणि आपला पडदा हा शब्द थोडंसं स्पेलिंग बदललं की इंग्रजीतही तेच काम करतो. झाकण्याचं. आपली धोती इंग्रजी झाली आहे, बिंदी इंग्रजी झाली आहे, आपल्याप्रमाणे इंग्रजीतही चटणी त्याच चवीनं खाल्ली जाते आणि आपल्याप्रमाणे इंग्रजीतही घी असतं. करी तर काय इंग्रजांनी राष्ट्रीय पदार्थच बनवून टाकली आहे आणि कबाब हेही

इंग्रजीतच घरोघरी पोहोचले आहेत. गेल्या दोनेक वर्षांत आणखी जवळपास आपल्या ८० शब्दांनी इंग्रजी शब्दसंग्रहात कधीच घर केलंय. बदमाश, बंद ही आपली इंग्रजीला देणगी. भगवान हादेखील आपणच दिला. इंग्रजीत मोटारीच्या मागे सामान ठेवायच्या जागेला बुट म्हणतात. आपण त्याचं डिकी कधी केलं, त्यांनाही कळलं नाही. हिंदुत्व आणि स्वदेशी हे शब्दसुद्धा ऑक्सफर्डला जसेच्या तसे स्वीकारायला लागले.

हे एका अर्थानं कौतुकाचंही नाही का? म्हणजे इंग्रजी अन्य भाषांपेक्षा जास्त लवचिक असल्यामुळे ती इतर शब्द सहज आत्मसात करते असाच त्याचा अर्थ. इंग्रजी भाषातज्ज्ञांच्या मते इंग्रजीमधली शब्दसंख्या तब्बल १० लाखांच्या घरात आहे. आता त्यातले ७०० आपले... म्हणजे भारतीय आहेत. आपण जसे मोठे होऊ... आपली अर्थव्यवस्था अधिक बलवान होईल... तेव्हा आणखी भारतीय शब्द इंग्रजीत... तेही ऑक्सफर्ड डिक्शनरीत... दिसू लागतील. खरोखरच वाढलो आपण तर इंग्रजीवर आता भारताचा प्रभाव कसा आहे... याची चर्चा तज्ज्ञ करू लागतील.

... आणि तरीही हे काहीही कळत नसलेले आपण भारतीय इंग्रजी माध्यमांच्या शाळांत आपल्या पोराटोरांना प्रवेश कसा मिळेल याचीच चिंता करत राहू. भाषा हे माध्यम आहे... वाहक आहे... त्यातून जे काही सांगायचं त्यात सत्त्व असायला हवं. महत्त्व त्या सत्त्वाला आहे. जे काही वाहून न्यायचं त्याला आहे... वाहकाला नाही, हे आपल्याला कधी कळणार हा प्रश्न आहे.

आपलं इंग्रजी कच्चं आहे, म्हणून तीनेकशे वर्षांपूर्वी तो लॉर्ड मेकॉले आपल्याला हसला होता. त्याचं ऐकून आपल्या किती पिढ्यांनी इंग्रजी कच्चं आहे म्हणून शाळेत शिक्षकांच्या हातच्या पट्ट्या खाल्ल्या. आता आपणच त्या मेकॉलेच्या मताचे मारेकरी ठरू शकतो याची जाणीव आपल्याला नाही.

म्हणून तर मराठी माध्यमाच्या शाळांचे प्राण कंठाशी आलेत.

०७ ऑगस्ट २०१२

# १७. यशबळी...!

यश म्हणजे काय? आजचं यश हे उद्याच्या यशाची हमी देत असतं का? त्या यशाचा आकार मोजायची काही पद्धती असते का? असे बरेच प्रश्न सध्या अनेकांना अनेकांच्या उदाहरणावरनं पडलेत.

मायक्रोसॉफ्ट, ॲपल आणि या दोन्ही उद्योगांना जन्म देणारी अमेरिका हे तिघेही वैश्विक यशस्वितेचं मूर्तिमंत प्रतीक. मायक्रोसॉफ्टचा प्रणेता बिल गेट्स, ॲपलकार स्टिव्ह जॉब्स आणि अशा अनेक कर्तृत्ववानांना घडवणारा अमेरिका यांच्या इतकं यश कोणीच पाहिलेलं नसावं. पण या यशाचं भान असावं लागतं. कारण ते नसेल तर त्याच्या रहाटगाडग्यात यशस्वीदेखील फिरत राहतो. व्हॅनिटी फेअर या मासिकाच्या ताज्या अंकात विख्यात पत्रकार कुर्त आयशेनवाल्ड (याच्या कॉंस्पिरसी ऑफ फुल्स या एन्रॉनवरील पुस्तकाचा परिचय गेल्या शनिवारच्या बुक अप सदरात करून देण्यात आला होता.) यानं एका अप्रतिम लेखात या तीन उदाहरणांच्या निमित्तानं यशापयशाच्या रहाटगाडग्याचा वेध घेतलाय. माहिती-तंत्रज्ञानाच्या अनेक नियतकालिकांत सध्या हा लेख चर्चेचा विषय बनलाय. या क्षेत्रातील अनेक मान्यवरांना या लेखानं भाष्य करायला लावलंय.

२००० सालच्या डिसेंबरपर्यंत बिल गेट्सची मायक्रोसॉफ्ट ही कंपनी उद्योगक्षेत्राची जागतिक सरताज होती. जगात मायक्रोसॉफ्ट इतकी चांगली दुसरी कोणती कंपनी असूच शकत नाही असंच एकंदर वातावरण. बिल गेट्स हा संगणक युगाचा अनभिषिक्त सम्राट गणला जात होता. योगायोग म्हणजे अमेरिकाही त्या वेळी ऐन भरात होती. संगणकाच्या क्षेत्रात राज्य होतं बिल गेट्स याचं. तर जगातल्या एकमेव महासत्तेवरचं बिल क्लिंटन यांचं राज्य नुकतंच संपलं होतं. त्या वेळी मायक्रोसॉफ्टच्या एका समभागाचा दर होता ११९.९४ डॉलर इतका. संपत्ती मूल्याच्या बाबतीत जगातली सर्वाधिक श्रीमंत कंपनी मायक्रोसॉफ्ट होती. त्या वेळी तिची मार्केट कॅप होती ५१,००० कोटी डॉलर्स इतकी.

स्टिव्ह जॉब्स याच्या ॲपलला आकार येऊ लागायचा हाच काळ. आपण काय करणार आहोत, याची स्पष्ट जाणीव जॉब्स याला झाली होती. पण जगाला पूर्णांशानं व्हायची होती. त्यात बिल गेट्सच्या भोवतीची प्रभावळ त्या वेळी इतकी

तेजःपुंज होती की त्यामुळे स्टिव्ह जॉब्सची दखल कोणी घेण्याची शक्यताही नव्हती. त्याच्या ॲपल कंपनीच्या समभागाचा दर त्या वेळी होता फक्त ८.१९ डॉलर्स इतका. कंपनीचा आवाका होता ४८० कोटी डॉलर्स इतका.

नव्वदीच्या दशकात आणि त्यानंतर जगातील अत्यंत बुद्धिमान, कल्पक अभियंत्यांचे पाय रेडमंडच्या दिशेनेच जात होते. कारण तिथं मायक्रोसॉफ्टचं मुख्यालय आहे. प्रत्येक उत्तम, अभ्यासू अभियंत्याला आपण आज ना उद्या मायक्रोसॉफ्टमध्ये काम करावं, असं वाटत होतं. अशाच काही प्रतिभावंत अभियंत्यांनी १९९८ साली एक नवीन कल्पना मांडली. त्यात पाटीसारख्या संगणकाच्या आकारात पुस्तक वाचायची सोय होती. त्यांनी ते उत्साहानं बिल गेट्सला दाखवलं. आश्चर्य हे की गेट्सनं त्याकडे पाहून नाक मुरडलं आणि असलं काहीही तयार करण्याची कल्पना फेटाळून लावली. बिल गेट्स याला विंडोजच्या पलीकडे जग पाहाताच येत नव्हतं. आपलीच निर्मिती असलेल्या विंडोजच्या प्रेमात तो इतका पडला होता की त्याला पुढचं काही दिसतच नव्हतं.

त्यानंतर २००७ सालच्या नोव्हेंबर महिन्यात ॲमेझॉन कंपनीचा किंडल हा पुस्तक वाचायचा संगणक आला. प्रचंड यशस्वी झालं हे उत्पादन. काही कोटींनी हे किंडल्स विकले गेलेत. त्यानंतर तीन वर्षांनी स्टिव्ह जॉब्सच्या ॲपलचं आयपॉडही आलं.

याचा अर्थ असा, की नंतर साऱ्या जगाला ज्या उत्पादनानं नादावलं त्या उत्पादनाची कल्पना गेट्स याच्या कंपनीकडे कधीच तयार होती. मग त्यानं का नाही राबवली ती. उत्तर साधं आहे. त्या उत्पादनाचा चेहरा त्याला अजिबात आवडला नाही. हे नवीन बाळ जराही विंडोजसारखं दिसत नाही... असं गेट्स त्या वेळी म्हणाला होता. गेट्स आपल्याच निर्मितीच्या इतक्या प्रेमात पडला होता की त्यापेक्षा वेगळं काही असतं आणि तेही बरं असू शकतं... हेच त्याला कधी लक्षात आलं नाही. हे किंडलचं आणि नंतर आयपॉडचं यश त्याला इतकं लागलं की त्यानं नंतर तशी उत्पादनं तयार करण्याचा प्रयत्न केला. काही फार जमलं नाही त्यातून. कारण पहिल्याची नक्कल होऊ शकते. यशाची नक्कल करता येत नाही. वैयक्तिक संगणक, म्हणजे पीसी, चालवणारी प्रणाली विंडोज, मायक्रोसॉफ्ट ऑफीस आणि व्यवसायांसाठी लागणाऱ्या संगणकांची प्रणाली ही तीन उत्पादनं ही गेट्सची जगाला देणगी. त्यावर त्याचीच मक्तेदारी होती. अजूनही आहे काही प्रमाणात. ही उत्पादनं त्यानं जगाला दिली तेव्हा त्यानं मक्तेदारी मोडली ती आयबीएम या कंपनीची. मायक्रोसॉप्टच्या आधीही संगणक होते. मोठमोठे. खोलीएवढ्या आकाराचे. त्यात आयबीएमची दादागिरी होती. गेट्सनं संगणकाला छोटं केलं... अगदी मांडीवर घेऊन काम करता येईल इतकं छोटं. ती क्रांती होती.

पण त्या क्रांतीच्या आनंदात पुढच्या क्रांतीच्या खुणा त्याला दिसल्या नसाव्यात. कारण विंडोजनंतरच्या संगणकीय काळात डिजिटलायझेशन हे मोठ्या प्रमाणावर होणार आहे. संगीताचं, चित्रांचं, छायाचित्रांचं डिजिटलायझेशन ही पुढच्या काळाची गरज आहे, हे त्याला लक्षातच आलं नाही. त्यामुळे २००१ सालच्या ऑक्टोबर महिन्यात जेव्हा ॲपलनं संगीताचा साठा काड्यापेटी एवढ्या खोक्यात साठवून ठेवणारा आयपॉड आणला, तेव्हा गेट्स ते उत्पादन बघून हसला होता. पण हे उत्पादन इतकं प्रचंड लोकप्रिय झालं की जगभरात कानोकानी आयपॉड्स दिसू लागले. अखेर त्याची दखल गेट्सलाही घ्यावी लागली. त्यानं २००६ साली आयपॉडच्या धर्तीवर झुन नावानं आपला आयपॉड आणला. तो काही अर्थातच चालला नाही. चार वर्षांतच हे उत्पादन बिल गेट्सला बंदच करावं लागलं. इतकं पडलं ते. २०१० साली ॲपलनं आपला आयपॉड आणला. तेव्हाही गेट्सनं फार काही केलं नाही. आता दोन वर्षांनी गेल्या महिन्यात त्याला स्वतःचं आयपॉडसारखं उत्पादन आणावं लागलंय. त्यांचा सरफेस हा टॅब्लेट पीसी बाजारात आलाय.

अर्थातच मायक्रोसॉफ्ट बाजारात घसरलाय. आज मायक्रोसॉफ्टचे समभाग गडगडत असताना गेट्सच्या ॲपलच्या एका समभागाची किंमत आहे ६१४.३२ डॉलर इतकी. म्हणजे ८ डॉलरवरून तो इतका वर गेलाय. तर त्याच्या कंपनीची मार्केट कॉप आहे ५७४०० कोटी डॉलर्स इतकी. आधी होती फक्त ४८० कोटी डॉलर्स. आज परिस्थिती अशी आहे, की ॲपलच्या आयफोन या एकाच उत्पादनाचा महसूल हा अख्ख्या मायक्रोसॉफ्ट कंपनीच्या महसुलापेक्षा अधिक आहे.

हे असं का झालं. हा प्रश्न स्टिव्ह जॉब्सलाही विचारला गेला होता. त्यावर त्याचं उत्तर होतं : मायक्रोसॉफ्टची खरी समस्या आहे बिल गेट्स हीच. त्याला फक्त व्यवसायात रस आहे. म्हणजे नवनवी उत्पादनं आणण्यापेक्षा व्यवसाय वाढवणं हेच त्याचं ध्येय आहे. संपत्तीनिर्मिती ही दुय्यम असायला हवी. उत्तमोत्तम उत्पादनं कशी देता येतील हे ध्येय असायला हवं.

आंतरराष्ट्रीय अभ्यासकांचं म्हणणं हेच आहे. जे मायक्रोसॉफ्टच्या बाबतीत घडलं तेच अमेरिकेच्या बाबतीतही घडतंय. केवळ संपत्तीनिर्मिती हेच त्या देशाचं ध्येय राहिलं... नवनवीन असं काही त्या देशानं केलंच नाही. मायक्रोसॉफ्टची घसरण आणि अमेरिकेची घसरण ही त्यामुळेच अशी समांतर आहे.

याचा अर्थ इतकाच, की नुसतं यश मिळून चालत नाही. पुढच्या मोठ्या यशाकडे लक्ष असावं लागतं. तसं नाही झालं तर आपलं यशच आपल्या जीवावर उठतं. आपणच आपले यशबळी ठरतो!

१८ ऑगस्ट २०१२

# १८. खणखणीत लव्हाळी...

जन्माला आल्यापासून आहे तसंच आहे, असं एक उत्पादन आपल्या आसपास आहे... अगदी जगभर आहे! हातातला मोबाइल कितीतरी बदलला, बदलत गेला आणि त्याच्या मूळ उपयोगापेक्षा आणखी बरीच कामं करू लागला... पण 'ती' तशी नाही... तंत्रज्ञानबदलाच्या अनेक लाटा येऊनही ती लव्हाळ्यासारखी टिकून राहिली... उपयुक्ततेचं नाणं खणखणीत असल्यावर मग काय!

हल्ली सगळं कसं सारखं बदलतच असतं. बदल हा सृष्टीचा स्थायीभाव पूर्वीही होताच. पण हल्लीच्या काळात तो जरा जास्तच लवकर लवकर व्हायला लागलाय.

माहिती-तंत्रज्ञानानं तर एकंदरच बदलण्याच्या कल्पनेला इतका जोर दिलाय की त्या क्षेत्रात म्हणे तीन महिन्यांचंच वर्ष समजलं जातं. म्हणजे फक्त तीन महिन्यांपूर्वीची एखादी वस्तू या क्षेत्रातल्या मंडळींना... शी किती जुनी आहे... अशी वाटू लागते. या क्षेत्रात वाढदिवसही तीन तीन महिन्यांनी साजरे करतात की काय, ते माहीत नाही. पण दर तीन महिन्यांनी काही ना काही या क्षेत्रात नवं घडावंच लागतं. सॉफ्टवेअर असेल, हार्डवेअर असेल सगळ्यात बदल होत राहायला हवा. तसा तो होईनासा झाला की अगदी कालबाह्यच समजायला लागलेत हल्ली.

उदाहरणार्थ आयफोन. जगात पहिला आयफोन जन्मला तो २००७ साली. तो येऊन जरा कुठे स्थिरावतोय तर त्याच्या एक-दोन अशा आवृत्त्या येत गेल्या. एक आला, दुसरा आला... आणि आता काल तर आयफोन फाइव्ह आलादेखील. म्हणजे दर वर्षाला एक अशा गतीनं या फोनच्या नवनव्या आवृत्त्या येत गेल्या. मानवनिर्मिती सोडली तर वर्षाला एक अशी आवृत्त्यांची गती ऐकायची सवय नाही आपल्याला. पण तिकडे असं अनेक उत्पादनांचं होतं. ॲपलला तोंड द्यायला जन्माला घातलेल्या सॅमसंग कंपनीच्या गॅलॅक्सी या फोनचंही तसंच. आवृत्त्यांवर आवृत्त्या निघाल्या त्या फोनच्या. आणि पंचाईत ही की नवीन आवृत्ती हाती नसेल तर आपल्याला बिच्चारं वगैरे समजतात तरुण पोरं. म्हणजे किती गरीब आहे... बिच्चाऱ्यावर अजूनही ॲपल तीनवर दिवस ढकलायची वेळ आलीये... असं हल्ली पोरांना वाटतं. पूर्वीच्या

प्रीमिअर पद्मिनी वगैरे वापरताना कोणाला बघून कशी आता प्रतिक्रिया होते काहींची, तसंच.

प्रश्न असा, की हे इतकं बदलणं आवश्यक असतं का? आवश्यक असेल तर कोणासाठी? आपल्यासाठी की त्यातल्या कंपन्यांसाठी? असा बदल घडवून आणणं ही त्यांची बाजारपेठीय गरज असेल, आपण का तिला शरण जायचं? आणि बदल म्हणजेच प्रगती का? बदल हा समपातळीवरही असू शकतो... म्हणजे उंची न वाढता एखादा आडवा वाढू शकत असेल तर? तरीसुद्धा प्रत्येक बदल हा उंच घेऊन जातोय आपल्याला; असं समजायचं का, शिवाय... फोनचं मुख्य काम समोरासमोर नसणाऱ्या किमान दोघांत संभाषण घडवून आणणं हे नाही का? तसं असेल तर मग उगाच यानं चित्रं काढता येतात, छायाचित्रं काढता येतात, त्यावर गाणी ऐकता येतात... हा सल्ला देतो, तो रस्ता दाखवतो... या सगळ्याची खरोखरच गरज असते का, असा प्रश्न आपल्याला पडतो का?

ते जाऊ द्या. पण जन्माला आल्यापासून आहे तसंच आहे आणि आजही कालबाह्य झालेलं नाही, आपली उपयुक्तता गमावून बसलेलं नाही... असं एखादं उत्पादन सध्याच्या काळात आहे का?

आहे. आश्चर्य वाटेल. पण ते उत्पादन म्हणजे पेपर क्लिप. जवळपास दीडशे वर्षांपूर्वी ती जन्माला आली. पण तिच्यात काहीही बदल झालेला नाही. आहे तश्शीच आहे. सडसडीत. वळणदार. हाताशी असावी असं वाटेल अशी आणि घट्ट धरून ठेवणारी... अर्थातच कागदांना. तिचीच– म्हणजे पेपर क्लिपची– ही कथा.

खरं म्हणजे पेपर क्लिपच्या जन्माच्या आधीही कागद होताच. फक्त तो कापडाचा असायचा. इसवी सनाच्या पहिल्या शतकात चीनमध्ये कापडावर लिहून ठेवायची पद्धत सुरू झाली. पण हे प्रकरण महाग होतं. त्यामुळे जे कायमस्वरूपी जतन करायचं आहे तेच कापडावर लिहून छान त्याची पोथी बनवून ठेवून दिलं जायचं. कापड जड. तितकं काही ते लिहिताना उडायचं नाही. पण पुढे दोघांचा जन्म झाला. एक म्हणजे कागद. लाकडाच्या लगद्यापासून स्वस्तात कागद बनवायची कला विकसित झाली आणि कागद सर्रास वापरला जाऊ लागला. या कागदाच्या प्रसारामुळे आणखी एक संस्था जन्माला आली...

कारकून. सरकारी मेजावर वेगवेगळ्या प्रकारच्या कागदांवर वेगवेगळे आदेश लिहिणं, सरकारी नोंदी सांभाळणं वगैरे अनेक कामं कारकून या संस्थेच्या बोकांडी बसली. त्यामुळे सरकारी कचेरीत कागदांच्या डोंगरामागे लपलेला कारकून हे सर्रास दिसणारं चित्र होतं त्या वेळी. त्याची कामांची जबाबदारी जसजशी वाढली तसतशी आणखी एक गरज निर्माण झाली.

ती म्हणजे या कागदांना धरून ठेवील अशा काही युक्तीची. पेपर क्लिपच्या जन्माची कहाणी इथपासून सुरू होते.

औद्योगिक क्रांतीची मशाल ज्याच्या हाती होती त्या इंग्लंडसह अनेक देशांत कागद धरून ठेवणाऱ्या उपकरणासाठी खटपटी लटपटी सुरू होत्या. त्यात बऱ्यापैकी यशस्वी होण्याचा मान जातो अमेरिकेतील सॅम्युएल फे या व्यक्तीस. त्यानं अंगावरच्या शर्टास कागदपत्रं डकवण्यासाठीचा चिमटा बनवला. पठ्ठा इतका उद्योगी होता की त्याचं पेटंटही त्यानं घेऊन ठेवलं. किती साली? तर १८६७. म्हणजे आपल्याकडे तात्या टोपे, झाशीची राणी आदींचा पहिला स्वातंत्र्यलढा शांत होत असताना अमेरिकेत हा चिमटा जन्माला आला होता. त्यावर आणखी एका व्यक्तीनं काम केलं. अर्लमन राइट यानं वर्तमानपत्रं एकत्र ठेवता येतील अशी क्लिप तयार केली. ही घटना पहिल्या चिमट्याच्या जन्मापासून दहा वर्षांनंतरची. म्हणजे १८७७ सालची. इकडे अमेरिकेत अशी क्लिप जन्माला येत असताना त्यांचा लहान अवतार ब्रिटनमध्ये अवतरला. दरम्यान, लोखंडाची तार कागदांसाठी वापरण्याची पद्धत आलीच होती. पण त्यामुळे एक तर कागद फाटायचे आणि दुसरं म्हणजे त्यांचं लोखंड गंजलं की तो गंज कागदावरही पसरायचा.

यात बदल झाला तो स्टेनलेस स्टीलच्या शोधानंतर. दरम्यानच्या काळात कागद एकत्र ठेवण्यासाठी काही ना काही तयार करायचे उद्योग सुरूच होते. त्यातूनच जन्माला आली आजची पेपर क्लिप. १८९९मध्ये विल्यम मिडलब्रूक या व्यक्तीनं या क्लिपसाठीच्या पहिल्या पेटंटसाठी अर्ज केला. गंमत म्हणजे त्याला पेटंट हवं होतं ते क्लिपसाठी नाही, तर त्या क्लिपा बनवणाऱ्या यंत्राच्या रचनेसाठी. एकाखाली एक अशी तीन चक्र. त्यातून एक तार जातीये. पहिल्यातून जाताना ती डावीकडे वळते. मग उजवीकडे आणि मग पुन्हा डावीकडे. तिसऱ्या वळणानंतर ती तार कापली जाते आणि क्लिप तयार. ही क्लिप बघता बघता जगभर पोचली. जगात आज कितीही अप्रगत मागास... संगणकही नसलेले वगैरे प्रदेश असतील. पण पेपर क्लिप नाही, असा प्रदेश सापडणार नाही.

या विल्यमचं महत्त्व एवढ्यासाठी, की त्यानं जी क्लिप बनवली तीत आजतागायत तसूभरही बदल झालेला नाही. त्रिकोणी टोकाच्या, लांब अशा क्लिपा आल्या. पण मूळ आकार तसाच राहिला. ब्रिटनमध्ये त्यांना जेम क्लिप्स असं म्हटलं जायचं. १९०४मध्ये कुशमन ॲण्ड डेनिसन या कंपनीनं जेम (हिरा) नाव देऊन त्या क्लिपांचं पेटंट घेऊन टाकलं. या जेम्स क्लिपा इतक्या लोकप्रिय झाल्या की पेपर क्लिप्सला युरोपभर जेम क्लिप्स असंच म्हटलं जायचं. स्वीडनमध्ये तर पेपर क्लिप म्हणजेच जेम असं समीकरण बनून गेलं. म्हणजे तिथं कोणी क्लिप दे

म्हणत नाही, तर जेम दे असं म्हणतात. आपल्याकडे या पेपर क्लिपच्या यू पिना झाल्या. असो.

ज्या काळात बदलल्याशिवाय टिकता येणार नाही, असं सारखं सांगितलं जातं त्याच काळात या क्लिपा बदलाच्या नाकावर टिच्चून आहे तशाच आहेत. एवढं माहिती-तंत्रज्ञान आलं, जग बदललं, पण ही क्लिप जराही बदलली नाही. संगणकानं फाइल या शब्दाला नवीन अर्थ दिला. पण ही फाइल प्रत्यक्षात आली की तिच्यातले कागद धरून ठेवायला अगदी बिल गेट्स आणि स्टिव्ह जॉब्स यांनाही हीच क्लिप वापरावी लागते. तीच ती. १८९९ साली जन्माला आलेली.

काळाच्या महापुरानं अनेकांना बदलायला लावलं... लव्हाळीसारखी ही क्लिप तेवढी वाचली. शेवटी उपयुक्ततासुद्धा बंद्या नाण्यासारखी असावी लागते, हेच खरं.

१५ सप्टेंबर २०१२

# १९. व्यक्ती आणि व्यवस्था

ममताबाईंनी हा कारखाना बंद केला, नरेंद्रभाईंनी तो आपल्याकडे सुरू करण्याचा निर्णय घेतला. तो बंद का केला म्हणून ममताबाईंना त्यांच्या कोणी काही विचारलं नाही, तसंच तो सुरू का केला म्हणून नरेंद्रभाईंना त्यांच्या कोणी विचारलं नाही. एकाचा लहरीपणा नकारात्मक म्हणून त्यावर टीका करायची आणि दुसऱ्याचा लहरीपणा विधायक म्हणून त्याचं कौतुक करायचं. प्रगती होत असेल, तर यात वाईट काय?

... या संभाषणाची गाडी महाराष्ट्रापाशी आल्यावर मात्र कौतुकाचा तो परिचित सूर बदलला होता... त्याऐवजी एक फरक स्पष्ट होत होता...

मध्यंतरी एक उद्योगपती भेटले. तसे नामांकितच. दोनेक हजार कोटींची उलाढाल. खूप लांबचं बघणारे म्हणून ओळखले जातात. त्यामुळे पुढच्या काही वर्षांत पाचेक हजार कोटींवर पोहोचणार हे नक्की. पण वागा बोलायला साधे. एरवी रिझर्व्ह बँकेतला कारकूनसुद्धा प्रत्येक नोटेवर आपल्याला सही करावी लागत असल्यासारखा वागतो, असा आपला अनुभव. पण त्यामानानं हे काहीच न मिरवणारे असे. परत मोकळे. हाही तसा वेगळेपणाच. याचं कारण असं की संपत्तीनिर्मितीतली माणसं नेहमी गोडगोडच बोलतात. कदाचित या गोडबोलेपणातच संपत्तीनिर्मितीची कौशल्यं दडलेली असावीत. तसंही असेल. पण हे मोडेन पण वाकणार नाही असा बाणा नसूनही स्पष्ट बोलणारे.

... तर ओळखीनंतर सुरुवातीचे काही क्षण येतं ते अवघडलेपण मागे पडल्यानंतर हे बोलायला लागले. विषय अर्थातच त्यांच्या क्षेत्राशी संबंधित. म्हणजे आपल्या राज्यकर्त्यांना कसं काहीच कळत नाही, ज्याला कळतं त्याला नको त्या गोष्टीतच रस कसा असतो, पावलापावलावर अडथळे कसे आणले जातात... भ्रष्टाचार ही समाजाला लागलेली कीड कशी आहे... असं सगळंच आलं. बऱ्याचदा ही उद्योगपती वगैरे मंडळी आपण उद्योग करतो ते कसे समाजाच्या भल्यासाठीच, अशी एक बकवास भावना बोलून दाखवत असतात. तसं यांचं नव्हतं. यांची भूमिका चांगलीच वास्तववादी. त्यामुळे त्यांचे अनुभव ऐकताना बऱ्याच गोष्टी कळत होत्या.

हल्ली उद्योगपतींच्या व्यापारविषयक क्षेत्रातल्यांच्या चर्चेचा शेवट हमखास एका मुद्द्यावर होतो. तो म्हणजे गुजरात. म्हणजे बाकी सगळ्या देशांत काळाकुट्ट अंधार

असताना गुजरात कसा नरेंद्र मोदी यांच्यासारख्या स्वयंप्रकाशित नेत्याच्या तेजानं उजळून निघालाय, असं ऐकायला येत असतं. त्यांच्या अनुभवापुरतं ते खरंही असतं. एरवी महाराष्ट्रासारख्या प्रगतिशील राज्यात शेतीक्षेत्राच्या विकासाचा दर शून्याच्याही खाली जात असताना शेजारच्याच राज्यात हा दर दुहेरी आकड्याइतका होणं हे खरंच कौतुकास्पद. वास्तविक, गुजरात हा काही बिहारसारखा नैसर्गिक साधनसंपत्तीनं समृद्ध असा प्रदेश नाही. शिवाय बऱ्याच मोठ्या विभागात बरंच वाळवंटही आहे. तरीही गुजरात बरंच काही करू शकला, हे दुर्लक्ष करण्यासारखं नाहीच. महाराष्ट्राप्रमाणे गुजरातमध्येही विजेची कमतरता होती. परंतु वेगवेगळ्या उपायांनी ती कशी कमी केली आणि त्या उपायांचा प्रारंभ महाराष्ट्रात त्याच वेळी होऊनही इथं ती का नाही कमी होऊ शकली... हे आपण कळून घेतलं की गुजरातचं मोठेपण कळायला मदत होते.

तेव्हा आता आपल्याला गुजरातेत प्रगतीचा वारू कसा चौखूर उधळला आहे हे ऐकायचं आहे, अशी मनाची तयारी झाली. हे उद्योगपतीमहाशय भरभरून बोलत होते गुजरातबद्दल. यातल्या बऱ्याचशा गोष्टी इतर अनेक उद्योगपतींनी आधीच बोलून झालेल्या होत्या. त्या आपल्या डोक्यात जाणार नाहीत याची खबरदारी घेत या उद्योगपतीला ऐकणं सुरू होतं. मग चर्चा यथावकाश त्यांच्या उद्योगविस्ताराकडे वळली. तेव्हा मात्र तीच तीच चर्पटपंजरी ऐकून आलेली सुस्ती एकदम निघून गेली.

कारण बोलता बोलता या उद्योगपतींना मी विचारलं होतं, त्यांच्या भावी कारखान्याबद्दल. तेव्हा हा कारखाना मी गुजरातमध्ये काढणार नाही, असं ते बोलून गेले. लक्षात आलं, ही गंमतच आहे. इतकं सगळं गुजरातमध्ये आहे. उद्योगस्नेही मुख्यमंत्री, संवेदनशील आणि कार्यक्षम असं प्रशासन. तेव्हा पुढचा कारखाना या उद्योगपतीचा गुजरातेतच असायला हवा, हे उघड आहे. पण त्यालाच हे नाही म्हणतायेत. एखादा पदार्थ आवडल्याची इतकी स्तुती करायची आणि खायला मात्र दुसरंच काही मागायचं... तसाच हा प्रकार. पण ते गंभीर होते. म्हणायचं म्हणून म्हणत नव्हते, की मी गुजरातमध्ये कारखाना काढणार नाही.

असं का? हा प्रश्न पडणं साहजिकचं होतं. मी तसं लगेच त्यांना विचारलं. उत्तरादाखल त्यांनी प्रतिप्रश्न केला.

केंद्रात ए. राजा यांचा दूरसंचार घोटाळा झाला, तो कशानं?

मी सांगितलं... त्याविषयी वाचून आणि लिहून इतकं काही पाठ झालं होतं की राजाइतक्याच अधिकारवाणीनं त्याविषयी माहिती देता येत होती. ती त्यांनी ऐकली. वर विचारलं... या सगळ्याचा अर्थ काय?

मी म्हटलं : अर्थ काय म्हणजे... राजा यांनी सगळ्यांना गुंडाळून टाकलं आणि आपल्या मर्जीप्रमाणे परवाने वाटले आणि रग्गड कमावले.

त्यावर ते म्हणाले : कोळशात काय झालं?

मी म्हटलं तेच. कोळसा जमिनीतून काढायचा कोणी, विकायचा कोणी, किती दरानं विकायचा... असं काहीच कोणी ठरवलं नाही आणि तरीसुद्धा कोळसा विकला गेला.

म्हणजे अर्थ तोच ना... त्यांनी विचारलं. मग म्हणाले- टाटांचा नॅनोचा प. बंगालातला कारखाना मुख्यमंत्री ममता बॅनर्जी यांनी बंद करायचं ठरवलं... ते का?

मी त्यांना म्हटलं... ममता बॅनर्जी यांच्या बाबतीत असं का, याचं उत्तर देता येत असतं तर मनमोहन सिंग यांच्या चेहऱ्यावर हसू नसतं का उमटलं? वाजपेयींची गुडघेदुखी नसती का सुसह्य झाली? ममताबाईंचं काय कधी कळतं का?

त्यावर ते उद्योगपती म्हणाले : बरोबर... बाईंच्या मनात आलं... त्यांनी कारखाना बंद करून टाकला. बरोबर?

मी म्हटलं हो! त्यावर लगेच त्यांचा पुढचा प्रश्न : तो गुजरातमध्ये सुरू करायचा निर्णय कोणी घेतला?

एव्हाना परीक्षा द्यायचा मला कंटाळा आला होता. नाही तरी पत्रकारांना प्रश्न विचारलेले आवडतच नाहीत. तेव्हा चेहऱ्यावर किरकिरेपणा दिसू न देता मी म्हणालो... आता तुम्हीच सांगा.

तर त्यावर ते उत्साहानं म्हणाले : नरेंद्र मोदी यांनीच घेतला किनई?

तेव्हा त्यांना म्हटलं, तिकडे अख्खंच्या अख्खं मंत्रिमंडळ... म्हणजे मुख्यमंत्री ते पुढचे दहा क्रमांक- सगळ्या खुर्च्यांवर मोदीच बसतात. त्यात विशेष काय?

त्यावरचा त्यांचा प्रश्न निरुत्तर करणारा होता. ते म्हणाले : ममताबाईंनी चक्रमपणानं हा कारखाना बंद केला, नरेंद्रभाईंनी तितक्याच चक्रमपणे तो आपल्याकडे सुरू करण्याचा निर्णय घेतला. तो बंद का केला म्हणून ममताबाईंना त्यांच्या कोणी काही विचारलं नाही, तसंच तो सुरू का केला म्हणून नरेंद्रभाईंना त्यांच्या कोणी विचारलं नाही. एकाचा लहरीपणा नकारात्मक म्हणून त्यावर टीका करायची आणि दुसऱ्याचा लहरीपणा विधायक म्हणून त्याचं कौतुक करायचं. असं कसं काय?

मी म्हटलं. त्यात वाईट काय? प्रगती तर होते ना... त्यामुळे.

तोच तर धोका आहे... ते म्हणाले... आज जी काही गुजरातची घोडदौड वगैरे आहे ती एकट्या मोदींमुळे. प्रगतीच्या आड येणाऱ्यांना ते खड्यासारखे बाजूला करतात आणि प्रकल्प रेटतात. पण आज ना उद्या मोदी जाणार. कशानं जातील ते महत्त्वाचं नाही... दिल्लीत जातील, निवडणूक हरतील, काहीही होईल. ते काही तिथं कायमचेच राहणार आहेत असं नाही. परंतु तसे ते गेल्यावर मोदी यांनी निर्णयप्रक्रियेत ज्यांना डावललंय ते मात्र तिथं असतील. तेव्हा इतके दिवस तोंड दाबून मोदींचा मार

खाणारी ही मंडळी अशा परिस्थितीत मोकाट सुटतील आणि ज्यांना ज्यांना मोदी यांच्यामुळे फायदा झाला त्यांच्या मागे लागतील... असं होऊ शकतं की नाही. कोणतंही प्रारूप हे व्यक्तिकेंद्रित असलं की हे असंच होतं. गुजरातचा विकास झालाय हे नक्की, होतोय हेही नक्की. पण तो विकास होत राहील यासाठीची व्यवस्था नाही. जे काही आहे ते व्यक्तिकेंद्रित आहे. आपली जी काही समस्या आहे ती सगळी व्यक्तिकेंद्रिततेमुळे आहे. उत्तम व्यक्ती असतात... पण आपण उत्तम व्यवस्था तयार करत नाही. तशी ती करायला हवी. कारण उत्तम व्यक्ती आज आहे उद्या नाही... उत्तम व्यवस्था मात्र कायमची राहू शकते.

थोडक्यात, काही मूलगामी असेल तर महत्त्व व्यक्तीला नको, व्यवस्थेला हवं.

महत्त्वाचाच मुद्दा म्हणायचा हा!

२९ सप्टेंबर २०१२

## २०. शेजारशिकवण!

१. झि जिनपिंग
वय ५९, रासायानिक अभियंता, मार्क्सवाद आणि वैचारिक शिक्षण यावर डॉक्टरेट. विशेष प्रावीण्य विशेष आर्थिक क्षेत्रांची मांडणी.

२. झांग गावोली
वय ६६. शहर विकास शाखा विशेष नैपुण्य.

३. ग्वाव जिनलाँग
वय ६५. डॉक्टर. विशेष अभ्यास तिबेट.

४. हु चुनहुआ
वय ४९. चिनी भाषातज्ज्ञ, विशेष नैपुण्य तिबेट.

५. मेंग जिआनझु
वय ६५, अभियंता, विशेष अभ्यासक्षेत्र : शांघाय रूपांतरण

६. लिअु यांगडोंग (महिला)
वय ६५. रसायनशास्त्र पदवी. रासायनिक कंपनी चालवण्याचा अनुभव.

७. यु झेंगशिआंग
वय ६७. ज्येष्ठ राजकारणी, माओविरोधी.

८. वँग क्विशान
वय ६५. अर्थशास्त्र, आंतरराष्ट्रीय राजकारण मुत्सद्देगिरी, माजी महापौर बीजिंग.

९. सन झेंकाई
वय ४९. कृषीविषयक डॉक्टरेट, प्राध्यापक, बीजिंग विज्ञान अकादमी.

१०. लि केग्विआंग
वय ५७. कायदा, फक्त ४३ व्या वर्षी हेनान प्रांताचे गव्हर्नर, सर्वांत लहान वयात गव्हर्नर होण्याचा मान.

११. झांग डेजिआंग
वय ६६, ऊर्जा क्षेत्र व्यवस्थापन, विशेष प्रावीण्य उद्योग आणि वाहतूक.

१२. लिउ युनशान
वय ६५. अध्यापन, विशेष अभ्यास क्षेत्र, मंगोल वंश शाखा

१३. वँग यांग.
वय ५८. कामगार, जगप्रसिद्ध ग्वांगडाँग क्षेत्राचा अभ्यासक आणि कर्मचारी व्यवस्थापक.

१४. लि युआनचाव
वय ५८, कायदेतज्ज्ञ, सार्वजनिक सेवा व्यवस्थापन, विशेष अभ्यास... शहर व्यवस्थापन

१५. वँग हुनिंग
वय ५७. विधी विभाग प्राध्यापक, संशोधक. विशेष नैपुण्य-आंतरराष्ट्रीय कायदे

१६. लिंग जिहुआ
वय ५६. राज्यशास्त्र, विशेष अभ्यास भाषिक अल्पसंख्य व्यवस्थापन

------

वरवर पाहिलं तर या नावांतून काहीही बोध होणार नाही. ही नावं अजून इतकी मोठी नाहीत की ती आपण लक्षात ठेवावीत. पण या वाक्यातलं 'अजून' तसं महत्त्वाचं. कारण यातली काही नावं आज ना उद्याच आपल्याला लक्षात ठेवावी लागणार आहेत.

कारण हे सर्व आहेत चीनचे संभाव्य राज्यकर्ते.

जगातल्या सध्याच्या एकमेव महासत्तेचा, म्हणजे अमेरिकेचा, नवीन राज्यकर्ता निवडला गेला की दोनच दिवसांनी, ९ नोव्हेंबरला, महासत्ता होऊ पाहणाऱ्या देशात, म्हणजे चीनमध्ये, दशकातून एकदाच होणारी सत्ताबदलाची प्रक्रिया सुरू होईल. कम्युनिस्ट पक्षाचे सरचिटणीस हु जिंताव यांची दहा वर्षांची राजवट संपुष्टात येईल आणि शक्यता अशी, की विद्यमान उपाध्यक्ष झि जिंगपिंग हे अध्यक्षपदाच्या खुर्चीत स्थानापन्न होतील. एकीकडे जगातील सगळ्यात मुक्त लोकशाही आपला नेता जाहीरपणे निवडेल, तर त्याच वेळी जगातील सर्वात पडदानशीन व्यवस्था बंद दरवाजाआडच्या गुप्त चर्चेत आपला नवा नेता ठरवेल. याच बैठकीत चिनी कम्युनिस्ट पक्षाच्या सर्वोच्च सत्तापरिषदेचे संभाव्य सदस्य ठरवले जातील. त्यात ज्यांना स्थान मिळणार नाही ते दुसऱ्या फळीत सामावले जातील.

ही सर्व नेतेमंडळी वर दिलेल्या यादीतूनच असतील. त्या यादीकडे बारकाईनं नजर टाकली तर एकदोन गोष्टी प्रकर्षानं जाणवतील. एक म्हणजे वय. यात एकही सत्तरी पार केलेला नाही. नव्या देशप्रमुखांनी तर साठीही गाठलेली नसेल. काही तर पन्नाशीच्या आतलेच आहेत. चिनी पद्धतीप्रमाणे यातल्या तरुण मंडळींना २०१७ आणि २०२२ सालापर्यंत देशाचं नेतृत्व करण्यासाठी तयार केलं जाईल. त्या सगळ्यांची बांधणी आतापासूनच सुरू केली जाईल.

आणि दुसरी आवर्जून लक्षात घ्यावी अशी बाब म्हणजे या सगळ्या मंडळींचा तोंडवळा हा शहरी आहे. कम्युनिस्ट नेतेमंडळी कामगार, कष्टकरी वगैरेंच्या उल्लेखानं हळवी होत असतात. पण या संभाव्य नेतेमंडळींत कामगारपण अनुभवलेला असा फक्त एक जण आहे. शेतकरी वगैरेंचं प्रतिनिधित्व तर जराही नाही. जागतिकीकरणाच्या रेट्यानंतर आंतरराष्ट्रीय व्यापारानं अनेक देशांचा तोंडवळाच बदलून गेला. या काळात झपाट्यानं शहरीकरण सुरू झालं. शहरांच्या प्रेरणा वेगळ्या असतात. त्यांच्या व्यवस्थापनाच्या गरजा वेगळ्या असतात आणि त्याच जाणिवेनं शहरं चालवायची असतात. हा भाग चीननं बरोबर ओळखला.

हे फार महत्त्वाचंच म्हणायला हवं. कारण शहरात राहायला जाणं ही विकासाभिमुखतेची पहिली पायरी मानली जाते. जगाचा इतिहास हा शहरांचा इतिहास आहे. इतका की नागरिकाला इंग्रजीत सिटीझन म्हणतात, व्हिलेजर नाही. म्हणजे शहरांत राहणाराच फक्त मोजला जातो. हे योग्य की अयोग्य या वादात पडण्यात अर्थ नाही. पण हे आहे हे असं आहे हे मान्य करायला हवं.

पण आपण ते करत नाही. गरिबीप्रमाणे खेड्यांविषयीही आपल्याकडे उगाच रोमँटिसिझम आहे. खेड्यामधले घर कौलारू... वगैरे असं. त्यातही मराठीपण असं की मराठी माणसाची प्रिया स्वप्नातसुद्धा महालात राहात नाही. त्या तिथे पलिकडे माझिया प्रियेचे झोपडे... असं तो आनंदात सांगतो. म्हणजे खेड्यातलं काय ते सर्व चांगलं. तिथली माणसं, जगणं वगैरे. यामुळे होतं काय तर आपण राहतो शहरांत आणि आठवणींचे फुकाचे कढ काढतो ते खेड्यांचे आणि ज्याला खेड्यातच राहावं लागतं तो शहरात राहायला मिळत नाही म्हणून टिपं गाळत असतो.

म्हणजे दोघेही तसे असमाधानीच.

या भावनिक अप्रामाणिकपणाचं प्रतिबिंब आपल्याला आपल्या राज्यकर्त्यांत दिसेल. उदाहरणार्थ महाराष्ट्र. आज मितीला राज्याचं म्हणून जे काही उत्पन्न म्हणता येईल त्यात शेतीचा वाटा दहा टक्केही नाही. हे अर्थातच वाईट आहे. म्हणजे आपली शेती रसातळाला जातीये असा त्याचा अर्थ. परंतु विरोधाभास हा, की ज्या क्षेत्राचा

वाटा दहा टक्केही नाही त्याचं प्रतिनिधित्व राज्यकर्त्यांत किती असावं, तर ९० टक्के. आपले राज्यकर्ते काढून बघा.

या सगळ्यांची आलिशान घरं असणार मुंबई-पुण्यात. पण या सगळ्यांची भाषा ऐका. आपण किती शेतकरी आहोत हेच ते सांगतील. जीवाची मुंबई करायची; पण मुंबईसाठी काहीही करायचं ते बोलणारदेखील नाहीत. याचं साधं कारण असं, की मुंबईसाठी काही करताना गावाकडे कळलं की ती व्यक्ती एकदम श्रीमंतधार्जिणी मानली जायला लागते. सांस्कृतिकदृष्ट्या वाळीतच टाकतात त्याला गावाकडे.

आपण हे असे सांस्कृतिकदृष्ट्या लबाड आहोत. या लबाडीमुळे होतं काय, तर शेतकऱ्यांची भाषा बोलणारे ना धड शेतकऱ्यांचं भलं करतात ना जिथं जगत असतात त्या शहरांचं. खेडी बकालच्या बकालच राहतात. पाणी नाही. लोडशेडिंग. शेणामुतात भिजलेल्या धुळीत घोंघावणाऱ्या माश्यांचे थवे जपणारे रस्ते. आणि मग यातलेच काही तोच बकालपणा मनात ठेवून शहरं हाकतात. उसवणाऱ्या वस्त्या. फुगून ओसंडून वाहणाऱ्या कचराकुंड्या आणि खेड्याची आठवण करून देणारे रस्ते.

चीनकडून काहीतरी शिकायला हवं.

शेजारधर्म पाळू न पाळू आपण. पण शेजारशिकवण घ्यायला काही हरकत नाही.

१३ ऑक्टोबर २०१२

# २१. अजब न्याय वर्तुळांचा...

२००६ सालचा तो प्रसंग पुनःपुन्हा आठवावा असा. जगातील सर्वशक्तिमान अशा नेत्याचा तितकाच शक्तिमान उजवा हात म्हणून ओळखल्या जाणाऱ्या व्यक्तीच्या दोन्ही हातांत पोलिसांनी बेड्या ठोकल्यात आणि एखादा सामान्य कैदी असावा तसंच त्याला वागवत जगभरातील सर्व वृत्तकॅमेऱ्यांच्या साक्षीनं या सुटाबुटातल्या व्यक्तीची रवानगी तुरुंगात करण्यात येतीये. या व्यक्तीचं पाप एकच.

ते म्हणजे आपल्या कंपनीचे फायद्याचे आकडे त्यानं फुगवले. जनतेच्या, सामान्य गुंतवणूकदारांच्या डोळ्यांत धूळ फेकली आणि अखेर सर्वांनाच आर्थिक संकटात टाकलं. जगातल्या काही बलाढ्य कंपन्यांत गणली जाणारी ती कंपनी अखेर बुडाली. पण म्हणून सरकारनं ती चालवणाऱ्यांची गय केली नाही. ती चालवणाऱ्यांवर गुंतवणूकदारांना फसवल्याचे खटले तर भरलेच; परंतु या कंपन्यांच्या प्रवर्तकांच्या खासगी मालकीवरदेखील टाच आणली, तिचा लिलाव केला आणि गुंतवणूकदारांना जमेल तितके पैसे परत केले.

ही बाब लक्षात घेण्याजोगी. याचं कारण असं, की आपल्याकडे कारखान्याचा प्रवर्तक आणि कारखान्याची आर्थिक स्थिती यांचा अर्थाअर्थी काहीही संबंध नसतो. त्यामुळे कारखाना डब्यात गेला तरी कारखानदाराचे रंगढंग अबाधितपणे सुरू राहू शकतात. याचं साधं कारण असं, की कारखानदारांचे उद्योग हे बँकेच्या... म्हणजेच तुमच्या-आमच्या... पैशावर सुरू असतात आणि त्याचं खासगी जगणं हे स्वतःच्या पैशातनं सुरू असतं. हे त्याचे जगायचे पैसे खरंतर बऱ्याचदा बुडालेल्या उद्योगातनंच आलेले असतात. परंतु तरीही तो माझा उद्योग वेगळा आणि खासगी जगणं वेगळं अशी शहाजोग भूमिका घेऊ शकतो. त्यामुळे कारखाना जेव्हा बुडतो तेव्हा त्या बुडतात बँका... म्हणजे पाण्यात जातो तुमचा-आमचा बँकेची भर करणारा पैसा. कारखाना बुडाला की त्या बरोबर गुंतवणूकदार बुडतात. तिथं काम करणारे रस्त्यावर येतात. पण या कारखानदाराला काहीही होत नाही. तो नव्या बँकांकडे जाऊ शकतो. नवं कर्ज घेऊ शकतो. नवीन कारखाना उभा करू शकतो. आणि तशीच वेळ आली तर त्याचंही श्राद्ध घालून नव्याच्या बारशाची तयारी करू शकतो.

पण सुटाबुटात तुरुंगात जायची वेळ आलेला तो कर्मदरिद्री. त्याला ती संधीच मिळाली नाही. कारण तो भारतात जन्माला आलेला नव्हता. (नव्हता अशासाठी म्हणायचं की तो तुरुंगातच गेला.) तो होता अमेरिकेत. एन्रॉन या बलाढ्य कंपनीचा बलाढ्य प्रवर्तक केनेथ ले. यांनी कंपनी बुडवली, गुंतवणूकदारांना फसवलं म्हणून सरकारनं त्यांना तर दोषी ठरवलंच. पण ले याच्या खासगी मालमत्तेवर टाच आणली, समुद्रकिनारी असलेली त्याची निवांत हवेली लिलावात फुंकली. गाड्या जप्त केल्या. त्याही विकल्या. जमीनजुमल्याचंही तसंच केलं.

पण तरी ले यांना दुर्दैवी अशासाठी म्हणायचं, की ते भारतात असते तर यातल्या कशालाही त्यांना तोंड द्यावं लागलं नसतं.

आपल्या विजय मल्ल्या यांचं उदाहरण ताजं आहेच की डोळ्यांसमोर.

यांची किंगफिशर बुडण्याच्या मार्गावर आहे. त्याविषयी कळवण्यास अत्यंत खेद होतो की... या सुरात बोलताना आपले हवाई खात्याचे मंत्री अजित सिंग परवा म्हणाले, या कंपनीची विमानं पुन्हा काही उडू शकतील असं वाटत नाही. त्याच दिवशी संध्याकाळी दुसऱ्या एका स्वतंत्र कार्यक्रमात आपलेच अर्थमंत्री पी. चिदंबरम यांनी तक्रार केली, की बँका मोठ्या कंपन्यांना हवी तशी कर्जं देतात पण लहानांना मात्र देत नाहीत, हे काही बरोबर नाही. त्यांच्या म्हणण्याचा रोख असा होता, की लहान कर्जदार हे पैशाची परतफेड करण्यासाठी अधिक उत्सुक असतात; पण मोठे सहजपणे कर्ज बुडवू शकतात आणि तरीही बँका त्यांनाच जास्त अनुकूल असतात.

दुसऱ्याच दिवशी, म्हणजे कालच्या बुधवारी, बातमी आली. आपल्या राष्ट्रीयीकृत बँका किंगफिशर या मल्ल्या यांच्या कंपनीला दिलेलं कर्ज... झालं गेलं गंगेला मिळालं... म्हणून माफ करण्याच्या तयारीला लागल्यात. किती आहे हे कर्ज? जवळपास ५,५०० कोटी रु.

म्हणजे एखादा पंचवीस-तीस हजार रुपयांचं कर्ज नाही फेडू शकला, तर त्याची रिक्षा, टपरी जे काही असेल ती जप्त करायची आणि ५,५०० कोटी रुपये बुडवले तर ते माफ करून टाकायचे. म्हणजे तुमची माफ करवून घेण्याची ताकद तुमच्या रकमेच्या शेवटी किती वर्तुळं आहेत, त्याच्यावर ठरणार. जितकी जास्त शून्यं तितकी तुमचे गुन्हे माफ होण्याची शक्यता अधिक. आपल्याकडचा वर्तुळांचा न्याय अजब आहे तो असा.

पण एकट्या विजय मल्ल्या यांनाच दोष द्यायचा का त्यासाठी?

अजिबातच नाही. त्याबाबत आपण बहुप्रसवा आहोत. म्हणजे असे अनेक विजय मल्ल्या आपल्या आसपास आहेत आणि ते आपण पचवलेत. याचा अर्थ

अशा अनेक उद्योगपतींनी आपल्या बँकांना टोपी घातली आहे आणि तरीही त्यांचं काहीही वाकडं झालेलं नाही. हा टोपी घातलेल्या रकमेचा आकडा किती असावा?

बँकांची प्रमुख बँक असलेल्या रिझर्व्ह बँकेच्याच आकडेवारीनुसार जवळपास २,१०, ००० कोटी रुपये इतक्या प्रचंड रकमेची कर्जं आपल्या उद्योगपतींनी बुडवलेली आहेत. सगळ्याच बँकांना याचा फटका बसलाय. सगळ्यात मोठ्या असलेल्या एकट्या स्टेट बँकेला पडलेला खड्डाच जवळपास ५०,४२४ कोटी रुपयांचा आहे. यातला महत्त्वाचा भाग असा, की आपली इतकी कर्जं इतक्या मोठ्या प्रमाणावर बुडीत खाती निघालेली आहेत हे बँकांना दाखवायला आवडत नाही. त्यामुळे या बँका काय करतात, तर हे उद्योगपती कर्ज फेडतायत, हे कर्ज बुडीत खाती निघालेलं नाही असं दाखवता यावं म्हणून त्यांना कर्जाचे हप्ते त्यांना हवे तसे बांधून देतात आणि त्याची परतफेड सुरू आहे असं कागदोपत्री दाखवतात. हे रिझर्व्ह बँकेच्या लक्षात आलं. त्यामुळे रिझर्व्ह बँकेनं याची पाहणी करण्यासाठी नेमलेल्या तज्ज्ञांच्या समितीनं जुलै महिन्यात शिफारस केली, की अशी पुनर्रचित कर्जंदेखील बुडीत खाती निघालेली म्हणूनच समजावीत. त्यामुळे एका झटक्यात या कर्जांचा आकडा साधारण दुपटीनं वाढला. एरवी एक लाख दहा हजार कोटी रुपयांच्या आसपास आपल्या बुडीत कर्जांची रक्कम आहे. ती नव्या पद्धतीनं मोजल्यावर दोन लाख कोटी रुपयांचा टप्पा ओलांडून पुढे गेली. आता किंगफिशरची कर्जंही माफ झाली, तर त्यात साडेपाच हजार कोटी रुपयांची भर पडेल. पण दोन लाख कोटी रुपयांत साडेपाच हजार कोटी म्हणजे दर्या में खसखसच की.

आता यातली एक गोष्ट खरी, की ही सर्वच्या सर्व काही लबाड उद्योगपतींनी बुडवलेली कर्जं आहेत, असं म्हणता येणार नाही. त्यांपैकी काही उद्योगपतींना खरोखरच अडचण आली असेल, काहींना तांत्रिक, आर्थिक कारणांचा फटका बसला असेल किंवा अन्य काही खरी कारणं असतीलही. अशांना कर्ज नव्यानं बांधून दिली तर समजण्यासारखं आहेदेखील. पण अन्यांचं काय? त्यांनाही असंच दयाळू अंतःकरणानं माफ करायचं?

त्याचं उत्तर होकारार्थीच असेल. निदान आपल्याकडे तरी.

नाहीतरी लोकशाहीत सगळे समान असले तरी काही अधिक समान असतात, असं आपला जॉर्ज ऑरवेल म्हणून गेलाच आहे. तो खोटा ठरून कसं चालेल.

ऑरवेल खरा ठरण्यासाठी तरी आपला अजब न्याय वर्तुळांचा असाच सुरू राहायला हवा...

२७ ऑक्टोबर २०१२

# २२. ती आणि तो...

हे तसं सगळीकडेच असतं तसं. ती आणि तो. आपल्यासारखेच. जगावेगळे वगैरे अजिबातच नाहीत. गरीब म्हणता येईल अशाच घरातनं आलेले. तेव्हा घरची परिस्थिती बेताची असणार हे ओघानं आलंच. त्याची आई आणि वडील तर पुढे विभक्त झालेले. सगळं गुंतागुंतीचंच म्हणता येईल, असं सगळं.

त्यामानानं तिची परिस्थिती जरा बरी. कुटुंब म्हणून असं काही होतं तरी तिला. लहानसं घर. आई गृहिणी. आणि वडील नोकरी करणारे. पोरांनी संध्याकाळी सातच्या आत घरात यायचा नियम. रात्रीचं जेवण सगळ्यांनी एकत्र घ्यायचं म्हणजे घ्यायचं. उगाच आगाऊपणा केला तर तो खपवून घेतला जायचा नाही. घराची शिस्त ही पाळण्यासाठीच असते... हे संस्कार.

तसं बघायला गेलं तर कोणत्याही सांस्कृतिक, पारंपरिक अर्थानं मध्यमवर्गीय संस्कार व्हावेत अशी काही त्यांची पार्श्वभूमी नव्हती. परंपरेनं आलं ते उपेक्षितांचंच जगणं. आजोबा कुठं हमाल, तर त्यांचे भाऊ कोणा जमीनदाराचे गुलाम. अशा हलाखीच्या परिस्थितीत जगताना संस्कारांची कल्पनाही करता येत नाही. सगळा लढा असतो तो जगण्यासाठीचा. असं जगणं पिढ्यानूपिढ्या नशिबी आलं, की एक प्रकारचा कडवटपणा तरी येतो किंवा भाबडेपणा तरी. आपल्या आसपास अशी उदाहरणं काही कमी नाहीत. कडवटपणा आलेले कंठाळी होतात आणि या प्रस्थापितांना, साडेतीन टक्केवाल्यांना ठोकून वगैरेच काढलं पाहिजे असं काही तरी बरळत राहतात. त्यांना ज्यात त्यात जात दिसते आणि एखादी कलाकृती चांगली किंवा वाईट आहे हेसुद्धा कलाकारांच्या जातीवर ठरतं अशी एकेरी मनोभूमी त्यांची बनलेली असते. ही माणसं मग कर्कश्श होऊन जातात आणि ते काही बोलले नाहीत तरीसुद्धा ध्वनिप्रदूषण होतं.

दुसरे भाबडे असतात... किंवा तसं दाखवतात... ते आपल्या व्यक्तिमत्त्वाभोवती बालपणीच्या हलाखीची महिरप घेऊनच जगत असतात. मग कुठंही गेलं तरी यांच्या आईनं त्यांच्यासाठी कशा खस्ता खाल्ल्या ते सतत ऐकावं लागतं. यांनी रस्त्यावरच्या दिव्याखालीच अभ्यास कसा केला अणि तरीही पहिला क्रमांक कसा सोडला नाही

त्या यशोगाथेची टेप सारखी सारखी वाजत राहते. त्यांचा बाप आणि ते याच्या बऱ्याचशा खोट्या आणि बढ्याचढ्या कहाण्या ऐकून आपले कान किटतात. यातल्या काहींचे बाप शहरांत नोकरीला असतात. पण मग सांस्कृतिक रोमँटिसिझम म्हणून शहरातल्या बापाला ते शेतात कामाला पाठवतात. कारण यांना आपल्या परिस्थितीचं दुकान मांडायचं असतं. अशा कहाण्यांचं मार्केटिंग करणाऱ्यांचा मिळून एक दबावगट तयार होतो. यातले काही माध्यमातले असतात. त्यामुळे त्यांची एक दहशत तयार होते. मग ते इतरांना दरडावायला लागतात आणि स्वतःभोवती आरत्या सतत ओवाळल्या जातील याची पुरेशी काळजीही घेतात. आपल्या बालपणीच्या कष्टांचं पुरेसं मार्केटिंग होत राहील... याची खात्री ही माणसं सतत घेत असतात.

पण या आपल्या दोघांचं तसं नव्हतं. कष्ट झाले ते झाले. त्याचं कधी त्यांनी भांडवल केलं नाही. ज्या समाजाच्या इतिहासानं त्यांच्या पूर्वजांवर अन्याय केला होता त्या समाजाच्या वर्तमानानंच त्यांना उभं राहायची संधी दिली. या सगळ्यांचंच मोठेपण हे की अमुकांच्या पूर्वजांनी अन्याय केलेत म्हणून त्यांच्या वंशजांना झोडपत सुटा असं त्या दोघांच्या समाजांनादेखील कधी वाटलं नाही. त्यामुळे या दोघांनाही शिक्षणाच्या उत्तम संधी मिळाल्या. प्रस्थापितांच्या मुलांना मिळतील तशाच. दोघांनीही वकिलीचं शिक्षण घेतलं. त्याच्यापेक्षा ती जास्त चटपटीत होती. आग्रहीही होती तितकीच. आत्मविश्वास अर्थातच तिच्याकडे अधिक होता. त्यामुळे नोकरी तिला आधी लागली. बौद्धिक संपदा, कायदा हा तिच्या विशेषाभ्यासाचा विषय. त्यात चांगलंच नैपुण्य मिळवलं तिनं.

त्या अर्थानं ती स्थिरावली. तर पुढे योगायोगानं तोही तिथंच आला. उमेदवार म्हणून. त्यालाही त्याच कंपनीत शिकायचं होतं. मग तिथल्या वरिष्ठ अधिकाऱ्यांनी तिला सांगितलं, नवा उमेदवार येतोय आपल्याकडे... त्याला जरा तयार करायचं तू बघ. आता ऑफिसचंच काम. ती नाही म्हणायचा काही प्रश्नच नव्हता. ती त्याला शिकवू लागली. बघता बघता... किंवा न बघतादेखील... दोघांचा परिचय वाढत गेला. काही काळानं त्यांना लक्षात आलं. आपण एकमेकांच्या प्रेमात पडलोय. दोघांनाही जाणवत होतं आपला भूतकाळ समान आहे आणि भविष्यकाळ उज्ज्वल आहे ते. प्रश्न होता आता कष्ट उपसण्याचा. त्याची दोघांनाही फिकीर नव्हती. नोकरीशिवाय दोघांचंही आपापल्या समाजात, ज्ञातिबांधवात काही ना काही काम सुरूच होतं. आपल्या समाजात आपल्याही पेक्षा मागास असणाऱ्यांना मदत करणं, त्यांनाही शिक्षणाच्या संधी मिळाव्यात अशी त्यांची इच्छा होती. आपलं भलं झालं... आता समाज वाऱ्यावर गेला तरी चालेल... असं काही यांचं वागणं नव्हतं.

... बघता बघता तो मोठा होत गेला. राजकारणात त्याची पत वाढत गेली. मूळचाच तो हुशार. त्याच्यात एक झपाटा होता. कामाची बांधीलकी होती आणि मुख्य म्हणजे काही तरी करून दाखवायची आच होती. तिच्या ते लक्षात आलं. दोन्ही गाड्या वेगानं जाऊन चालणार नाहीत. तिच्या वकिलीचीही मागणी वाढू लागली होती. पण जाणीवपूर्वक तिनं गती कमी केली. कारण आता ती आई झाली होती. नवऱ्याच्या उडत्या कारकीर्दीपेक्षा पोटच्या मुलींची रांगती वाढ तिला आता जास्त महत्त्वाची होती. तिनं ठरवलं, आठवड्यात एकच रात्र नवऱ्याबरोबर राजकारणाच्या धबडग्यात घालवायची. नवऱ्याच्या निवडणूक प्रचार वगैरे प्रासंगिक गरजांसाठी फक्त एकच दिवस द्यायचा. बाकी सगळा वेळ मुलींबरोबर घालवायचा. वाढत्या कामाच्या व्यापामुळे मुलींना बाबा मिळणार नव्हताच... आपण त्या मुलींची आई आहोतच... बाबाही व्हायचं... तिनं ठरवलं.

नाही म्हटलं तरी त्याचा प्रभाव आता भलताच वाढला होता. सारं जग ज्या सिंहासनाला दबून असतं त्या सिंहासनावर बसायची संधी त्याच्या डोळ्यासमोर होती. तिला प्रश्न पडला. आपण ज्या लहानशा संसाराचं स्वप्न पाहात होतो, तो संसार आता आपल्याला सांभाळता येईल इतक्याच आकाराचा राहणार नाही, याची जाणीव तिला घाबरवून गेली. आपला प्रिय नवरा आणि त्याहूनही प्रिय आपल्या दोन मुलींचा जन्मदाता त्यांना आता पुरेसा वेळ देऊ शकणार नाही... या भावनेनं ती कातर झाली. अस्वस्थ झाली; पण तरी तिचा एक निर्धार होता. आपल्या भावनेचे वळ त्याच्या व्यक्तिमत्त्वावर उमटू द्यायचे नाहीत. ती त्याला म्हणाली... तू पुढे हो... मी घर सांभाळते.

त्याला तिच्याविषयी आदर होताच. आता अभिमानही वाटायला लागला. अशा भावनेच्या भरात तो विचारून गेला... एवढं तू करतीयेस माझ्यासाठी... मी काय करू? ती म्हणाली... एकच कर. सिगरेट सोड. ते सोडण्याचं वचन देत असशील तर तुझा सगळा भार हलका करीन मी.

त्यानं नाही म्हणणं शक्यच नव्हतं... साऱ्या जगाला ऐकायला लावणारा तो. पण तिच्यासमोर काहीही बोलला नाही... तिचं त्यानं मुकाट ऐकलं.

आणि त्यांच्या आयुष्यातली ती घटका आली.

यशाच्या सर्वोच्च शिखरावर तो गेला. त्याच्या यशाचे नवलाख दिवे जिकडे तिकडे तळपू लागले... परंतु त्याला आपल्या माजघरातल्या मंद दिव्याची आठवण होती... तो सगळ्यांना सांगायचा-माझ्या यशात तिचाच तर वाटा आहे.

मग एकदा एक भलंमोठं मासिक तिची मुलाखत घ्यायला आलं. नेहमीचे नमस्कार-चमत्कार-सोपस्कार झाले. ती दिसते कशी. फॅशन कशी करते. तिला काय

आवडतं. काय आवडत नाही. वगैरे सर्वसामान्यांना आवडेल असा मालमसाला बराच जमवला त्यांनी. पण महत्त्वाचा प्रश्न शेवटीच आला.

त्या मासिकवाल्यांनी विचारलं... आता तुम्ही जगातल्या सगळ्यात प्रसिद्ध अशा घरात राहायला जाणार... गाव सोडणार... जगातल्या सर्वात महत्त्वाच्या व्यक्तीची पत्नी म्हणून तुमच्यावर प्रकाशाचा प्रसिद्धीचा झोत पडणार. तुम्हाला काय वाटतंय.

ती म्हणाली... छानच वाटतंय... त्याची प्रगती हा माझ्याही अभिमानाचा विषय आहे.

त्यांनी विचारलं... एखादी काही काळजी वगैरे...

ती म्हणाली, हो... आहे ना...

काय...

आता जानेवारी महिन्यात तो पदग्रहण करणार... हा मधलाच महिना... शाळांचं अर्धच वर्ष संपलेलं असणार... तेव्हा माझ्या मुलींच्या शाळाप्रवेशाचं काय करायचं याची काळजी मला आहे...

ते मुलाखतकर्ते सुन्न होऊन बघत राहिले.

------

पात्र परिचय...

ती... मिशेल ओबामा

तो... बराक हुसेन ओबामा

प्रसंग... बराक ओबामा २००८ साली पहिल्यांदा अमेरिकेचे अध्यक्ष म्हणून निवडले गेल्यावर मिशेल हिची प्रसिद्ध फॅशन नियतकालिकानं घेतलेली मुलाखत.

१० नोव्हेंबर २०१२

## २३. इंग्लिशविंग्लिश...

गेल्या आठवड्यात लोकसत्ताच्या विवा लाऊंजमध्ये गौरी शिंदे आली होती. इंग्लिशविंग्लिशची दिग्दर्शक. खूप मुली, महिला जमल्या होत्या तिच्याशी गप्पा मारायला. नोकरी करणाऱ्याही खूप जणी होत्या. सगळ्यांच्या आठवणींचा एकच समान धागा. इंग्रजी नीट येत नसल्यानं आपली झालेली त्रेधातिरपीट आणि साहेबाच्या भाषेवर हुकमत नसल्यानं आपण कसं मागे पडलो आणि पुढे येण्यासाठी किती संघर्ष करावा लागला वगैरे. ते ऐकलं आणि न्यूयॉर्क टाइम्समध्ये अलीकडेच प्रसिद्ध झालेल्या एका बातमीची आठवण झाली.

हॉर्वर्ड विद्यापीठाचे माजी अध्यक्ष लॉरेन्स समर्स यांची ती मुलाखत होती. समर्स यांचं नाव विद्यापीठ व्यवस्थापन क्षेत्रात आदरानं घेतलं जातं. गृहस्थ व्यासंगी. अमेरिकेचे माजी अध्यक्ष बिल क्लिंटन यांचे ते वित्तमंत्री होते. जागतिक बँकेचे ते मुख्य अर्थतज्ज्ञ होते आणि बराक ओबामा यांच्या अध्यक्षपदाच्या पहिल्या टप्प्यात ते अमेरिकेच्या राष्ट्रीय अर्थशास्त्र परिषदेचे अध्यक्ष होते. तेव्हा बाकी कशापेक्षाही अर्थशास्त्र त्यांच्या रक्तात मुरलेलं. साहजिकच जगाकडे अर्थशास्त्राच्या चष्म्यातूनच बघायची सवय. तर त्यांनी त्या मुलाखतीत समस्त विद्यापीठांना सूचना केली होती. काय? तर तुमच्या तुमच्या विद्यापीठांत परदेशी भाषा विषयाचे जे जे विभाग असतील ते सगळेच्या सगळे बंद करा आणि पैसे वाचवा.

पण ते पैसे वाचवून करा काय?

तर इंग्रजी भाषेचे विभाग अधिक सक्षम करा.

या समर्स यांचं म्हणणं असं की... काय करायचंय परदेशी भाषा शिकून... जगात सगळे जण आता मोठ्या प्रमाणावर इंग्रजीच शिकू लागलेत... इंग्रजीचा टक्का चांगलाच वाढतोय. जागतिकीकरणाच्या रेट्यात अधिकाधिक देश इंग्रजी शिकू लागलेत. अमेरिकेच्या एखाद्या कंपनीच्या प्रमुखाला भारतात जाऊन व्यवसाय करायचाय, डॉक्टरला आफ्रिकेत रुग्णालय सुरू करायचं आहे... तर त्यासाठी हवं आहे ते इंग्रजीचं ज्ञान. दावोस या स्वित्झर्लंडमधल्या आल्प्स शहरात दरवर्षी जागतिक आर्थिक संघटनेची मोठी परिषद भरते. त्या ठिकाणी जमणारे राष्ट्राराष्ट्रांचे प्रमुख, पत्रकार, अभ्यासक वगैरे

सगळे एकाच भाषेत बोलतात. ती म्हणजे इंग्रजी. अशा वेळी या परदेशी भाषा वगैरे शिकण्यात काहीही अर्थ नाही... फक्त इंग्रजी शिका. प्रगतीसाठी तेवढंच पुरे आहे.

म्हणजे तिकडंही तेच.

समर्स हे जे काही सांगत होते, ते तिथं अलीकडच्या काळात दिसू लागलं आहे. अल्बानी विद्यापीठानं काटकसरीचा भाग म्हणून आपल्याकडचा अन्य भाषा विभाग बंद केलाय. चांगलं श्रीमंत म्हणून ओळखल्या जाणाऱ्या साउथ कॅलिफोर्निया विद्यापीठानं २००८ साली जर्मन भाषा विभाग बंद केला. जगातली ११ व्या क्रमांकाची, जगातल्या चौथ्या क्रमांकाची अर्थव्यवस्था बाकी काही विभागांनी वेगवेगळ्या भाषा विभागांना परदेशी भाषा केंद्र असं म्हणत एकाच छत्रीखाली आणलंय. इतर काहींनी त्याच दिशेनं तयारी सुरू केलीय.

कोणत्या भाषा विभागांना या मंडळींनी कात्री लावलीये?

फ्रेंच, इटालियन, रशियन आणि प्राचीन भाषा. म्हणजे लॅटिन वगैरे.

समर्स यांच्या मतावर अमेरिकेत भाषातज्ज्ञ, समाजाभ्यासक यांनी टीकेची झोड उठवलेली आहे. त्याचा वेध घेणं आपल्यासारख्या धेडगुजरी भाषकांच्या देशात सयुक्तिक ठरेल. अनेकांनी समर्स यांच्या मताचा इतका शास्त्रशुद्ध प्रतिवाद केलाय. त्यांचं म्हणणं, की जगात भाषेचं वैविध्य असायलाच हवं. ज्या ज्या देशांवर इंग्रजांचं राज्य नव्हतं, त्या त्या देशांत इंग्रजीचा प्रभाव वाढता असला तरी ती त्या त्या देशांत दुसरी भाषा म्हणूनच आहे. भारतात गेल्या वर्षी तब्बल २३ भाषांत १२७४ सिनेमे बनवले गेले. त्यातले २१५ हिंदीत होते, २०२ तामिळ, १८१ तेलुगु, १४३ कन्नड आणि ११६ मराठी. या चित्रपटांचं... म्हणजे ते बनवणाऱ्यांचं आणि पाहणाऱ्यांचं... इंग्रजीशिवाय काहीही अडलं नाही. आपल्यासारखाच मोठा सांस्कृतिक वारसा असणाऱ्या टर्कीमध्ये आज प्रचंड प्रमाणावर फ्रेंच शिकलं आणि शिकवलं जातं. ते काही ऑटोमन साम्राज्यावर फ्रेंचचा प्रभाव होता म्हणून नव्हे, तर आधुनिक काळात व्यक्त व्हायला फ्रेंच ही खऱ्या अर्थानं तटस्थ भाषा आहे, असं तिथं अनेकांना वाटतं म्हणून. जगभरात अलायन्स फ्रांचेजच्या शाखांत फ्रेंच शिकण्यासाठी तरुणांची संख्या वाढतीच आहे. आणि खुद्द अमेरिकेत भाषेचा वाढता प्रभाव आहे तो स्पॅनिशचा. एकतर कोलंबसामुळे अमेरिकेत हिस्पॉनिक्सचं प्रमाण मोठंच आहे. त्यांचा मोठा दबाव गट त्या देशात आहे. इतका की काही प्रांतांत सरकारी वैद्यक सेवेत काम करणाऱ्या डॉक्टरला एकवेळ इंग्रजी आलं नाही तरी चालेल, पण स्पॅनिश यावंच लागतं.

आणि चीनचं काय? जगात इंटरनेटचा वापर करणाऱ्यांची संख्या भीती वाटावी इतक्या गतीनं वाढतीये. या माध्यमाची भाषा इंग्रजीच असते असं आपलं आपण मानतो. काही प्रमाणात ते खरंही आहे. गेल्या वर्षभरात इंटरनेटचा वापर इंग्रजीत

करणाऱ्यांची संख्या ३०१ टक्क्यांनी वाढली. म्हणजे इंग्रजीचा वेग भलताच म्हणायला हवा. अन्य भाषांतून इंटरनेट वापरणारेही वाढले.

किती टक्क्यांनी

चिनी भाषेत इंटरनेटच्या महाजालात मुशाफिरी करणाऱ्यांचं प्रमाण १४७८ टक्क्यांनी वाढलं. म्हणजे इंग्रजीचा प्रसार ३०१ टक्क्यांनी, तर चिनी भाषेचा १४७८ टक्क्यांनी. आफ्रिकेच्या अनेक देशांत चिनी भाषक मोठ्या प्रमाणावर स्थलांतरित झाले आहेत. चीन सरकारच्या अधिकृत आकडेवारीनुसार जवळपास आठ लाख चिनी अनेक आफ्रिकी देशांत आहेत. त्या सर्वांसाठी आणि चिनी भाषेच्या प्रसारासाठी चीन सरकार आणि त्या देशातील खासगी कंपन्या कोट्यवधी डॉलर्सची गुंतवणूक करताना दिसतात.

एवढं लांब जायचंही कारण नाही. आपल्या हिमाचल प्रदेशात तुम्ही कधी गेलात तर एक अनुभव घेऊन पाहाच. तो म्हणजे तिथल्या सायबर कॅफेत जाऊन बघा... मेल वगैरे करायला. एक बाब तिथं दिसेल म्हणजे दिसेलच. ती म्हणजे तिथल्या संगणकाचे कळफलक इंग्रजी असणार नाहीत. तर ते असतील हिब्रूत. म्हणजे अगदी सिमला वगैरे परिसरातदेखील हे पाहता येईल. त्या परिसरात दरवर्षी मोठ्या प्रमाणावर इस्रायली तरुण पर्यटक येत असतात. त्या देशात लष्करी शिक्षण अत्यावश्यक आहे. ते झाल्यावर या पोराटोरांना भलीमोठी पगारी रजा मिळते. त्यामुळे आपापल्या मैत्रिणींना वगैरे घेऊन बंभ भोले... करण्यासाठी ही पोरं त्या राज्यात मोठ्या संख्येने येतात. एकाही सायबर कॅफेत त्यामुळे तुम्हाला संगणकाचा कळफलक इंग्रजी सापडणार नाही. सगळेच्या सगळे हिब्रूत. आता इस्रायल आकारानं देश केवढा. चालत गेलं तर काही दिवसांतच या टोकाकडून त्या टोकात तो संपवता येईल. पण तरीही त्या देशानं स्वतःचा असा हिब्रू कळफलक तयार केलाय.

आता आपल्याच उत्तरेकडच्या राज्यांत जा. एका तरी राज्यात संगणकाचा कळफलक इंग्रजीत आहे का बघा.

एक सापडणार नाही. महाराष्ट्रातही असंच आहे. आपल्याकडे मराठीचेच इतके अवतार संगणकावर आहेत की त्यातून नवीनच गोंधळ सुरू झालाय. म्हणजे एका सॉफ्टवेअरमध्ये अमुक एका कळफलकात लिहिली गेलेली मराठी दुसऱ्याच्या संगणकात दिसतच नाही. आणि मोडेन पण वाकणार नाही... या मर्दमराठी बाण्यामुळे प्रत्येक सॉफ्टवेअर निर्मात्याला आपलीच संगणकीय मराठी आदर्श वाटते. असो. आपला भाषा गोंधळ हा काही या वेळचा आपला विषय नाही.

तर मुद्दा अमेरिकेचा आहे. समर्स यांच्या या विधानाचा इतक्या मोठ्या प्रमाणावर अमेरिकेतच प्रतिवाद झालाय की विचारू नका. त्यातल्या एकानं हे सगळे भाषिक

वैविध्याचे दाखले दिलेत... आणि विचारलंय... हे असं जर आहे तर मग इंग्रजीची एवढी गरज का लागते?

हा प्रश्न त्यानं परदेशी भाषा शिकून अमेरिकेत आलेल्या एका तरुणाला विचारला. त्यानं सांगितलं... आम्हाला एकाच कारणासाठी एकच इंग्रजी हवीये... वॉल स्ट्रीट इंग्लिश... म्हणजे पैसे कमवण्यासाठी... बस इंग्रजीचा उपयोग तेवढाच... आम्ही आनंदासाठी आमच्या भाषेतच शिकतो, लिहितो... वाचतो... इंग्रजी आमची मुख्य भाषा होऊच शकत नाही... आमच्या भाषेत जेवढा आनंद मिळतो आम्हाला तो इंग्रजीत नाही मिळत.

अगदी प्राचीन काळीही रोमन साम्राज्य ऐन भरात असताना, आर्थिक राजकीय ताकदीनं तळपत असताना अनेक युरोपीय देशांनी आपापली भाषा हृदयाशी कवटाळून ठेवली होती.

त्याचं काय झालं पुढे? आज रोमन साम्राज्य कुठं आहे?

ते तर कधीच लयाला गेलं.

पण त्या भाषा टिकल्यात.

इतिहास बरंच काही सांगतो भविष्याविषयी. कळायला हवं आपल्याला ते.

...

२४ नोव्हेंबर २०१२

# २४. गवारगोची

म्हणजे आपल्याला तशा बऱ्याच गोष्टी कळत नाहीत. याचा अर्थ आपली बुद्धी कमी असते असं नाही. पण आपण विचारच करत नाही त्या दिशेनं. त्यामुळे काही काही गोष्टी सुचतच नाहीत. आणि सुचत नाहीत म्हणून दिसत नाहीत. आणि म्हणून कळतही नाहीत. उदाहरणार्थ, कुठं कळलं होतं आपल्याला की मनमोहन सिंग यांनी अर्थमंत्री म्हणून आपली बाजारपेठ खुली केली, परदेशी सौंदर्य कंपन्या आपली नवनवी उत्पादनं घेऊन भारतात आल्या आणि भारतीय मुली भसाभस अशा मिस वर्ल्ड किंवा मिस युनिव्हर्स वगैरे म्हणून निवडल्या जायला लागल्या. १९९१ साली नरसिंह राव यांच्या सरकारात मनमोहन सिंग अर्थमंत्री झाले. १९९१ साली त्यांनी आपला पहिला अर्थसंकल्प मांडला. एरवी अर्थसंकल्प फेब्रुवारी महिन्यात असतो. पण निवडणुका, त्यात राजीव गांधी यांची हत्या वगैरेमुळे तो मांडायला जुलै महिना उजाडला. तरीही तो अर्धवटच होता. म्हणजे ज्याला लेखानुदान म्हणतात तसा. त्यांचा खरा अर्थसंकल्प १९९२ सालचा. त्या अर्थसंकल्पात भारतीय बाजारपेठ अनेकांसाठी खुली करून देण्यात आली. परदेशी कंपन्यांना हपापलेल्या मध्यमवर्गाची एकदम ३५ कोटींची तयार बाजारपेठ मिळाली. मोठमोठ्या सौंदर्यप्रसाधन कंपन्यांनी भारतीय चेहरे फुलू लागले.

पुढच्याच वर्षी ऐश्वर्या राय मिस वर्ल्ड झाली. जागतिक कंपन्या इतक्या भारतावर खूश होत्या की त्याच वर्षी सुष्मिता सेनसुद्धा मिस युनिव्हर्स की काय झाली. मग सपाटाच लागला भारतीय मुलींचा. नवा बाजार मिळाल्यानं या कंपन्या इतक्या फिदा होत्या भारतावर की त्यांना युक्ता मुखीसुद्धा चालली अशाच कोणत्या तरी मिस पदासाठी.

तेव्हा कुठं आपल्याला हे कळलं होतं, की बाजारपेठा खुल्या करण्याचा आणि या स्पर्धांचा संबंध असतो ते.

हे झालं एक उदाहरण. अशी अनेक सापडतील. ताजंच घ्या. गवार या तशा एरवी दुर्लक्षित म्हणता येईल अशा भाजीचं. आता गवार ही काही अशी भाजी नाही की ती सणासुदीला, लग्नात वगैरे करायची असते. तशी ती दुर्लक्षित. मिळाली तर

फार काही आनंद होईल अशी नाही आणि नाही मिळाली तर दुःख व्हावं असंही काही नाही तिच्यात. पण सध्या जगात गवारीचा जितका बोलबाला आहे तितका कोणत्याच भाजीचा नाही. मग ते अळूचे फदफदे असो की भरली वांगी.

झालंय असं की गवारीच्या शेंगेंपासून एक प्रकारचा चिकट द्राव निघतो तो फार महत्त्वाचा घटक असतो अनेक प्रक्रियांसाठी. या शेंगा बियांसकट कुस्करून तो काढतात. द्रव पदार्थ घट्ट करण्यासाठी तो प्राधान्यानं वापरला जातो. म्हणजे अनेक चांगल्या आइस्क्रीम्समध्ये गवार असते हे आपल्याला माहीत नसेल. किंवा दात स्वच्छ करण्याची हमी देणाऱ्या टुथपेस्ट्समध्येही हा गवारीचा चीक असतो. त्यामुळेही गवारीला मोठीच मागणी असते बाराही महिने. कारण बाराही महिने जगात कुठं ना कुठं उकाडा असतोच तेव्हा आइस्क्रीमला मागणी असतेच तिकडे. आणि टुथपेस्ट तर काय बाराही महिने लागतेच. तेव्हा गवारीला काही तसं मरण नाही.

पण हे दोन्ही उपयोग काही आताच आढळले आहेत असं नाही. कित्येक वर्षांपासून गवार या कामांसाठी वापरली जातीये. मग आताच असं काय घडलंय की गवारीच्या भावात प्रचंड चढउतार होतायत?

गवारीच्या आयुष्यात आलेला हा नवा घटक आहे तेल. म्हणजे खायचं तेल नाही. तर मोटारी, विमानांत वगैरेत इंधन म्हणून वापरतात ते तेल. आता हे तेलाचे साठे प. आशियाच्या आखातात मोठ्या प्रमाणावर आहेत हे आपल्याला माहीत असतंच. शिवाय नायजेरिया, व्हेनेझुएला अशा अनेक देशांतही ते आहेत. हे तेल म्हणजे जगाचं इंधनच. त्यामुळे त्याला मोठी मागणी असतेच असते. अगदी बाराही महिने. यातला सर्वात मोठा मागणीवाला देश म्हणजे अमेरिका. जगात रोजच्या रोज जे काही तेल जमिनीतनं निघतं त्यातलं २६ टक्के त्या एकट्याच देशाला लागतं. त्यामुळे अमेरिका पाण्यापेक्षा तेलावरच जगते, असं म्हणतात ते काही खोटं नाही. हा तेलाचा पुरवठा जगभरातून... त्यातही प. आशियाच्या वाळवंटी देशातून... अगदी सुरळीत सुरू असतो अमेरिकेला.

पण २००१ सालच्या ११ सप्टेंबरला न्यूयॉर्कमध्ये जे काही घडलं त्यामुळे अमेरिकेला धक्का बसला. सौदी अरेबिया या तेलसंपन्न देशातल्या अतिरेक्यांनी विमानं पळवली आणि वर्ल्ड ट्रेड सेंटर ते पेंटॅगॉन अशा ठिकठिकाणी आपटवत प्रचंड मोठा हादरा दिला अमेरिकेला. तेलसंपन्न इस्लामी देशात जन्मलेल्या या हिंसाचारानं अमेरिकेला एक धडा दिला.

तो म्हणजे आता तेलासाठी या अरबांवर अवलंबून राहायचं नाही.

तेव्हापासून अमेरिकेनं अथक प्रयत्न सुरू केले आणि जमिनीतून मिळेल त्या मार्गानं तेल काढायचे वेगवेगळे मार्ग शोधून काढले. त्यातला एक म्हणजे शेल

ऑईल. यात समुद्र, जमीन जिथं कुठं कितीही खोलवर तेलाचा अंश जरी असेल तरी तो बाहेर काढला जातो. भयंकर जिकिरीचं असतं ते. म्हणजे आधी समुद्राचा तळ गाठायचा... आणि मग तिथपासनं खोलवर खणायला सुरुवात करायची. आणि हे खणणं वरनं खाली याच दिशेनं असतं असं नाही. तर आडवंही असतं. म्हणजे जमिनीत थोडं खाली जायचं आणि मग आडवं खणायला सुरुवात करायची. जिथं कुठं तेल आहे तिथं पोचायचं.

आपली गरीब गवार तिथं कामाला येते. तेल आढळलं की पाणी, मीठ आणि गवारीचा चीक यांचा प्रचंड मोठा झोत तिथं सोडला जातो. तसं केलं की हा तेलांश ज्याला कशाला चिकटून असेल त्याच्यापासून सुटतो. मग तो गोळा करून बाहेर काढला जातो. यात सगळ्यात महत्त्वाची भूमिका असते गवारीच्या चिकाची. एरवी सगळे चीक काहीतरी चिकटवतात. गवारीचा चीक तेलाला सोडवतो.

गवारीचा हा गुण लक्षात आल्यापासून प्रचंड प्रमाणावर मागणी वाढलीये तिची जगभरात.

आणि त्यात आपली छाती अभिमानानं गवारभर तरी फुलावी अशी गोष्ट म्हणजे जगात सगळ्यात जास्त गवार भारतात पिकते. जगाच्या बाजारपेठेतली ८० टक्के गवार ही या भारतवर्षातली असते. त्यामुळे या गवारीला प्रचंड मागणी आली. इतकी की तिचे दर गेले १६८० डॉलर प्रतिक्विंटल इतके. म्हणजे साधारण ९२ हजार ४०० रुपये इतके. याचा अर्थ किलोला ९२ रुपये इतकी दरउंची या शेलाट्या शेंगेनं गाठली. गवारीचा हा चीक त्या काळात २७,००० डॉलर्स प्रतिटन या इतक्या प्रचंड दरानं विकला जात होता. त्या काळात... म्हणजे यंदाच्या मार्च महिन्यात... भारतात धान्य, भाज्यांच्या वायदा बाजारात गवारीची तुफान नोंदणी झाली. इतकी की राजस्थानातली सर्वच्या सर्व गवार पुढच्या काही वर्षांसाठी नोंदलीदेखील गेली. राजस्थान का, तर आपल्या देशातली ८० टक्के गवार या वाळवंटी राज्यात पिकते. भारतातून निर्यात होणाऱ्या गवारीतही त्यामुळे ६० टक्क्यांपेक्षाही अधिक वाढ झाली.

तर त्या काळात हॉलिबर्टन या मोठ्या तेल कंपनीनं चार महिने पुरेल इतकी गवार साठवून ठेवली. तेव्हा गवारीचा आंतरराष्ट्रीय बाजारातला दर होता किलोला ७०० रुपये इतका. नंतर मग या गवारीची साठेबाजी इतकी झाली, की १४ डॉलर प्रति किलोवरनं दर एकदम ५ डॉलर प्रतिकिलो इतके पाडले गेले. या गवार खेळातला सगळ्यात मोठा खेळाडू म्हणजे ही हॉलिबर्टन कंपनी. अनेकांना माहीतही नसेल अमेरिकेचे माजी उपाध्यक्ष डिक चेनी यांची ही कंपनी. आता या कंपनीकडे गवारीचे सगळ्यात मोठे साठे आहेत.

कोणाचं नशीब कशानं आणि कधी उजळेल सांगता येत नाही. तेव्हा तात्पर्य हे की मंडईत कधी गेलात तर गवारीकडे पाहून तोंड वेंगाडू नका. महाग झाली असेल तर तिचा बिचारीचा दोष नाही तो, हे आता कळलंच असेल.

त्यासाठीच ही 'गवारगोची' आपण समजून घ्यायला हवी.

०८ डिसेंबर २०१२

# २५. गुणसूत्रांच्या गाठी

जन्माला येताना रक्तातनं आलेले गुण आपलं काय काय ठरवतात? आपलं दिसणं, बोलणं वगैरे ठीक आहे. पण आपण कोणत्या परिस्थितीत काय निर्णय घेणार हेदेखील आपण कुठं, कोणाच्या पोटी जन्मलो यावरच ठरणार? आपल्याला काय आवडणार, काय नावडणार हेदेखील आपला जन्मच ठरवणार? हे जर इतकं असं घोटीव असेल तर मग जन्माला येऊन आपण करायचं काय? आपल्या गुणसूत्रांचे कैदी म्हणूनच राहायचं?

तसं यातल्या काही गोष्टी आपण स्वीकारलेल्या असतातच. म्हणजे पारशी तसे चक्रमच असणार, गुज्जू मंडळींना व्यवसाय शिकवावा लागत नाही, बंगाली भद्रलोक लेखन, वाचन, कलेत उजवाच असणार, पंजाबी सरदार म्हटला की तो मोकळाढाकळाच असायला हवा, सिंधी म्हटले की क्युं साईं... असा सानुनासिक प्रश्न प्रश्नार्थक चेहऱ्यासह आपल्या चेहऱ्यावर येणारच... महाराष्ट्रापुरतं बोलायचं तर आपले चित्पावन कसे आणि किती हात आखडून वागणार, देशस्थ कसे अघळपघळ असणार, मराठा मोठेपणा कसा मिरवणार, चांद्रसेनीय कायस्थांकडचे भाऊसाहेब, अण्णासाहेब रविवारी सकाळी मुकाट काळ्या पिशवीच्या साधनेला कसे लागणार वगैरे वगैरे तपशील आपल्याला माहीतच असतो. बऱ्याचदा तो आपण अनुभवलेलाही असतो.

पण जन्माला येतानाच आपला भाग बनून आलेल्या या आपल्या स्वभाववैशिष्ट्यांमुळे आपल्या व्यवसायातल्या, नोकरी-धंद्यातल्या निर्णयांना मर्यादा येतात का? म्हणजे कर्जपुरवठा किंवा मंजुरी खात्यात चित्पावनाला ठेवायला नको, तो कोणालाच काही देणार नाही. किंवा देशस्थालाही ठेवायला नको... ते येईल त्याला, मागेल त्याला कर्ज मंजूर करत बसेल असा विचार आपल्याकडे बँक व्यवस्थापन करतं का? किंवा आघाडीवर जाऊन लढायचं असेल तर तामिळ ब्राह्मण किंवा गुजराथ्यांना पाठवायला नको असा विचार सैन्यातले वरिष्ठ अधिकारी करतात का?

याचं उत्तर अर्थातच तूर्त तरी नाही असंच असेल.

तूर्त असं म्हणायचं कारण म्हणजे जगभरातल्या म्हणजे अर्थातच अमेरिकेतल्या

बँकांनी आपापल्या कर्मचाऱ्याची सांस्कृतिक तपासणी करायचा निर्णय घेतलाय. त्यामागचं कारणही तसंच आहे.

झालं असं, की गेल्या काही वर्षांत अमेरिकेच्या वित्त क्षेत्रात मोठमोठे घोटाळे झाले. अगदी तगड्या म्हणून ओळखल्या जाणाऱ्या बँकादेखील बुडाल्या. लेहमन ब्रदर्स ही खरंतर केवढी बलाढ्य बँक. आपल्या काही बँका एकत्र केल्या तरी त्यांच्यापेक्षा लेहमन भारी ठरली असती. पण २००८ सालच्या जून महिन्यात ती बघता बघता दिसेनाशी झाली. त्या पाठोपाठ छोट्या-मोठ्या अशा जवळपास साठ बँका, वित्तीय संस्था यांचं बंबाळं वाजलं अमेरिकेत. त्यानंतरही अनेक बँकांत, वित्त संस्थांत छोटेमोठे घोटाळे घडत गेले. अगदी गेल्या वर्षीपर्यंत. या सगळ्यामुळे एक झालं. अमेरिकेच्या वित्त क्षेत्राची चांगलीच बदनामी झाली.

तेव्हा आता हे फार झालं, असं वाटून अमेरिकी फेडचे म्हणजे फेडरल रिझर्व्हचे अध्यक्ष विल्यम डडली यांनी एक बैठक बोलावली. सगळ्या बँक, वित्त संस्था प्रमुखांची. त्यात त्यांनी या सर्वांना दमात तर घेतलंच. पण वर एक आदेश दिला. आपल्या महत्त्वाच्या कर्मचाऱ्यांच्या सांस्कृतिक इतिहासाचं उत्खनन करण्याचा. त्यांचं म्हणणं असं, की कर्मचाऱ्यांची सांस्कृतिक पार्श्वभूमी बँक व्यवस्थापनाला ठाऊक असायलाच हवी. या बैठकीत त्यांनी जे काही भाषण केलं त्यात ४४ वेळा संस्कृती या शब्दाचा उच्चार केला. त्यांचं म्हणणं असं, की मुदलात धोका पत्करायची ज्यांना हौस असते अशी माणसं आता फार मोठ्या संख्येनं वित्त क्षेत्रात येऊ लागलीयेत. काही काही जण कसे फॉर्म्युला वन स्पर्धेकडे आपोआप आकृष्ट होतात, तसं यांचं वित्त क्षेत्राचं आकर्षण असतं, असं डडली म्हणाले. तेव्हा ही अशी अतिरिक्त जोखमीची हौस असलेली माणसं कोण, हे बँक व्यवस्थापनानं आधीच ओळखायला हवं... ते कोठून आलेत, त्यांची पार्श्वभूमी काय हे तपासून ठेवायला हवं, असे आदेश त्यांनी दिले.

पण हे करायचं कसं? अनेकांना तोच प्रश्न पडला.

एक चाचणी शोधून काढली मग या मंडळींनी. तणाव चाचणी. म्हणजे २००८ साली जे काही संकट आलं बँकिंग क्षेत्रावर तसं संकट पुन्हा आलं तर त्या वेळी कोण कसा वागेल, याचा पाहणी अभ्यास सुरू केला. चालू म्हणजे मार्च महिन्याच्या अखेरीस त्याचे निष्कर्ष हाती लागतील. या चाचणीत एक मुद्दा आवर्जून तपासला जातोय. तो म्हणजे अत्यंत विपरीत आर्थिक परिस्थितीत सरकारच्या मदतीशिवाय कोण किती शांतपणे, सहजपणे काम करू शकतोय, कोणाच्या मनाची शांती ढळतीये, कोण किती किरकिरा झालाय. अशा परिस्थितीत एखाद्याचा किरकिरेपणा वाढलाच तर त्याच्या मनाची शांती पुन्हा प्रस्थापित होण्यासाठी कोणाची मदत लागतीये का,

की ही व्यक्ती स्वतःच स्वतः पुन्हा स्वतःवर काबू मिळवू शकतीये, हेदेखील यात तपासलं जाणार आहे. या पाहणीत एका कर्मचाऱ्यानं दुसऱ्याला ई-मेल करताना वर्कअराउंड हा शब्दप्रयोग केला. आता एरवी या शब्दानं दचकून जावं असं काही नाही. पण ज्या संदर्भात तो वापरला गेला ते पाहिल्यावर पाहणीकर्त्यांचे कान टवकारले. त्या ठिकाणी त्या शब्दाचा अर्थ होता जाचक नियमांना वळसा घालून मार्ग काढणं. हे धोकादायक होतं. कारण अशा वळसा घालण्याच्या प्रवृत्तीमुळे आर्थिक घोटाळे घडतात असं बँकांचं निरीक्षण होतं. झालं. मग लगेच किती कर्मचारी ही प्रवृत्ती दाखवतायत या मुद्द्याचाही या पाहणीत समावेश करण्यात आला. जेपी मॉर्गन चेस आणि वेल्स फार्गो अँड कं. हे नंतर मग या पाहणीचं शास्त्रीय पद्धतीनं विश्लेषण करणारेत.

वरवर पाहता हे जे काही सुरू आहे त्याबद्दल कुतूहलमिश्रित औत्सुक्य असलं तरी एका गटाला वाटतंय, या पाहणीतून जे काही निष्पन्न होईल त्याचा बँकांच्या विरोधात छडी म्हणून वापर केला जाईल. संस्कृती म्हणजे काय? आता बँकांकडून काही चुका झाल्याच तर हे लोक त्याचा संबंध थेट संस्कृतीशीच जोडणार की काय, अशी प्रतिक्रिया त्यावर बीबी अँड टी कॉर्पोरेशनचे मुख्य कार्यकारी अधिकारी केली किंग यांनी व्यक्त केली. संस्कृती हे आता वॉल स्ट्रीटवरचं मोठं फॅडच बनलंय, असं मत सुसान ऑक्स यांनी व्यक्त केलंय. त्या बेटर बँकिंग प्रोजेक्ट या अभ्यास गटाच्या प्रमुख आहेत. पण म्हणून त्याचं महत्त्व सुसान यांना नाही असं नाही. त्यांचं म्हणणं- बँकेत येणाऱ्या ग्राहकांना पैसे देताना रोखपाल त्या ग्राहकाशी कसा वागतो, कसा बोलतो इथपासून ते एखादा वित्त सल्लागार आपला व्यवसाय निर्णय कसा घेतो या सगळ्याचा संबंध संस्कृतीशी आहे. पण फक्त तेवढ्याशीच हा संबंध आहे, हे त्यांना मान्य नाही. या सुसानबाईंच्या संस्थेला अनेक बँकांनी त्यांच्यासाठी सल्लागार म्हणून नेमलंय. असे अनेक सल्लागार, मार्गदर्शक बँकांनी या संस्कृती पाहणीला जुंपलेत. लाखो डॉलर्स या संस्कृती शोधावर खर्च होणारेत. अमेरिकेचे कॅम्प्ट्रोलर ऑफ करन्सी म्हणजे चलन व्यवहाराचे महालेखापाल थॉमस करी यांच्या मते- संयत, जबाबदार व्यवस्थापनासाठी ते हाताळणाऱ्या व्यक्तींची संस्कृती हा अत्यंत महत्त्वाचा मुद्दा ठरतो.

अमेरिकी वित्तव्यवस्थेत सगळेच आता या संस्कृतीमूळ शोधनाच्या कार्याला लागलेत. जे अमेरिकेत होतं त्याचं लोण आपल्याकडेही पसरतं.

खरा धोका, भीती आहे ती इथं.

कारण इतका संस्कृतीभिन्न आपला देश. त्या संस्कृतीच्या प्रांतवार पडलेल्या शाखा, त्याच्या भाषिक उपजाती, मग जात, जातींच्या उपजाती, पोटजाती कसला गुंता आहे हा. त्याची अमेरिकेत सुरू आहे तशी चिरफाड सुरू झाली, तर एका नव्याच वादाला तोंड फुटायचं.

म्हणजे एक नवीच मनुस्मृती तयार व्हायची. आणि तीसुद्धा जुन्या मनुस्मृतीच्या पायावरच. कारण तीत जन्माला येणाऱ्याची त्याचा धर्म आणि तो करणार असलेलं कर्म अशीच तर विभागणी केली गेलेली आहे.

आधुनिक जगावर या मनुस्मृतीची मागास छाया नको म्हणून कोण प्रयत्न केले आपल्यातल्या अनेकांनी. ते यशस्वी होतील असं आता कुठं वाटू लागलेलं असताना या नव्या प्रकारानं पुन्हा मनुस्मृतीचंच पुनरुज्जीवन होतंय की काय, अशी भीती. कोण कोणाच्या पोटी, कोणत्या प्रांतात जन्माला आला त्याचं महत्त्व किती बाळगायचं?

या गुणसूत्रांच्या गाठी आता अधिकच घट्ट होणार का?

०७ मार्च २०१३

# २६. अलक्षिताचं आव्हान

व्यक्तीप्रमाणेच वर्षदेखील आपापलं नशीब घेऊन येतं की काय? हो बहुधा. काही काही वर्षं खरंच भाग्यवान. सुवर्णाक्षरातच कोरली जातात ती. असं पटकन आठवणारं वर्ष म्हणजे १९७९. काय काय घडलं त्या एका वर्षात. अमेरिका आणि चीनमध्ये राजनैतिक संबंध प्रस्थापित झाले, इराणमध्ये क्रांती झाली, अयातोल्ला खोमेनी १५ वर्षांचा देशसंन्यास संपवून मायदेशी परतले, इंग्लंडमध्ये पहिल्यांदा एक महिला (मार्गारेट थॅचर) पंतप्रधान बनल्या, युरोपीय पार्लमेंटची पहिली थेट निवडणूक या वर्षी झाली, कम्युनिस्ट देशात पोप पहिल्यांदाच गेले तेही या वर्षी, सद्दाम हुसेन इराकमध्ये सत्तेवर आले, अवकाशातनं स्कायलॅब पृथ्वीवर यायला निघाली, सोविएत रशियाच्या फौजा अफगाणिस्तानात घुसल्या... या अशा पटकन आठवणाऱ्या काही १९७९ सालच्या घटना.

यंदाचं हे २०१४ साल त्याहूनही भाग्यवान आहे. तीन कारणांसाठी. आणि खरा भाग्ययोग हा, की ही तीनही कारणं एकमेकांशी संबंधितच आहेत.

म्हणजे पहिल्या महायुद्धाला तोंड फुटलं त्याला यंदा १०० वर्षं होतायत, दुसरं महायुद्ध नागालँडमध्ये, कोहिमात पोहोचलं त्याची सत्तरी या वर्षी आहे आणि तिसरं म्हणजे बर्लिनची भिंत कोसळून शीतयुद्धाच्या अंताची सुरुवात झाली त्या घटनेचा रौप्य महोत्सवही याच वर्षी आहे. या सगळ्याचा इतिहास आपल्याला तोडकामोडका का असेना, पण माहीत आहे. अशा वेळी या इतक्या महत्त्वाच्या वर्षांत या घटनांच्या इतिहासाचा माहीत नसलेला पैलू माहीत करून घ्यायला हवा. आपलं ते कर्तव्यच ठरतं. ऑस्ट्रियाचा राजपुत्र फर्डिनंड याची सारायेवोत हत्या झाली आणि या महायुद्धाला सुरुवात झाली असं आपण वाचलेलं असतं. फारच नृशंस युद्ध ते. जवळपास ९० लाख माणसं त्यात मेली. जगाच्या इतिहासातल्या अत्यंत संहारक अशा काही घटनांमध्ये या युद्धाची गणना होते, हेही कदाचित माहीत असतं आपल्याला. प्रशिया, बाल्कन राष्ट्रं वगैरे सगळं तसं कानावरनं गेलेलं असतं. पण याच्याशिवाय अन्य काही कारण या महायुद्धाला असू शकेल, असं आपल्याला वाटलेलं नसतं. आपल्या नजरेतनं हे युद्ध म्हणजे उघड उघड साम्राज्यवाद

वा एखाद्या देशाचा विस्तारवाद आदीमुळे घडलेलं असतं. पण हे युद्ध चलनवाढीला उत्तर म्हणून ठरवून घडवलं गेलं होतं, असं कोणी म्हणाल्याचं आठवतं का आपल्याला?

बहुधा नाही.

पण हेदेखील महायुद्धाच्या इतिहासाचं महत्त्वाचं अंग आहे.

पहिलं महायुद्ध हे आर्थिक कारणांसाठी घडवून आणलेली कृती होती असा आरोप जाहीर पुराव्यासह त्या वेळी झाला होता. म्हणजे युद्धाचं कारण राजकीय वा अन्य नव्हतं, तर फक्त रोकडं आर्थिक होतं असा एक विचारप्रवाह आहे. एरवी असं काही आचरट वाटेल असं बोलणारे कमी नसतात. त्यांच्याकडे दुर्लक्षच करतो आपण. आणि तेच योग्यही. पण महायुद्धाबाबत असा जाहीर आरोप करणारी व्यक्ती विक्षिप्त वगैरे नव्हती. आपल्या प्रचंड उद्यमशीलतेसाठी उलट तिचं नाव आजही आदरानं घेतलं जातं. ती व्यक्ती म्हणजे हेन्री फोर्ड. तेच ते उद्योगपती. मोटारी बनवणाऱ्या फोर्ड कंपनीचे जनक.

फोर्ड यांचा ठाम समज होता अमेरिकेतल्या बलाढ्य बँका हाती असणाऱ्या यहुदींनी हे युद्ध घडवून आणलं. तसा जाहीर आरोप फोर्ड यांनी केला. पण बलाढ्य बँकांप्रमाणे अमेरिकेतली वर्तमानपत्रंदेखील यहुदींच्याच हाती होती. आजही आहेत. मग द न्यूयॉर्क टाइम्स असो वा वॉशिंग्टन पोस्ट. त्यांच्यावरचा यहुदी मालकी हक्क उघड दिसतो. त्यामुळे फोर्ड यांचं हे विधान कोणत्याच वर्तमानपत्रांनी गांभीर्यानं घेतलं नाही. साहजिकच कोणीच ठळकपणे ते छापलं नाही. अर्थातच फोर्ड यांना याचा संताप आला. एव्हाना ते उद्योगपती झालेले होते. त्यामुळे त्यांच्या संतापाला काही अर्थ होता. तेव्हा मग काय केलं फोर्ड यांनी? तर एक नियतकालिकच विकत घेतलं. द डिअरबॉर्न इंडिपेंडंट या नावाचं. त्यांच्याच मालकीचं दैनिक ते. त्यांनी त्या पत्राच्या ज्येष्ठ संपादकांना सांगितलं, तुमच्यापैकी कोणी एक माझ्याबरोबर आलटून पालटून सतत असायला हवा. मी त्याच्याशी संवाद साधेन, त्यानं त्याचं शब्दांकन करायचं आणि माझ्या नावानं छापायचं. फोर्ड यांना वास्तविक हे सगळं लिहायचं होतं. पण तेवढा वेळ त्यांच्याकडे नव्हता. म्हणून त्यांनी ही मधली युक्ती काढली. त्यानंतर जवळपास ९१ आठवडे, हेन्री फोर्ड हे या संपादकांना आपली मतं सांगत. महायुद्धाचे विविध पैलू त्यांच्यासमोर उलगडून दाखवत. मग ते सगळे लेख फोर्ड यांच्या नावानं छापले जात. या लेखांची शीर्षकं जरी पाहिली तरी फोर्ड यांची त्या विषयातली गती कळून येईल. द ज्युईश क्वेश्चन : फॅक्ट्स ऑर फॅन्टसी, द ज्यूज इन कॅरेक्टर अँड बिझनेस, ॲन इंट्रोडक्शन टु ज्युईश प्रोटोकॉल, हाऊ ज्यूज इन युनायटेड स्टेट्स कन्सिल देअर स्ट्रेंग्थ, ज्यूज व्हर्सेस नॉनज्यूज इन न्यूयॉर्क फायनान्स, व्हेन द एडिटर्स वेअर इंडिपेंडंट ऑफ ज्यूज... अशी अनेक. या

लेखांची संख्या इतकी मोठी होती की नंतर ते चार खंडांत प्रकाशित करण्यात आले. द इंटरनॅशनल ज्यू या नावाच्या पुस्तकात. त्या सर्वांचा मथितार्थ इतकाच, की पहिलं महायुद्ध हे यहुदींनी ठरवून घडवून आणलं. असं फोर्ड यांचं म्हणणं.

या यहुदींची जर्मनीतही चांगलीच सद्दी होती. लोकसंख्येच्या प्रमाणात ते अगदी किरकोळ होते. पण जे काही होते ते अर्थव्यवस्थेच्या नाड्या सांभाळण्यात महत्त्वाची भूमिका असणारे होते. पुढे पहिलं महायुद्ध संपलं आणि त्याचं खापर जर्मनीच्या डोक्यावर फोडून इतर सर्वांनी काखा वर केल्या. या फटक्यामुळे जर्मनीची आर्थिकदृष्ट्या खूपच वाताहत झाली. प्रचंड चलनवाढ झाली. इतकी की जर्मन मार्कची किंमत एका डॉलरच्या तुलनेत ५० लाख इतकी झाली. म्हणजे एक डॉलर विकत घेण्यासाठी ५० लाख मार्क्स मोजावे लागत.

या युद्धात ग्रेट ब्रिटननं रासायनिक अस्त्रांचा मोठ्या प्रमाणावर वापर केला. ते उत्तर होतं. जर्मनीनं विषारी वायू वापरून ब्रिटिश जवानांची हत्या केली होती. म्हणून ब्रिटननं विषारी रसायनं वापरली. त्यातली काही अशी होती, की त्यांच्याशी संपर्क आल्यावर डोळ्यांत शंभर सुया खुपसाव्यात इतक्या वेदना होत असत आणि तात्पुरतं अंधत्व येत असे. हे महायुद्ध शेवटच्या टप्प्यात असताना, १३ ऑक्टोबर १९१८ या दिवशी, ब्रिटिशांनी जर्मन सैनिकांवर रसायनास्त्राचा मारा केला. त्यात अनेक जायबंदी झाले. एका तरुणाची तर दृष्टीच गेली. त्याला इतक्या वेदना व्हायला लागल्या की त्याला जर्मनीत परत पाठवावं लागलं.

या तरुणाचं नाव ॲडॉल्फ हिटलर. पहिल्या महायुद्धात तात्पुरतं अंधत्व पत्करावं लागलेल्या हिटलरनं दुसऱ्या महायुद्धात 'अंदाधुंद' हिंसाचार केला, हे आपल्याला ठाऊक असतंच. पण पहिल्या महायुद्धानं त्याला आंधळं केलं होतं... हे नसतं माहीत आपल्याला.

तसंच ११ नोव्हेंबर १९८९ या दिवशी सुरू झालेल्या जर्मन एकत्रीकरणाचंही. या दिवशी बर्लिनची भिंत कोसळली आणि पूर्व आणि पश्चिम जर्मनीच्या विलीनीकरणाला सुरुवात झाली. आपण म्हणतो, विलीनीकरण झालं. पण काही जर्मन अभ्यासक म्हणतात आर्थिकदृष्ट्या संपन्न पश्चिम जर्मनीनं पूर्व जर्मनीला गिळंकृत केलं. आकडेवारी दुर्दैवानं हे दर्शवते. पश्चिम जर्मनीच्या तुलनेत पूर्व अद्याप बरीच मागे पडलीये.

या वर्षी या सगळ्या इतिहासाची उजळणी करायला हवी. ती केली तर एक गोष्ट नक्की कळेल. ती म्हणजे ऐतिहासिक सत्य म्हणून एकमेव, अंतिम असं काही नसतं. वर्तमानाप्रमाणे इतिहास हादेखील वाहता असतो. काळाच्या ओघात त्याचे नवनवे, अलक्षित घटक आपल्यासमोर येत असतात. त्यांना भिडण्याची आपली तयारी मात्र हवी. २०१४ सालात ही संधी आहे.

११ जानेवारी २०१४

# २७. बेगाने शादी में...

तसे आपण उत्सवप्रियच. काही ना काही साजरं करत राहणं हा आपला राष्ट्रीय उद्योग. त्यासाठी जयंत्या चालतात. आता इतके जन्मणारे आहेत म्हणजे मग मयंत्याही आल्याच. उपोषणं आहेत. विजय आहेत. पराजय आहेत... कारणांना काही तोटा नाहीच. यात अलीकडच्या काळात आपल्याला आणखी एक तगडं कारण मिळालेलं आहे.

आपल्या देशातच आपली इतकी गर्दी झालीये की जागा पुरी पडत नाही. मग आपण बाहेर पडायला लागलो. जगातला एक देश असा नसेल की जिथं भारतीय नाही. मग तो रुपयाचा सन्मान करणारा नायजेरियाचा एखादा भाग असो वा शुद्ध गुजराती जैन थाळी देणारं स्वित्झर्लंडचं माउंट टिटलीस असो. भारतीय असतातच असतात. आता इतके सगळे भारतीय बाहेर आहेत म्हटल्यावर त्यांतले बरेचसे सरासरी असणार, काही गणंग निघणार आणि काही तिकडंही तेजानं तळपणार हे ओघानं आलंच. तसं होणं नैसर्गिकच.

आपल्याला साजरं करण्यासाठी नवीन एक कारण मिळालं ते हेच. या अनिवासी भारतीयांचं कर्तृत्व साजरं करणं.

समाजशास्त्रीयदृष्ट्या पाहू गेल्यास परदेशस्थांचं यश हे असं साजरं करणं हे आपला न्यूनगंड दाखवतं. या उत्सवांच्या मुळाचा शोध घेतल्यास ही भावना चिमटीत पकडता येईल. ती म्हणजे... आपण किती कमी आहोत, हलाखीत आहोत, वाईट अवस्थेत जगतोय... अशा वेळी परदेशात का असेना जाऊन एखादा भारतीय दिवे लावत असेल तर त्याची आरती आपण करायला हवी... ही ती भावना. पूर्वीच्या काळी गुलामांमध्ये अशी भावना आढळायची. वर्षानुवर्षं गुलामीत खितपत असताना, काहीही भविष्य नसताना एखाद्या गुलामाला त्या हलाखीतून पळून जाण्यात यश आलं तर मागे राहिलेले गुलाम त्या पळून गेलेल्याचं 'यश' साजरं करीत. आताच्या काळात राजकीय गुलामी संपली. पण मानसिकता तीच आहे. त्यामुळे हे साजरं करणं काही थांबलेलं नाही.

आता यावर काही राष्ट्रभक्त वगैरे देशाची अस्मिता वगैरे मुद्दे काढतील. आपल्या

देशवासीयाचं यश साजरं करण्यात गैर ते काय... वगैरे युक्तिवाद करतील. हे असं काही बोलणारे फारच शालेय असतात. तरीही त्यांना म्हणून उत्तर द्यायचंच असेल तर वेंकटरम्न रामकृष्णन यांचा दाखला द्यायला हवा. त्यांचं नाव या राष्ट्राभिमान्यांना काही आठवणार नाही. या रामकृष्णन यांचा २००९ साली भारतात भलताच कौतुकसोहळा झाला. समस्त वेष्टीधारी द्रविडीस्थानानं सुस्नात, भस्म वगैरे लावून रामकृष्णन यांच्या सत्काराला हजेरी लावली. त्यांचा सत्कार का झाला, तर त्या वर्षीचं रसायनशास्त्राचं नोबेल पारितोषिक त्यांना जाहीर झालं होतं म्हणून. पण रामकृष्णन हे नाव आणि व्यक्ती भारतीय असली तरी ते भारतात नव्हते. त्यांचं संशोधनाचं काम परदेशातच सुरू होतं. पण नोबेल जाहीर झालं आणि ते आपल्याला आपले असल्याचा साक्षात्कार झाला. लगेच भारतीय वगैरे म्हणून सत्कार समारंभ. तर चेन्नईतल्या सत्कारात जेव्हा त्यांच्या कामापेक्षा भारतीयत्वाचे गोडवे गायले जायला सुरुवात झाली तेव्हा त्यांना रामकृष्णन यांनी सर्वांच्या देखत तोंडावर फटकारलं. ते म्हणाले... हे बघा... माणूस म्हणून आपल्याला कुठं ना कुठं जन्म घ्यावा लागतो... ती बाब काही आपल्या हातात नसते... तेव्हा जन्म आणि जन्मभूमी हा आपल्यासाठी केवळ एक योगायोग आहे... त्यात एवढं मिरवण्यासारखं काय आहे...

रामकृष्णन चांगलेच फटकळ. पुढे जाऊन ते असंही म्हणाले, मला नोबेल जाहीर झाल्यापासून भारतातून इतके फालतू मेल येतायत मला की मी वैतागलोय. रामकृष्णन यांना माहीत नसावं, अनेक आयांनी त्या मेल्समधून विचारलं असेल आमच्या दुसरीतल्या मुलाला रसायनशास्त्रातलं नोबेल मिळावं यासाठी कोणत्या क्लासला घालू... किंवा कदाचित... तुम्ही क्लास घ्याल का... असाही प्रश्न असेल. असो. मुद्दा तो नाही.

तर हा, की विकसित म्हणून गणल्या जाणाऱ्या देशातल्यांना आपल्या एखाद्या देशवासीयाचा गुणगौरव उत्सव करावा इतका मोठा वाटतो का?

म्हणजे एखाद्या भारतातल्या कंपनीत अमेरिकी प्रमुख नेमला गेला तर तिकडे त्याच्या गावात पेढे वाटतात का किंवा केक कापतात का? एखादं कुठलं आपल्या देशातलं पारितोषिक एखाद्या ब्रिटिशाला जाहीर झालं तर आपलीच मान ताठ झाली असं समस्त ब्रिटिशांना वाटलंय असं कधी झालंय का? किंवा ब्रिटनमधलं बुकर वगैरे तत्सम पारितोषिक एखाद्या फ्रेंच वा जर्मन लेखकाला मिळाल्यावर तर तो फ्रेंच वा जर्मन भाषेचाच सन्मान आहे... अशी भावना त्या त्या भाषकांत दाटून आलीये... असं कधी अनुभवायला मिळालंय का?

या सगळ्या प्रश्नांचं उत्तर प्रामाणिकपणे द्यायचं झालं तर नाही, असं असेल.

मग हे हास्यास्पद उद्योग करावे असं आपल्यालाच का वाटतं?

कारण आपण अजूनही वैचारिकदृष्ट्या गुलामीच्या अवस्थेतच आहोत म्हणून.

वर उल्लेखलेल्या गुलामांच्या जथ्याला आपल्यातल्या एखाद्याचं पळून जाणं हेच असं मोठं यश वाटायचं, तसंच आपलंही आहे. कोणीतरी देशाबाहेर जाऊन काही तरी दिवे लावतोय... तर करा त्याच्या नावानं आरत्या. असं केल्यामुळे दोन गोष्टी साध्य होतात. इथं असलेल्यांना आपण किती गुणग्राहक आहोत हे दाखवता येतं आणि दुसरं म्हणजे फुकाचं राष्ट्रीयत्वही मिरवता येतं. यातल्या राष्ट्रीयत्वाला फुकाचं म्हणायचं ते अशासाठी, की ज्यांच्या यशाच्या गुणगानाची स्पर्धा आपल्यात लागते त्यांचं यश काही त्यांना ते भारतीय आहेत म्हणून मिळालेलं नसतं. म्हणजे चला... हा आला आर्य संस्कृतीतला सद्गुणांचा पुतळा भारतीय... देऊन टाका त्याला वरचं पद... असं काही कुठं घडलेलं नसतं. जे काही असेल ते त्यानं मेहनतीनं मिळवलेलं असतं.

म्हणजे खरं श्रेय ते मेहनतीचं. त्याकडे आपण लक्षच द्यायचं नाही. आणि मिरवायचं काय तर भारतीयत्व. मग कधीतरी एखादा रामकृष्णन खरं बोलून गेला, तर ते लागतं आपल्याला.

आणि आणखी एक मुद्दा. तो असा की साजरं करण्याइतकं भव्यपण काय, हे कळतं का आपल्याला.

उदाहरणार्थ, सत्या नाडेला.

तो बिल गेट्स यांच्या मायक्रोसॉफ्ट्स कंपनीचा प्रमुख कार्यकारी अधिकारीपदी नेमला गेल्यावर समस्त भारतवर्षाला धन्य धन्य झालं. आपल्या मातृभूमीचे त्यानं पांग फेडले असंच अनेकांना वाटायला लागलं. पण ही नियुक्ती आपण मिरवावी इतकी महत्त्वाची आहे का? खरंतर या नियुक्तीबद्दल आनंद साजरा करण्यापेक्षा आपल्याला भारतीय म्हणून लाज वाटायला हवी, अशी परिस्थिती आहे, याची जाण आपल्याला आहे का, याचंही खरं उत्तर नाही असंच असेल.

आज जगात माहिती-तंत्रज्ञान क्षेत्रात सर्वाधिक अभियंते भारतीय आहेत. माहिती-तंत्रज्ञान क्षेत्रातल्या अनेक कंपन्यांत ज्येष्ठ पदांवर भारतीयच आहेत. तेव्हा त्याचा आनंद साजरा करत असताना एक प्रश्न आपण आपल्याला विचारायला हवा.

माहिती-तंत्रज्ञानाच्या क्षेत्रातलं एक तरी उत्पादन भारतीयानं जन्माला घातलेलं आहे का?

मायक्रोसॉफ्ट्स, ॲपल, गुगल, फेसबुक, ट्विटर, विकिपीडिया, व्हॉट्स ॲप. झालंच तर गेलाबाजार याहू. आर्कुट... यादी कितीही वाढवता येईल. यातलं आपलं काय, त्यावर काही जण सुबीर भाटिया आणि हॉटमेलचा दाखला देतील. पण सुबीर किती भारतीय आणि हॉटमेलचं आज काय झालंय हे सांगायची गरज नाही.

तेव्हा इतर कुणी काही तरी जन्माला घालायचं आणि आपण त्याचं पालनपोषण करायचं ही गुलामीच आपण करतोय, हे आपण लक्षात घ्यायला हवं. पण त्याच वेळी नवीन काही जन्माला घालायची ताकद आपण हरवून बसलोय, हेही ध्यानात घ्यायला हवं. आता ही बाब काय आपण साजरीं करावी इतकी थोर आहे?

पण हे कुठं कळतंय आपल्याला?

बेगाने शादी में धुंद होऊन नाचणारा आपला भारतीय अब्दुल्ला दिवानाच आहे...

०८ फेब्रुवारी २०१४

# २८. वेगळं व्हायचंय मला...!

आपल्या सामाजिक संस्कृतीत वेगळं होणं म्हणजे तसं पापच. आणि पाप म्हटलं की मनातनं का होईना कडवटपणा आलाच. त्यामुळे लग्न झालेला मुलगा आई-वडिलांना चुकून जरी म्हणाला वेगळं व्हायचंय... की संपलंच. थेट रडारड, सुनेच्या नावे बोटं मोडणं किंवा तुझं तोंड पाहणार नाही... ही भाषा... हे सर्व किंवा यापैकी काही. एखाद्या कर्मचाऱ्यानं जिथं काम करतोय तिथल्यांना वेगळं व्हायचंय मला असं म्हटलं की एक मोठा घटक वेगळं होऊ पाहणाऱ्यांचं अरिष्टच चिंतणार. महाविद्यालयात शिकणारा-शिकणारी मुलगा-मुलगी आई-वडिलांना म्हणाली... वेगळं व्हायचंय मला... तर झालंच... आम्ही काय नकोसे झालोय का... आधी काय दिवे लावायचेत ते अभ्यासात लावा... मग वेगळे व्हा... अशी वाक्यं दणादण ऐकवली जाणार... हे तसे अनुभव आपल्या आसपास मुबलक आढळत असतात. खरंतर एखाद्याला वेगळं व्हावंसं वाटणं वा न वाटणं यात चांगलं वा वाईट, नैतिक-अनैतिक असं काही करायची गरज नसते. म्हणजे वेगळं व्हावंसं वाटणारा वाईट आणि तसं न करणारा चांगला असं वर्गीकरण करणंच चुकीचं. पण आपण ते सर्रास करतो.

खरंतर वेगळं व्हावंसं वाटणं ही प्रेरणा नैसर्गिक असू शकते हे आपल्याला मान्य का नाही होत.

याचं साधं... आणि प्रामाणिकही... उत्तर हे, की नैसर्गिक प्रेरणांकडे दुर्लक्ष करूनच जगायची सवय आपण लावून घेतलेली आहे. कृत्रिम बलाचा वापर करून भावनिक गरजांना दूर ठेवणं हे आपलं व्यवच्छेदक लक्षण बनून गेलंय हे आपल्याला जगण्याच्या सवयीत लक्षात येत नसावं बहुधा. त्यामुळे कोणीही वेगळं होण्याचा विचार केला रे केला की आपला विरोध सुरूच. हे जसं घरात घडतं तसंच बाहेरही. गोवा हे त्याचं मोठं उदाहरण आहे. केवळ महाराष्ट्राशी संलग्न आहे म्हणून गोवा महाराष्ट्रातच असायला हवा असं म्हणणं किती दांभिक आणि अन्यायकारक आहे. गोव्याला पोर्तुगीजांच्या उपस्थितीमुळे आलेलं सांस्कृतिक वेगळेपण आहेच. पण तिथल्या निसर्गाला कोकणाप्रमाणे दारिद्र्याचा शाप नाही. अशा वेळी ओढूनताणून

गोव्याला महाराष्ट्राचा म्हणणं किती दांभिक. पण तरीही ही दांभिकता आपण बरीच वर्षं चालवली.

असंच ताजं आणि दुसरं उदाहरण म्हणजे तेलंगण निर्मितीवरून घातला जाणारा घोळ.

भारतासारख्या प्रचंड देशात एखाद्या भूभागातील काहींना वेगळं होण्यानं आपलं भलं होणार असेल तर त्यात गैर ते काय? आणि समजा गैर आहे असं कोणाला वाटत असेल तर तो विरोध इतका हिंसक असायची गरजच काय. तेलंगण निर्मिती व्यवहार्य आहे की नाही वगैरे मुद्दे दूर; परंतु त्या सगळ्याच्या मुळाशी आहे तो त्या प्रदेशातील जनतेच्या वेगळं अस्तित्व निर्माण करण्याच्या प्रेरणेला असलेला विरोध. या पार्श्वभूमीवर जगात काय परिस्थिती आहे, याचा आढावा घ्यायला हवा.

आपला देश जवळपास १२५ कोटींचा. ही इतकी डोकी २८ राज्यं आणि ७ केंद्रशासित प्रदेशांत मिळून राहतात. यातलं सर्वात गर्दीचं राज्य म्हणजे अर्थातच उत्तर प्रदेश. जवळपास दोन लाख ४३ हजार चौरस किलोमीटर इतक्या अस्ताव्यस्त पसरलेल्या या उत्तर प्रदेशात २० कोटी लोक राहतात. तेव्हा आकार आणि जनसंख्या या मुद्द्यावर उत्तर प्रदेशची तुलना होऊ शकते ती ब्राझील या देशाशी. ब्राझील जगातला पाचवा सर्वात मोठा देश मानला जातो. लोकसंख्याही २० कोटी आणि काही लाख इतकी. पण राज्यं किती तर २६. म्हणजे उत्तर प्रदेशाइतकाच आकार, लोकसंख्या ही २६ प्रदेशांत विभागली गेली आहे. ही आताची परिस्थिती. म्हणजे उत्तर प्रदेशातून जेव्हा उत्तरांचल वेगळं झालं नव्हतं त्या वेळी हे राज्य ब्राझीलपेक्षाही मोठं होतं आणि इतकी प्रचंड लोकसंख्या एकाच राज्यात कोंबली गेली होती.

दुसरं मोठं राज्य म्हणजे अर्थातच महाराष्ट्र. लोकसंख्या १० कोटींहून अधिक. आंतरराष्ट्रीय पातळीवर तुलना करायची तर महाराष्ट्राला साजेसा देश म्हणजे जर्मनी. या युरोपीय देशाची लोकसंख्या साधारण इतकीच. महाराष्ट्र हे एकच राज्य आहे. पण जर्मनीत इतकी लोकसंख्या १६ राज्यांत विखुरली गेली आहे. लोकसंख्येच्या बाबतीत फ्रान्स तर महाराष्ट्रापेक्षाही धाकटा आहे. लोकसंख्या साडेसहा कोटींपेक्षा किंचित जास्त. ६.६ कोटी इतकी. पण राज्यं आहेत चक्क २७ इतकी. अमेरिकेचं उदाहरण तर आणखीनच महत्त्वाचं. त्या देशाची लोकसंख्या जवळपास ४० कोटी इतकी. पण राज्यं आहेत ५०.

तेव्हा आपण हे स्वतंत्र राज्याच्या निर्मितीच्या इतके विरोधात का?

आपल्याकडे शेवटची राज्यनिर्मिती झाली ती २००० साली. त्या वेळी झारखंड, उत्तराखंड आणि छत्तीसगड या राज्यांची निर्मिती झाली. त्यानंतर आपण त्याबाबत काही विचार केला नाही. परंतु आता तो आपल्याला करावा लागतोय ते तेलंगणाचं

वादळ निर्माण झाल्यामुळे. अशा वेळी आणखी एक नवा पुनर्रचना आयोग नेमून नव्या राज्यांच्या निर्मितीचा प्रश्न तात्पुरता तरी निकालात काढायला काय हरकत आहे. हे तात्पुरता अशासाठी म्हणायचं, की आणखी काही वर्षांनी पुन्हा काही राज्यांना आणखी नवं राज्य असायला हवं, असं वाटू शकेल. तसं वाटणंही नैसर्गिकच. जोपर्यंत आर्थिक आणि अन्य महत्त्वाच्या निकषांची पूर्तता होतीय तोपर्यंत नवीन राज्याची मागणी करण्यात आणि ती मान्य करण्यात काहीही गैर नाही.

पण तरी विरोध का?

या प्रश्नाचं उत्तर बऱ्याच जणांकडून भाषा असं दिलं जाईल. म्हणजे भाषेची संलग्नता अभंग राहणं किंवा एक भाषकांची विभागणी टाळण्यासाठी राज्यनिर्मिती टाळायला हवी, असं काहींचं म्हणणं. म्हणजे नवीन राज्य का नको, तर तेलुगु बोलणारे किंवा मराठी भाषक किंवा अन्य कोणी हे दोन राज्यांत विभागले जातील, म्हणून नव्या राज्याला विरोध.

शुद्ध शब्दांत सांगायचं तर या विरोधाची संभावना हास्यास्पद या एकाच शब्दांत करता येईल. एक भाषक हे अनेक राज्यांत विखुरले जाणार असतील तर बिघडलं कुठं. तेलुगु भाषक हे आंध्रच्या बरोबरीनं आणखी एका राज्यांत विभागले गेले तर काय मोठं आकाश कोसळणार आहे. हा युक्तिवाद तर्काच्या आणि वास्तवाच्या पातळीवर टिकणारा नाही. आपल्याच देशातलं उदाहरण घेतलं तर हिंदी भाषक किती राज्यांत विभागले गेलेत. आता त्या हिंदी भाषकांचं मिळून काय एक राज्य करायचं की काय? जगाच्या पातळीवरसुद्धा अशी अनेक उदाहरणं सापडतील. ऑस्ट्रिया आणि जर्मनी या दोन्ही देशांत प्राधान्यानं भाषा बोलली जाते ती जर्मनच. पण ते तर दोन देश बनलेत. आता त्यांचं काय करायचं, एकत्र आणायचे ते पुन्हा. तेव्हा देशी काय किंवा परदेशी काय, या युक्तिवादात काहीच अर्थ नाही.

तो सिद्ध केला तरी आपण या सगळ्याला विरोध करतच राहू.

कारण वेगळं व्हायचंय मला... या वाक्याचीच आपल्याला भीती वाटते. मोठं व्हायचं तर ती सोडायला हवी.

२२ फेब्रुवारी २०१४

# २९. आपण सगळेच संत

कुठून कुठं आयुष्य गेलं त्यांचं. जन्म भारतात. पंजाबमधल्या गरीब घरातला. आठ भाऊ. हा तिसरा. जगण्यासाठी संघर्ष पाचवीलाच पूजलेला. त्या काळात पंजाबी माणसं मोठ्या प्रमाणावर स्थलांतर करायची. बरेचसे जायचे आफ्रिकेत. हाही गेला. इथियोपियात. विचार होता शिक्षक व्हायचं. तिथं त्या वेळी भारतीय शिक्षकांना चांगलीच मागणी होती. स्थलांतर माणसाला धडपडायला शिकवतं. कोणत्याच कामाची लाज वाटत नाही. माणसं आपसूकच हातपाय मारायला लागतात. आणि हा तर काय उद्यमशीलांच्या कुळातला. त्यामुळे हा आणखीनच कामं करायचा. घरी आल्यावर की संध्याकाळी पंजाबी पद्धतीचं जेवण बनवून विकू लागला. तेवढेचा चार पैसे जास्त मिळाले तर बरं, हा विचार.

पण झालं असं, की त्याच्या कामापेक्षा त्याच्या हाताचं जेवण हेच जास्त लोकप्रिय झालं. इथियोपियात जिथं हा राहायचा तिथं आसपास असेच स्थलांतरित होते. त्यांना याच्या हातच्या जेवणात गोडी वाटणं साहजिकच. त्याच्या हातचं करणं इतकं लोकप्रिय व्हायला लागलं, की त्याला वाटलं आपण साध्या आचाऱ्यापेक्षा अधिक चांगले बल्लवाचार्य होऊ शकतो. आपण हॉटेल वगैरे काढणं हेच जास्त सोयीचं. त्यानं निर्णय घेतला. नोकरी सोडली आणि चक्क एक टपरी टाकली. बघता बघता त्याचं नाव पंचक्रोशीत झालं. हॉटेल धो धो चालायला लागलं. पण नशिबानं माशी शिंकली.

इथियोपियात उठाव झाला. सर्व स्थलांतरितांच्या मुळावरच तो आला. पैसे कमावण्यासाठी गेलेल्या भारतीयांवर जीव वाचवण्याची वेळ आली. त्यांना पुन्हा परागंदा व्हावं लागलं. तिथं राहिले असते तर मारलेच गेले असते. त्यामुळे जीव वाचवायला सगळेच निघाले. हाही त्यांच्यातला. तिथून उठला आणि थेट अमेरिकेत येऊन पडला. ही १९७४ सालातली घटना. आगापिछा काहीही नाही. कोणी विचारायला नाही. तसाच धडकला. हाती कौशल्य एकच. ते म्हणजे खाद्यपदार्थ बनवण्याचं. तेच त्यानं पणाला लावायचं ठरवलं. समदेशीयांना गाठलं, हजार उचापती केल्या आणि थेट न्यूयॉर्कमध्येच आपलं पहिलं हॉटेल त्यानं काढलं. नाव बॉंबे पॅलेस.

भारतीय खाणं फॅशनेबल बनायच्या आधीचा तो काळ. इथियोपियात जे घडलं तेच न्यूयॉर्कमध्येही. भारतीय चिकन, कबाब, बिर्यानी हे पदार्थ प्रयोगशील अमेरिकींना आणि अमेरिकेतील घरप्रेमी भारतीयांना मोहवू लागले. हॉटेल बक्कळ चालू लागलं. पुढे जवळपास डझनभर हॉटेलं त्यांनी एकट्या न्यूयॉर्कमध्येच काढली.

लवकरच संत सिंग चटवाल हे नाव अमेरिकेतल्या आघाडीतल्या उद्योगपतींच्या पंगतीत जाऊन बसलं. न्यूयॉर्कमधल्या मॅनहॉटन या अतिश्रीमंत भागात त्यांच्या हॉटेलात एक रात्र काढायची तर साधारण पाच हजार डॉलर्स... म्हणजे किमान ३ लाख रुपये... मोजावे लागतात. लिंडसे लोहानसारख्या हॉलिवूडमधल्या तारे-तारका, लक्ष्मी मित्तल, वॉरेन बफे यांच्यासारखे बडे बडे उद्योगपती असे अनेक त्यांच्या हॉटेलचे नेहमीचे पाहुणे. अर्थात, ते दर अन्य कोणाला परवडणार म्हणा. आम्ही चटवालांच्या हॉटेलात जाऊन आलो हे सांगणं म्हणजे श्रीमंती मिरवण्यासारखं मानलं जाऊ लागलं... इतकं ते हॉटेल मोठं मानलं जातं. म्हणजे आपल्याकडे कसं ताज किंवा हिल्टनमध्ये जाऊन आली की माणसं कशी मिरवतात, तसं. त्यांच्या मग बँकॉक, मियामी वगैरेही ठिकाणी शाखा निघाल्या. चटवाल हे अमेरिकेतलं बडं प्रस्थ बनलं. न्यूयॉर्कमधल्या आलिशानतेसाठी ओळखल्या जाणाऱ्या इमारतीत ४५ व्या मजल्यावर पेंटहाऊस आहे त्यांचं.

हॉटेल्स चालवताना त्यांना अधिक मोठेपणाची भूक लागली. त्यांना वाटलं त्यासाठी राजकारण्यांची मदत हवी. पैसे दिले की ती मिळते, हा भारतीय रक्तातला अनुभव. त्यामुळे त्यांनी तो मार्ग पत्करला. चटवाल डेमॉक्रॅटिक पक्षाभोवती घुटमळू लागले. आता डेमॉक्रॅटिक पक्षातले त्यांच्या काळचे मोठे नेते म्हणजे अर्थातच श्री आणि सौ. क्लिंटन. मग चटवाल यांनी क्लिंटन यांच्यासाठी निवडणूक निधी जमा करायला सुरुवात केली. अमेरिकेत हे एक बरं असतं. कोण कोणत्या राजकीय पक्षासाठी काय आणि किती करतोय ते सर्व असं चव्हाट्यावर असतं. राजकारण्यांसाठी तिकीट लावून जेवणावळी असतात, तिकीट लावून भेटीगाठी असतात आणि हा निधी उघडपणे गोळा करता येतो. क्लिंटन यांच्यासाठी चटवाल मोठ्या जोमानं कामाला लागले. जॉर्ज बुश यांच्या नंतरच्या अध्यक्षीय निवडणुकीत डेमॉक्रॅटिक पक्षाची उमेदवारी नक्की कोणाला मिळणार, यावरून मोठं घमासान युद्ध सुरू होतं. एका बाजूला होत्या सौ. हिलरी क्लिंटन आणि त्यांना आव्हान दिलं होतं बराक ओबामा यांनी. या संघर्षात चटवाल यांनी क्लिंटन दाम्पत्याच्या पदरात आपलं माप टाकलं. त्यांनी हिलरी क्लिंटन यांच्या प्रचारनिधीला घसघशीत आर्थिक मदत केली. किती? तब्बल १ लाख ८० हजार डॉलर्स, इतकी.

... आजच्या घडीला संत सिंगांच्या डोक्यावर २५ वर्षांच्या तुरुंगवासाची तलवार लटकतीये.

------

याचं कारण त्यांनी केलेली लबाडी. अमेरिकेत कोणालाही कोणत्याही पक्षाला अधिकृत देणग्या देता येतात. पण अट एकच. ती म्हणजे कोणी किती देणग्या द्यायच्या याचं नक्की करण्यात आलेलं प्रमाण. त्यामुळे एखाद्यानं प्रमाणाबाहेर देणग्या देण्याचा प्रयत्न केला तर तो अंगाशी येतो. दोघांच्याही. देणग्या देणाऱ्याच्या आणि घेणाऱ्याच्याही. या बरोबर आणखी एक नियम आहे. तो म्हणजे दुसऱ्याच्या पैशांने वा दुसऱ्याच्या नावावर देणग्या देता येत नाहीत. म्हणजे पैसा दुसऱ्याचा आणि नाव स्वतःचं किंवा पैसा स्वतःचा आणि नाव दुसऱ्याचं असं अजिबात चालत नाही. अमेरिकी परिभाषेत अशा प्रकारांना स्ट्रॉ डोनर म्हणतात. स्ट्रॉ म्हणजे गवताची काडी या अर्थानं. आपण त्याला काडीमोल देणगीदार म्हणूया.

तर या संत सिंगांनी ही काडीमोल देणगीदारी केली म्हणून त्यांच्यावर ठपका ठेवण्यात आलाय. म्हणजे त्यांनी ज्या काही देणग्या हिलरी क्लिंटन यांना दिल्या त्या स्वतःच्या पैशातून नाही, असं निष्पन्न झालं आणि संत सिंग या पापात दोषी आढळले. अमेरिकी व्यवस्थेप्रमाणे मामला फारच गंभीर आहे. कारण असा प्रकार होत असेल तर त्यात दोन पक्ष असणार हे उघड आहे. तसे ते असल्याचा संशय अमेरिकी आर्थिक उलाढालींवर नजर ठेवून असणाऱ्या सरकारी खात्यांना आला आणि ते माग काढू लागले. त्यात लक्षात आलं, चटवाल यांच्या नावानं इतक्या मोठ्या देणग्या दिल्या गेल्या असल्या तरी त्यांच्या खात्यांतून हा पैसा गेल्याची नोंद नाही. मग तो आला कुठून? या प्रश्नाच्या उत्तरात स्पष्ट झालं. चटवाल यांनी लबाडी केलीये. खरंतर तोपर्यंत डेमॉक्रॅटिक पक्षाचं सरकार सत्तेवर आलं होतं. म्हणजे ज्या पक्षासाठी चटवाल निधी गोळा करत होते त्या पक्षाची सत्ता आलेली होती. अशा वेळी चटवाल यांना खरंतर अभय मिळायला हवं होतं. भारतात असंच तर झालं असतं.

पण तिकडे झालं नाही. चटवाल यांनी प्रयत्न करून पाहिला. पण क्लिंटन दाम्पत्यदेखील त्यांच्या मदतीला आलं नाही. सौ. क्लिंटन यांनी आपल्याच पक्षाचे अध्यक्ष बराक ओबामा यांच्याकडे शब्द टाकला नाही... जरा चटवाल यांना सांभाळून घ्या... म्हणून. अखेर चटवाल यांची चौकशी झाली. एप्रिलच्या अखेरच्या आठवड्यात ब्रुकलीन कोर्टात त्यांच्याविरुद्धचा खटला उभा राहिला. चटवाल यांच्यासमोर पर्याय नव्हता. त्यांनी गुन्हा कबूल केला. त्यांना हा पैसा परत तर करावा लागणारच आहे. पण त्याच्या जोडीला तब्बल २५ वर्षांच्या तुरुंगवासाची शिक्षाही त्यांना दिली जाण्याची शक्यता आहे. आज चटवाल ७० वर्षांचे आहेत. पण ज्येष्ठ नागरिक आहेत म्हणून

शिक्षा काही कमी होईलच याची खात्री नाही. तशी ती खरोखरच शिक्षा ठोठावली गेली, तर आपला एक पद्मभूषणी हिरा अमेरिकेत गजाआड पाहण्याची वेळ आपल्यावर येईल.

कारण पंतप्रधान मनमोहन सिंग यांच्या आग्रहाखातर या संत सिंगांना २०१० साली भारत सरकारनं पद्मभूषण या किताबानं सन्मानित केलं. मनमोहन सिंग यांना त्यांचा पुळका का, तर ते केवळ शीख आहेत म्हणून नाही. तर भारत–अमेरिका अणुकरारात त्यांनी मनमोहन सिंगांना मोठी मदत केली म्हणून.

यातला काव्यात्म न्याय हा, की आज तो अणुकरार लटकलेला आहे, मनमोहन सिंग यांच्या पराभवाची शक्यता आहे आणि या दोघांना मदत करणारे तुरुंगवासाच्या प्रतीक्षेत आहेत. या चटवाल यांचा मुलगा विक्रमही तुरुंगात जाऊन आलाय. अमली पदार्थ बाळगल्याच्या आरोपाखाली.

------

हे सगळं आताच का सांगायचं?

आपल्याकडे निवडणुकांचा हंगाम आहे आणि जवळपास ३०० कोटी रुपयांची बिनहिशेबी रोकड पकडली गेलीये. म्हणजे चटवाल यांच्या पापापेक्षा कितीतरी पट. पण सगळं कसं शांत आहे.

कारण आपण सगळेच संत.

०३ मे २०१४

# ३०. चलनाचं सरळ वलन

'बीएनपी परीबा' म्हणजे जगातली एक अव्वल बँक. मूळची फ्रान्सची. पॅरिसमध्ये मुख्यालय असलेली ही बँक जगातल्या काही प्रमुख बँकांत गणली जाते. गेले काही महिने त्या बँकेचं व्यवस्थापन त्रस्त आहे. फ्रान्सचे अध्यक्ष फ्रँक्वा होलांद यांना यात लक्ष घालावं लागलं इतकी ती अडचणीत आहे. आणि ती अडचण काही पैशांची नाही. म्हणजे निधी कमी पडलाय, रोख रक्कम कमी आहे किंवा बुडीत खात्यात निघालेली कर्जं वाढलीयेत वगैरे काही नाही. प्रश्न कायद्याचा आहे, पैशाचा नाही.

पण खरंतर ती एकच बँक या संकटाला सामोरी जातीये असं नाही. युरोपातल्या अनेक बँकांना या संकटाला सामोरं जावं लागलं. उदाहरणार्थ लंडनस्थित स्टँडर्ड चार्टर्ड. बीएनपी परीबाच्या बाबत जे घडलं ते स्टँडर्डच्या बाबतही घडलं. पण त्या बँकेनं काही ते तितकं मनाला लावून घेतलं नाही. तीनेकशे कोटी डॉलर्सचा काही दंड झाला होता त्या बँकेला. स्टँडर्डनं तो भरला आणि ती कामाला लागली. बीएनपी परीबाचं तसं नाही. तिला दंड भरायचा नाहीये. कारण तिचं म्हणणं प्रश्न पैशाचा नाही. तत्त्वाचा आहे. आणि एकदा का तत्त्वाचा प्रश्न आला की शहाणी माणसंदेखील अडखळतात. ही तर बँक. तेव्हा ती या तत्त्वाच्या प्रश्नावरनं पाय घसरून पडली नसती तरच नवल.

आणि त्यातला गुंता असा, की हा जो काही तत्त्वाचा प्रश्न आहे तो फ्रान्समध्ये, म्हणजे बीएनपीच्या मायदेशात घडलेला नाही. तो आहे आंतरराष्ट्रीय पातळीवरचा. त्यातही अमेरिकेतला... न्यूयॉर्कमध्ये केंद्र असलेला. त्यामुळे बीएनपीनं पॅरिसमध्ये चिडचिड करून काहीच होणार नाही. फ्रान्समध्ये तिचा शब्द कधी खाली पडू दिला जात नाही, हा बँकेचा अनुभव. परंतु या प्रश्नाबाबत मात्र या बँकेला कोणीही धूप घालायला तयार नाही. त्यामुळेच बँक अस्वस्थ झालीये.

का ते जाणून घेण्यासाठी आधी हा प्रश्न समजून घ्यायला हवा. आपल्यासाठीही तो महत्त्वाचा आहे.

या प्रश्नाच्या मुळाशी आहे एक कायदा. अमेरिकेचा. इंटरनॅशनल इमर्जन्सी

इकॉनॉमिक पॉवर ॲक्ट. हा कायदा तसा जुना आहे. १९७७ सालचा. त्या वेळी तो जन्माला घालण्यामागचा उद्देश हा होता, की अमेरिकेच्या हिताला कोणत्याही परदेशातून बाधा आणली जात असेल, तर अध्यक्षाला या कायद्यान्वये आणीबाणीचे अधिकार मिळावेत आणि तातडीचे उपाय कोणत्याही अडथळ्याशिवाय त्याला घेता यावेत. त्यानंतर दोन वर्षांनी अयातोल्ला रूहल्ला खोमेनी हे फ्रान्समधला विजनवास संपवून इराणमध्ये परतले. त्या देशात क्रांती झाली आणि अमेरिकी नागरिक ओलीस ठेवले गेले. त्या वेळी हा कायदा पहिल्यांदा वापरून इराण विरोधात अमेरिकेला आर्थिक निर्बंध लादता आले.

ते तसं करणं एकवेळ ठीकही होतं; पण या कायद्याची छडी उगारली जावी यासाठी बीएनपी परीबानं काय घोडं मारलं अमेरिकेचं?

तिथंच तर खरी मेख आहे.

ती अशी की अमेरिका ज्या देशावर शत्रू समजून आर्थिक निर्बंध घालते त्या देशाशी अन्य कोणत्याही देशानं काहीही आर्थिक व्यवहार केल्याचं आढळलं तर शत्रूचा मित्र तो आपला शत्रू या नात्यानं त्या देशावरही अमेरिकेला कारवाईचा अधिकार मिळतो. एका अर्थानं हे भयंकरच. पण हे वास्तव आहे. पण यातून पळवाट नाहीच का? आहे. जर या दोन देशांमधला... म्हणजे अमेरिका ज्याला शत्रू मानून निर्बंध जारी करते त्या... आणि दुसऱ्या देशामधला आर्थिक करार डॉलर या चलनात झाला नसेल, तर अमेरिकेला काहीही घेणंदेणं नाही. याचाच अर्थ असा, की डॉलर या चलनामध्ये जगात कोठेही मोठा व्यवहार झाला रे झाला की अमेरिकेचे कान टवकारले जातात आणि त्यात काही गैर आढळलं... किंवा गैर आहे असा अमेरिकेचा समज झाला... तर या देशाविरोधात कारवाईचा बडगा उगारायला अमेरिका मागे-पुढे पाहात नाही. म्हणून जगात अनेक देशांकडून काळजी घेतली जाते ती अमेरिकेच्या शत्रुदेशाशी कोणताही व्यवहार डॉलरमध्ये न करण्याची. याचं मूर्तिमंत उदाहरण म्हणजे आपण.

अमेरिकेनं इराण या देशावर निर्बंध घातलेत; पण आपल्याला इराणशी व्यवहार करायचाय. त्या देशाकडचं तेल आपल्याला हवंय आणि आपल्या देशातला बासमती तांदूळ आणि गहू वगैरे त्या देशाला हवाय. मग आपण काय केलं, तर इराणशी हा आर्थिक व्यवहार रुपयांमध्ये केला. म्हणजे इराणला आपण तेलाची किंमत रुपयामध्ये देतो. हा सगळा व्यवहार एकाच बँकेकडून केला जातो. युनायटेड कमर्शियल बँक. तिच्याकडूनच का, तर या बँकेचा युरोपमधील एकाही देशाशी किंवा अमेरिकेशी कसलाही आर्थिक व्यवहार नाही. असं का, तर उगाच अमेरिकेला कारवाईची संधी मिळायला नको यासाठी आपल्याकडून घेतली गेलेली ही खबरदारी आहे.

पण तशी ती घ्यावी असं बीएनपी परीबाला वाटलं नाही. ती बँक मोठी. आपल्याला काय होणार, असंही तिला वाटलं असणार. कारण काहीही असो. पण या बँकेनं केलं काय, तर सुदान या देशाशी मोठ्या प्रमाणावर अर्थव्यवहार केला. इराण या देशाप्रमाणेच सुदान हादेखील अमेरिकेकडून निर्बंध घातले गेलेला देश. त्या देशाशी काहीही व्यवहार करायला कोणत्याही देशाला बंदी आहे. तरी तो बीएनपी परीबानं केला. त्या बँकेच्या अमेरिकेतल्या शाखेनं तो केला का? तर नाही. बीएनपीच्या जीनिव्हा इथल्या शाखेनं हा उद्योग केला. तो जीनिव्हातनं केला गेला कारण हे शहर स्वित्झर्लंडमध्ये आहे आणि तो देश तटस्थ आहे. त्यामुळे अनेक देशांचे अर्थव्यवहार त्या देशात येऊन केले जातात. त्यामुळे आफ्रिकेतल्या या मागास देशाबरोबरचा व्यवहार युरोपातल्या फ्रान्समधल्या बँकेनं आल्प्स पर्वतराजीत वसलेल्या श्रीमंत अशा स्वित्झर्लंडमधून केला. त्यांना वाटलं, अमेरिकेचं लक्ष जाणार नाही. एरवी ते गेलंही नसतं. पण या प्रकरणात ते गेलं. कारण हा व्यवहार डॉलर या अमेरिकी चलनात झाला.

न्यूयॉर्क न्यायव्यवस्थेला कोणाकडून तरी ही बातमी दिली गेली. बीएनपी परीबा सुदान या निर्बंधीत देशाशी डॉलर्समध्ये व्यवहार करतीये म्हणून. त्यानंतर लगेच न्यूयॉर्क राज्यानं चौकशी सुरू केली. दोन वर्षं या प्रकरणाचा मागोवा घेतला गेला. हे व्यवहार अव्याहत सुरू असल्याचा कागदोपत्री पुरावा गोळा केला गेला आणि न्यूयॉर्कच्या सरकारी कार्यालयानं बीएनपी परीबाला नोटीस दिली. तब्बल हजार कोटी डॉलर्सच्या दंडाची. सुरुवातीला या बँकेनं दुर्लक्ष केलं. आपल्याला हे न्यूयॉर्कचं कार्यालय काय करणार... असं तिला वाटलं. गेल्या महिन्यात दुसरी नोटीस दिली गेली. पैसे भरा नाही तर बीएनपीच्या अमेरिकेतील शाखांवर टाच आणून ते वसूल केले जातील.

मग बँक हडबडली. थेट अध्यक्ष होलांद यांच्याकडे गेली. त्यांनी अमेरिकेचे अध्यक्ष बराक ओबामा यांच्याकडे शब्द टाकावा यासाठी. त्यांनी शब्द टाकलाय. पण ओबामा यांनी काहीच प्रतिक्रिया दिलेली नाही. का?

या प्रश्नाच्या उत्तरात तात्पर्य आहे.

एक म्हणजे आपल्या चलनाचं, नियमाचं रक्षण आणि पालन प्राणपणानं करायचं हे तो देश जाणतो.

आणि या प्रकरणाचा तपास करणाऱ्या अधिकाऱ्याचं नाव आहे. प्रीत भरारा. तोच तो आपल्या आदरणीय देवयानी खोब्रागडे यांना नियमभंगासाठी तुरुंगवासापर्यंत नेणारा.

फरक इतकाच की आपल्या बँकेवर कारवाई केली म्हणून या भरारा यांच्यावर

आपल्याप्रमाणे फ्रान्सनं काहीही हेत्वारोप केला नाही की त्यांना जातीयवादी ठरवलं नाही.

चलनाचं सरळ वलनसुद्धा बरंच काही शिकवून जातं. प्रश्न आहे आपण शिकणार का?

१४ जून २०१४

# ३१. एका कारखान्याची हत्या!

हू इज इंटरेस्टेड इन *** पॉवर...? धिस इज ऑल अबाउट गॅस... यू अंडरस्टँड... असं रिबेका त्या भारतीय अधिकाऱ्यावर डाफरल्या तेव्हा त्याला क्षणभर कळलंच नाही, काय चाललंय ते. त्याचा समज होता, आपण एका भव्य वायुआधारित ऊर्जा प्रकल्पासाठी काम करतोय. त्याचा तसा समज होणंही साहजिकच. इतके दिवस तसंच तर सांगितलं जात होतं. सरकारमध्ये, जनतेत, प्रसारमाध्यमांतही चर्चा होती ती याचीच. कोकण किनाऱ्यावर कसा वीज प्रकल्प येतोय याची. हे सगळं ऐकून कोकणी माणसानं लगेच त्याला विरोध सुरू केलाच होता. आम्हाला वीज नको. वास्तविक, निम्मं कोकण अंधारात असतं... वाडे-पाड्यांवर अंधारामुळे साप आणि विंचू चावून माणसं मरतात... तरी हा कोकणी कसा काय म्हणतो... वीज नको ते... त्याला प्रश्न पडला. या कोकणी माणसाला काय हवंय ते सांगता यायचं नाही, बहुधा... पण काय नको त्याची यादी मात्र असेल बरीच मोठी... असो. आपला मुद्दा काही कोकणी माणसाचा स्वभाव हा नाही. विषय हा की कोकणच्या किनाऱ्यावर येऊ घातलेला वीज प्रकल्प. महाराष्ट्रात विजेचा किती तुटवडा आहे... परदेशी गुंतवणुकीची गरज आहे... या आणि अशा अनेक कारणांसाठी या प्रकल्पाची गरज आहे... असा सगळ्यांप्रमाणे त्याचाही समज झालेला.

आणि आता ही बया म्हणतीये... हू इज इंटरेस्टेड इन पॉवर!

म्हणजे या वीज प्रकल्पात रस असायचं काहीही कारण नाही. भलतंच हे. मग आपण इतकं रक्त का आटवतोय इतके दिवस? आपल्याला या मंडळींनी बोलावून घेतलंय ते फक्त आपल्याला वीज क्षेत्रातलं कळतं म्हणूनच ना... तेव्हा आता अचानक हे कसं म्हणू शकतात हू इज इंटरेस्टेड इन पॉवर!... त्याला काही कळेचना.

बऱ्याच दिवसांपासून तो हे सगळं पाहात होता. खरं म्हटलं तर अगदी पहिल्या दिवसापासून. काय काय करावं लागलं होतं त्यांना या वीज प्रकल्पासाठी. दूर तिकडे पश्चिम आशिया आणि पलीकडे ताजिकिस्तानात नैसर्गिक वायूचे प्रचंड साठे सापडले होते. ते वाहून आणण्यासाठी लांबलचक पाइपलाइन त्यांना टाकायची होती. त्यात पंचाईत ही, की त्यामध्ये येतो अफगाणिस्तान आणि त्या उजाड अफगाणिस्तानात

राज्य तालिबान्यांचं. तेव्हा मग याच्या सहकाऱ्यांनी थेट तालिबान्यांशीच चर्चा सुरू केली. करणार काय, धंदा महत्त्वाचा... तत्त्व वगैरे बोलायला ठीक; पण व्यवहाराचा मुद्दा आल्यावर तत्त्वाला काही काळापुरती सोडचिठ्ठी तशी द्यावीच लागते. पण सुरुवातीला हे तालिबानी ऐकेचनात. पाइपलाइन टाकून देणारच नाही... हाच त्यांचा धोशा. मग थेट अध्यक्ष जॉर्ज बुश यांनाच मध्ये घालावं लागलं. त्यांची मंजुरी लगेचच मिळाली. कारण या कारखान्याचं मूळ गाव आणि बुशसाहेबांचा मतदारसंघ एकच. आणि दुसरं असं की या कारखान्याचे प्रवर्तक हेच बुशसाहेबांचे निवडणुकीसाठीचे मुख्य निधी संकलक. तेव्हा बुशसाहेब नाही म्हणणारच नाहीत... याची त्याला खात्री होतीच. तसंच झालं. बुशसाहेबांच्या होकारानंतर सीआयएच्या मदतीनं तालिबान्यांच्या प्रमुखाला थेट ह्यूस्टनलाच नेण्याची व्यवस्था यानं केली. सीआयएची मदत का, तर बनावट पासपोर्ट करण्यासाठी. कारण तालिबान्यांवर अमेरिकेनं बंदी घातली होती ना... तेव्हा त्यांच्याशी अधिकृत चर्चा तर करता येणारच नव्हती. त्यामुळे खोट्या पासपोर्टच्या साह्यानं तालिबानी नेत्यांना अमेरिकावारी घडवली गेली. तिथं अमेरिकेत ह्यूस्टनला बुशसाहेबांच्या १७०० एकरात पसरलेल्या फार्म हाऊसवर यांचे अमेरिकी अधिकारी आणि तालिबानी यांच्यात करार झाला. त्यानुसार याची कंपनी तालिबान्यांना दरमहा काही रक्कम देईल असं ठरलं. एका अर्थानं ती लाचच. रक्कम का द्यायची, तर तालिबान्यांनी त्यांच्या प्रदेशातून तेलाची पाईपलाईन घालू द्यावी यासाठी. आता हे असं होतंच. मुंबईत नाही का ऑप्टिकल फायबर केबल टाकण्यासाठी कंपन्यांना नगरसेवकांना खूश राखावं लागतं, तसंच हे. इकडे शहाण्यासुरत्या नगरसेवकांना काहीबाही दिल्याखेरीज त्यांच्या प्रदेशातून साध्या तारा घालता येत नाहीत... तर गावंढळ आणि मागास तालिबान्यांचे हात ओले केल्याखेरीज इतकी मोठी पाइपलाइन कशी काय घालता येईल... त्यानं विचार केला. तेव्हा जे झालं ते रीतीनुसारच.

या संकटातनं कंपनी पुढे जाते तो आणखी एक संकट उद्भवलं. ते म्हणजे अमेरिकेच्या दुसऱ्या एका कंपनीनं तशीच पाइपलाइन टाकण्याचा प्रस्ताव तालिबान्यांपुढे ठेवला. फरक इतकाच की ती कंपनी याच्या कंपनीपेक्षा किती तरी अधिक रक्कम तालिबान्यांना द्यायला तयार होती. ती कंपनी मुळात जॉन रॉकफेलर याच्या तेलसाम्राज्यातली. त्यामुळे या कंपनीपेक्षा तिचा आकार कितीतरी मोठा होता. त्यामुळे पैसाही अधिक. आता ती कंपनी इतके जास्त देतीये म्हटल्यावर तालिबानी या कंपनीकडे कशाला बघतील. तेव्हा तो प्रयत्न बारगळलाच. ताजिकिस्तान... अफगाणिस्तान... पाकिस्तान आणि भारत असा भव्य वायुवाहिनीचा प्रकल्प शेवटी सोडूनच द्यायला लागला. म्हणजे पुन्हा नव्यानं वायुपुरवठा शोधा.

मग ठरलं ओमानमधून वायू आणायचा. आकारानं प्रचंड अशा बोटीतून तो

कोकणच्या किनाऱ्यावर उतरवायचा. या वायूची एक गंमतच असते. म्हणजे म्हटलं तर तो वायू. त्याला इकडून तिकडे न्यायचं झालं की प्रचंड दाबून त्याचं द्रवात रूपांतर करावं लागतं. मग ईप्सित स्थळी तो पोचला की पुन्हा त्याचं वायूत रूपांतर करायचं. त्यासाठी एक स्वतंत्र यंत्रणा उभारावी लागते. वायूचं द्रवात रूपांतर करणारी आणि द्रवाचं पुन्हा वायूत रूपांतर करणारी. एकदा का त्याचं वायूत रूपांतर झालं की मग तो वायुवाहिन्यांतून पुढे न्यायचा... त्याच्यावर जनित्रं फिरवायची की दुसरीकडे वीज तयार. कोकणच्या त्या किनाऱ्यावर हेच तर होणार होतं!

आणि ही बाई म्हणते हू इज इंटरेस्टेड इन पॉवर? त्याला कळेचना.

या वीज प्रकल्पासाठी किती पैसा ओतलाय सरकारनं, आयडीबीआय, एनटीपीसी, महाराष्ट्र सरकार यांनी कित्येक हजार कोटी रुपये त्यात गुंतवलेत. कोकणातल्या कित्येकांनी त्यासाठी जमिनी दिल्यात. हा कारखाना एकदा का उभा राहिला की आपल्यालाही बरकत येईल असा विचार करत किती जणांनी छोटी छोटी दुकानं टाकलीयेत... 'सुमो' गाड्या विकत घेतल्यात... कंपनीत लावण्यासाठी... त्यासाठी कर्ज काढलीयेत... आणि तरीही ही बाई म्हणते, हू इज इंटरेस्टेड इन पॉवर!

------

या सगळ्या वादात कारखाना कसाबसा सुरू झाला. पण लगेचच त्यानं मान टाकली. कारण याला कळत होतं. देशातल्या बड्या खासगी वायू उत्पादक कंपनीनं या कारखान्याच्या वायुपुरवठ्यात हात आखडता घ्यायला सुरुवात केली होती. त्यामुळे हा वीज प्रकल्प नाप्थासारख्या अत्यंत खर्चिक इंधनावर चालवावा लागत होता. कच्चा मालच इतका महाग झाला, तर उत्पादन त्या पटीत महागणारच. म्हणजे इथली वीज महागच राहणार. हळूहळू या कंपनीनं वीज प्रकल्पाचा वायुपुरवठा पूर्णच तोडला. कारखान्याच्या मरणकळा सुरू झाल्या. आयडीबीआय, एनटीपीसी वगैरेंचं धाबं दणाणलं. कारण हे असंच सुरू राहिलं तर कारखाना बुडीत खात्यात जाणार हे नक्की. म्हणजे सगळीच गुंतवणूक बाराच्या भावात.

आता हळूहळू याच्या डोक्यात प्रकाश पडायला लागला. हू इज इंटरेस्टेड इन पॉवर, या वाक्याचा अर्थ त्याला आता कळू लागला.

कारण ज्या कंपनीकडून या वीज कारखान्याला वायुपुरवठा होणं अपेक्षित होतं, त्याच कंपनीनं आता बातम्या पेरायला सुरुवात केली होती. त्या बातम्यांचा अर्थ इतकाच, की नाहीतरी हा कारखाना नुकसानीत निघालेला आहे... आम्ही तो घ्यायला तयार आहोत... आमच्याकडे वायू आहेच... हा कारखानाही आला तर आम्हाला बरंच होईल.

पाठोपाठ आणखी एक कंपनी पुढे आली. ही गुजरातमधली. तिचा बराच

बोलबाला नरेंद्र मोदी यांच्या निवडणुकीत झालेला. कंपनी बंदर क्षेत्रात अगदी आघाडीवर. प्रगती म्हणजे नेत्रदीपक शब्दही फिका पडावा अशी. तिनंही तयारी दाखवली हा वीज कारखाना आम्ही घ्यायला तयार आहोत.

या दोन्ही कंपन्यांना रस होता आणि आहे तो एकातच. या कारखान्याच्या ठिकाणी असलेली द्रवीभूत वायूचं रूपांतर वायूत करणारी यंत्रणा आणि मुख्य म्हणजे उत्तम खोली असलेलं, तगडी तेलवाहू जहाजं नांगरता येतील असं बंदर. या दोन्ही चिजा हाती आल्या की फायदाच फायदा.

------

हळूहळू हा कारखाना बंदच पडला. मग या दोन कंपन्यांत चुरस सुरू झाली या कारखान्याच्या मालकीवरून. दोघांचंही नरेंद्र मोदी सरकारदरबारी चांगलंच वजन. तेव्हा या दोघांपैकी एकाच्या झोळण्यात अलगदपणे हा कारखाना पडणार हे नक्की. सरकारी बँकांची कर्ज बुडणार, सगळी गुंतवणूक वाया जाणार... पण यातल्या एकाची चांगलीच धन होणार. म्हणजे मुळात सरकारी निधीवर तयार झालेला कारखाना नुकसानीत आणायचा, त्याचा तोटा वाढेल याची खात्री करायची आणि मग तो तोट्यात आहे म्हणून स्वस्तात खासगी उद्योगाला विकून टाकायचा... सरळ सोपा व्यवहार.

आता कळलं त्याला रिबेका हू इज इंटरेस्टेड इन पॉवर, असं का म्हणायची. कारण वीजनिर्मिती हे या कारखान्याचं मूळ उद्दिष्ट नव्हतंच. वीज ही आडपैदास... म्हणजे बायप्रॉडक्ट होती. प्रकल्पाचा खरा भर होता ती वायुयंत्रणा आणि त्यासाठीच्या बंदरावर.

आता त्याला याचीही जाणीव झाली... या वीज कारखान्याच्या अटळ हत्येची.

आणि तो कारखाना यथावकाश गतप्राण झाला.

------

ता.क. यातील तपशिलाचे वास्तवात साधर्म्य आढळल्यास तो योगायोग समजण्याची गल्लत करू नये.

२६ जुलै २०१४

# ३२. 'साथी' हाथ बढाना...

आफ्रिकेतल्या तीन-चार देशांत आता मोठ्या प्रमाणावर माकडं, डुकरं यांची कत्तल होईल.

एबोला नावाचा नवा आजार आलाय ना आता. जवळपास हजार जण गेलेत त्या साथीत. माकडं, डुकरं हे या आजाराचे सर्वात मोठे वाहक विषाणू असतात. पण एकदा का ते माणसाच्या शरीरात शिरले की मग ते शारीरिक संबंध, रक्त यांच्यातूनच एकमेकांत पसरतात. एखाद्याच्या शरीरात ते शिरले की लगेच तो आजार होतोच असं नाही. साधारण दहा-पंधरा दिवसांनी आजाराची लक्षणं दिसू लागतात. साधीच असतात तशी ती. ताप, अंगदुखी, अन्नावरची वासना जाणं, कधीकधी उलट्या. आणि फारच तो बळावला तर थेट रक्ताच्याच उलट्या. अगदी मग डोळ्यानाकातनं देखील रक्तस्राव. या आजाराची पंचाईत अशी की सुरुवातीला त्याची सगळी लक्षणं ही साधा हिवताप, पटकी वगैरे सारखीच असतात. त्यामुळे या आजारापर्यंत पोहोचण्यासाठी पहिल्यांदा इतर आजार नाहीत ना... हे नक्की करावं लागतं. आणि पंचाईत ही, की हा आजार आहे हे सिद्ध झालं तरी त्यावर म्हणून असा खास काहीच उपाय नाही. सारखं लिंबूपाणी पाजायचं, या रुग्णाला इतरांपासून वेगळं ठेवायचं, आराम करायला लावायचा... इतकंच. आणि या रुग्णावर करायचे नवनव्या औषधांचे प्रयोग.

चार आफ्रिकी देशांत त्याचा फैलाव झाल्याचं नक्की झालंय. सिएरा लिओन, लायबेरिया, पापुआ न्यू गिनी आणि नायजेरिया. या देशांत तो प्रामुख्यानं पसरलाय. या चार देशांत मिळून जवळपास ४५ हजार भारतीय आहेत. त्यामुळे भारतानंही काळजी घ्यायला हवी असं जागतिक आरोग्य संघटनेपासून अनेक देशांनी बजावलंय. अमेरिका विशेष आघाडीवर आहे हे धोक्याचे इशारे देण्यात. साहजिकच आहे ते...

बरोबर नऊ वर्षांपूर्वी, म्हणजे २००५ साली, अमेरिकेचे तेव्हाचे थोरथोर अध्यक्ष जॉर्ज बुश यांनी असंच एका आजाराच्या साथीचं भाकीत वर्तवलं होतं. २००१ सालचं ९/११ घडल्यानंतर बुश यांना नाही म्हटलं तरी खर्च करायची सवय झालीच होती. ९/११ नंतर अफगाणिस्तानवर हल्ला. २००३ साली मार्च महिन्यात इराकच्या सद्दाम विरोधात चढाई. अमेरिकेनं आपली तिजोरी खुलीच केली होती या

सगळ्यासाठी. आणि त्यानंतर २००५ साली या नव्या आजार प्रतिबंधाचा खर्च. किती रक्कम मंजूर केली होती बुश यांनी या नव्या आजाराच्या मुकाबल्यासाठी! तब्बल ७१० कोटी डॉलर्स. खरंतर हा आजारही तसा काही विशेष नव्हता. ताप वगैरे नेहमीचंच. आता एबोलाची लक्षणं आहेत तशीच त्याचीही. फरक इतकाच की एबोला माकडं, डुकरं यांच्यामार्फत पसरतो. तर त्या वेळच्या आजाराला पसरण्यासाठी कोंबड्या, बदकं यांची गरज लागायची. या आजारानं जगात हजारो जणं दगावतील अशी भीती त्या वेळी अनेकांनी व्यक्त केली होती. त्यामुळे रोखायलाच हवा त्याचा प्रसार. ती ताकद अमेरिका वगळता दुसऱ्या कोणाकडे कशी काय असणार? जगातल्या एकमेव महासत्तेचे प्रमुख म्हणून जगाच्या आरोग्याची काळजीदेखील अमेरिकी अध्यक्षांना वाहायची असते. त्यामुळे त्यांनी या आजाराला रोखणारी लस तयार करायचा आदेश दिला.

एकच कंपनी तर होती या आजारावरचं औषध बनवणारी. जिलाद लाईफ सायन्सेस नावाची. फार काही काम नव्हतं तिला २००५ सालापर्यंत. २००४ सालातली तिची एकूण उलाढाल होती पंचवीसेक कोटी डॉलर्सच्या आसपास. या कंपनीच्या औषधाचं नाव टॅमी फ्लू. हे एकच उत्पादन होतं या कंपनीचं. पण २००४ सालापर्यंत त्याला काही उठावच नव्हता. कारण ते औषध लागू पडेल असा आजारच नव्हता. मग कंपनीला हवा तो आजार आला. त्याचं नाव बर्ड फ्लू. बुश यांना दृष्टान्त झाल्यानुसार २००५ साली या कंपनीचं औषध घ्यावं लागेल असा बर्ड फ्लू चांगलाच पसरला. शेवटी महासत्ताप्रमुखाची इच्छा नियतीलादेखील मानावीच लागते ना. मग टॅमी फ्लूची मागणी इतकी वाढली इतकी वाढली की कंपनीला दिवसरात्र काम करावं लागलं. साहजिकचं नफा धो धो मिळायला लागला. त्या एकाच वर्षात कंपनीचा महसूल चारपटींनी वाढून १०० कोटी डॉलर्सचा टप्पा पार करून गेला. तेव्हा अर्थातच या कंपनीच्या संचालकांनीही बक्कळ डॉलर्स कमावले.

या संचालकांचा म्होरक्या म्हणजे अमेरिकेचे संरक्षणमंत्री डोनाल्ड रम्सफेल्ड. बुश यांच्या या विश्वासू सहकाऱ्याची जिलाद लाईफ सायन्सेसवर मजबूत पकड होती. १९८८ पासून ते या कंपनीशी संबंधित होते. पण या नव्या आजारामुळे फायदा झालेले ते काही बुश यांच्या मंत्रिमंडळातले ते काही एकटेच मंत्री नव्हते. जॉर्ज शुल्ट्झ यांचं नाव आठवतंय. अमेरिकेचे माजी परराष्ट्रमंत्री. त्यांचीही मालकी होती या कंपनीत. झालंच तर कॅलिफोर्नियाचे गव्हर्नर पीट विल्सन यांचाही वाटा होता त्यात. तेव्हा इतका मोठा आजार यायला, या कंपनीच्या उत्पादनाला प्रचंड मागणी यायला आणि या सगळ्यांच्या नफ्यात घसघशीत वाढ व्हायला... हे सगळं एकाच वेळी झालं. तो योगायोगच म्हणायचा. मोठ्यांचे योगायोगही मोठेच असतात. आपल्याकडे नाही का

सोनिया गांधी यांच्या जावयालाच बरोबर एखादी कंपनी भूखंडाच्या भूखंड देते. तसंच हे. हे असं होतंच असतं. या एका आजारातनं रम्सफेल्ड यांनी एकट्यानी तब्बल अडीच कोटी डॉलर्स कमावले. झालंच तर शुल्ट्झ यांची कमाई होती ७० लाख डॉलर्स इतकी.

आणखी एक योगायोग यात खूप महत्त्वाचा आहे. या दोघांनी उत्तम फायदा कमावून झाल्यावर या आजाराची तीव्रताही कमी झाली. तोपर्यंत जगात इतकं भीतीचं वातावरण होतं की गावोगाव कोंबडी मारली जात होती, लोक तोंडावर फडकी गुंडाळून वावरू लागली होती आणि गावोगावच्या औषधाच्या दुकानातून टॅमी फ्लूच्या गोळ्या रग्गड खपत होत्या. तेव्हा या कंपनीचा जीव फायद्यामुळे गुदमरायची वेळ आली. भरपेट नफा कमावून झाल्यावर या आजाराची भीती संपली. आणि आता तर बर्ड फ्लूला कोणीही घाबरत नाही.

यात आणखी एक बाब महत्त्वाची आहे. ती कळल्यावर धक्काच बसेल अनेकांना.

बर्ड फ्लू, स्वाइन फ्लू या आजारांवर दिलं जाणारं टॅमी फ्लू हे औषध कशापासून बनतं?

बडीशेप. आपल्याकडे जेवणानंतर मुखशुद्धी म्हणून, पचनाला मदत म्हणून सर्रास खाल्ली जाते त्या बडीशेपेपासनं हे औषध बनतं. पण हे अर्थातच भारतीयांना माहीत नव्हतं. त्यामुळे ते बिचारे टॅमी फ्लू मिळावं यासाठी रात्र रात्र रांगा लावत होते आणि कंपनीची धन करत होते.

यातला पुढचा भाग हा त्याहून महत्त्वाचा. तो असा, की जगात बडीशेपेच्या शास्त्रशुद्ध लागवडीवर एकाच कंपनीची जवळपास ९० टक्के इतकी मालकी आहे. ती कंपनी म्हणजे रोश. तीच ती औषधनिर्मिती क्षेत्रातली बलाढ्य स्वीस कंपनी. टॅमी फ्लू या औषधावर नंतर तिचीच मालकी झाली. हे झालं या औषध कंपनीचं.

पण या नव्या आजाराबाबत एक योगायोग महत्त्वाचा आहे. तो म्हणजे बर्ड फ्लू, स्वाइन फ्लू आणि हा नवा एबोला. या तीनही आजारांतली बरीचशी लक्षणं सारखीच आहेत.

तेव्हा समजून घ्यायचं ते हेच की या अशा आजारांच्या नवनव्या लाटा येतच असतात. सिव्हिअर ॲक्युट रेस्पिरेटरी सिंड्रोम म्हणजे सार्स नावाचा असाच एक आजार मध्यंतरी आला होता. गंमत ही की त्याची प्राथमिक लक्षणं ही वर उल्लेखलेल्या तीनही आजारांसारखीच होती. तो आला तसाच गेलाही. जाता जाता अर्थातच औषधी कंपन्यांचं भलं करून गेला.

हे असे आजार आले नाहीत, तर या कंपन्यांना बिचाऱ्यांना कोण विचारणार? रस्त्यावरचे खड्डे जसे कंत्राटदारांच्या पोटापाण्यासाठी आवश्यक असतात तसंच नवनव्या

साथींमुळे आरोग्याला पडणारे खड्डे या बलाढ्य औषध कंपन्यांच्या आर्थिक स्वास्थ्यासाठी गरजेचे असतात. आता काहींना शंका येईल, की रस्त्यावरचे खड्डे पडावेत याची जशी एक व्यवस्था असते तशीच अशा वेगवेगळ्या आजारांच्या साथी याव्यात अशी पण व्यवस्था असते की काय?

या प्रश्नांचं उत्तर ज्यानं त्यानं समजून घ्यायचं.

म्हणून तर 'साथी' हाथ बढाना... हे औषध कंपन्यांचं आवडतं गाणं असतं.

०९ ऑगस्ट २०१४

# ३३. ॲवनाची आठवण...

परवाच जेम्स फोले गेला. म्हणजे मारलाच त्याला. इस्लामी अतिरेक्यांनी. जेम्सला पश्चिम आशियाच्या आखातानं वेड लावलं होतं. त्याची सगळी पत्रकारितेची कारकीर्दच त्या परिसरात गेली. त्या देशात धर्म आणि राजकारण यांच्या संगनमतानं जो काही धुमाकूळ घातला जातोय, त्याचं वार्तांकन करायचा जेम्स. तर त्याला या दहशतवाद्यांनी ओलीस ठेवलं होतं. आतापर्यंत असं ओलीस राहण्याची वेळ त्या परिसरात बातमीदारी करणाऱ्या अनेकांवर आली आहे. त्यातले बरेचसे सुटले. या पत्रकारांच्या सरकारांनी संबंधित दहशतवाद्यांना हवी ती रक्कम देऊन या बंदिवान पत्रकारांची सुटका करून घेतल्याची बरीच उदाहरणं आहेत. पण जेम्स हा अशा भाग्यवानांतला नाही. काही वर्षांपूर्वी डॅनियल पर्ल हा पत्रकारदेखील असाच कमनशिबी ठरला होता. त्यालाही असंच ओलीस ठेवलं गेलं. अखेर अतिरेक्यांनी त्याची हत्या केली. कॅमेऱ्यासमोर. नंतर तर त्याची चित्रफीत वृत्तवाहिन्यांना पाठवून दिली. जेम्सलादेखील अतिरेक्यांनी तसंच मारलं. कॅमेऱ्यासमोर त्याचं शिर धडापासून वेगळं केलं. त्याच्या हत्येची चित्रफीत दोन दिवस झाले सगळ्या माध्यमांतून फिरतीये. नारिंगी रंगाच्या झग्यात जेम्स बसलाय... स्तब्ध... पण केविलवाणा नाही आणि मागे नखशिखान्त काळ्या रंगातला बुरखाधारी... त्याच्या उजव्या हातात भलामोठा सुरा... जेम्सच्या मानेचा वेध घेऊ पाहणारा...

ती दृश्यं पाहिली आणि एकदम ॲवनाची आठवण आली. ॲवना पोलितोव्हस्काया. कधी भेटायची संधी मिळाली नाही तिला. पण तिच्याबरोबर काम करणाऱ्या काही सहकाऱ्यांशी तुर्कस्तानात, इस्तंबूलमध्ये भेट झाली होती. तिथल्या माझ्या यजमानानं एका प्रचंड देहधारी, गोलमटोल गुब्या व्यक्तीची ओळख करून दिली होती. त्या अख्ख्या भेटीत ही व्यक्ती काही बोलली नव्हती. नंतर कळलं ती व्यक्ती म्हणजे कोणी बडा तालेवार चेचेन बंडखोर होता. पुढे त्याची हत्या झाली तेव्हा एक 'अन्यथा' त्यावर लिहिलं होतं. तर त्याच भेटीत ॲवनाशी संबंधित काही जण भेटले होते. ते पत्रकार होते. अर्थात, ॲवनाही याच कळपातली. पत्रकारच.

पण ती रशियातली. जन्म झाला अमेरिकेत न्यूयॉर्कमध्ये. ॲवना माझेपा.

आई-वडील मूळचे युक्रेनी. राजनैतिक सेवेत होते, त्यामुळे त्यांच्या बदल्या व्हायच्या. अशाच एका बदलीत ॲवना रशियात... त्यातही मॉस्कोत... येऊन पडली. शालेय, महाविद्यालयीन शिक्षण तिकडेच झालं तिचं. मग पत्रकारितेतली रीतसर पदवी घेऊन ती या व्यवसायात आली. ही काही फार जुनी गोष्ट नाही. १९८० सालची. म्हणजे रशियन फौजा अफगाणिस्तानात नुकत्याच घुसल्या होत्या. इराणात अयातोल्ला खोमेनी यांची सत्ता आली होती आणि अमेरिकेनं चीनबरोबर नुकतेच अधिकृत राजनैतिक संबंध प्रस्थापित केले होते. पण मुख्य म्हणजे शीतयुद्धाची अखेर किमान नऊ वर्षं दूर होती आणि सोविएत रशियावरचा कम्युनिझमचा पोलादी पडदा वर जायलाही बराच काळ होता. त्या वेळच्या रशियात एकमेव वृत्तसंस्था होती. इझवेस्तिया. तीदेखील अर्थातच सरकारी मालकीची. ॲवना त्याच वृत्तसंस्थेत दाखल झाली. अशा प्रकारच्या व्यवस्थेत पत्रकारितेत फार काही तलवारबाजी करता येत नाही. किंबहुना काहीच करता येत नाही. सरकारी खाते सांगेल त्याच आणि तितक्याच काय ते बातम्या. खऱ्या बातमीदारासाठी काय कंटाळवाणं असेल हे असं जगणं! या कंटाळवाण्या काळामुळे असेल कदाचित. ॲवनाची अलेक्झांडरशी ओळख झाली. तोही पत्रकार. पण दूरचित्रवाणीवरचा. त्याच्याशी मग ॲवनाचं लग्न झालं. म्हणून ती बनली ॲवना पोलितोव्हस्काया.

नंतरचा पुढचा काळ रशियातल्या खऱ्या धामधुमीचा. राजकीय क्षितिजावर मिखाइल गोर्बाचोव यांचं आगमन झालं आणि त्यांच्या पेरिस्त्रोईका आणि ग्लासनोस्तच्या रेट्यात फक्त रशियाच नाही, तर सारं जगच बदललं. १९८९ साली बर्लिनची भिंत कोसळली, कम्युनिझमच्या अंताचा आरंभ झाला आणि पाठोपाठ रशिया राजकीय अस्थिरतेच्या खाईत लोटला गेला. गोर्बाचोव यांच्यानंतर बोरीस येल्तसिन आले. रशियाच्या विघटनाला सुरुवात झाली. सोविएत साम्राज्याच्या मगरमिठीतून मुक्त होत अनेक नवनवे देश तयार झाले. त्यानंतर रशियाच्या राजकीय क्षितिजावर उगवला एक नवा तारा. व्लादिमीर पुतिन. हा नवा अध्यक्ष रशियाच्या अत्यंत क्रूरपणासाठी ओळखल्या जाणाऱ्या केजीबी या गुप्तहेर संघटनेचा प्रमुख होता. त्यामुळे पुतिन आपला केजीबीतला सगळा करालपणा घेऊनच राजकारणात उतरले. हा त्यांचा करालपणा दाखवण्यासाठी योग्य संधी लवकरच मिळणार होती.

ती म्हणजे चेचेन्या. कॉकेशस पर्वताच्या कुशीत वसलेला हा देश म्हणजे रशियासाठी कायमस्वरूपी ठसठसती जखम बनलाय. या मुस्लिमबहुल देशाला रशियाची मालकी मान्य नाही. आसपासच्या अन्य देशांप्रमाणे त्यालाही स्वतंत्र व्हायचंय. पण आसपासच्या देशांत आणि चेचेन्यामध्ये फरक आहे. तो म्हणजे कॉकेशसच्या या पर्वतरांगीय प्रदेशात मोठ्या प्रमाणावर खनिजसंपत्ती दडलेली आहे. तेव्हा ही अशी

समृद्ध भूमी काही हातातून जाऊ द्यायला पुतिन तयार नाहीत. त्याचमुळे चेचेन्या आणि पुतिननियंत्रित रशिया यांच्यात सतत रक्तरंजित संघर्ष सुरू आहे. आपली सर्व ताकद पणाला लावून पुतिन यांनी चेचेन्याला ठेचूनच काढलंय. त्यासाठी काय काय केलं नाही पुतिन यांनी. रशियाच्या लष्करी ताकदीसमोर चेचेन्या अगदीच लिंबूटिंबू. पण तरीही चेचेन बंडखोरांनी पुतिन यांच्या नाकीनऊ आणले. त्यामुळे पुतिन आणखीनच रागावले. एवढासा चेचेन्या आपल्याला आव्हान देतोय हे काही त्यांना सहन होईना. त्यांनी चेचेनच्या अमानुष हिंसाचाराला आपल्या अतिअमानुष हिंसाचारानं तोंड द्यायचं ठरवलं. मिळेल तो चेचेन चेचावा... हे त्यांचं धोरण बनलं. त्यांनी मग लहान-थोर, महिला काही म्हणजे काही पाहिलं नाही आणि चेचेन्याचा नि:पात केला. रशियाचं विघटन होत असताना वेगळा झालेला चेचेन्या त्यांनी पुन्हा रशियन साम्राज्यात आणून बसवला. पण हे सगळं करताना अतोनात, अनन्वित अत्याचार केले.

... ते सगळे ॲवनाच्या बातम्यांचे विषय बनले. त्यासाठी ॲवना जमेल तेव्हा चेचेन्यात जात राहिली. तिथल्या महिला, शालेय विद्यार्थी यांच्याशी बोलत राहिली. जमेल तितकी माहिती घेत राहिली. काही वेळा तर रशियन फौजांची बेजबाबदार कृत्यं तिनं जातीनं टिपली. मानवाधिकारांचं होणारं सर्रास उल्लंघन, महिलांवरचे लैंगिक अत्याचार तिच्याकडून साद्यंत मांडले जाऊ लागले. पाश्चात्त्य जग तिच्या वार्तांकनावर फिदा होतं. रशियात राहूनही अशी बातमीदारी करणारं फारसं कोणी नव्हतंच. त्यामुळे ॲवना काय लिहितेय याकडे सगळ्या समंजस जगाचं लक्ष असायचं. पण हे इतकं स्वातंत्र्य कोणाला... आणि त्यातही पत्रकाराला देणं... हे पुतिन यांना परवडणारं नव्हतं. ॲवनाला वेगवेगळ्या मार्गांनी जरा सबुरीनं घ्या... असे निरोप जायला लागले. कोणत्याही चांगल्या पत्रकाराप्रमाणे ॲवनानं त्याकडे दुर्लक्ष केलं. ती आपली काम करीत राहिली. मग धमक्यांची तीव्रता वाढू लागली. एकदा तर पोलिसांनीच तिचं अपहरण केलं. आठ तास तिच्यावर मानसिक अत्याचार सुरू होते. तिच्या दोन मुलांची नावं घेऊन, ती मुलं कोणत्या वेळेला कुठं जातात, शाळांचं वेळापत्रक वगैरे तपशील सांगत त्यांचे कसे हाल करता येतील याची चर्चा तिच्यादेखत केली गेली. हेतू हा की ती मोडून पडावी. मग अंधार पडल्यावर तिथला स्थानिक पोलीसप्रमुख तिला भेटायला आला. म्हणाला चल... ॲवनानं विचारलं, कुठं? तर हा सहज म्हणाला... म्हणजे काय तुला माहीत नाही अजून... कमाल आहे... मला तुझा खून नाही का करायचाय...

असं म्हणून तो तिला घेऊन गेला. बाहेर किर्र अंधार. आवाज येत होता तो पिस्तुलात काडतुसं भरल्याचा. ती भरली गेल्यावर त्या पोलीसप्रमुखानं तिला सांगितलं... तू आता तयार असशील किंवा नसशील, मी गोळी मारणार... त्यानं गोळी झाडली.

ॲवना अर्थातच हादरली. पण तिच्या लक्षात आलं गोळी आपल्याला लागलेली नाही. हे कळतंय तोच पोलीसप्रमुख खदाखदा हसत म्हणाला... जा... जा घरी जा आणि परत या फंदात पडू नकोस.

ॲवनानं पहिलं तेवढं ऐकलं. जे काही करीत होती तेच ती करीत राहिली. मध्ये एकदा व्हिएन्नात आंतरराष्ट्रीय पत्रकार संमेलनासाठी तिला बोलावलं गेलं. तिथं धडाक्यात भाषण केलं तिनं... माहितीची किंमत जीवाच्या रूपात द्यायला आपण कसं तयार असायला हवं वगैरे... मुक्त, लोकशाहीवादी समाजासाठी हे कसं आवश्यक आहे, हे ती सांगत होती.

तिकडून परत मायदेशात आली तर तिला अलेक्झांडर लिटविनेन्को भेटला. तो रशियाचा गुप्त पोलीस अधिकारी. तिला म्हणाला, तुझ्या हत्येचे आदेश निघालेत. लवकरात लवकर रशिया सोड. दरम्यान तिचं पुतिन यांच्यावरचं बरंच लिखाण प्रसिद्ध झालं होतं. तिच्या लिखाणामुळे पुतिन यांचा अभद्र, खुनशी चेहरा जगापुढे आला होता. पण म्हणून देश सोडावं असं काही तिला वाटलं नाही. अमेरिकेचा पासपोर्ट होता तिच्याकडे; पण ती काही गेली नाही. काही दिवसांतच अलेक्झांडर लिटविनेन्को याच्या परागंदा होण्याची बातमी आली. त्यानं देशत्याग करून ब्रिटनमध्ये स्थलांतर केलं होतं. ब्रिटनमध्ये राहून तो पुतिन यांची अनेक गुपितं फोडणार होता. पण लवकरच बातमी आली. अलेक्झांडरला विषबाधा झाल्याची. तीदेखील साधीसुधी नाही, तर किरणोत्सारी घटकाची. अलेक्झांडर झिजून झिजून, सगळ्यांच्या डोळ्यांदेखत रुग्णालयात मरणार हे नक्की झालं. अशा मरणासन्न अवस्थेत त्याला आणखी एक मरण सहन करावं लागणार होतं.

ॲवनाचं. ७ ऑक्टोबर २००६ ला... पुतिन यांच्या वाढदिवशी... राहत्या इमारतीच्या उद्वाहनात ॲवना मेलेल्या अवस्थेत आढळली. गोळ्या घालून मारलं होतं तिला. चार काडतुसं आणि ते पिस्तूल तिथंच शेजारी होतं. सुपारी देऊन तिची हत्या झाल्याचं निष्पन्न झालं. पुढच्याच महिन्यात २३ नोव्हेंबरला अलेक्झांडर गेला. आजतागायत कळलेलं नाही ॲवना आणि अलेक्झांडर लिटविनेन्को याचीही हत्या कोणी घडवली ते.

गेल्या आठवड्यात ब्रिटिश सरकारनं लिटविनेन्को याच्या हत्येची पुन्हा चौकशी करण्याचे आदेश दिलेत.

ॲवनाच्या बाबतीत तसंदेखील काही घडलेलं नाही.

जिवंत असती तर पुढच्या आठवड्यात, ३० ऑगस्टला आपला ५६वा वाढदिवस तिनं साजरा केला असता.

२३ ऑगस्ट २०१४

# ३४. एक शंभरनंबरी कहाणी...

परिस्थिती अगदी काळजी वाटावी अशी... बँका बुडतायत... भांडवली बाजाराची घसरगुंडी काही थांबण्याची लक्षणं नाहीत, नवी गुंतवणूक नाही... ती नाही म्हणून रोजगारनिर्मिती नाही... उलट आहेत त्यांचे रोजगार राहतात की जातात अशी परिस्थिती... त्यात निवडणुका. त्यामुळे जनतेचा राग सरकारवर निघणं अगदी साहजिकच. तसा तो निघतोदेखील आणि देशात सत्तांतर होतं...

हे चित्र आपल्याला चांगलंच ओळखीचं. अगदी अलीकडे आपण सगळ्यांनीच अशा चित्रात रंग भरलेले. पण हे वर्णन आपलं वाटत असलं तरी आपलं नाही. ते आहे अमेरिकेतलं. १९३२ सालची अखेर आणि १९३३ सालची सुरुवात या काळातलं. 'ग्रेट डिप्रेशन' या नावानं ओळखला जातो तो हा महामंदीचा काळ. याच काळात फ्रँकलीन डेलोनो रुझ्वेल्ट हे सत्तेवर आले आणि देशाचं चित्रच त्यांनी पालटून टाकलं. गुडघ्यात मान खुपसून बसलेली, आत्मविश्वास हरवून बसलेली अमेरिका कुठच्या कुठं दिसेनाशी झाली आणि जन्माला आला एक सशक्त देश. पण यासाठी असं नक्की केलं काय या रुझ्वेल्ट यांनी?

स्वत:चा अध्यक्षीय शपथविधी झाल्या झाल्या लगेच काही तासांत त्यांनी आपलं संपूर्ण मंत्रिमंडळ नक्की केलं. लगेच त्याच क्षणी त्यांचा शपथविधी ठरवला आणि देशाच्या सरन्यायाधीशांना बोलवून त्या सर्वांना मंत्रिपदाची शपथ दिलीदेखील. पाठोपाठ नभोवाणीवरून जनतेला उद्देशून भाषण केलं. रुझ्वेल्ट म्हणाले... हा देश अत्यंत कठीण परिस्थितीतून जात आहे, याची जाणीव एव्हाना सगळ्यांनाच झाली असेल. अशा वेळी या देशाला केवळ धीरोदात्त भाषणांची नाही तर ठाम, निश्चित कृतीची गरज आहे. त्या कृतीसाठी आपण सज्ज राहायला हवं... आपण हे आव्हान पेलणारच... ते पेलताना संकटं येतील... पण आपण डगमगून जाण्याचं कारण नाही... आपल्याला कशाची भीती असेल तर भीती या शब्दाचीच... तिला दूर ठेवून आपण मार्गक्रमणा करायला हवी...

हे असं धीरोदात्त बोलणारे नेते आपल्यालाही तसे नवीन नाहीत. पण रुझ्वेल्ट यांच्यापेक्षा वेगळे का ठरतात? तर ते केवळ बोलूनच थांबले नाहीत. त्यांनी विरोधी

पक्षीय आणि स्वपक्षीयांना एकत्र बोलावलं. दोन्ही पक्षांकडच्या लोकप्रतिनिधींना गांभीर्याची जाणीव होतीच. ती रुझ्वेल्ट यांनी अधोरेखित केली आणि विरोधकांना म्हणाले... हा देश पुढे नेण्यासाठी मला तुमचं सहकार्य हवंय... आपल्याला काही धाडसी निर्णय घ्यावे लागतील... ते घेताना काही कायदे बदलावे लागतील... काही नवीन करावे लागतील... तेव्हा कृपा करून त्यासंबंधीची विधेयकं तुम्ही अडवून धरू नका... खरंतर विरोधी पक्षीयांकडे सहकार्याचा हात पुढे करणारे सत्ताधारी आपणही बघतोच की. परंतु आश्चर्य हे की रुझ्वेल्ट यांनी काही काळासाठी का असेना ही सत्ताधारी आणि विरोधक दरी बुजवून दाखवली. 'आम्ही रिपब्लिकन्स आहोत की डेमॉक्रॅट्स याचाच आम्हाला विसर पडला' असं अनेक लोकप्रतिनिधींनी त्या वेळी बोलून दाखवलं. इतकं झालं आणि रुझ्वेल्ट कामाला लागले...

शपथ घेतली त्याच दिवशी पहिला निर्णय त्यांनी कोणता घेतला असेल, तर तो म्हणजे देशातील सर्व बँका त्यांनी बंद केल्या. बँकांची थकीत कर्जं प्रचंड प्रमाणात वाढलेली. त्यामुळे तोटाही वाढलेला. लोक आपापला पैसा बँकांतून काढण्यासाठी रांगा लावत होते. तेव्हा अध्यक्षांनी सर्वच बँका बंद केल्या. प्रचंड खळबळ उडाली. पण रुझ्वेल्ट बधले नाहीत. या सर्व बँकांच्या पाहणीसाठी त्यांनी विशेष सरकारी पथकं पाठवली. यासाठी एक वेगळा बँकिंग सेवा कायदा त्यांनी आणला. वास्तविक, त्याचा मसुदा वाचण्यासाठी लोकप्रतिनिधींना त्याच्या प्रतीदेखील मिळाल्या नाहीत. तरीही तो सर्वांनी मंजूर केला. या कायद्यानुसार बँकांचं आर्थिक आरोग्य तपासण्याचा सर्वाधिकार सरकारनं स्वत:कडे घेतला आणि फायद्यातल्या बँकांनाच आपला कारभार चालू ठेवायला परवानगी दिली. हे सर्व किती दिवसांत त्यांनी केलं?

फक्त आठवड्यात.

आठ दिवसांत अमेरिकी बँकिंग व्यवस्था रुळावर आली.

तितक्याच तातडीनं त्यांनी दुसऱ्या तितक्याच महत्त्वाच्या विषयाला हात घातला. कृषिउत्पन्न. आधीच्या मंदीमुळे शेतमालाला उठाव नव्हता. शेतकरी हताश होऊन पिकं रस्त्यावर फेकून देत होते आणि नवीन लावणीलाही त्यांचा विरोध होता. रुझ्वेल्ट यांनी नवा कायदा आणला. 'ॲग्रिकल्चर ॲड्जस्टमेंट ॲक्ट'. तो अधिकच धक्कादायक होता. त्या कायद्यानुसार अमेरिकी सरकारला नुकसान झालेल्या शेतकऱ्यांना उचलून पैसे द्यायचा अधिकार मिळाला. या कायद्याला डेमॉक्रॅट रुझ्वेल्ट यांच्या विरोधातल्या रिपब्लिकनांचा विरोध होता. तरीही त्यांनी हा मुद्दा प्रतिष्ठेचा केला नाही. या विधेयकाला मंजुरी दिली आणि एका दिवसातच हजारो धनादेश शेतकऱ्यांकडे रवाना होऊ लागले.

पाठोपाठ आणखी एक धक्कादायक निर्णय त्यांनी घेतला. हॅरो हॉपकिन्स

नावाचा समाजसेवक त्यांच्या परिचयाचा झाला होता. त्यानं एक योजना सुचवलेली होती. शहरी गरिबांसाठी. त्याला कल्याणकारी खात्याच्या कामासाठी म्हणून रुझ्वेल्ट यांनी थेट सरकारातच सामील करून घेतलं. ज्यांना घरभाडी भरणंही अशक्य झालं होतं, अशा शहरी गरिबांसाठी थेट अर्थसाह्य देण्याची त्याची योजना होती. रुझ्वेल्ट यांनी तीही मंजूर करून घेतली. झालंच तर आपल्याकडे कशी दुष्काळी कामासाठी रोजगार हमी योजना आहे, तशी एक योजना रुझ्वेल्ट यांनी त्या काळी तयार करून घेतली. अमेरिकेत मोठमोठी उद्यानं आहेत, बागा आहेत. त्यात झाडं लावणं, त्या बागांची डागडुजी करणं अशी ती योजना होती. त्यासाठी तब्बल अडीच लाख बेरोजगार तरुणांची रुझ्वेल्ट यांनी नियुक्ती अमेरिकी काँग्रेसकडून मंजूर करून घेतली. त्यामुळे त्या बेरोजगारांच्या वेतनाचा प्रश्न तात्पुरता का होईना संपुष्टात आला. हे झालं तात्पुरतं काम. त्याला अधिक चांगला आकार यावा यासाठी अमेरिकेच्या या अध्यक्षानं ३३० कोटी डॉलर खर्चाचा एक प्रस्तावच सादर केला. ही 'वर्क्स प्रोग्रेस ॲडमिनिस्ट्रेशन' नावानं ओळखी जाणारी योजना पुढे रुझ्वेल्ट यांच्या शिरपेचात मानाचा तुरा रोवणारी ठरली. 'फेडरल इमर्जन्सी रिलीफ ॲडमिनिस्ट्रेशन' (फेरा) नावानं आणखी एक दूरगामी म्हणता येईल असं विधेयक रुझ्वेल्ट यांनी त्याही अवस्थेत मंजूर करून घेतलं. सरकारच्या सार्वजनिक बांधकाम खात्याला त्यामुळे कल्याणकारी कामं हाती घेता आली. १९२० सालच्या पुरात अनेक धरणं उद्ध्वस्त झाली होती. रुझ्वेल्ट यांनी त्यांची डागडुजी हाती घेतली आणि परत नवे कालवे काढायलाही सुरुवात केली.

रुझ्वेल्ट यांचा आणखी एक निर्णय खऱ्या अर्थानं धाडसी होता.

तो होता भांडवली बाजारावर नियंत्रण लादण्याचा. त्या काळात अमेरिकेची अर्थसाक्षरता आपल्याकडच्या आताच्या अर्थसाक्षरतेइतकीच असणार. बेतास बात. त्यामुळे त्या वेळी जे काही आर्थिक संकट अमेरिकेवर कोसळलं होतं त्याला हे शेअर बाजारवालेच जबाबदार आहेत, असा सर्वसामान्य अमेरिकी नागरिकाचा समज झालेला होता. अतोनात फायदा कमावण्यासाठी हे शेअर बाजारवाले काहीही करायला तयार असतात, असाच समज तिकडे त्या वेळीही होता. रुझ्वेल्ट यांनी या सगळ्यांना चाप लावला. 'ट्रूथ इन सिक्युरिटीज ॲक्ट' असा नवाच कायदा त्यांनी जन्माला घातला. त्यामुळे शेअर बाजारातल्या गुंतवणुकीत मोठ्या प्रमाणावर पारदर्शकता आली. गुंतवणूकदारांना अनेक बाबी उघड कराव्या लागल्या आणि ती गुंतवणूक करून घेणाऱ्यांनाही आपण कोणाकडून किती पैसा घेतोय हे सांगण्याचं बंधन आलं. यातूनच जन्माला आली आजची प्रचंड समर्थ अशी यंत्रणा- 'सिक्युरिटीज अँड एक्स्चेंज कमिशन'... म्हणजेच एसईसी. आपली जशी सेबी, तशी अमेरिकेची ही एसईसी. आज बलाढ्य रजत गुप्ता असोत वा अन्य कंपन्या. त्यांच्या आर्थिक ताकदीला वेसण

घालण्याचं काम ही एसईसी करते. आपली सेबी अगदी अलीकडे, म्हणजे हर्षद मेहता वा केतन पारीख यांचा घोटाळा उघडकीस येताना एप्रिल १९९२मध्ये स्थापन झाली. परंतु ग्रेट डिप्रेशनच्या खडतर काळानंतर अमेरिकेची सूत्रं हाती घेणाऱ्या रुझ्वेल्ट यांना अशा यंत्रणेचं महत्त्व फार लवकरच कळलं. हे सगळे कायदे मंजूर करून घ्यायचे तर अमेरिकेच्या कायदेमंडळाचं अधिवेशन सतत सुरू असायला हवं.

रुझ्वेल्ट यांनी तेही केलं. सलग तीन महिने अमेरिकेच्या कायदेमंडळाची दोन्ही सभागृहं- सिनेट आणि हाऊस ऑफ रिप्रेझेंटेटिव्हज- काम करत होती.

पण या कामाचं महत्त्व काय? आणि ते आता का सांगायचं?

महत्त्व यासाठी, की या सगळ्यातून आजची आधुनिक, सुनियंत्रित अशी अमेरिका तयार झाली. ज्या काही उत्तम यंत्रणांसाठी अमेरिका आज ओळखली जाते, त्यातील जवळपास सर्वच यंत्रणा त्या काळात जन्माला आल्या.

हे सर्व आताच सांगायचं कारण हे सर्व रुझ्वेल्ट यांनी आपल्या अध्यक्षपदाच्या पहिल्या १०० दिवसांतच करून दाखवलं. अमेरिकेला आपण न्यू डील... नवा करार देणार आहोत... असं रुझ्वेल्ट म्हणत होते आणि तो करार त्यांनी पहिल्या १०० दिवसांतच दिला. त्यांनी त्या काळात तब्बल १५ महत्त्वाचे कायदे केले. आणि त्या कायद्यांचं मोठेपण हे की त्याचे परिणाम अमेरिकेला त्या १०० दिवसांतच दिसू लागले.

इतकं पुरेसं आहे... शंभरनंबरी कहाणी आताच का सांगायची, या प्रश्नाच्या उत्तरासाठी...

६ सप्टेंबर २०१४

# ३५. अलीबाबा आणि आपलं पोर

राजकारण असो वा समाजकारण! आपल्याला सोप्या गोष्टीच कळतात. उदाहरणार्थ चीनचे अध्यक्ष झि जिनपिंग भारतात आले होते, तर आपल्याला दिसत होती चिनी सैनिकांची घुसखोरी. ती महत्त्वाची होतीच. कारण थेट आपल्या सुरक्षेचाच प्रश्न होता. परंतु धोका काही दिसत असतो तिथूनच असतो असं नाही. किंबहुना तसा तो नसतोच. चीनच्या बाबत तर ही बाब अगदीच लागू पडते. या देशाकडून असलेला धोका दुहेरी आहे. जो सगळ्यांना दिसतो तो तर आहेच; पण त्याहूनही अधिक जे सहज दिसत नाही तिथून अधिक आहे. उदाहरणार्थ बाजारपेठ.

आता चिनी बाजारपेठ म्हटल्यावर साहजिकच समोर येतात त्या चिनी वस्तूंनी ओसंडून वाहणाऱ्या आपल्याकडच्या बाजारपेठा. आता तर काय आपले गणपतीसुद्धा चिनी बनावटीचे आलेत म्हणे. असो. तो काही आपला आजचा मुद्दा नाही. तर बाजारपेठ म्हणजे भांडवली बाजारपेठ. आता सर्वसाधारण माणसाला या बाजारपेठेविषयी फारसं काही माहीत नसतं. म्हणूनच ते समजून घ्यायला हवं. तर मुद्दा आहे या बाजारपेठेचा आणि या बाजारपेठेचं प्रतीक आहे अलीबाबा.

हा अलीबाबा पूर्णपणे चिनी बनावटीचा. चीनमध्ये जन्मलेला आणि जगाला गवसणी घालायला निघालेला. त्याची ही पृथ्वीप्रदक्षिणा नुकतीच सुरू झालीये. कोण आहे हा अलीबाबा? काय त्याचं इतकं कौतुक?

खरं म्हणजे या प्रकरणातला अलीबाबा म्हणजे आहे एक वेबसाइट. जॅक मा या तरुणानं काढलेली. फार जुनी आहे असंही नाही. १९९८ सालचा तिचा जन्म. अमेरिकेतल्या कॅलिफोर्निया राज्यातला. पण आताच का त्याची कहाणी ऐकायची? कारण याच आठवड्यात या कंपनीचा आयपीओ आलाय. म्हणजे भांडवली बाजारातून ही कंपनी पैसे उभे करणार आहे. लोकांना ही कंपनी आपले समभाग विकणार आणि भांडवल उभं करणार. यावर अनेकांना प्रश्न पडेल, की त्यात काय एवढं? आपल्या कंपन्याही हे करतातच की. पण या अलीबाबाचं लक्ष्य किती आहे याचा काही अंदाज?

या आयपीओतून अलीबाबा उभारू इच्छितो तब्बल २२०० कोटी डॉलर.

म्हणजे साधारण एक लाख २६ हजार कोटी रुपये. पण त्यातली बातमी ही नाही!

तर या आयपीओचं महत्त्व यासाठी, की तो जगातल्या आतापर्यंतच्या सगळ्यात मोठ्या आयपीओतला एक आहे. आणि त्याहूनही महत्त्वाची बाब म्हणजे आपण यात कुठंही नाही. तेव्हा या आयपीओ प्रकरणाचा आढावा घ्यायला हवा. या अलीबाबाचं महत्त्व यासाठी की तो अनेक अमेरिकी कंपन्यांच्या आयपीओपेक्षाही मोठा आहे.

असा आपल्याला माहीत असलेला मोठा आयपीओ होता तो लोकप्रिय अशा फेसबुक या कंपनीचा. तो होता १६०० कोटी डॉलरचा. जेव्हा आला होता तेव्हा तो सर्वात मोठा आयपीओ होता. याचाच अर्थ असा, की चिनी कंपनीनं अमेरिकी कंपनीला आयपीओत मागे टाकलंय. पण गंमत म्हणजे अलीबाबाचा आयपीओ हा काही आतापर्यंतचा सर्वात मोठा आयपीओ नाही. तो मान पुन्हा चिनी कंपनीकडेच जातो. या कंपनीचं नाव आहे ॲग्रिकल्चर बँक ऑफ चायना. या कंपनीनं २०१० साली समभाग विक्रीतून २२,१०० कोटी डॉलर्स इतकी रक्कम उभी केली.

यातली आपले डोळे फाडेल अशी बाब म्हणजे अलीबाबाचं मूल्यांकन. ते आहे तब्बल १,६२,००० कोटी एवढं. तरीही यातली धक्कादायक बाब ही की इतकं प्रचंड मूल्यांकन होऊनही अलीबाबा जगातल्या पहिल्या २० मूल्यांकित कंपन्यांत नाही. पण या यादीत तीन चिनी कंपन्या आहेत आणि एकसुद्धा भारतीय कंपनी त्यात नाही. पेट्रो चायना, इंडस्ट्रियल ॲण्ड कमर्शियल बँक ऑफ चायना आणि चायना मोबाइल या त्या तीन कंपन्या. यातल्या प्रत्येक कंपनीचं मूल्यांकन आजमितीला जवळपास २०,००० कोटी डॉलर्सपेक्षा अधिक आहे.

आता या पार्श्वभूमीवर आपली परिस्थिती तपासून पाहायला हवी.

आपल्याकडचा आतापर्यंतचा सर्वात मोठा आयपीओ कोल इंडिया या सरकारी कंपनीचा. त्यातून उभे राहिले फक्त ३४० कोटी डॉलर. आणि अलीबाबा उभा करणार आहे २२०० कोटी डॉलर. आपल्या बाजारातली सर्वात अधिक मूल्यांकित कंपनी म्हणजे टाटा कन्सल्टन्सी- म्हणजे टीसीएस. तिचं मूल्य आहे ८५०० कोटी डॉलर. आणि मोठ्या चिनी कंपन्यांचं मूल्यांकन किती आहे? २०,००० कोटी डॉलर किमान. याचा साधा अर्थ असा, की सरासरी मोठी चिनी कंपनी आपल्या सर्वात मोठ्या कंपनीच्या दुपटीपेक्षा अधिक आहे. टीसीएस वगळता आपल्या अन्य दोन कंपन्या, म्हणजे ओएनजीसी आणि रिलायन्स यांच्या तुलनेत चिनी कंपन्यांचा आकार तर आपल्या चौपट आहे.

हे सगळं कशासाठी समजून घ्यायचं?

केवळ आपल्याला आपण कुठं आहोत हे कळावं म्हणून नाही. ते तर समजायला हवंच. पण त्याबरोबर आपल्याला धोका कुठून आहे आणि धक्का कुठून बसू शकतो

याचंही भान असावं म्हणून. ते असायला हवं याचं कारण हा अलीबाबा आता भारतात येऊ इच्छितो.

काय व्यवसाय करतो हा अलीबाबा? ती एक साधी वेबसाइट आहे. तशा अन्य अनेक असतातच. फक्त हिचं वैशिष्ट्य हे की या वेबसाइटवरून ग्राहक आणि उत्पादक यांना थेट संधान बांधता येतं. म्हणजे या वेबसाइटच्या माध्यमातून उत्पादकांना आपला माल सरळ ग्राहकांना विकता येतो आणि ग्राहकांना प्रत्यक्ष उत्पादकांकडूनच खरेदी करता येते. हे दोघांसाठी सोयीचं. कारण मधले सर्व अडते आणि दलाल यांना बाजूला ठेवून व्यवहार करता येतात. त्यामुळे उभयतांचा वेळ आणि ऊर्जा वाचते. म्हटलं तर किती साधी संकल्पना. पण चिनी कंपनीला सुचली आणि त्याने ती जागतिक पातळीवर राबवून दाखवली. तेव्हा कल्पना केलेली बरी हा अलीबाबा जर भारतात आलाच तर काय गहजब उडेल त्याची.

म्हणूनच सीमेवरनं होणाऱ्या सैनिकी घुसखोरीइतकीच, किंबहुना त्याहूनही अधिक ही बाजारपेठेतली घुसखोरी दखल घ्यावी अशी आहे.

चीनच्या या अगडबंब अलीबाबाच्या तावडीतून म्हणूनच आता कुठं रांगू लागलेलं आपल्या बाजारपेठेचं पोर वाचवायला हवं.

२० सप्टेंबर २०१४

# ३६. हवेलीरामचा किमतराय

किमतराय गुप्ता हे गेल्या आठवड्यात गेले. वय तसं काही फार होतं असं नाही. ७७ वर्षांचे होते ते. तब्येतीनं खरंतर ठणठणीत होते. पण हृदयविकाराचा तीव्र झटका आला आणि जागच्या जागीच गेले. मोठा माणूस. जवळपास २०० कोटी डॉलरची उलाढाल होती त्यांची.

... पण त्यांच्या मरणाची बातमीदेखील आली नाही कुठं. अनेकांना तर माहीतही नसेल कोण हे किमतराय म्हणून. आता व्यक्तीच माहीत नाही तर त्यांची किंमत कशी असणार आपल्याला. आता तर तोही प्रश्न येणार नाही. कारण ते गेलेच. निदान गेल्यानंतर तरी त्यांच्या कर्तृत्वाचा परिचय व्हावा म्हणून हा प्रपंच. आपण तेवढा तरी तो करून घेतला पाहिजे. कारण अगदी आंतरराष्ट्रीय वाटावा असा एक मोठा ब्रँड त्यांनी आपल्या देशाला दिला. किंबहुना आजही अनेकांना माहीतही नसेल आपण कौतुक करतोय ते उत्पादन आपल्या देशाचं आहे म्हणून.

किमतराय हे काही जन्मजात उद्योगपती नव्हेत. जन्म गरिबीतला. पंजाबातल्या मालेरकोटला गावात. वडील शेतमजुरी करायचे. पोरांना शिकवायची वगैरे बोंबच. गरिबाच्या घरी पोरांनी आपापल्या पायावर उभं राहायची गरज असते. शिक्षणापेक्षा जगण्याचं आव्हान केव्हाही मोठंच असतं. त्यामुळे गरिबाची मुलं शिकली नाही तरी जगायला लागतात. किमतरायचं तसंच झालं. खूप लहान वयातच तो कामाला लागला. गावात तेल विकायचा सायकलवरून. नंतर शेजारपाजारच्या गावांतही जायचा तो तेल विकायला. बरं चाललं असणार त्याचं. कारण आपल्याला अधिक बरं काय करता येईल असा प्रश्न त्याला पडू लागला. हे फारच आवश्यक असतं. नाही तर माणसं आहेत त्या अवस्थेत आनंदबिनंद मानू लागली तर फारच पंचाईत. पण तसं काही या किमतरायनं केलं नाही.

तो अधिक चांगलं जगण्यासाठी दिल्लीला गेला. काय करायचं माहीत नाही. काय होणार आहे ते माहीत नाही. तरी किमतराय राजधानीत जाऊन धडकला. हातपाय मारायला लागला. मग असंच कोणी तरी त्याला सुचवलं, दुकान काढ म्हणून. कसलं? तर विजेचं सामान विकणारं. आता ज्यांनी कोणी ते सुचवलं त्यानं

तेच का सुचवलं? किराणा मालाचं का नाही वगैरे उत्तरं आता शोधण्यात काही अर्थ नाही. त्याला हे सुचवलं गेलं हे खरं आणि त्यानं तो सल्ला शिरसावंद्य मानला हेही खरंच. मग त्याप्रमाणे त्यानं दुकान काढलं. कुठं? तर जुन्या दिल्लीतल्या भगीरथ प्लेस नावाच्या परिसरात. चालू होतं ते टुकुटुकु. हे असं दुकान... परत तेही... जुन्या दिल्लीच्या दरिद्री परिसरात. दोन-पाच पैसे मिळत होते. हातातोंडाशी गाठ पडण्याइतपत. श्रीशिल्लक अशी काही नसायची. जवळपास १२ वर्षं हा टुकीचा संसार सुरू होता. किमतरायची चिकाटी चांगली होती. तो वाट पाहायला तयार होता. १९७१च्या आसपास त्याला पहिली संधी मिळाली. एव्हाना व्यवसायात तसा जम बसला होता. आता पुढचं आव्हान काय, असे प्रश्न पडू लागले होते. त्याचं उत्तर हवेलीराम गांधी यांनी दिलं.

हे हवेलीराम गांधी म्हणजे सध्याचा विख्यात फॅशन डिझायनर रोहितचे आजोबा. तर या हवेलीराम यांची एक कंपनी होती. इलेक्ट्रिक स्विचगियर बनवणारी. किमतराय त्या उत्पादनांचे विक्रेते होते. त्यामुळे त्यांचा आणि किमतराय यांचा चांगला परिचय होता. कारण काय माहीत नाही, पण ती चालवण्यातला हवेलीराम यांचा उत्साह मावळला. ही कंपनी आपण विकून टाकूया असं त्यांच्या मनानं घेतलं. ते एकदा बोलताना किमतराय यांना तसं म्हणाले. हे म्हणाले, मी घेतो. जवळ भांडवलाइतके पैसे नव्हते. तरी म्हणाले मी घेतो. हवेलीराम परिचित होते, त्यामुळे पैसे उभे करण्यासाठी थोडा अधिक वेळ मिळणार होता, इतकीच काय ती सवलत.

किमतराय यांनी अखेर ती कंपनी घेतली. थोड्याच काळात त्यांना लक्षात आलं, नुसत्या स्विचगियरनं आपण फार काही वाढणार नाही. त्यांनी मग आपली उत्पादनं वाढवायचं ठरवलं. विजेवर चालणाऱ्या वस्तू ते बनवायला लागले. मग पंखे, गिझर्स, केबल्स. बरंच काही ते बनवू लागले. मोठी जागा घेतली कार्यालयासाठी. दिल्लीच्या सिव्हिल लाइन्स भागात. चांगलंच बस्तान बसलं त्यांचं या नव्या व्यवसायात. व्यवसायाचा आकार वाढला. मदतीला मुलगा अनिल आणि पुतण्या अमित हेही बरोबरीनं उतरले. भांडवल मोठ्या प्रमाणावर ओतलं जाऊ लागलं. कारण व्यवसायाचा वाढीचा वेग बघता बघता वाढला.

पण किमतराय होते तसेच राहिले. उतणं नाही आणि मातणं तर दूरच. काही वर्षांपूर्वी त्यांनी कार्यालयासाठी मोठी जागा घेतली. किती मोठी? तर साडेतीन एकर. तीसुद्धा नॉयडा परिसरात. तिथं दिमाखात १ लाख ३० हजार चौरस फुटांत कंपनीची वास्तू उभी आहे. इतका मोठा विस्तार झाला तरी किमतराय यांची भूक भागली नव्हती. अधिक काही मोठं आपण करावं अशी इच्छा पुन्हा त्यांच्या मनी दाटू लागली. कारण आसपास स्पर्धा वाढू लागली होती. नवनव्या कंपन्या आल्या होत्या.

खेतान, पोलार, ओरिएंट, क्रॉम्प्टन ग्रीव्हज् अशा अनेक कंपन्या बाजारात येत होत्या. त्यामुळे नवीन, अधिक धाडसी असं काही करावं लागणार होतं.

किमतराय यांनी भलताच धाडसी निर्णय घेतला. तो म्हणजे सिल्वेनिया ही कंपनी विकत घेण्याचा. खरंतर ही परदेशी कंपनी. युरोपीय. आणि महत्त्वाचं म्हणजे किमतराय यांच्या कंपनीपेक्षा किती तरी मोठी. पण २००८ सालच्या मंदीनं सिल्वेनियाचं कंबरडं मोडलं. अगदीच दिवाळं निघालं कंपनीचं. ती विकायलाच काढावी लागली. तरी २२ कोटी २७ लाख अशी सणसणीत किंमत होती तिची. ही आपण घ्यायचीच असं किमतराय यांच्या मनानं घेतलं. घास चांगलाच मोठा होता.

किमतराय यांनी तो घेतला.

पण दुर्दैव हे की तो घशात अडकला. बाजारपेठ वाढेना आणि वर हा नव्या कंपनीच्या कर्जाचा डोंगर. हे विकतचं लोढणं गळ्याशी येणार की काय अशी परिस्थिती निर्माण झाली. अनिल आणि अमित तर हादरूनच गेले. मार्ग काही दिसेना. कंपनीचा समभाग घसरू लागला. बँकांचा तगादा वाढला. अखेर २००८च्या डिसेंबर महिन्यात किमतराय म्हणाले, आता बास झालं. त्यांनी दोघांना बोलावून घेतलं. म्हणाले, आपण या कंपनीत फक्त आर्थिक गुंतवणूक केली, भावनिक नाही. एखाद्या तटस्थ गुंतवणूकदारासारखेच आपण वागतोय... तुम्हाला तुमची कार्यशैली बदलायला हवी... मी तुम्हाला एक महिना देतोय... ही कंपनी आपली आहे... नीट हाताळता आली नाही तर परत कधी काही तुम्हाला यश मिळणार नाही... बाजारातून पत उतरेल तुमची...

या खड्या बोलीचा परिणाम झाला. दोघा भावांनी आपली कार्यशैली बदलली. परिस्थिती पालटू लागली. सिल्वेनिया विकत घेणं अंगाशी येईल असं वाटत होतं, तसं काही झालं नाही.

त्या दरम्यान किमतराय यांनी भारतीय उद्योगपतीस न साजेसा असा निर्णय घेतला. आपण इतके वाढतोय पण आपली प्रतिमा काही उजळत नाही. तेव्हा अधिक काही करायला हवं... आपला ब्रँड तयार व्हायला हवा...

तोपर्यंत किमतराय यांच्या कंपनीचा जाहिरातींवरचा खर्च होता वर्षाला फक्त १५ कोटी रुपये. त्यात त्यांनी एकाच फटक्यात ४ पटीने वाढ केली. तब्बल ६० कोटी रुपये त्यांनी कंपनीच्या प्रतिमा संवर्धनासाठी काढून ठेवले. लोव लिन्टास या जाहिरात कंपनीला कंत्राट दिलं. अगदी फिलिप्स, क्रॉम्प्टन असं आपल्या कंपनीचं नाव हवं, हे त्यांचं स्वप्न होतं. आपणही बहुराष्ट्रीय व्हायचं. दर्जा कमावलेला आहेच. आता नावही मिळवायचं.

ते त्यांनी मिळवलं. कंपनी जगाच्या नकाशावर नेऊन ठेवली. तशीही त्यांना

मिरवायची सवय नव्हतीच. नाव झाल्यावर तर ते अगदीच पडद्यामागे गेले... असं का, असं विचारलं तर म्हणायचे... माझं उत्पादन सगळीकडे दिसायला हवं... मी नाही... माझं उत्पादन माहीत हवं... मी नाही...!

ते त्यांनी खरं करून दाखवलं. गेल्या आठवड्यात किमतराय यांचं निधन झालं तर बातमीदेखील आली नाही. किमतराय फार कोणाला माहीतही नाहीत. त्यांचं उत्पादन मात्र चांगलंच प्रसिद्ध आहे.

हॅवेल नाव त्याचं!

२९ नोव्हेंबर २०१४

# ३७. मेक इन इंडिया... कसं?

भारतातल्या उद्योगविश्वाला गती यावी म्हणून पंतप्रधान नरेंद्र मोदी यांनी एक नवीन हाक दिलीये- 'मेक इन इंडिया'. आवश्यकच होती ती. म्हणजे देशातल्या देशातच औद्योगिक उत्पादन अशा दर्जाचं तयार व्हायला हवं, की त्याच्या निर्मितीतलं भारतीयपण अभिमानानं मिरवता यायला हवं. एकेकाळी मेड इन जर्मनी... जपान, मेड इन यूएसए वगैरे अशा मेड इन... ना किंमत होती. त्या देशांत बनलेल्या वस्तू म्हणजे उत्तमच असणार असं मानलं जायचं. योग्यच होतं ते, कारण त्या देशांचा तसा लौकिक होता. एखादा चुकूनमाकून परदेशात गेलाच, तर टेलिफंकनचा रेडिओ, बोस्की नावाचं कापड, सिटिझनचं किंवा सिको कंपनीचं एखादं घड्याळ घेऊन यायचा... त्याच्या आधी फेवरलुबाची घड्याळं खूप मानाची होती. यात भारतातलं काही म्हणजे काही नसायचं. मग हे मेड इन... चे देश बदलत गेले. आपल्या जवळ आले. जवळ म्हणजे किती जवळ? तर अगदी बांगलादेशसुद्धा. म्हणजे लंडन आणि पॅरिसमधल्या बड्या फॅशन दुकानांत विकले जाणारे अनेक तयार कपडे हे चक्क बांगलादेशात बनलेले असतात. अर्थात, ते सरळ मेड इन बांगलादेश असं म्हणून विकायला आले तर काही कोणी घेणार नाही. असो. तर पलीकडे मलेशिया उद्योग क्षेत्रात चांगलाच विस्तारला. व्हिएतनामसारख्या देशात अगदी ॲपल, बोस वगैरेची उपकरणं बनवली जातात. सॅमसंगच्या रूपानं द. कोरिया समोर आला आणि आसुसमुळे तैवानी उत्पादनांची ओळख व्हायला लागली.

मेड इन इंडिया मात्र या सगळ्यात कुठंही नव्हता, नाहीही. म्हणजे आपल्या कंपन्या इतर कंपन्यांसाठी उत्पादन वगैरे बनवून देतात; पण हे म्हणजे बांगलादेशी कपड्यांसारखं. ते विकलं जातं दुसऱ्याच कोणत्या कंपनीच्या नावानं. आता हे वाचून आपल्याकडचे राष्ट्रीय भावना फारच हळवी असलेले लगेच माहिती-तंत्रज्ञान क्षेत्राचं उदाहरण देतील. म्हणजे त्या क्षेत्रात आपल्या कंपन्या कित्ती मोठ्या झाल्यात वगैरे सांगितलं जाईल; पण हे मोठेपण फसवं आहे. कारण आपल्या माहिती कंपन्या या बव्हंश: सेवा क्षेत्रातल्याच आहेत. म्हणजे त्यांचं म्हणून जगात काही उत्पादन नाही. जसं गुगल, ॲमेझॉन, फेसबुक, ट्विटर वगैरे. असो. तर मुद्दा तो नाही. प्रश्न आहे पंतप्रधान म्हणतात, भारताची उत्पादन क्षमता वाढायला हवी, हा. तो अगदी खराच

आहे. कारण भारतासारख्या देशात नुसतं माहिती-तंत्रज्ञान क्षेत्र पुरेसं ठरणार नाही, हे तर उघडच आहे. मग उत्पादन क्षेत्र का वाढत नाही? काय परिस्थिती आहे या क्षेत्रात?

क्रेडिट स्विस बँकेचा एक अहवाल आहे या संदर्भात. तो पाहिला तर डोळ्यांतच काय, पण सारी समजशक्तीच अंजनाच्या लेपात गुंडाळली जाईल. देशातल्या उद्योगांना दिल्या जाणाऱ्या एकूण कर्जाचा सर्वात मोठा वाटा हा देशातल्या दहा उद्योगसमूहांना दिला गेलाय आणि तो आता संकटात आहे, असं हा अहवाल सांगतो. अनिल अंबानी यांचा अनिल धीरूभाई अंबानी समूह, शशी रुईयांचा एस्सार, अनिल अगरवाल यांचा वेदान्त, जिंदाल, अदानी, जीएमआर, लँको, जेपी, जीव्हीके वगैरे कंपन्यांच्या कर्जात मोठी वाढ झालीये. म्हणजे गेल्या वर्षीच्या तुलनेत या दहा जणांना दिल्या गेलेल्या कर्जात तब्बल १५ टक्के वाढ झालेली आहे. हे एरवी तसं काही काळजी करण्यासारखं नाही. कारण कंपनीची कर्जं वाढत असतील तर तिच्या उत्पन्नातही वाढ होत असेल असंच कोणीही समजेल; पण आपलं मोठेपण, आपल्या बँकांचं औदार्य इतकं की, यातल्या जवळपास सर्वच कंपन्यांच्या तोट्यांत सणसणीत वाढ होत असतानाही बँकांनी या उद्योगांसाठी आपली पतपुरवठ्याची मूठ सैल केली. त्याचा परिणाम असा झालाय, की यातल्या काही उद्योगांच्या डोक्यावरील कर्जात गेल्या वर्षीच्या तुलनेत तब्बल २४ टक्क्यांनी वाढ झालीये. हे कर्जवाढीचं प्रमाण इतकं आहे, की या कंपन्यांनी ज्या प्रकल्पासाठी कर्जं घेतली त्या प्रकल्पावर त्या कंपन्यांकडून केल्या गेलेल्या खर्चापेक्षा जास्त रक्कम या उद्योगांनी घेतलेल्या कर्जाची आहे. जगात असं कुठं नसेल. यातला धक्कादायक भाग हा, की समस्त भारतीय बँकांनी उद्योगांना जी काही कर्जं दिली त्यातला जवळपास १५ टक्के रकमेचा भला मोठा वाटा या दहा उद्योगांवर खर्च झालेला आहे.

हे वाचून आपली झोप उडायला हवी. कारण यातल्या बऱ्याच, किंबहुना एकाही कर्जाचा समावेश बँकांच्या बुडीत कर्जात करण्यात आलेला नाही. एरवी एखाद्या तुमच्या आमच्यासारख्यानं घेतलेल्या कर्जाचे ओळीनं तीन हप्ते चुकले, की बँका ते कर्ज बुडीत गेल्याचं मानतात आणि हप्ते चुकवणाऱ्याच्या मागे हात धुऊन लागतात; पण या दहा कंपन्यांबाबत असं घडलेलं नाही. कारण या बँकांनी या कंपन्यांच्या कर्जाची पुनर्रचना केली आहे. कॉर्पोरेट डेट रिस्ट्रक्चरिंग. साध्या भाषेत त्याला नव्यानं हप्ते बांधून देणं म्हणतात. म्हणजे या कंपन्यांना कर्जफेडीसाठी आधी जे काही हप्ते होते ते झेपत नव्हते. त्यामुळे आपल्या सहृदयी बँकांनी ते कमी करून दिले. आता त्यांच्या या सहृदयीपणाची किंमत आपण देणार. कारण या बँकांच्या नाकातोंडात या बुडीत कर्जाचं पाणी जाऊन त्यांचा जीव गुदमरायला लागला, की सरकार त्या बँकांत नव्यानं भांडवलभरणी करणार. तो पैसा अर्थातच आपल्या खिशातनं काढला जाणार.

या कर्जाच्या खाईत असलेल्या सर्वच कंपन्या पायाभूत क्षेत्रांत आहेत. वीजनिर्मितीत सर्वात जास्त. त्यांची एकूण क्षमता लक्षात घेतली तर जवळपास १३ हजार मेगावॉट वीजनिर्मितीचे प्रकल्प त्यांच्याकडे अडकून आहेत. याचा अर्थ ते सर्वच्या सर्व सुरू झाले तर देशात इतक्या प्रमाणावर वीजनिर्मिती वाढेल. आता यात महत्त्वाचे मुद्दे दोन. एक म्हणजे यातले बरेचसे प्रकल्प या वर्षातच सुरू होणं अपेक्षित आहे; पण मुद्दा क्रमांक दोन हा, की त्यानंतर लगेच पुढच्या वर्षापासून या कंपन्यांना आपापल्या कर्जाच्या परतफेडीला सुरुवात करावी लागणार आहे. म्हणजे पुन्हा आपल्या बँकांवर या कंपन्यांचं भलं होऊ दे म्हणून देव पाण्यात घालून बसण्याची वेळ. हे प्रकल्प अपेक्षेप्रमाणे सुरू झाले नाही तर या कंपन्या पुन्हा कर्जाचे हप्ते नव्यानं बांधून द्या... असं म्हणायला तयार. म्हणजे पुन्हा बँकांना खड्डा.

आणखी एक गमतीचा मुद्दा लक्षात घेण्यासारखा. तो म्हणजे हे सर्व उद्योगपती आपापल्या वैयक्तिक बँकिंग गरजांसाठी खासगी बँकांमध्ये खाती उघडणार. एचडीएफसी, आयसीआयसीआय वगैरे अशा चटपटीत बँकांत यांची खाती असणार आणि आपल्या उद्योगासाठी कर्ज घ्यायची वेळ आली, की मात्र ते राष्ट्रीयीकृत बँकांतून घेणार. हे असं का?

उत्तर साधं आहे. ते म्हणजे राष्ट्रीयीकृत बँकांची मुंडी सत्ताधारी पिरगाळू शकतात. अशा बँकांच्या अध्यक्षाला फोन करून सांगू शकतात अमुकतमुकला कर्ज द्या म्हणून. या सत्ताधाऱ्यांचं खासगी बँका थोडंच ऐकणार. ते काम सरकारी बँकांचंच. त्याचमुळे सरकारी बँकांनी मुक्तहस्ते कर्ज या आणि अशा उद्योगांना देऊन आपल्या एकंदर अर्थव्यवस्थेला भलं मोठं खिंडार पाडून घेतलंय.

केवढं मोठं आहे हे खिंडार? बँकांच्या बुडीत खात्यात निघालेल्या कर्जाचाच विचार केला तर ही रक्कम आहे ३ लाख कोटी रुपये इतकी. म्हणजे ही रक्कम वसूल होणारच नाहीये; पण वर उल्लेखिल्याप्रमाणे ही रक्कम फसवी आहे. याचं कारण असं, की ही बुडीत कर्जं कमी दिसावीत म्हणून या बँकांनी नव्यानं हप्ते बांधून दिलेल्या कर्जाची रक्कम यात धरलेली नाही. ती रक्कमही या बुडीत कर्जात धरायला हवी. कारण यातली बरीचशी रक्कम ही बुडीत खात्यातच जाते, हा इतिहास आहे. तेव्हा ती मोजली तर या संकटातल्या कर्जाचा आकार किती आहे? १० लाख कोटी रुपये इतका. देशातले फक्त १० उद्योग बँकांच्या कर्जाचा सर्वात मोठा वाटा एकगठ्ठा आपल्याकडे ठेवणार... पुन:पुन्हा अनेक उद्योगांना कर्ज बुडत असतानाही नव्यानं हप्ते बांधून दिले जाणार... १० लाख कोटी रुपये इतकी बँकांच्या संकटातल्या कर्जाची रक्कम होणार... तेव्हा कसं करायचं हे मेक इन इंडिया?

४ ऑक्टोबर २०१४

# ३८. काळ सोकावू नये म्हणून...

सुरुवात तर झाली आहे, पण कुठपर्यंत जायचंय आपल्याला? अमेरिकेतलं ताजं प्रकरण त्यासाठी लक्षात घ्यायला हवं. किती छान वाटतं असं काही झालं की. आधी सहारा आणि नंतर डीएलएफ. बाजारपेठेची नियंत्रक असलेल्या सेबीनं या दोन कंपन्यांवर कारवाई केली. सेबीच्या कारवाईच्या झगमगाटामुळे दिवाळीच्या आधीच बऱ्याच उद्योगपतींच्या डोळ्यांसमोर अंधारी आली असेल. हे असं काही पाहायची सवय नाही आपल्याला. कारण ज्याप्रमाणे आपल्याकडे सरकारच्या मालकीचं म्हणजे कोणाच्याच मालकीचं नाही, असं समजायची पद्धत आहे त्याप्रमाणे जनतेची फसवणूक म्हणजे कोणाचीच फसवणूक नाही, असंच मानायचा प्रघात आहे. त्यामुळे होतं काय की छोट्या छोट्या पाकीटमारांना वगैरे त्यांच्या पापांबद्दल शिक्षा होते; पण जनतेचे हजारो कोटी बिनाहिशेब स्वत:साठी वापरणारे, एका पैचं उत्पादन नसताना कंपनीच्या समभागाचं हजारो कोटींचं मूल्यांकन करून दुनिया मुठ्ठी में घेऊ पाहणारे, एका कारणासाठी जनतेतून पैसा उभा करून तो दुसऱ्याच कामासाठी वापरणारे, तो उभा करताना आपली देणी काय आहेत हे सोयीस्करपणे लपवणारे... त्यांना काहीच होत नाही. असे अनेक धवलवस्त्रांकित आपल्याकडे उजळ माथ्यानं हिंडत असतात. त्यांना कोणी जाब विचारावा अशी व्यवस्थाच नाही. खरंतर नव्हती असं म्हणायला हवं. कारण सेबी, स्पर्धा आयोग अशा रूपानं या अशा नव्या युगाच्या नियंत्रक व्यवस्था आपल्याकडे आता वयात येऊ लागल्यात. एक काळ... तोही अलीकडचा... असा होता, की आपल्याकडे कंपन्यांचे समभाग कागदी स्वरूपात असायचे आणि चांगला धनदांडगा उद्योगपती त्याच्या समांतर प्रती काढून सगळ्यांनाच टोप्या घालू शकायचा. काहीही व्हायचं नाही त्याला. खरंतर हा इतका गंभीर गुन्हा. तो करताना कोणी आढळून आलं तर त्यावर भांडवली बाजारात कायमची बंदी तर घालायलाच हवी; पण फौजदारी गुन्हाही त्याच्यावर दाखल होऊन तो तुरुंगात जायला हवा. हे असं काहीच होत नव्हतं आपल्याकडे. आपल्याकडच्या या मुक्त महानुभावांच्या तुलनेत एन्रॉनचे मुख्य कार्यकारी अधिकारी केनेथ ले किंवा मॅकेन्झी या अतिबड्या व्यवस्थापन सल्लागार

कंपनीचे प्रमुख रजत गुप्ता यांचे गुन्हे तसे किरकोळ म्हणायला हवेत; पण तरीही त्यांना सणसणीत शिक्षा झाल्या.

तेव्हा या पार्श्वभूमीवर सेबीकडून डीएलएफचे सिंग पितापुत्र, सहाराश्री सुब्रतो राय आदींवर जेव्हा कारवाई होते तेव्हा बरं वाटतं. अर्थात आपल्याला या अर्थनियमन क्षेत्रात बरीच प्रगती करायची आहे. ती करायची असेल तर सुरुवात तर व्हायला हवी. अशी आश्वासक सुरुवात गेल्या काही महिन्यांत सेबीकडनं नक्कीच झाली आहे. सुरुवात झाली आहे, पण कुठपर्यंत जायचंय आपल्याला... अमेरिकेतलं ताजं प्रकरण त्यासाठी लक्षात घ्यायला हवं.

अमेरिकन इन्शुरन्स ग्रुप, म्हणजेच एआयजी, ही फक्त त्याच देशातली नाही, तर जगातली एक अतिबलाढ्य विमा कंपनी. तब्बल १३० देशांत पसरलेले जवळपास नऊ कोटी ग्राहक, ९० देशांतून कंपनीच्या सेवेत असलेले ६४ हजार कर्मचारी आणि ६८०० कोटी डॉलर महसूल याच्या आधारे जगातल्या काही बलाढ्य वित्तकंपन्यांत एआयजीची गणना होते; पण सहाच वर्षांपूर्वी, म्हणजे २००८ साली, ही अगडबंब कंपनी अगदी घायकुतीला आली होती. ते वर्ष दोन कारणांसाठी महत्त्वाचं. एक म्हणजे अमेरिकेच्या अध्यक्षपदी बराक ओबामा यांची निवड आणि दुसरं म्हणजे आर्थिक मंदीला सुरुवात. त्या मंदीच्या लाटेतच लेहमन ब्रदर्स ही बँक बुडाली. त्यापाठोपाठ सिटी बँकेसह अन्य छोट्या-मोठ्या वित्त कंपन्यांसमोर चांगलंच आर्थिक संकट उभं ठाकलं. तेव्हा या बँकांना अमेरिकी रिझर्व्ह बँकेकडून म्हणजे फेडरल रिझर्व्ह- फेडकडून पतपुरवठा केला गेला. एआयजीबाबत ताजा वाद तयार झालाय तो याचबाबत.

या विमा कंपनीला फेडकडून ८५०० कोटी डॉलरची रसद पुरवली गेली. अमेरिकेचे तत्कालीन वित्तमंत्री टिमोथी गार्टनर, नंतरचे हेन्री पॉलसन आणि फेडचे प्रमुख बेन बर्नान्के यांनी हा निर्णय घेतला. या बर्नान्के यांची तुलनाच करायची तर आपल्या रिझर्व्ह बँकेच्या गव्हर्नरशी करता येईल. हे अशासाठी सांगायचं, की त्यांची उंची आणि अधिकार कळावा म्हणून. तर हा इतका प्रचंड निधी बर्नान्के यांनी १४ टक्के व्याजाच्या दरानं पुरवला आणि वर कंपनीत ८० टक्के मालकी मागितली, असा आरोप एआयजीमधले एकेकाळचे सर्वात मोठे गुंतवणूकदार मॉरिस ग्रीनबर्ग यांनी केलाय. ते या संकटकाळी एआयजीचे मुख्य कार्यकारी अधिकारी होते. त्यांचं म्हणणं असं, की मुळात ही अशी मालकी मागायचा अधिकार फेडला नाही आणि फेडनं ही मालकी तर मागितलीच; पण वर १४ टक्के इतका चढा व्याजदर आकारला. हे दोन्ही त्यांच्या मते आक्षेपार्ह आहे. त्यामुळे एआयजीचं नुकसान झालं. सबब सरकारनं ५००० कोटी डॉलरची नुकसानभरपाई एआयजीला द्यावी, अशी त्यांची मागणी आहे.

या सर्व कर्जाची परतफेड एआयजीनं २०१२ साली पूर्ण केली; पण १४ टक्के व्याजदरानं ८५०० कोटी डॉलर परत करताना त्याचे जवळपास १८,२०० कोटी डॉलर झाले. म्हणजेच या कर्जातनं फेडला तब्बल २३०० कोटी डॉलरचा फायदा झाला. आता फेडला फायदा म्हणजेच सरकारला फायदा. तेव्हा बर्नान्के यांनी जे काही केलं ते देशाच्या दृष्टीनं योग्यच म्हणायला हवं. म्हणजे आपल्याबरोबर उलटं त्यांनी केलं. आपल्याकडे सरकारी बँका बुडव्या उद्योगपतींना उलट स्वस्त दरात कर्ज देतात. तेही तो अगदी व्याजासकट बुडवतो; पण ना कधी बँक अधिकाऱ्यांवर कारवाई होते, ना त्या उद्योगपतींवर. तेव्हा अमेरिकेत जे काही झालं त्याबद्दल सरकार, विरोधी पक्ष आणि एकंदरच प्रसारमाध्यमं यांनी आनंद व्यक्त करायला हवा.

पण तिथं सुरू आहे ते भलतंच. ते आपल्याला बरंच काही शिकवून जाणारं...

एआयजीच्या ग्रीनबर्ग यांनी बर्नान्के, गार्टनर आणि पॉलसन यांना कोर्टात खेचलंय, एआयजीचं नुकसान केलं म्हणून. गेल्याच आठवड्यात या तिघांच्याही उलटतपासण्या झाल्या. एआयजीच्या वकिलांना त्यांना तोंड द्यावं लागलं. खरंतर या तिघांनीही जे काही केलं ते सरकारच्या भल्याचंच. या कंपनीला स्वस्तात कर्ज देऊन सरकारच्या तिजोरीला खिंडार पाडलंय असं तर काही झालं नाही. तरीही सरकारनं या तिघांच्या बचावासाठी प्रयत्न केले नाहीत. का?

कारण अमेरिकी कायदा. या कायद्यातल्या पाचव्या घटनादुरुस्तीनुसार कोणतीही खासगी मालमत्ता तिच्या मूळ मालकाला पुरेशी नुकसानभरपाई दिल्याखेरीज कोणत्याही परिस्थितीत ताब्यात घेण्याचा अधिकार सरकारला नाही.

आपल्याला पचायला हे जरा जडच जाईल, कारण आपल्याकडे सरकार छोट्या-मोठ्या उद्योगपतींसाठी निर्लज्जपणे जमीनदलालाचं काम करत असतं. खरंतर ज्याला उद्योग स्थापायचाय त्यानं जमीनमालकाला जी काही नुकसानभरपाई असेल ती द्यावी आणि जमीन विकत घ्यावी; पण नाही. ती खासगी जमीन सरकार हस्तगत करतं आणि उद्योगपतीच्या पदरात अलगद सोडतं. या औदार्याची परतफेड सरकारी तिजोरीपेक्षा ती हाताळणाऱ्यांच्या खिशातच जात असते. तेव्हा खासगी मालकाला पूर्ण नुकसानभरपाई दिल्याखेरीज त्याची मालमत्ता सरकारसुद्धा ताब्यात घेऊ शकत नाही, हे म्हणजे फारच झालं.

तर या बर्नान्के यांना आता या खटल्याला तोंड द्यावं लागतंय. याचा अर्थ इतकाच, की सरकारचा फायदासुद्धा हा नियमांच्या चौकटीत राहूनच व्हायला हवा. सरकारी तिजोरी भरतीये म्हणून कोणाच्याही मुंड्या सरकार झालं तरी पिरगाळू शकत नाही. हा अमेरिकी व्यवस्थेचा नियम. हे असं आहे तरी आपण आपल्या समाजवादी म्हणवून घेणाऱ्या व्यवस्थेचे गोडवे गायचे आणि अमेरिकेतल्या भांडवलशाहीला नाकं

मुरडायची. असो. तेव्हा हे सर्व बर्नान्के यांनी का केलं? परवा न्यायालयात उलटतपासणीत त्यांना हा प्रश्न विचारण्यात आला. बर्नान्के आपल्या शांतपणासाठी ओळखले जातात. अत्यंत मुद्देसूद, तर्कसंगत आणि भावनेला कुठंही थारा न देता युक्तिवाद करण्याचा त्यांचा लौकिक. या प्रश्नाच्या आधी त्यांच्यावर अनेक प्रश्नांचा भडिमार झाला होता आणि अखेर हा प्रश्न– हे तुम्ही का केलंत?

त्यावर आपल्या नेहमीच्या शांतपणाशी प्रामाणिक राहात ते म्हणाले,

'एआयजीला वाचवावं असा माझा सुतराम हेतू नव्हता, पण या एआयजीपासून जगाला वाचवायला हवं असं मात्र मला ठामपणे वाटत होतं. कंपनीशी मला काहीही देणंघेणं नाही, पण ती बुडाली असती तर जगभरातले कोट्यवधी गुंतवणूकदार, विमाधारक बुडाले असते. त्यामुळे मी ती वाचवली... आणि ती वाचवताना सरकारच्या गाठीशी चार पैसे राहतील अशीही व्यवस्था केली. बुडीत खात्यात चाललेल्या कंपनीतल्या गुंतवणूकदारांना संकटात टाकण्याऐवजी त्या कंपनीला शासन करून पैसे वसूल करणं हे अधिक महत्त्वाचं असं मला वाटतं.'

याचा अर्थ इतकाच, की म्हातारीला मारणाऱ्यांचा काळ सोकावू नये असे प्रयत्न करणं म्हणजे कल्याणकारी राज्य... त्यासाठी निर्भय यंत्रणा असाव्या लागतात.

आता लक्षात येईल सेबीच्या निर्णयात आनंद का मानायचा ते.

१८ ऑक्टोबर २०१४

# ३९. अच्छे दिन... अधांतरी

विचार करण्यासारखा मुद्दा आहे. हे असं काय झालं की नरेंद्र मोदी सत्तेवर आले आणि पेट्रोल, डिझेल वगैरे स्वस्त व्हायला लागलं? आता जे मोदीभक्त आहेत, त्यांच्यासाठी उत्तर सोपं आहे. अच्छे दिन. हे उत्तर ज्यांना हवंय त्यांना काही विचार करायची गरज नाही. किंबहुना अशी सोपी उत्तरं आवडतात ते विचार वगैरे करायच्या फंदात पडत नाहीत. सत्ताधाऱ्यांनाही अशांचीच मोठ्या प्रमाणावर गरज असते. असो. मुद्दा तो नाही.

पण प्रश्न हा आहे की हे इंधनाचे भाव का कमी व्हायला लागलेत? हे असं काही दिव्याच्या बटणांची उघडझाप केल्यासारखं अर्थव्यवस्थेत नसतं. बटण दाबलं, अर्थव्यवस्था सुधारली. असं काही होऊ शकत नाही. मग मनमोहन गेले आणि मोदी आले या मधल्या काळात काय नक्की झालं की ज्यामुळे हे असे पेट्रोल, डिझेलचे भाव कमी व्हायला लागले?

या प्रश्नाच्या उत्तराचे दोन भाग पडतात. एक त्यातला सोपा. अच्छे दिनसारखं उत्तर देणारा. आणि दुसरा अधिक गंभीर, सखोल अभ्यासाच्या तळाशी आढळणारा. या दोन्हींचा आढावा इथं घेता येईल. पहिला सोपा भाग. आपल्याकडे इंधनाचे दर कमी व्हायला लागले कारण आंतरराष्ट्रीय बाजारात ते कमी व्हायला लागले म्हणून, असं त्याचं सरळ उत्तर. ते किती कमी झाले? तर जुलै ते आजतागायत या काळात ते तब्बल २५ टक्क्यांनी घसरले. म्हणजे १०० ते ११० डॉलर प्रतिबॅरल वगैरे असणारे खनिज तेलाचे भाव दोन दशकांत पहिल्यांदा ९० डॉलर प्रतिबॅरलच्या खाली जाऊन ८० डॉलरच्या आसपास स्थिरावले. आपल्यासाठी ही बाब अत्यंत महत्त्वाची. याचं कारण असं, की आपल्याला जे काही इंधन दररोज लागतं त्यातलं चक्क ८२ टक्के इतकं आपण आयात करतो. आपल्याकडे पुरेसा तेलसाठा नाहीच. आणि मोदी आले म्हणून काही आपल्या विहिरींना तेल लागेल असं नाही. त्यामुळे आयात करण्याला पर्याय नाही. कोणताही देश जेव्हा इतक्या आयातीवर अवलंबून असतो तेव्हा त्याची अर्थव्यवस्था या घटकाच्या दरावर हिंदकळत असते. ते साहजिकच. त्यामुळे आंतरराष्ट्रीय बाजारात तेलाच्या किमती वाढल्या की आपल्याकडे त्या वाढवाव्याच लागतात.

एकदा का त्या वाढल्या की पाठोपाठ सगळ्याच्याच किमती वाढतात. म्हणजेच महागाई वाढते.

ही भाववाढ टाळण्याचा एक मार्ग असतो. तो म्हणजे किमती नाही वाढवायच्या. म्हणजे देशातल्या तेल कंपन्यांनी आंतरराष्ट्रीय बाजारातून महाग तेल घ्यायचं आणि गरीब बिच्चाऱ्या, एसयूव्ही मोटारी चालवणाऱ्या, डिझेल-पेट्रोलमध्ये भेसळ करणाऱ्या भारतीयांना ते स्वस्तात द्यायचं. पण राजकारण म्हणून हे ठीक आहे. अर्थव्यवस्था म्हणून हा प्रकार फार काळ काही रेटता येत नाही. कारण तेल कंपन्यांचा तोटा त्यात वाढत जातो. तो टाळण्यासाठी त्यांना उचलून पैसे द्यावे लागतात. म्हणजे पुन्हा खड्डा. एक वाचवायला गेलो तर दोन तयार होतात. तेव्हा हा काही कायमचा मार्ग असू शकत नाही.

मग हे जर वास्तव असेल तर तेलाच्या किमती आंतरराष्ट्रीय बाजारात आताच का बरं कमी झाल्या? मोदी सत्तेवर आले म्हणून काही सौदी अरेबिया वा कुवेत वा इराक वा नायजेरिया वा व्हेनेझुएला हे देश काही तेल स्वस्तात विकणार नाहीत. मग असं काय झालं की तेलाच्या किमती इतक्या पडल्या?

या टप्प्यावर आपला दुसरा मुद्दा सुरू होतो.

त्याचं उत्तर सोपं आहे- अमेरिका. कारण हा देश तेलपिपासू आहे. जगात उत्खनन होणाऱ्या तेलातला २६ टक्के वाटा दररोज या एकाच देशात संपतो. जगाच्या लोकसंख्येच्या फक्त पाच टक्के लोक अमेरिकेत राहतात. पण २६ टक्के तेल पितात. याचाच अर्थ तेलाच्या किमती वाढण्यात या देशातली मागणी हा मोठा वाटा असतो. अमेरिकेची मागणी जेवढी अधिक, तेवढी तेलाची किंमत अधिक असं सोपंसरळ गणित असतं.

पण गेल्या सहा महिन्यांपासून तीच तर नेमकी घसरलेली आहे. म्हणजे अमेरिका आता पूर्वीइतकं तेल बाजारातून उचलत नाही. म्हणजेच सौदी वगैरे देशांतलं तेल तितक्या प्रमाणात अमेरिकेला आता लागेनासं झालंय. हे असं का झालं? त्याचा संबंध अर्थातच आपल्याकडच्या अच्छे दिनाशी असणार नाही. मग अमेरिकेत तेलाची मागणी इतकी कमी का झाली? त्याचीही पुन्हा दोन उत्तरं आहेत. एक अगदी सोपं. आणि दुसरं या क्षेत्रातल्या अभ्यासकांना माहीत असलेलं. पहिल्यांदा सोप्या उत्तराविषयी.

ते म्हणजे नवनवीन तंत्रज्ञानाच्या साह्यानं अमेरिकेनंच तेल उत्खननाचे मार्ग शोधून काढलेत आणि त्याला इतक्या मोठ्या प्रमाणावर यश यायला लागलंय की अमेरिकेला लागणारं तेल आता घरच्या घरीच निघू लागलंय. हे त्या देशाचं अर्थातच नशीब. मेक्सिकोचं आखात, कॅनडा-अमेरिका यातल्या समुद्रकिनाऱ्यावरची तेलमिश्रित वाळू आणि त्याहूनही मुख्य म्हणजे समुद्रतळाच्या खाली जमिनीत सांदीकपारीत

चिकटून राहिलेलं तेल उपसून बाहेर काढण्याचं तंत्रज्ञान यामुळे अमेरिकेचं चित्र चांगलंच पालटतंय. यातला शेवटचा घटक तर फारच निर्णायक बनलाय. ते प्रकरणच भयंकर आहे. समुद्रतळ गाठायचा आणि त्याच्या खाली काही किलोमीटर खोलीवर असलेलं तेल पकडायचं, हे फारच आव्हानात्मक काम. ते अमेरिकी कंपन्यांनी सहजसाध्य केलंय. ते करताना त्यांना आणखी एक गोष्ट जमलीये. ती म्हणजे समांतर विहीर खणण्याचं तंत्र. विहीर म्हटली की सरळ खाली खोल खणत जायचं आपल्याला माहिती. पण अमेरिकी कंपन्या एकच छिद्र पाडतात जमिनीला आणि त्यामधून खाली जाऊन वेगवेगळ्या समांतर विहिरी खणू शकतात. 'फ्रॅकिंग' म्हणतात ते तंत्रज्ञान हेच. यामुळे झालंय असं की अमेरिकेत हा असा दडलेला तेलसाठा मोठ्या प्रमाणावर वर येऊ लागलाय. त्यामुळे अमेरिकेला आता बाहेरच्या तेलाची गरज वाटेनाशी झाली आहे. हे तेल इतक्या मोठ्या प्रमाणावर बाहेर येऊ लागलंय, की या महिन्यात अमेरिकेचं स्वत:च्या भूमीतलं तेलाचं उत्पादन हे सौदी अरेबियाच्या उत्पादनाच्या जवळ पोहोचलंय. तेव्हा घरातच इतकं तेल असताना अमेरिका बाहेरचं कशाला घेईल? याचा परिणाम असा की बाजारात आता तेलाचा पुरवठा मुबलक होतोय. उत्पादन जास्त झालं की किंमत कमी होते, हे तर आपल्याला माहीत आहेच. त्यामुळे तेलाचे भाव पडू लागलेत.

हे झालं सोपं उत्तर. पटकन कोणाचाही विश्वास बसेल असं. अच्छे दिनासारखं.

पण या मुद्द्याला अधिक गंभीर अशी आंतरराष्ट्रीय संघर्षाची किनार आहे. ती अधिक महत्त्वाची आहे. आठवतंय अगदी काही महिन्यांपर्यंत पश्चिम आशियातल्या कोणत्याही देशात जरा काही खुट्ट वाजलं की तेलाचे भाव वाढायला लागायचे? युद्ध तर दूरच राहिलं. पण युद्धाच्या केवळ कल्पनेनंच तेलाचे दर चढू लागायचे आणि आपली पाचावर धारण बसायची. मग या क्षणाला, म्हणजे तुम्ही हे वाचत असाल त्या वेळीदेखील, इराकसारख्या देशात इस्लामिक स्टेटसारख्या संघटनेशी अनेक देशांचं युद्ध सुरू आहे. अगदी कालच तब्बल २०० जणांचा बळी त्यात गेलाय. तरीही आता असं काय घडलंय की अगदी तीन महिन्यांपूर्वी केवळ युद्धाच्या शक्यतेनं वाढणारे तेलाचे भाव प्रत्यक्ष युद्ध सुरू असताना वाढणं राहिलंच बाजूला... पण पडू लागलेत?

आंतरराष्ट्रीय राजकारणाची किनार ती हीच. त्यास जबाबदार एक देश आहे.

तो म्हणजे अमेरिका. आपल्या देशात आढळत असलेल्या तेलाचा प्रचंड उपसा करायचा... इतका की अगदी तेल निर्यात करायची वेळ आणायची, आंतरराष्ट्रीय बाजारात तेलाचा पूर येईल इतक्या प्रमाणात तेल ओतायचं आणि जमेल तितके भाव पाडायचे असं अमेरिकेचं धोरण आहे. त्यात त्या देशाचा काय फायदा?

फायदा असा की तेलाचे भाव पडत गेले की तेल उत्पादक देशांना मोठा फटका बसतो. हा असा फटका बसणाऱ्यांत जसा अमेरिकांकित सौदी अरेबिया आहे तसाच अमेरिकेला आव्हान देणारा आणखी एक देश आहे.

तो म्हणजे रशिया. युक्रेन आणि पूर्व युरोपीय देशांच्या प्रश्नावर अमेरिका आणि रशिया या देशांत गेले काही महिने तणाव निर्माण झालेला आहे. शिवाय पश्चिम आशियात सीरियाचा मुद्दा आहे, त्या देशालाही रशियाची मदत आहेच. यात रशियाच गुंतलेला असल्यामुळे थेट युद्ध करून प्रश्न मिटवण्याची सोय नाही. मग काय करायचं? या प्रश्नाच्या अनेक उत्तरांतलं हे एक. तेलाचे भाव पाडायचे. म्हणजे आर्थिक आघाडीवर युद्ध पुकारायचं. भाव पाडून तेलसंपन्न देशांना घायाळ करायचं. रशियाही घायाळ. आणि इस्लामिक स्टेटला मदत करणारेही जायबंदी.

एकेकाळी अमेरिकेला तेलाचे भाव वाढवण्यात रस होता. आता पाडण्यात आहे.

आपल्यासाठी अर्थातच ही अवस्था अधिक चांगली. पण आपण घेतोय का फायदा या व्यवस्थेचा? तो घ्यायला हवा आणि तेलाचा साठा जमेल तितका करून ठेवायला हवा. अच्छे दिनांची बेगमी करण्यासाठी.

आपलं घोडं पेंड खातं ते इथंच. हे असलं आपण काहीही करत नाही. करायचं म्हटलं तरी आपल्याला ते करता येणार नाहीये. कारण तीन आठवडे पुरेल इतकाच तेलसाठा करायची क्षमता आपल्याकडे आहे. अमेरिका सहा महिन्यांचा साठा करून ठेवू शकते. आणि चीन?

त्या देशानं गेल्या आठवड्यात प्रचंड आकाराच्या २५ तेलवाहू नौकांतून न्यावा लागण्याइतका तेलसाठा खरेदी केला. किती होता हा साठा? १८० कोटी बॅरल्स. त्या देशातल्या राजकारण्यांनी अच्छे दिनाची घोषणा केली नव्हती. पण अच्छे दिनांसाठी जे लागतं त्याची मात्र तजवीज न चुकता केली.

हे शहाणपण आलं की अच्छे दिन यावेत यासाठी बाहेर पाहावं लागत नाही. नाही तर अच्छे दिन अधांतरी असतात... आपल्याकडे आहेत तसे.

१ नोव्हेंबर २०१४

# ४०. शामभट्टाची चिनी तट्टाणी!

भारतात बँकांचं एकमेकात विलीनीकरण करून चांगल्या मोठ्या बँका तयार व्हायला हव्यात असं स्टेट बँकेच्या अध्यक्षा अरुंधती भट्टाचार्य गेल्या आठवड्यात म्हणाल्या. बरोबरच आहे त्यांचं. अशा छोट्या छोट्या बँका खूपच झाल्यात आपल्याकडे. पण त्यांचं अस्तित्व आहे म्हणावं तर काही उपयोग नसतो म्हणून सहन होत नाही आणि त्यामुळे त्या आहेत, असं सांगताही येत नाही. तेव्हा बँकांसारख्या संस्था कशा दणकट हव्यात.

पण आपल्याकडे हे असं काही कोणाला मान्य नसतं. हे असं होतं याचं कारण बहुधा आपल्या रक्तातच असावं. भव्यदिव्य असं काही आपण पाहातच नाही. आणि त्यात पुन्हा चोरटेपणानं काही करायला आवडतं आपल्याला. म्हणजे आपल्याकडे दुनिया मुठ्ठी में वगैरे घेऊ पाहणारा कोणी बायकोसाठी छानशी भेट म्हणून विमान घेतो. पण त्या विमानावरची छोटीशी कर रक्कम वाचवायचा चोरटेपणा करतो. सचिन तेंडुलकरसारख्या जगातल्या काही नामांकित श्रीमंत खेळाडूंतील एक असलेल्याला अत्यंत श्रीमंत म्हणता येईल अशी फेरारी गाडी कोणीतरी बक्षीस देतं आणि तरीही तिच्यावरचा कर वाचवायचा प्रयत्न केला जातो. अशी चिंधीचोरीची आवड आपल्या रक्तातनं कधी जाणार, हा प्रश्न आहे.

तो आताच पडायचं कारण म्हणजे श्रीमती भट्टाचार्य यांच्या बँक विलीनीकरण विधानानंतर उपलब्ध झालेली चिनी बँकांची माहिती. ती शोधली अशासाठी की आपण आणि ते यांच्यातल्या नक्की फरकाचा एकदा अंदाज यावा म्हणून. हा असा अंदाज फार गरजेचा असतो. कारण तो नसतो तोपर्यंत आपल्याला आपला प्रतिस्पर्धी कोण आहे, हे ठाऊक नसतं आणि ते नसल्यामुळे आपण नक्की तयारी तरी कशाची, किती आणि कधीपासून करायची याची काही किमान योजना तरी आखता येते. तेव्हा पुढची माहिती हे काही नुसतं मनोरंजन नाही.

तर आपल्याकडे एकूण व्यावसायिक बँका आहेत १६७ आणि त्यांच्या शाखांची संख्या ८८ हजारांच्या आसपास जाते. इतक्या सगळ्या बँकांत काम करणाऱ्यांची संख्या आहे आठ लाखांहून थोडी अधिक. आता या तुलनेत चीनची परिस्थिती काय

आहे? त्या देशातल्या व्यावसायिक बँकांची संख्या आहे २५० पण बँकिंग सेवा देणाऱ्या संस्था आहेत ३,७६९. इतक्या सगळ्या संस्थांच्या चीनमधल्या संपूर्ण शाखा मोजल्या तर भरतात एक लाख ९६ हजार आणि कर्मचारी संख्या आहे ३० लाख.

जगभरातल्या सर्वात मोठ्या १०० बँका घेतल्या तर त्यात एकट्या चीनमधल्या बँका आहेत ११. त्याही अगदी सुरुवातीच्या मोठ्या बँकांत. भारतातल्या तीन बँका आहेत या यादीत. त्याही अर्थातच शेवटी शेवटी. चिनी बँकांचा आकार किती आहे, तर इंडस्ट्रियल अँड कमर्शियल बँक ऑफ चायना ही त्या देशातली सर्वात मोठी बँक. त्या देशातली आहे म्हणजे सरकारी मालकीची आहे, हे सांगायला नकोच. तिची भारतातील प्रतिस्पर्धी म्हणजे आपली स्टेट बँक ऑफ इंडिया. चीनच्या इंडस्ट्रियल अँड कमर्शियल बँकेचा व्यवसायाकार आहे २०,१०० कोटी डॉलर्स इतका. त्या तुलनेत आपल्या स्टेट बँकेचा जीव आहे ४,००० कोटी डॉलर्स इतकाच. याचा साधा अर्थ असा, की आपल्या पाच स्टेट बँका एकत्र केल्या तर तयार झालेली बँक चीनच्या इंडस्ट्रियल अँड कमर्शियल बँकेच्या पंगतीला बसण्याइतकी मोठी होईल. चीनच्या या इंडस्ट्रियल अँड कमर्शियल बँकेने जगातल्या पहिल्या १० बँकांत तर स्थान मिळवलंच आहे, पण एचएसबीसीसारख्या आतापर्यंतच्या बँक नायकांना मागे टाकलं आहे.

चीनमध्ये सरकारी नियंत्रण जबरदस्त आहे, हे काही सांगायची गरज नाही. त्या विरोधात ब्र देखील काढायची हिंमत कोणी दाखवू शकत नाही. २००८ सालच्या आर्थिक मंदीनंतर चीन सरकारनं बँकांच्या भांडवलाचं पुनर्भरण केलं. या बँकांनी त्याची परतफेड कशी काय केली? सरकारी प्रकल्पांना बेफाम कर्ज देऊन. या सरकारी प्रकल्प कर्जांचा आकार आहे अडीच लाख कोटी डॉलर्स इतका अतिप्रचंड. इतका अतिरेक सुदैवानं भारतात होत नाही. त्यामुळे भारतीय बँकांच्या विकासाची गती जरा नाही म्हटलं तरी मंदावतेच.

पण आता या सगळ्याचा विचार करावाच लागेल.

कारण या चिनी बँका आता भारतीय बाजारपेठांत येऊ लागल्यात. आधी विजेच्या माळा, छोटी इलेक्ट्रॉनिक उत्पादनं, इतकंच काय, आपल्याकडच्या गणपती आणि दिवाळी सणांत वापरलं जाणारं सजावटीचं सामान असं बऱ्याच क्षेत्रात चीन आपल्याकडे घुसलेला आहेच. आता या बँका. यंदाच्या मार्च महिन्यात संपलेल्या आर्थिक वर्षात चीनच्या इंडस्ट्रियल बँकेला फक्त भारतातनंच मिळालेला नफा दुप्पट झाला आहे. या बँकेनं भारतात पाऊल ठेवलं २०११ साली. पण गेल्या तीन वर्षांत या बँकेच्या संपत्तीत तब्बल ७५ टक्क्यांची वाढ होऊन ती ९१० कोटी रुपयांवर गेली आहे. आणि हे सगळं कोणत्या काळात, तर ज्या वेळी ड्वायशे, स्टँडर्ड चार्टर्ड वगैरे

बँका धापा टाकत होत्या त्या काळात चिनी बँका मोठ्या जोमात घोडदौड करत होत्या. आणि महत्त्वाचं म्हणजे अजूनही ही दौड अशीच सुरू आहे. यात आवर्जून लक्षात घ्यावी अशी बाब म्हणजे अद्याप या बँकेची आपल्या देशात फक्त एकच शाखा आहे आणि कर्जपुरवठा केला जातोय तोही मर्यादित क्षेत्राला. वीज आणि दूरसंचार. यात लक्षात घेण्यासारखा मुद्दा हा की भारतात या दोन क्षेत्रांसाठी पतपुरवठा करावा की नाही याबाबत काळजी व्यक्त होत असतानाच चिनी बँक मात्र धडाक्यानं या दोन्ही क्षेत्रांसाठी पतपुरवठा करतीये. तसं करण्यात बँकेचा हेतू दुहेरी आहे. एक म्हणजे अर्थातच पतपुरवठ्यासाठी गिऱ्हाईक मिळतं हा आणि दुसरं म्हणजे त्या बदल्यात ज्यांना कर्जं दिली जातात त्या कंपन्या आपल्या उद्योगांची यंत्रसामग्री विकत घेतो ती चिनी कंपन्यांकडूनच. गेल्या वर्षभरात जवळपास वीसेक हजार कोटी रुपयांची यंत्रसामग्री भारतीय कंपन्यांनी चिनी कंपन्यांकडून विकत घेतली.

भारत आणि चीन सरकारचा करार सांगतो, की उभय देशांतला व्यापार १०,००० कोटी डॉलर्स इतका व्हायला हवा. पण यातला उभय देशांतला या शब्दाला तसा काहीच अर्थ नाही. कारण सध्यातरी हे प्रकरण बऱ्यापैकी एकतर्फीच आहे. म्हणजे जे काही आहे त्यातलं बरंचसं प्राधान्यानं चीनकडूनच भारतात येतंय. आपल्याकडून तिकडं जाणाऱ्या मालाचं मूल्य आयातीच्या तुलनेत अगदीच किरकोळ आहे. ही परिस्थिती फारशी बदलण्याची काही शक्यता नाही. याचं कारण म्हणजे चीनच्या सरकारी तिजोरीत ३ लाख डॉलर्सची परकीय चलनाची गंगाजळी नुसती पडून आहे. याच्या जोडीला इंडस्ट्रियल क्रेडिट बँकेचा निव्वळ नफा ३२०० कोटी डॉलर्सच्या घरात आहे. आपल्या काही बँकांचं उत्पन्न एकत्र जरी केलं तरी ते चीनच्या पासंगालाही पुरणार नाही. तेव्हा आगामी बाजारपेठ म्हणून चीननं यातला काही भाग जरी भारतीय बाजारपेठेत वळवायचं ठरवलं तर आपली काय भंबेरी उडेल याचा विचारच केलेला बरा.

ही भंबेरी उडण्याची शाश्वती अशासाठी, की यातलं काहीही माहीत नसताना काही शहाणे चीन आणि भारताची बरोबरी करायला जातात. ही दोन नावं अशांकडून एका दमात उच्चारली जातात. अनेकांचा समज होतो भारत हा चीनच्या पावलावर पाऊल टाकून चाललाय वगैरे. आता एखाद्या शाळेच्या वर्गात भास्कराचार्य असले की दुसऱ्या क्रमांकावर कोणी ना कोणी असणारच ना. पण हा दुसरा म्हणाला, की माझा क्रमांक भास्कराचार्यांच्या पाठोपाठ आहे तर ते खरंही असतं. पण लक्षात घ्यायचं ते पहिल्या आणि दुसऱ्या क्रमांकातलं गुणात्मक अंतर.

ते ध्यानात घेतलं तर एक म्हण सहज आठवायला हवी. कुठे इंद्राचा ऐरावत आणि कुठे शामभटाची तट्टाणी!

१३ डिसेंबर २०१४

# ४१. जपानी अमलाची रात्र

जपान म्हटलं की काय काय गोष्टी डोळ्यापुढे येतात?

हिरोशिमा. नागासाकी. जपानी लोकांची अमर्याद कष्टाची तयारी. गोलगप्प सुमो पहेलवान. आणि सुझुकी, कावासाकी, मित्सुबिशी, सोनी, पॅनासोनिक, टोयोटा, लेक्सस, निकॉन, कॅनन, रिको, ऑलिंपस, रिको, तोशिबा, शार्प, माझदा, नोमुरा वगैरे वगैरे वगैरे.

आता त्यात आणखी एका नावाची भर पडेल. ते म्हणजे यामाझाकी.

हे नाव वरच्या सगळ्या नावांपेक्षा वेगळं आहे. हा कॅमेरा नाही. मोटार नाही. दूरचित्रवाणी संच नाही की काही स्वयंचलित उपकरण नाही की आर्थिक कंपनी नाही.

यामाझाकी नाव आहे एका व्हिस्कीचं. साधीसुधी व्हिस्की नाही तर यंदाच्या वर्षात जगात सर्वोत्तम ठरलेली व्हिस्की. घराणेदाज, कुलीन, शालीन अशी सिंगल माल्ट व्हिस्की. आपल्याकडे याबाबत अगदी साग्रसंगीत अज्ञान आहे. आपल्याकडच्या रासायनिक पिवळसर पेयालाही स्कॉच म्हणतो आपण. आता स्कॉच म्हणजे जी फक्त स्कॉटलंडमध्ये बनते तीच. खानदानी पैठणी जशी फक्त पैठणमध्येच बनलेली हवी, तसं आहे हे. पण आपण कोणत्याही व्हिस्कीला सहजपणे स्कॉच म्हणतो. केवढा अपमान. असो. तर या स्कॉचपेक्षा आपली सिंगल माल्ट वेगळ्या घराण्याची असते. खरंतर जी एकाच घराण्याची, एकाच डिस्टलरीत माल्टेड बार्लीपासून बनलेली, अन्य कोणत्याही स्वादाच्या व्हिस्कीची भर न पडलेली आणि जी किमान ओक लाकडाच्या बुंध्यापासून बनलेल्या पिंपात किमान तीन वर्षं साठवली गेलीये (त्यातही एक मेख आहे. ती म्हणजे या पिंपांची क्षमता ७०० लिटरपेक्षा अधिक असता नये.) तिलाच सिंगल माल्ट व्हिस्की म्हणवून घेण्याचा अधिकार आहे. स्कॉचपेक्षा ती जरा वरच्या पायरीवर असते. म्हणजे ती पिणारे तसं मानतात. खरंतर स्कॉचदेखील बैठकीचंच गायन. पण ख्याल गायकी. सिंगल माल्ट म्हणजे ध्रुपद धमार. सर्वांनाच ते गाणं आवडेल असं नाही. तसंच सिंगल माल्टचंही. या सर्व प्रांतात अगदी अलीकडेपर्यंत ती इंग्लंडची मक्तेदारी होती. ग्लेन कुलातील सर्व भगिनी (म्हणजे ग्लेन फिडिच, ग्लेन

लिवेट, ग्लेन मोरांजी), सिंगलटन, स्पेसाईड या आणि अशा अनेक मातबर व्हिस्कीज या सगळ्या साहेबाच्याच अंगणातल्या.

त्यामुळे अभियांत्रिकी, पोलादी उत्पादनांत रस घेणाऱ्या जपाननं व्हिस्की निर्मितीत घेतलेली उडी खरोखरच कौतुकास्पद. पोलाद ते पेय हा जपानचा प्रवास त्यासाठीच अभिनंदनीय ठरतो. अर्थात, हे एवढं अंतर जपाननं काही एका दिवसात कापलेलं नाही. जपानचा हा व्हिस्की ध्यास सुरू झाला साधारण नव्वदेक वर्षांपूर्वी. मासाताका ताकेसुरू हा बरीच वर्षं स्कॉटलंडला होता. तो १९१८ साली जपानला परतला ते येताना डोळ्यांत जपानी व्हिस्कीची स्वप्नं घेऊनच. पाच वर्षं लागली त्याला या स्वप्नांच्या परिपूर्तीसाठी. जपानची जुनी राजधानी क्योटो जवळच्या यामाझाकी इथं त्यानं आपली पहिली व्हिस्कीची ब्रअरी काढली. तिथंच का, तर त्या मागेही काही कारणं आहेत. त्यातलं सर्वात महत्त्वाचं म्हणजे पाणी. तिथं काही त्याला नदी वगैरे मिळाली नाही. पण तिथल्या नजीकच्या डोंगरातल्या विहिरींना जे काही पाणी होतं त्याची चवच वेगळी होती. म्हंजे त्यात काही खनिजं वगैरे होती. आपण नाही का म्हणत, अमुक गावचं पाणी जड आहे वगैरे तसं या यामाझाकीचं पाणी जड होतं. मद्यगुणांच्या विस्तारासाठी पाणी हा घटक अत्यंत महत्त्वाचा. नंतर भले त्या पाण्यात तुम्ही ढीगभर काही घालाल. पण पाण्यातच मुळात काही पाणी नसलं तर काय करणार? इथं हे सांगायलाच हवं की स्कॉटलंडमध्ये बनलेल्या व्हिस्कीची किंमत ठरवण्यात महत्त्वाचा वाटा असतो तो या पाण्याचा. या पाण्याची चिकित्सा किती केली जाते. तर या पाण्याला उगवतीचं ऊन मिळतंय का मावळतीचं, ज्या बार्लीला मुरवून व्हिस्की बनवली जाणार आहे त्या बार्लीला नदीच्या वरच्या अंगाचं पाणी जातं की खालच्या अंगाचं अगदी हे मुद्देसुद्धा विचारात घेतले जातात. म्हणजे व्हिस्कीच्या मोहक सोनपिवळ्या रंगाच्या मुळाशी त्या आकाशातल्या रविकर का तो गोजिरवाणाच्या तेजाचा अंश असावा लागतो, ही बाब खूप महत्त्वाची. याबाबत एक दाखला द्यायलाच हवा. तो म्हणजे स्कॉटलंडमधल्या स्पे नावाच्या नदीचा. तिचं पाणी बरंच पुण्यवान. या नदीनं अनेक व्हिस्कीजना जन्म देऊन अनेकांना मुक्तीचा आनंद दिला. स्पे रॉयल, ग्रँट, ग्लेन घराण्याच्या अनेक व्हिस्कीज, झालंच तर क्रॅगमोर, मॅकलन अशा एक नाही दोन नाही तर तब्बल ८० मद्यशाला या एकाच नदीच्या पाण्यानं पावन झाल्यात. तेव्हा मुद्दा हा की हे पाणी महत्त्वाचं. तर यामाझाकीच्या परिसरात हे पाणी सापडल्यामुळे जपानमध्ये व्हिस्की बनणं सुरू झालं.

पण पाणी हा एक घटक झाला. व्हिस्की बनल्यानंतर ती साठवणं हे तितकंच महत्त्वाचं असतं. तिचं रूप आणि अर्थातच चव किती झळाळणार ते अवलंबून असतं व्हिस्कीच्या साठवणीवर. स्कॉटलंडमध्ये अनेक वायनरीज त्यासाठी फ्रान्सच्या

बोर्दोक्समधून वाइन साठवण्यासाठी वापरलेले जुने जुने बुधले विकत आणतात. हे खरेदी करणं हे वाटतं तितकं सोपं नाही. त्यांचा लिलाव होतो. दरवर्षी. बुधला जितका जास्त जुना तितकी त्याची किंमत अधिक. हे असे बुधले आणायचे, जमिनीखाली तळघरात एकसमान तापमानात ते आडवे ठेवायची व्यवस्था करायची आणि मग त्यात व्हिस्की साठवायची असं हे सगळं साग्रसंगीत करावं लागतं. जपानमध्येही ते तसंच करायचं होतं. पण ओकच्या लाकडापासून बनलेले बुधले काही मासाताका याला मिळाले नाहीत. मग त्यानं ते कुठं बनू शकतात ती जागा हुडकली. उत्तर स्पेनमध्ये ते बनतात, असं आढळल्यावर मासाताका यांनी ते आणायची व्यवस्था केली. आता दरवर्षी हे बुधले खास युरोपातल्या स्पेनमधून आशियातल्या जपानमध्ये आणले जातात. आता हे सगळं सहज सोपं वाटेल. पण या उद्योगाची सुरुवात मासाताका यांनी १९२३मध्ये केली होती, हे ऐकल्यावर त्याचा नक्कीच अचंबा वाटेल आणि त्यांच्या दूरदृष्टीविषयी कौतुकही मनात (की ग्लासात) दाटून येईल.

दूरदृष्टी अशासाठी की त्यांनी व्हिस्कीनिर्मिती सुरू केल्यानंतर साधारण ५० वर्षांनी जपानमध्ये उच्चभ्रूंमध्ये व्हिस्की पिणं चांगलंच रुजलं. त्या सोनेरी द्रवाला साध्या पाण्याच्या साहाय्यानं चवीचवीनं, घुटके घेत घेणं हा जपानमधल्या मध्यमवर्गीय आणि उच्च मध्यमवर्गीयांचा छंद बनला.

आणि आता त्यानंतर ९० वर्षांनी मासाताका यांच्या कष्टाचं चीज झालं. कोणतंही क्षेत्र असो, कष्टाला यश येतंच. व्हिस्की असली म्हणून काय झालं. आज जगातली सर्वोत्तम व्हिस्की म्हणून यामाझाकी व्हिस्कीची निवड झाली. अगदी स्कॉटलंडमधल्या व्हिस्कींच्या नाकावर टिच्चून. हे दुःख सहन करायला स्कॉटिशांना पुन्हा त्या व्हिस्कीनंच आधार दिला असणार. असो.

करांतुनी तव खिदळत आले, स्तनाकार प्याले अशी थरारून टाकणारी ओळ बाकीबाब बा. भ. बोरकर यांनी ज्या कवितेत लिहिली, त्या कवितेचं नाव आहे : जपानी रमलाची रात्र.

ही कविता त्यांनी जेव्हा लिहिली तेव्हा जपानी व्हिस्कीचा वेलू गगनावरी (की गगनाकडे) निघालेला नव्हता. तसा तो असता तर बाकीबाबनी आपल्या कवितेचं शीर्षक नक्कीच जपानी अमलाची रात्र असं केलं असतं.

या रात्रीचा परिचय आताच करून द्यायचं कारण म्हणजे चार दिवसांवर येऊन ठेपलेला वर्षान्त. त्यासाठी कोणाला हवं असलं तर मार्गदर्शन व्हावं, इतकाच या मागचा हेतू.

(सहज जाता जाता जपान्यांच्या तुलनेत भारतीयांनी स्वतःला कमी मानायचं काहीच

कारण नाही. या भरतभूत तयार झालेल्या शुद्ध आपल्या अशा एका व्हिस्कीनं जपानच्याही आधी आपलं नाव आंतरराष्ट्रीय पातळीवर कोरून भारताची मान उंचावली आहे. तिच्याविषयी परत कधीतरी. एकाच बैठकीत ही अशी दोन मिश्रणं करायची नसतात म्हणून.)

२७ डिसेंबर २०१४

# ४२. तोच खेळ पुनःपुन्हा...

फुटबॉलप्रेमींना दोन नांव माहीत असतातच असतात. त्यातला एक तर बऱ्याच जणांचा आदर्श वगैरे असतो. त्याचं नाव झिनादिन झिदान. आणि दुसरा रिबरी.

या दोघांत दोन गोष्टी समान आहेत. एक म्हणजे दोघंही फ्रान्सचे. आणि दुसरं म्हणजे दोघंही धर्मानं मुसलमान. आता खेळाडूंचा धर्म पाहू नये वगैरे सर्व तत्त्वज्ञान ठीकच. पण काही गोष्टी तशा डोळ्यावर आल्याशिवाय राहात नाहीत. उदाहरणार्थ, पाकिस्तानच्या संघात कुठं लक्षणीय भूमिकेत हिंदू खेळाडू असतात. ते लक्षात येतंच की. झिदान आणि रिबरी यांचादेखील धर्म तसा चर्चेचा मुद्दा झाला नसता. पण पॅरिसमध्ये परवा जे काही घडलं त्यामुळे त्या देशातील मुसलमान हा मुद्दा गंभीरपणे बोलला जाऊ लागलाय. यातला झिदान हा मूळचा अल्जिरियाचा. हा आफ्रिकी देश एकेकाळी फ्रेंचाची वसाहत होता. त्यामुळे फ्रान्समध्ये आज बरेच अल्जिरियन आढळतात. ते तिथल्या समाजजीवनाचा भागच बनून गेलेत. रिबरी हा धर्मांतरित मुसलमान. मूळचा फ्रान्सचा. पण नंतर मुसलमान झाला. आता का, वगैरे तपशिलाची चर्चा काही आपल्याला इथं करायची नाही. मुद्दा आहे तो फ्रान्समधल्या मुसलमानांचा.

अनेकांना कदाचित माहीतही नसेल युरोप खंडात सर्वात जास्त मुसलमान फ्रान्समध्ये आहेत. लोकसंख्येच्या साधारण ८ टक्के इतके. म्हणजे पंचावन्न लाख वगैरे मुसलमान आज फ्रान्समध्ये आहेत. त्या खालोखाल जर्मनीत ५ टक्के किंवा चाळीस लाख. आणि मग इंग्लंड. त्या देशातही ५ टक्केच. पण साधारण तीस लाख. यातली गंभीर बाब फ्रान्समधले मुसलमान ही नाही. तर ते कुठं राहतात ही आहे.

लोकसंख्येच्या आठ टक्के मुसलमान फ्रान्समध्ये आहेत. पण त्यातले निम्म्याहून अधिक म्हणजे तीसेक लाख वगैरे चक्क तुरुंगात आहेत. वेगवेगळ्या गुन्ह्यांच्या आरोपांखाली. म्हणजे एखाद्या समुदायाची निम्म्यापेक्षा जास्त लोकसंख्या ही तुरुंगात असेल तर जरा काळजीचंच कारण मानायला हवं. फ्रान्समध्ये नेमकं हेच झालंय. या इतक्या लोकांमधले तब्बल ११०० जण हे थेट दहशतवादाच्या आरोपांसाठी तुरुंगात आहेत. खटले सुरू आहेत त्यातील काहींवर. याकडेही एकवार दुर्लक्ष करता आलं

असतं. पण या गंभीर तपशिलातली अधिक गंभीर बाब ही की फ्रान्समधले तुरुंग हे इस्लामी दहशतवादासाठी भरती केंद्र बनले आहेत. युरोपीय समुदायाच्या पाहणी अहवालात ही माहिती आहे. म्हणजे इतके मुसलमान, तेही गुन्हेगार म्हणून तुरुंगात असल्यामुळे त्यांना गळाला लावणं हे धर्मभडकावू मंडळींना सोपं जातं.

यातली वेदनादायी बाब ही की ही इतिहासाची पुनरावृत्ती आहे.

या वेळी खंड बदलला इतकंच.

८० च्या दशकात जेव्हा सोविएत फौजा अफगाणिस्तानात घुसल्या त्या वेळी त्यांना बेजार करण्याच्या पद्धतींवर अमेरिका आणि तिच्या बगलबच्चा देशांत व्यापक चर्चा झाली. त्यात आघाडीवर होता सौदी अरेबिया. आता तो देश का, तर मुसलमानांसाठी अत्यंत पवित्र धर्मस्थानं मक्का आणि मदिना ही त्या देशात आहेत. तेव्हा निधर्मी तत्त्वज्ञान सांगणाऱ्या साम्यवादावर त्या देशाचा राग असणं साहजिकच. त्यामुळे सौदीनं या रशियन घुसखोरीविरोधात लढण्यासाठी चांगलीच तयारी दाखवली होती.

त्या वेळी एक तरुण त्या वेळचे सौदी राजे फाहद यांच्याकडे गेला आणि म्हणाला, मला आवडेल सोविएत युनियनविरोधी लढ्याचं नेतृत्व करायला. या इस्लामविरोधकांना धडा शिकवायलाच हवा. त्या तरुणाच्या वडिलांचं सौदी राजघराण्याशी चांगलंच सख्य होतं. कारण फाहद यांच्या आधीचे राजे फैझल आर्थिक संकटात असताना या तरुणाच्या वडिलांनी त्यांना मदत केली होती. मक्का, मदिनेतील धर्मस्थळाच्या उभारणीचं काम या तरुणाच्या वडिलांनी केलं होतं. राजे फैजल यांना कर्ज दिलं होतं. त्यामुळे या कुटुंबाची सौदी राजघराण्याशी चांगलीच घसट होती. त्याचमुळे तर तो थेट राजासमोर जाऊ शकला. तेव्हा राजे फाहद यांना या तरुणाची कल्पना आवडली. आणि दुसरं असं की राजे फाहद हे तसे डोक्यानं बेतास बातच होते. राजे फैझल यांच्यासारखं द्रष्टेपण वगैरे काही त्यांच्याकडे नव्हतं. त्यामुळे ते सहज अमेरिकेच्या तालावर नाचत. त्यामुळे अमेरिकेनंही भरीस घातलं त्यांना या उद्योगासाठी. पण पंचाईत ही होती की अमेरिका त्या तरुणाला थेट मदत करू शकत नव्हती. कारण अमेरिकी कायदा. तेव्हा मार्ग असा निघाला की सौदीनं लागेल ती मदत या तरुणाला द्यायची आणि अमेरिकेनं लागेल ती मदत सौदीला द्यायची.

या मदतीत दोन गोष्टी गरजेच्या होत्या. एक म्हणजे शस्त्रास्त्रं. ती अमेरिका पुरवणार. आणि दुसरी माणसं. ती पुरवण्यासाठी सौदीनं मदत करायची. हे म्हणायला ठीक. पण ती आणणार कुठनं? तेव्हा कल्पना अशी सुचवली गेली, की आशियातल्या ज्या ज्या देशातल्या तुरुंगात मुसलमान गुन्हेगार कैदी आहेत, त्यांना सोडायचं आणि त्यांच्यावर धर्माचं गारुड करून त्यांना अफगाणिस्तानात मुजाहिदीन म्हणून पाठवायचं.

दुर्दैव हे की इंडोनेशिया, मलेशिया, फिलिपिन्स, पाकिस्तान आदी अनेक देशांतल्या तुरुंगात गंभीर गुन्ह्यांसाठी शिक्षा भोगत असलेल्या शेकडो कैद्यांची त्या त्या सरकारांनी सुटका केली, या तरुणाला मदत करणाऱ्या अमेरिकेनं या मुक्त कैद्यांना किमान शस्त्रास्त्रं चालवण्याचं प्रशिक्षण दिलं आणि एकजात हे सगळेच्या सगळे धर्मसेवक बनून अफगाणिस्तानात दाखल झाले. धर्मविरोधी सोविएत रशियाच्या विरोधात लढण्यासाठी.

ही सुपीक कल्पना ज्यानं सौदी अरेबिया आणि अमेरिका यांच्या कानात घातली, अमलात आणली त्याचं नाव ओसामा बिन लादेन.

असं म्हणतात, की त्या वेळी ओसामाच्या वतीनं भारतातल्या मुसलमान गुन्हेगारांच्या भरतीसाठी देखील प्रयत्न झाले. पण आपलं सरकार ही अशी कोणतीच माहिती उघड करत नाही. त्यामुळे तो तपशील काही ठामपणे उपलब्ध नाही.

तर आता तोच खेळ सुरू आहे. फ्रान्समधल्या तुरुंगात मुसलमान कैद्यांच्या धार्मिक भावना भडकवायच्या आणि त्या भडकल्या की स्वर्गप्राप्तीचं आमिष दाखवत त्यांना प्रगत देशांविरोधात वापरायचं. हे कसं होतं ते आता फ्रान्सला कळायला लागलंय. १९९८ साली त्या देशानं फुटबॉलचे विश्वचषक सामने भरवले होते. त्या वेळी प्रतिबंधात्मक उपाययोजना म्हणून अनेक तरुण गुंडपुंडांना फ्रान्स सरकारनं ताब्यात घेतलं होतं. पॅरिसच्या आसपास असे अनेक आहेत. एका अर्थानं पॅरिस... आणि फ्रान्ससुद्धा... आपल्या सारखाच आहे. अजागळ, अस्ताव्यस्त आणि बराचसा बेशिस्त. ते आयफेल टॉवर, शाँझ द लिझे रस्ता, कॅब्रे वगैरे ठीक आहे. पण खुद्द पॅरिसात चांगल्या झोपडपट्ट्याही आहेत आणि लोक दारूबिरू पिऊन पडलेले आढळतात. अशा कंगालतेत गुंडगिरी अर्थातच वाढते. फ्रान्समध्ये ती चिक्कार आहे. त्याचमुळे विश्वचषकाआधी सरकारनं बऱ्याच गुंडांना डांबून ठेवलं. छोट्यामोठ्या गुन्ह्यांत नाही तरी त्यांचा हात होताच. विश्वचषकानंतर त्यातले बरेचसे सुटलेदेखील.

फ्रान्स सरकारच्या आता लक्षात येतंय. तुरुंगात जाण्यापूर्वीचे हे तरुण आणि तुरुंगातून बाहेर आल्यानंतरचे ते यात आमूलाग्र बदल झालाय. यातले बरेच तरुण कर्मठ, कर्कश धर्मवादी झालेत. त्यातले काही तर थेट पश्चिम आशियाच्या वाळवंटात जिहादसाठी दाखल झालेत. अगदी तसेच. तीन-साडेतीन दशकांआधी आशियाई तुरुंगातून अफगाणिस्तानात रशियाविरोधात लढायला दाखल झालेल्या तरुणांसारखे.

शार्ली एब्दोवर हल्ला करणारे तरुण हे अशातल्यांपैकीच. काही वर्षांपूर्वीच तुरुंगवास भोगून आलेले. तुरुंगात जाताना फक्त मुसलमान होते. बाहेर आले ते जिहादी बनून.

तीन-साडेतीन दशकांपूर्वी हा खेळ खेळला गेला. पहिल्यांदा. आताही तोच खेळला जातोय. त्या वेळी या खेळात एक पिढीच्या पिढी बरबाद झाली. आताही तेच होणार आहे.

या अशा खेळांचं तेच तर विशेष. खेळतंय कोण, हरतंय कोण, जिंकतंय कोण, अणि त्याहूनही महत्त्वाचं मरतंय कोण? कोणीच काही बघत नाहीये. कोणालाच विचार त्याचा नाहीये. खेळ मात्र अव्याहत सुरू आहे तोच खेळ पुनःपुन्हा!

१० जानेवारी २०१५

# ४३. निष्काम चर्चायोग

काही काही विषयांची चर्चा करणं कधीच कालबाह्य नसतं. या अशा विषयांच्या चर्चेतनं निष्पन्न काहीही होत नाही, हेही तसं सगळ्यांना माहीत असतं; पण तरी या चर्चेच्या फेऱ्या झडतात. अगदी उत्साहानं झडतात. कारण अशी चर्चा करणं हे ती करणाऱ्यांसाठी आनंदाचं असतं. आपण काही नाही केलं असं वाटायला नको. निदान चर्चा तरी केली त्या विषयाची, असा पापक्षालनाचा एक विचार या चर्चांमागे असतो.

या अशा चर्चाखंडांचा आवडता विषय म्हणजे समानता. स्त्री-पुरुष समानता. जातींची समानता. धर्मांची समानता आणि गरीब आणि श्रीमंतांमधली समानता. या सगळ्यांमधली विषमता कशीकशी कमी करता येईल यावर चर्चा, परिसंवाद झडत असतात, कार्यशाळा घेतल्या जात असतात आणि ती कमी करण्याचे नवनवे मार्ग दाखवणं सुरूच असतात. यातला गरीब-श्रीमंत यांच्यातील दरी कमी करण्याबाबत काय करता येईल, याचा विचार सध्या पुन्हा एकदा मोठ्या धडाक्यात सुरू आहे.

दावोसला. स्वित्झर्लंडमधल्या बर्फाच्छादित आल्प्स शिखरात वसलेल्या दावोस या ठिकाणी ही चर्चा झडतीये. वर्ल्ड इकॉनॉमिक फोरम हे या चर्चा उद्योगाचं नाव. दरवर्षी हा फोरम भेटतो. जागतिक आर्थिक क्षेत्रात आपण फार महत्त्वाचे आहोत असं ज्यांना वाटतं आणि आपण सुचवल्याशिवाय जगाच्या समस्या मिटणारच नाहीत अशी ज्यांची खात्री असते असे सर्व थोर मान्यवर दरवर्षी नेमानं दावोसला या काळात असतात. देशोदेशींचे प्रमुख, उद्योगपती यांच्याखेरीज उद्योगपतींची देशप्रमुखांशी भेट घडवून देणारे सुटाबुटातले अडते, झालंच तर पत्रकार वगैरे असा सगळ्यांचाच तो कुंभमेळा असतो. हे उद्योगपती एरवी आपापल्या देशातल्या वृत्तवाहिन्यांवर नियमितपणे जे सांगत असतात ते दावोसच्या निमित्तानं परदेशी वृत्तवाहिन्यांना सांगतात आणि त्या वृत्तवाहिन्या खास दावोसहून असं सांगत आपापल्या देशात त्या बातम्या पोचवतात. अशा तऱ्हेनं सर्वच जण दावोस कसं यशस्वी झालं आणि त्यामुळे जग किती पुढे गेलं ते एकमेकांना आणि सर्वांना सांगतात. असो. तो काही मुद्दा नाही. विषय आहे तो दावोसला चर्चिल्या जात असलेल्या विषयाचा. यंदाचा दावोसचा विषय आहे गरीब आणि श्रीमंत यातली दरी कमी करायची तरी कशी?

यातला काव्यात्म न्यायाचा विषय हा, की दावोसचं प्रस्थ वाढायच्या आधी ज्यांची चलती होती त्या जागतिक बँक आणि आंतरराष्ट्रीय नाणेनिधीचं या समस्येवर एकच एक उत्तर होतं. आर्थिक सुधारणा. खरंतर त्याचं महत्त्व काही सांगायची गरज नाही. या पूर्ण आर्थिक सुधारणांअभावी काय परिस्थिती उद्भवते हे आपण पाहात आहोतच. पण प्रश्न असा की सुधारणा हेच आर्थिक विषमतेवरचं एकमेव उत्तर आहे का? दावोसला हाच प्रश्न विचारला जातोय. तिथं जमलेल्या अनेकांनी या प्रश्नाचं उत्तर नाही, असं देऊन टाकलंय.

का?

कारण आकडेवारी. ती असं दर्शवते, की जगातल्या तब्बल ३५० कोटी जनतेची जेवढी मालमत्ता आहे तिची बरोबरी करण्यासाठी जगातले फक्त ८० धनाढ्य पुरेत. याचा अर्थ या ८० धनाढ्यांची मालमत्ता तराजूच्या एका तागड्यात ठेवली आणि दुसऱ्या तागडीत ३५० कोटी जनतेची मालमत्ता ठेवली तर त्याची बरोबरी होऊ शकेल. गेल्या वर्षीची आकडेवारी सांगते, की जगातल्या फक्त १ टक्का इतक्या धनाढ्यांकडे जगातल्या एकूण मालमत्तेचा ४८ टक्के इतका वाटा आहे. म्हणजेच उरलेली ५२ टक्के इतकी मालमत्ता उरलेल्या ९९ टक्के जनांत वाटली गेली आहे. हे प्रमाण पाच वर्षांपूर्वी ४४ टक्के इतकं होतं. आता त्यात चार टक्क्यांची वाढ झालीये. याचाच दुसरा अर्थ असा, की या पाच वर्षांत गरीब-श्रीमंतामधली दरी अधिकच वाढलीये. म्हणूनच विषमता वाढतच चाललीये. हे दावोसला जमलेले मान्यवर म्हणतात, की हा विषमता वाढीचा दर असाच अबाधित राहिला तर पुढच्या काही वर्षांत परिस्थिती अशी असेल की जगातल्या फक्त १ टक्का इतक्या धनिकांकडे नव्वदपेक्षा अधिक टक्के मालमत्ता असेल. गंमत म्हणजे या धनाढ्यांतही मोठी दरी आहे. या धनाढ्यांतले महाधनाढ्य आहेत साधारण ०.१ टक्का इतके. त्यांच्या उत्पन्नात गेल्या काही वर्षांत तब्बल चार पटींनी वाढ झाली आहे. (आपल्याकडे हे फक्त राजकारण्यांना आणि तेही सत्ताधारीच शक्य होतं. दोन निवडणुकांच्या दरम्यान त्यांची मत्ता तीन-चार पटींनी वाढते. राजकारणाचं आकर्षण अनेकांना असतं ते त्यांच्या या संपत्तीनिर्मिती क्षमतेमुळे. असो.) म्हणजे एकीकडे गरिबी वाढतीये आणि दुसरीकडे श्रीमंतांची श्रीमंती. जगाची दारिद्र्यरेषेची व्याख्या म्हणजे दिवसाला २ डॉलर्सदेखील ज्यांना कमावता येत नाहीत, ते. एकीकडे एका वर्गाच्या संपत्तीत चक्क ४०० टक्क्यांची वाढ होतीये, तर दुसरीकडे त्याचवेळी हे दोन डॉलर्सदेखील कमावता येत नाहीत अशांची संख्या आफ्रिकेत दुपटीने वाढल्याचं निष्पन्न होतंय. १९८१ पासून या किमानही कमावता येत नाही, अशांच्या संख्येत वाढच होतीये.

जगभरात आणखी एक गोष्ट घडतीये. ती म्हणजे देशोदेशींच्या राष्ट्रीय उत्पन्नात

कामगारांचा वाटा अधिकाधिक कमी व्हायला लागलाय. बाजारपेठीय सवलती, खासगीकरण आदींमुळे हे असं होतंय, असं तज्ज्ञांना वाटतंय. कारण याच काळात खासगी मालमत्तांत मात्र मोठी वाढ नोंदवली गेलीय. यातही परत भौगोलिक फरक आहे. म्हणजे आफ्रिकेत गरिबी वाढत असेल. पण लॅटीन अमेरिका आणि आसपासच्या प्रदेशांत मात्र बरोबर उलट झालंय. दारिद्र्यरेषेखाली जगणाऱ्यांच्या संख्येत त्या प्रदेशात निम्म्यानं कपात झाल्याचं आकडेवारी दाखवते. दहा वर्षांपूर्वी या प्रदेशात दिवसाला दोन डॉलर्सदेखील न कमावणाऱ्यांची संख्या १० कोटी ८० लाख वगैरे होती. आता ती पाच कोटींपेक्षा थोडी जास्त आहे. याचा अर्थ इतकाच, की स्थानिक सरकारांची धोरणं ही गरिबी निर्मूलनात महत्त्वाची ठरतात. आफ्रिकेत सगळाच आनंद. तेव्हा तिकडे विषमताही जास्तच.

खरंतर आधुनिक जग जन्माला आल्यापासूनच विषम आहे. दुसऱ्या महायुद्धानंतर ब्रेटन वुड्सच्या बैठकीत जेव्हा डॉलरवर जगाचं चलन म्हणून शिक्कामोर्तब झालं, तेव्हाही ती विषमताच होती. कारण अमेरिकेचं जे राष्ट्रीय चलन आहे तेच जगाचंही. तेव्हा त्या देशाला असमान फायदा मिळतो. अमेरिकेत जगाच्या एकूण लोकसंख्येपैकी फक्त पाच टक्के लोक राहतात. पण एकंदर उपलब्ध तेल उत्पादनापैकी २६ टक्के तेल अमेरिका पिते. म्हणजे राहिलेल्या ७४ टक्क्यांत २०० देशांना आपापले संसार चालवावे लागतात. म्हणजे पुन्हा विषमताच. पण त्याच वेळी ही अमेरिकेची पाच टक्के जनता आंतरराष्ट्रीय अर्थव्यवस्थेत मात्र जवळपास २४ टक्क्यांची भर घालते, हेही लक्षात घ्यायला हवं. याचा अर्थ असा, की समस्त जगाच्या अर्थव्यवस्थेचा एकचतुर्थांश वाटा हा एकट्या अमेरिकेतनं येत असतो.

तेव्हा हे जगच हे असं विषम आहे. त्यामुळे दावोसमध्ये जे काही सुरू आहे ते शिशिरातील निष्काम चर्चायोग यापेक्षा अधिक काही नाही.

२३ जानेवारी २०१५

# ४४. मरीना आणि मारुती कांबळे

दोनच दिवसांपूर्वी लंडनच्या न्यायालयात एक खटला नव्यानं उभा राहिला. एका खुनाचा. हा खून नक्की कोणी केला याबद्दल अनेकांच्या मनात खात्रीवजा संशय आहे. किंबहुना अनेक आंतरराष्ट्रीय अभ्यासकांना माहितीच आहे यामागे कोण आहे ते. तो खून झाला कसा याचाही मोठ्या प्रमाणावर अभ्यास सुरू आहे. तो ज्या पद्धतीनं केला गेला ती पद्धत पाहता तो होताना आसपासच्याही अनेकांना त्या जीवघेण्या पदार्थाची बाधा झाली असावी, असा दाट संशय आहे सुरक्षारक्षकांच्या मनात. हा सगळा तपशील पुढे येईलच कथानकाच्या ओघात. सध्या मुद्दा हा आहे की हा खुनाचा खटला जरी लंडनमध्ये सुरू झाला असला तरी खून झालेली आणि करणारीही व्यक्ती ब्रिटिश नव्हती. आणि नाही.

अलेक्झांडर लिटविनेंको हे खून झालेल्या व्यक्तीचं नाव. तो गुप्तहेर खात्यात होता. रशियाच्या. हा देश सोविएत रशिया असा होता तेव्हा त्या देशाच्या गुप्तहेर यंत्रणेचं नाव तसं अनेकांना माहीत असायचं. केजीबी नावाची ही पाताळयंत्री यंत्रणा रशियाच्या नावातून सोविएत गेल्यावर नवीन नावानं ओळखली जायला लागली. पीएसबी हे तिचं नाव. रशियाचे विद्यमान अध्यक्ष व्लादिमीर पुतिन हे पूर्वी केजीबीचे प्रमुख होते. आता रशियाचे अध्यक्ष या नात्यानं अर्थातच तेच पीएसबीचं नेतृत्व करतात. तर या पीएसबीत हा अलेक्झांडर गुप्तहेर होता.

एकविसाव्या शतकाची पहाट उगवत असताना रशियात नवाच इतिहास रचला जात होता. दिवसाही मद्यधुंद अवस्थेत असणारे तत्कालीन अध्यक्ष बोरीस येल्तसिन यांच्या विरोधात चांगलीच नाराजी दाटून होती. एकतर त्यांच्या काळात रशियन अर्थव्यवस्था डबघाईला आलेली होती. त्यामुळे सामान्य माणसाचं जगणं हराम झालेलं होतं. येल्तसिन आता जनसामान्यांना नकोसे झाले होते. तेव्हा त्यांनी आपला वारस म्हणून व्लादिमीर पुतिन यांची निवड केली आणि जग एकविसाव्या शतकात प्रवेश करत असताना पुतिन हे उपाध्यक्ष बनले.

त्या सुमारास रशियात अचानक चेचेन बंडखोरांचे हल्ले वाढू लागले होते. भर मॉस्कोत हे चेचेन फुटीरतावादी घातपाती कृत्य करत होते. त्यामुळे साहजिकच

त्यांच्या विरोधात मोठ्या प्रमाणावर नाराजी व्यक्त होऊ लागली होती. या इस्लामी बंडखोरांना चेचायलाच हवं असाच साधारण जनमताचा कौल. त्याचा आदर करत रशियन सरकारनं या चेचेन बंडखोरांच्या विरोधात धडाक्यानं कारवाई सुरू केली. लष्करच उतरलं आपल्या सर्व ताकदीनिशी. मोठ्या प्रमाणावर नरसंहार झालं. अनेक चेचेन मारले गेले.

पण खरी मेख इथंच आहे.

हा सगळाच बनाव होता असं १९९९ साली मॉस्कोत झालेल्या एका पत्रकार परिषदेत सांगितलं गेलं. त्यात अलेक्झांडर होता. चेचेन्सची हत्या करता यावी, जनमत आपल्या बाजूनं वळवता यावं यासाठी त्यांच्याकडून दहशतवादी हल्ले होत असल्याचं दाखवलं गेलं. प्रत्यक्षात हे हल्ले चेचेन बंडखोरांनी केलेच नव्हते. मॉस्कोत येऊन हे असं उघड आव्हान देण्याइतकी त्यांची ताकद नाही अशी सगळी माहिती या पत्रकार परिषदेत देण्यात आली. अलेक्झांडर आणि त्याच्या काही सहकाऱ्यांना हा सरकारपुरस्कृत अनावश्यक हिंसाचार बघवला नाही, म्हणून त्यांनी हा उद्योग केला. हा काळ सीमेवरचा. येल्तसिन यांचा अस्त आणि पुतिनोदय होत असतानाचा.

पीएसबी स्वस्थ बसणं शक्यच नव्हतं. अलेक्झांडर याची सेवेतनं हकालपट्टी करण्यात आलीच. पण तुरुंगवासाची शिक्षाही त्याला भोगावी लागली. आपली कार्यालयीन मर्यादा ओलांडण्याचा ठपका त्याच्यावर ठेवण्यात आला. पुढे तो सुटला. पण सरकारी गुप्तहेर यंत्रणा त्याच्या मागावर सतत असायची. पुतिनविरोधक म्हणून त्याच्यावर लक्ष होतं सरकारचं. पुढे पुढे हा जाच वाढला. त्याचा फोन चोरून ऐकला जाऊ लागला. हालचालींवर नियंत्रण आलं. बायकोलाही या गुप्तहेरीचं लक्ष्य केलं जाऊ लागलं. शेवटी त्या दोघांनी निर्णय घेतला. देशत्यागाचा. एकेकाळचा गुप्तहेरच तो. चोराच्या वाटा चोराला ठाऊक असतात त्याप्रमाणे बनावट नावानं त्यानं पारपत्र वगैरे बनवलं आणि त्या दोघांनीही रशिया सोडला. कायमचा. इंग्लंडकडे त्यांनी राजाश्रय मागितला. मायदेशात होणाऱ्या अन्यायाचं कारण होतंच. त्यात ब्रिटिश गुप्तहेर यंत्रणेला अलेक्झांडरचं महत्त्व सांगायची गरज नव्हती. त्यामुळे त्याचं काम झालं. २००० पासून त्या दोघांनी लंडनला आपलं घर मानलं.

इंग्लंडमध्ये राहून अलेक्झांडर रशियाचे नवे अध्यक्ष पुतिन यांच्या विरोधात वातावरणनिर्मिती करतच होता. पुतिन यांचा बुरखा फाडणं हे त्याचं उद्दिष्टच बनलं. त्यानं पुस्तकच लिहिलं पुतिन यांच्यावर. अनेक आंतरराष्ट्रीय संघटना, स्वयंसेवी संस्था यांना अलेक्झांडर याचा आधार वाटू लागला. त्याचं महत्त्व वाढू लागलं. आता इंग्लंडमध्ये असल्यामुळे रशियन सरकार प्रत्यक्षपणे त्याला काही करू शकत नव्हतं. आणि दुसरं म्हणजे एमआय- ६ या नावानं ओळखल्या जाणाऱ्या ब्रिटिश गुप्तहेर

यंत्रणाही अलेक्झांडरच्या मागे उभी होती. त्याचंही अलेक्झांडरला संरक्षण होतं. नाही म्हटलं तरी ब्रिटिश सरकार आणि त्या मार्गानं अमेरिकेला अलेक्झांडरकडे जी माहिती होती तीत रस होता. ही दोन्ही सरकारं पुतिन यांना मिळेल त्या मार्गानं रोखण्याचा प्रयत्न करीत होतीच. त्यामुळे अलेक्झांडर त्यांच्यासाठीही उपयोगाचा.

तोही इमानेइतबारे पुतिनविरोधाचं काम करत होता. देशत्याग केला तरी त्याचा देशाशी संपर्क होताच. शिवाय त्याच्याच गुप्तहेर खात्यातल्या अनेकांशी त्याचे अजूनही सौहार्दाचे संबंध असायचे. लंडनला कोणी आलं की त्यांच्या भेटीगाठी व्हायच्या. असंच एकदा २००६ साली त्याचे काही मित्र त्याला भेटायला आले. दुपारची वेळ. तिघेही चहा प्यायला गेले एका पंचतारांकित हॉटेलात. बऱ्याच गप्पाही झाल्या त्यांच्या.

त्याच रात्री अलेक्झांडरला उलट्या सुरू झाल्या. थांबेचनात. शेवटी रुग्णालयात दाखल करावं लागलं त्याला. पण डॉक्टरही चक्रावले. सगळ्या चाचण्या केल्या तरी कशातच काही सापडेना. आजारही सापडत नाही आणि अलेक्झांडरही बरा होत नाही. औषध तरी काय देणार. दोन-चार दिवसांनंतर भयानकच काही व्हायला लागलं. अलेक्झांडरचे केस झडू लागले. शरीरावरचा एक न एक केस गळून गेला. अगदी भुवया आणि पापण्यासुद्धा. अन्न पोटात राहिना. काहीच उपाय चालत नव्हता. साधारण अडीचेक आठवड्यांत अलेक्झांडर गेलाच. भर रुग्णालयात. डॉक्टरांची तज्ज्ञ पथकं समोर हजर असताना कोणीही काहीही करू शकलं नाही. कणाकणानं झिजत झिजत तो गेला.

आता त्याच्याच मरणाचा खटला सुरू आहे. त्या वेळी काय झालं ते काहीही कोणाला कळलं नाही. पण यामागे कोणी प्रचंड शक्ती आहे, हे अनेकांना कळत होतं. विशेषतः त्याच्या पत्नीला. मरीना हिला. तिनं अनेक आंतरराष्ट्रीय दरवाजे ठोठावले. शेकडोंना भेटली ती. एकाच मागणीसाठी. अलेक्झांडर काही परत येणार नाही, हे कळत होतं तिला. पण तो कसा गेला हे तरी कळावं ही तिची इच्छा होती. ती आता पूर्ण होईल. अलेक्झांडर यांचं थडगं उकरून त्याच्या शवाची पुन्हा आंतरराष्ट्रीय तज्ज्ञांच्या देखरेखीखाली तपासणी केली गेली. दोन दिवसांपूर्वी न्यायालयात तो सगळा तपशील दिला गेला. वैद्यक तज्ज्ञांनी साक्ष दिली. त्यातून जे काही झालं ते समोर आलं. वाचून भीतीनं शहारा यावा असा हा तपशील...

अलेक्झांडर याच्या चहात पोलोनियम २१० हे किरणोत्सारी रसायन मिसळलं गेलं होतं. ते अत्यंत जहाल असतं. एक थेंबसुद्धा अनेकांचा प्राण घ्यायला पुरतो. हे काय करतं, तर अगदी एक ग्रॅम पोलोनियम एका सेकंदाला १,००,००००००००००००००. एकावर १६ शुन्यइतके अल्फा किरण प्रसारित करतं. अलेक्झांडरच्या शरीरात गेल्यावर

साधारण २४ तासांत त्याच्या शरीराचा कोपरा न् कोपरा या पोलोनियमनं ताब्यात घेतला. पुढच्या २४ तासांत त्याच्या शरीराची एकही पेशी अशी राहिली नाही की जी या किरणोत्सारापासून वाचू शकेल. माणसाच्या शरीरात अब्जावधी पेशी असतात हे लक्षात घेतल्यावर याचा अर्थ कळेल. तर अशा तऱ्हेनं अलेक्झांडर याचं शरीर पूर्णपणे ताब्यात आल्यावर या पोलोनियमनं फक्त एक केलं. त्याच्या शरीरातली प्रत्येक पांढरी पेशी वेचून नष्ट केली. पांढऱ्या पेशी रोगप्रतिकारशक्तीसाठी महत्त्वाच्या असतात. आपल्या शरीरातल्या रक्षक म्हणजे या पांढऱ्या पेशी. त्याच नाहीशा झाल्यावर अलेक्झांडर शिल्लक राहणं शक्यच नव्हतं. तो कणाकणानं गेला तो यामुळे.

हे पोलोनियमसारखं द्रव्य सरकारदरबारी अतिउच्च नियंत्रण असल्याखेरीज कोणाच्या हाती कसं काय लागू शकेल? तेव्हा अलेक्झांडरच्या हत्येमागे कोण आहे, हे उघड आहे. त्याचे मारेकरी कोण आहेत हेही कळलंय. त्याला चहा पाजणारे कोण होते त्यांचीही माहिती मिळालीये. त्यातला एक रशियन पार्लमेंटचा, ड्युमाचा सदस्य आहे.

काय होणार त्याचं, शिक्षा होईल का त्यांना, त्यांच्या मागचा खरा सूत्रधार कोण हे जगासमोर येईल का? मरीनाला हे प्रश्न पडलेत.

या आधुनिक, प्रगत, सुसंस्कृत वगैरे जगात अशा अनेक मरीना असतात. उत्तराच्या शोधात. मारुती कांबळेचं काय झालं. याचं उत्तर तरी कुठं अजून मिळालंय आपल्याला.

०७ फेब्रुवारी २०१५

# ४५. आधी कोण? आजार की औषध?

या विषयावर मागे एकदा लिहिलं होतं याच स्तंभामध्ये. ('साथी' हाथ बढाना, अन्यथा, ९ ऑगस्ट, २०१४) तरीही पुन्हा नव्यानं लिहावं, असं बरंच काही घडलंय. जवळपास २०० जणांचे प्राण गेलेत.

ही कथा आहे एका कंपनीची आणि तिच्या भारत सरकारबरोबरच्या लढ्याची. हा लढा बौद्धिक संपदेबाबतचा. आपल्याकडे मुळात आताआतापर्यंत ही अशी काही संपदा असते आणि ती राखायची असते याचीच फारशी जाणीव नव्हती. कल्पना... चमकदार कल्पना... हेदेखील उत्तम भांडवल असू शकतं, हे आपण कुठं लक्षात घेतलं होतं. त्यामुळे आपल्याकडे उत्तम कल्पनांतून संपत्तीनिर्मिती फारशी झालेली नाही. एखाद्या कल्पनेच्या आधारे उद्योगाचं स्वप्न पाहावं, त्यातून आपल्या कल्पनेतलं उत्पादन प्रत्यक्षात जन्माला घालावं असं काही फारसं घडलेलं नाही आपल्याकडे. आपण आपले चाकरी करण्यात धन्यता मानणारे.

संपत्तीनिर्मितीला अतोनात महत्त्व देणाऱ्या पाश्चात्त्य देशांचं असं नाही. त्यांना कल्पना किती अमोल असतात याची जाणीव असते. त्यामुळे एखादी कल्पना सुचली की ही मंडळी पहिल्यांदा त्याची नोंदणी करून टाकतात आपल्या नावावर. जगभरातल्या ज्या बलाढ्य कंपन्या असतात उदाहरणार्थ ॲपल, एटी अँड टी आणि तत्सम. त्यात तर स्वप्न पाहणाऱ्यांचा, कल्पना लढवणाऱ्यांचा असा एक खास विभाग असतो. पुढच्या २५ वर्षांत तंत्रज्ञान कसं बदलेल, अमुक उत्पादन कसं दिसेल, ते कसं दिसायलं हवं याच्या कल्पना लढवायच्या, त्या प्रत्यक्षात आणायच्या हेच या मंडळींचं काम. औषध कंपन्यांत तर हे अधिक मोठ्या प्रमाणावर होत असतं. कारण तिथं प्रश्न एकतर माणसाच्या आयुष्याचा असतो आणि दुसरं म्हणजे या कल्पना आधारित नवनव्या शोधांसाठी संबंधित कंपन्यांनी अब्जावधीची गुंतवणूक केलेली असते.

तर ही कथा आहे अशाच प्रचंड गुंतवणूक क्षमता असलेल्या कंपनीची आणि तिच्या भारत सरकार बरोबरच्या लढ्याची.

या कंपनीचं नाव जिलाद सायन्सेस. अमेरिकेत कॅलिफोर्निया इथं तिचं आता मुख्यालय आहे. ही कंपनी फुफ्फुस, नव्या प्रकारची कावीळ वगैरे आजारांवर पोटात

घ्यायची औषध बनवते. या कंपनीचं एक औषध खूप गाजतंय सध्या. त्याचं नाव सोवाल्डी. हेपटायटीस-सी या आजारावर जालीम इलाज असा त्याचा लौकिक. हेपटायटीस-सी म्हणजे एक प्रकारची कावीळच. जरा जास्त गंभीर. दुर्लक्ष झालं तर थेट सिरोसिस ऑफ लिव्हर या गंभीर आजारावर जाणार असं समजायचं. साधी आपली कावीळ आणि ही हेपटायटीस-सी यातला फरक असा, की आपली कावीळ दूषित पाण्यामुळे वगैरे होते. पण हेपटायटीस-सीसाठी रक्त दूषित असावं लागतं. अशा रक्तसंपर्कातून ती पसरते. तेव्हा या हेपटायटीस-सी या आजारावर कंपनीकडे जालीम इलाज आहे. आता इलाज जालीम असेल तर त्याचं मोलही जालीमच असणार, हे उघड आहे. पण जालीम म्हणजे किती, तर समजा एखाद्याला हा आजार झाला आणि जिलादचं हे औषध घ्यायची वेळ त्याच्यावर आलीच तर त्या रुग्णाचं उरलेलं आयुष्य या औषधावर झालेल्या खर्चाची परतफेड करण्यातच जाईल. कारण या औषधाच्या एका गोळीची किंमत आहे तब्बल १ हजार डॉलर्स. म्हणजे वट्ट ६३ हजार रुपये. आता दिवसाला तीन गोळ्या घ्यायची वेळ आली एखाद्यावर तर काय होईल त्याचं?

पण कंपनीचं म्हणणं या औषधावरच्या संशोधनात आम्ही इतका खर्च केलाय की औषधाची किंमत इतकी ठेवली नाही, तर तो वसूल कसा होणार? बरोबरच आहे कंपनीचं. त्याशिवाय काय गेल्या वर्षी २४०० कोटी डॉलर्स इतकी उलाढाल झाली कंपनीची. असो. पण मुद्दा तो नाही.

तर झालं काय की या कंपनीनं भारतात हेपटायटीस-सीचं हे औषध आणायचा प्रयत्न केला आणि त्यावर मग आपलं सरकार आणि कंपनी यांचं फाटलं. कारण उघड आहे. कंपनी एका गोळीचे ६३ हजार रु. याच दरानं औषध विकू इच्छित होती. आता आपलं सरकार कनवाळू वगैरे असल्यामुळे, त्याला गरिबांची कणव असल्यामुळे औषधाचा हा भाव काही सरकारला पटेना. भारतात यायचं तर ते औषध मोठ्या प्रमाणावर आणायला हवं आणि किंमतदेखील मोठ्या समुदायाला परवडेल अशीच असायला हवी हे सरकारचं म्हणणं. सरकारच्या या युक्तिवादामागे आणखी एक कारण होतं. ते म्हणजे या औषधावर कंपनीची असलेली बौद्धिक संपदा मालकी. आपल्या सरकारचं म्हणणं होतं हे औषध कसं तयार करायचं ते कंपनीनं आपल्या कंपन्यांना सांगावं. त्याचं मोल घ्यावं हवं तर; पण हे औषध घाऊक प्रमाणावर तयार करायला मान्यता द्यावी. तसं झालं तर या औषधाची एक गोळी फक्त १ डॉलरला म्हणजे साधारण ६३ रुपये इतकी स्वस्त झाली असती.

पण यात काही कंपनीला रस नव्हता. तेही बरोबरच. औषध स्वस्त देणं हे काय कधी कोणत्या औषध निर्मिती कंपनीचं लक्ष्य थोडंच असतं? त्यामुळे कंपनीनं

या औषधाची घाऊक निर्मिती करण्याचा प्रस्ताव नाकारला. आपल्या अन्न आणि औषध प्रशासनानंही मुद्दा सोडला नाही. ते अडून बसले. शिवाय त्यांनी दाखवून दिलं, की हे औषध जरी कंपनीनं बनवलेलं असलं तरी त्यावर कंपनीला स्वामित्व द्यावं इतकं काही मूलभूत संशोधन कंपनीनं केलेलं नाही. अशाच दुसऱ्या, आधीपासून उपलब्ध असणाऱ्या औषधांची काही रेणुसूत्रं बदलून कंपनीनं हे नवं औषध बनवलंय आणि त्यावर ते आपली मक्तेदारी सांगतायत, हा आपला दावा.

आपल्या या दाव्याला कंपनीनं कडाडून विरोध केला. इतक्या विरोधाची बहुधा आपल्यालाही अपेक्षा नसावी. पण या विरोधाचं कारण असं, की समजा भारताचं अन्न आणि औषध प्रशासन म्हणतंय त्याप्रमाणे कंपनीनं भारतात या औषधाच्या घाऊक निर्मितीला परवानगी दिली असती, तर तब्बल अन्य ९१ देशांत या औषधाच्या स्वामित्वावर कंपनीला पाणी सोडावं लागलं असतं. म्हणजे अन्य देशांतही हजार डॉलरला एक इतक्या अवाढव्य दरानं कंपनीला हे औषध विकता आलं नसतं. तिकडेही त्याची किंमत १ डॉलरवर आली असती. आता हे फारच नाही का? इतका मोठा आर्थिक फटका कसा काय कोण सहन करणार? अशा वेळी होतं तेच झालं. मामला न्यायालयात गेला. कंपनीनं आपल्या अन्न-औषध प्रशासनाच्या निर्णयाला आव्हान दिलं.

याचा एक परिणाम झाला.

अन्य देशांतही या औषधाच्या किमती कमी करण्यासाठी, घाऊक पातळीवर ते तयार करावं यासाठी कंपनीवर प्रचंड दबाव वाढू लागलाय. शक्यता ही की हे औषध असंच तयार केलं जावं ही मागणी कंपनीला मान्य करावी लागेल. म्हणजे तसं झालं तर साधारण औषधाच्या विक्रीतून असाधारण नफा मिळवण्याचा कंपनीचा बेत धुळीस मिळेल.

होईलही तसं. पण हे सगळं आताच सांगायचं कारण.

तीच तर गंमत आहे. आता हे सगळं जाणून घ्यायचं कारण म्हणजे स्वाइन फ्लू या आजारानं घातलेलं थैमान. या आजारावर एकच औषध चालतं. ते म्हणजे टॅमी फ्लू.

ते औषधही जगात एकमेव कंपनीकडून बनवलं जातं. त्या औषधावर त्याच कंपनीची पूर्ण मक्तेदारी आहे. ही कंपनी म्हणजे जिलाद सायन्सेस. म्हणजे हीच ती.

एकेकाळी या कंपनीत अमेरिकेचे माजी संरक्षणमंत्री डोनाल्ड रम्सफेल्ड यांची मोठी गुंतवणूक होती. पण तीमधून काही परतावा नव्हता. कारण या औषधाला काही मागणीच नव्हती. त्यामुळे रम्सफेल्ड फारच चिंतेत होते. आणि काय आश्चर्य, त्यांच्या चिंतेला आकाशातल्या बापाकडून उत्तर मिळालं. जगभरात अचानक स्वाइन

फ्लू, बर्ड फ्लू यांच्या भराभर साथी आल्या आणि टॅमी फ्लूची मागणी गगनाला भिडली.

असंच तर होतंय नाही का आपल्याकडे.

लक्षात घ्यायचा तो यातला योगायोग. सोवाल्डी या औषधावरनं या कंपनीचा आपल्या यंत्रणेशी वाद होतो काय, कंपनीला फटका बसेल अशी शक्यता निर्माण होते काय आणि पाठोपाठ स्वाइन फ्लूचा कहर होतो काय, सारंच थक्क करणारं. आणि प्रश्न निर्माण करणारं.

आधी काय? आजार की औषध? आणि कोण कोणासाठी असतं? आजार आहे म्हणून औषध आहे की औषधं आहेत म्हणून आजार आहे?

२१ फेब्रुवारी २०१५

# ४६. ती बाई आहे म्हणुनी!

गेल्या आठवड्यात ख्रिश्चन लागार्ड भारतात येऊन गेल्या. आंतरराष्ट्रीय नाणेनिधीच्या अध्यक्ष आहेत त्या. त्यांच्या निमित्तानं पहिल्यांदाच इतक्या मोठ्या संस्थेचं प्रमुखपद बाईला मिळालं. आंतरराष्ट्रीय वित्त व्यवहार हा तसा पुरुषीच मामला. त्या क्षेत्रात या बाई सगळ्यांच्या नाकावर टिच्चून उभ्या आहेत. अगदी खमकेपणानं.

तर भारतातल्या त्यांच्या दोन दिवसांच्या वास्तव्यात त्यांचे बरेच कार्यक्रम होते. त्याच्या भरपूर बातम्याही आल्या. एक तेवढी यायला हवी होती तितकी आली नाही, ती म्हणजे विविध व्यवसाय क्षेत्रांत भारतात महिलांसाठी पुरेशी संधी कशी नाही, हे त्यांनी इथं येऊन चांगलं ठणकावून सांगितलं. वेगवेगळ्या क्षेत्रांत पुरेशा महिला कर्मचारी नसणं हे भारतीय व्यवसायासाठी चांगलंच मारक आहे. भारतीय अर्थव्यवस्थेनं पुरेशी गती न गाठण्यामागे हे एक कारण आहे. आपली अर्थव्यवस्था सुधारायची असेल, तर भारतानं वेगवेगळ्या क्षेत्रांत मोठ्या प्रमाणावर महिलांना संधी द्यायला हवी, असं लागार्डबाई दिल्लीत म्हणाल्या. लागार्डबाईंचं या विषयावरचं सातत्य कौतुकास्पद आहे. महिलांच्या अधिकाराविषयी त्या सतत बोलत असतात, आग्रही असतात. अलीकडेच सौदी राजे अब्दुल्ला यांचं निधन झालं, तर त्यावर प्रतिक्रिया देताना त्या म्हणाल्या, राजे अब्दुल्ला महिलांना अधिकाधिक अधिकार द्यायला हवेत या मताचे होते. या त्यांच्या मतानं सौदी अरेबियासारख्या देशात अनेक हनुवट्यांवरच्या दाढ्या आकसल्या. असो. मुद्दा तो नाही.

बाई आपल्याबाबत जे काही म्हणाल्या त्यात नक्कीच तथ्य आहे. आंतरराष्ट्रीय नाणेनिधी आणि अन्यही काही प्रमुख संस्थांनी केलेल्या पाहण्यांचे निष्कर्ष या संदर्भात लक्षात घ्यायला हवेत. वूमेन वर्कर्स इन इंडिया, व्हाय सो फ्यु अमंग सो मेनी, अशा नावाचा एक अहवाल नाणेनिधीनं तयार केलाय. त्या अहवालानुसार पुरुष कर्मचाऱ्यांच्या तुलनेत भारतात महिला कर्मचाऱ्यांचं प्रमाण जागतिक सरासरीपेक्षाही कमी आहे. जगात हे गुणोत्तर साधारण निम्मंनिम्मं आहे. पण भारतात मात्र महिला कर्मचाऱ्यांची संख्या जेमतेम ३३ टक्के इतकीच आहे. यातला लाजिरवाणा

भाग हा काही फक्त एवढाच नाही. आपण ज्या आशिया खंडात आहोत त्या आशिया खंडातल्या अनेक देशांत महिला कर्मचाऱ्यांचं प्रमाण हे ६१ टक्के इतकं आहे आणि आपण मात्र ३३ टक्क्यांवर अडकलोय. या संदर्भात आपल्या मागासलेपणाची तुलना कोणाशी होत असावी, तर सौदी अरेबियाशी. आपण फक्त त्या देशापेक्षाच बरे आहोत. आणि दुसरं म्हणजे २००४ पासून भारतातल्या महिला कर्मचाऱ्यांच्या एकूण प्रमाणात घटच होतीये. म्हणजे ज्यात आपण प्रगती करायला हवी, त्यातच बरोबर अधोगती करतोय.

यात शरम वाटून घ्यावी आपण असं बरंच काही आहे. एक म्हणजे देशात जन्माला येणाऱ्या मुलींमधल्या जवळपास एकचतुर्थांश मुलींना पाचवीच्या पुढे शिकायची संधीच मिळत नाही. ४१ टक्के जेमतेम आठवीपर्यंत शिकतात. पन्नास टक्के मुलींचं स्वातंत्र्य वयाची १८ वर्षं पूर्ण झाली की संपूनच जातं. कारण त्या उजवल्या जातात. इतकं वाचून ज्यांना विचार करावा असं वाटत नसेल त्यांच्यासाठी आणखी बरीच धक्कादायक माहिती यात आहे. ती म्हणजे भारतात साधारण ३ कोटी ८० लाख महिला बेपत्ता आहेत. म्हणजे आपापल्या घरातून त्या गायब झाल्यात. आणि महिलांना गायब करणाऱ्या देशात भारत जगात पहिल्या काही क्रमांकात आहे. आपण किती थोर आहोत हे यावरून कळून येईल. अर्थात, ही सगळी आकडेवारी जन्माला आल्यानंतर महिलांच्या नशिबी आपल्या देशात काय काय भोग असतात त्याची. या एका अर्थानं नशीबवान म्हणायच्या. त्या इतकं तरी जग पाहतात. पण प्रचंड प्रमाणावर मुली आपल्याकडे गर्भातच मारल्या जातात. वंश सातत्यासाठी दिवटे जन्माला घालायचे असल्यामुळे गर्भ मुलीचा आहे हे कळलं की तो पाडला जातो. हे आपलं आजचं वास्तव.

आणि आपल्याला स्पर्धा करायची आहे ती चीनशी. भारत आणि चीन म्हणे आगामी काळात जगात अनेक विकसित देशांना आव्हान देणार आहेत. हे वाचून काहीची छाती इतकी अभिमानानं भरून येते, की आपण जणू महासत्ता झालोच असं त्यांना वाटायला लागतं. अशातलेच काही मग उत्साहानं चींडिया असा एक शब्द जन्माला घालतात. म्हणजे चीन आणि इंडिया. पण आपण आपली तुलना चीनशी करणं यासारखं अज्ञानमूलक, विनोदी विधान नाही. चीन आर्थिक पातळीवर सकल राष्ट्रीय उत्पन्न हा एक घटक घेतला तरी आपल्यापेक्षा किमान सातपट पुढे आहे. तेव्हा ही आर्थिक तुलना न केलेलीच बरी. स्त्री कर्मचाऱ्यांच्या मुद्द्यावर चीनमधली परिस्थिती काय आहे? त्याबाबतही आपल्यावर तोंडात मारून घ्यायची वेळ यावी. आपल्याकडे महिला कर्मचाऱ्यांचं प्रमाण ३३ टक्के इतकंच आहे. पण चीननं त्याबाबत ७० टक्क्यांचा टप्पा गाठलाय. कारखानदारीत, मग ती माहिती-तंत्रज्ञान क्षेत्रातली असो किंवा अगदी

मोठ्या, वजनदार औद्योगिक उत्पादनांची, चीनमध्ये महिला सर्रासपणे पुरुषांच्या खांद्याला खांदा लावून काम करत असतात. आणि आपल्याकडे, लागार्डबाईंच्या मते आयुष्यातल्या अत्यंत उत्पादक वयातल्या २५ कोटी ५० लाख महिलांना भारतात घराबाहेर पडण्याचं स्वातंत्र्य नाही.

लागार्डबाईंनी भारतात येऊन आपल्याला लागेल असं हे वक्तव्य केलं ती पार्श्वभूमी पण सूचक आहे. डॉटर्स ऑफ इंडिया या आपल्यातल्या पुरुषी विकृतीवर भाष्य करणाऱ्या माहितीपटावर तितक्याच विकृत पुरुषी मानसिकतेनं बंदी घातलेली. तो निर्लज्जपणा पुरेसा नव्हता म्हणून की काय नंतर आपले थोर लोहियावादी, निधर्मी नेते समाजसुधारक शरदबाबू यादव यांनी महिलांविषयी मुक्ताफळं उधळली. आणि या वातावरणात आणखी एक बातमी आपल्या भारतीयांच्या दुर्लक्षाची बळी पडली. लागार्डबाईंप्रमाणेच ही बातमीदेखील अशाच एक वक्तव्याची होती.

ते केलं सिक्युरिटीज अँड एक्स्चेंज ऑफ इंडिया, म्हणजे सेबी, या आपल्या भांडवली बाजारपेठेचे नियंत्रक असलेल्या यू के सिन्हा यांनी. भारतात ८ ते ९ हजार कर्तबगार महिला मिळू नयेत याची मला लाज वाटते, असं सिन्हा म्हणाले. सेबीनं गेल्या वर्षी एक कायदा केला. त्यानुसार भांडवली बाजारात नोंदल्या गेलेल्या कंपन्यांच्या संचालक मंडळावर एक तरी महिला सदस्य असणं अत्यावश्यक केलं गेलं. या कायद्याच्या अंमलबजावणीची मूळची मुदत होती १ ऑक्टोबर २०१४ ही. म्हणजे त्या तारखेपर्यंत सर्व नोंदणीकृत कंपन्यांत एक तरी महिला संचालक असायला हवी होती. पण या कंपन्या रडायल्या लागल्या. इतक्या महिला मिळणार कशा? म्हणून त्यांनी मग मुदतवाढ मागितली. या कंपन्या फारच गयावया करू लागल्यावर सेबीच्या सिन्हा यांनी ही मुदत सहा महिन्यांनी वाढवली. ती आता संपेल ३१ मार्च २०१५ या दिवशी.

पण आपल्या कंपन्या आता पुन्हा रडू लागल्यात. ही मुदत वाढवून द्या म्हणून. त्यामुळे सिन्हा रागावले आणि म्हणाले, मला लाज वाटते.

खरंतर ती आपल्या सगळ्यांनाच वाटायला हवी. कारण देशातल्या पहिल्या ५०० कंपन्यांपैकी एकतृतीयांश कंपन्यांच्या संचालक मंडळात एकही महिला नाही. सेबीनं हा कायदा केल्यानंतर आतापर्यंत सर्व कंपन्यांत मिळून फक्त ९६६ महिला संचालक नेमल्या गेल्यात. आणि आता मुदत संपत आली तरी उर्वरित आठ-नऊ हजार कंपन्यांना प्रत्येकी एकेक महिला अधिकारीदेखील संचालक मंडळासाठी मिळाली नाही. आणि म्हणे आपण महासत्ता होणार!

स्त्री-पुरुष ही रथाची दोन चाकं असतात अर्धनारीनटेश्वर हे आपलं प्रतीक आहे. पंचकन्या स्मरे नित्यम महापातकनाशनम, यत्र नार्यस्तु पुज्यंते, अशा श्लोकात

आपण कन्यांचा गौरव केलाय. गार्गी मैत्रेयी या आपल्या उदात्त वगैरे संस्कृतीत पूजनीय आहेत. पाश्चात्त्य संस्कृती भोगवादी अणि आपल्याकडे मात्र परस्त्री मातेसमान असते. आपल्याकडे पुराणकालापासून स्त्रीसमानता आहे

छान वाटतं ही वचनं ऐकताना, वाचताना. पण वास्तव हेच आहे. आपण 'ती'च्यावर अन्यायच करणार ती बाई आहे म्हणूनच.

२१ मार्च २०१५

# ४७. संघर्षाचं सहस्रचंद्रदर्शन

दोन वेगळ्या विभागांतील ज्येष्ठांचं एखाद्या मुद्द्यावर अगदी शंभर टक्के एकमत असेल, तर त्यातील एकाला नारळ द्यायची वेळ आलीये, असं मी मानतो असं हेन्री फोर्ड म्हणत. त्यांच्या म्हणण्याचा अर्थ असा, की काही काही नातेसंबंधांनी, संस्थांनी परस्परविरोधीच वागायला हवं. उदाहरणार्थ उंदीर-मांजर, चोर-पोलीस, विळा-भोपळा, गाय-कसाई किंवा पत्रकार आणि राजकारणी वगैरे.

अशा कुंपणाच्या दोन बाजूंना असलेल्या आपल्याकडच्या दोन संस्था म्हणजे रिझर्व्ह बँक ऑफ इंडिया आणि केंद्रीय अर्थमंत्रालय. अलीकडे म्हणजे जवळपास गेलं दीड दशकभर या दोघांतील संघर्षाच्या बातम्या चांगल्याच वाढल्यात. रिझर्व्ह बँकेचे अलीकडचे दोन गव्हर्नर वाय व्ही रेड्डी, त्यांचे उत्तराधिकारी डी सुब्बाराव किंवा विद्यमान गव्हर्नर रघुराम राजन यांनी आणि सरकारनं आणि त्यातही अर्थमंत्र्यांनी एकमेकांवर सोडलेले वाग्बाण हल्ली अनेकदा वाचायला मिळाले. त्यातूनच विद्यमान रघुराम राजन आणि सरकार यांच्यात कशी मतभेदाची दरी वाढू लागलीये त्याचीही चर्चा अनेकदा झडली. गुरुवारी या चर्चेचा आढावा घ्यायची संधी मिळाली.

निमित्त होतं रिझर्व्ह बँकेच्या ८० व्या वर्धापनदिनाचं. पंतप्रधान नरेंद्र मोदी या सोहळ्याचे प्रमुख पाहुणे होते. आपल्या भाषणात त्यांनी या कथित मतभेदांना मूठमाती देण्याचा प्रयत्न केला. रघुराम राजन हे कसे उत्तम शिक्षक आहेत वगैरे म्हणाले मोदी या वेळी. छानच असं पंतप्रधानांनी रिझर्व्ह बँकेच्या गव्हर्नरांचं कौतुक करणं. पण समारंभशोभा म्हणूनच त्याकडे पाहायचं. फारसा काही विश्वास ठेवायचा नाही त्यावर. कारण, हेन्री फोर्ड म्हणून गेलेत तेच. सरकार आणि रिझर्व्ह बँक ऑफ इंडिया यांचं एकमत होतंय असं दिसलं तर या दोघांतील एकाला नारळ द्यायची वेळ आलीये असा अर्थ आपण निश्चितच काढू शकतो. रिझर्व्ह बँक ऑफ इंडिया या व्यवस्थेचा इतिहासच तसा आहे.

ही संस्था जन्माला आली आपला देशही जन्माला आला नव्हता तेव्हा. साहेबाचं राज्य असताना १९२६ साली रॉयल कमिशन ऑफ इंडियन करन्सी या विभागानं सरकारला सूचना केली. भारतासाठी एखादी मध्यवर्ती बँक असायला हवी.

या विभागानं नावही सुचवलं. रिझर्व्ह बँक ऑफ इंडिया. पुढे मग १९३४ रिझर्व्ह बँक ऑफ इंडिया नावाचा कायदाच मंजूर केला गेला. त्यामुळे अशा बँकेच्या स्थापनेतील सर्वच अडथळे दूर झाले. लगेच पुढच्याच वर्षी, १९३५ साली, १ एप्रिलला या बँकेची स्थापना करण्यात आली. या बँकेचे पहिले गव्हर्नर होते ओस्बोर्न स्मिथ. इतिहास हा की रिझर्व्ह बँक ऑफ इंडियाच्या या पहिल्यावहिल्या गव्हर्नराचे सरकारशी खटके उडाले. तेव्हा या गव्हर्नरास थेट काढून टाकण्याचा आदेश सरकारनं दिला होता. कारण काय, तर आताचंच. व्याजदर काय असावा हे. पतधोरणात हवी ती भूमिका घेण्याचं स्वातंत्र्य बँकेला आहे की नाही, हा आणखी एक मतभेदाचा मुद्दा. त्यात पुन्हा या संघर्षाला आणखी एक किनार होती. ती म्हणजे सरकारची त्या वेळी जेम्स टेलर या डेप्युटी गव्हर्नरास फूस होती. म्हणजे गव्हर्नर आणि डेप्युटी गव्हर्नर यांचंच एकमेकांशी या मुद्द्यावर पटत नव्हतं आणि सरकारनं त्याचा वापर करत ओस्बोर्न यांना निरोप दिला.

महाराष्ट्राच्या दृष्टीने अभिमानाची बाब १९४३ साली उजाडली. या बँकेच्या गव्हर्नरपदी चिंतामणराव देशमुख यांची नियुक्ती झाली. पाठोपाठ फाळणी आली. त्या वेळी भारत आणि पाकिस्तान यांच्यातल्या वाटण्यांवर देखरेखीचं महत्त्वाचं काम देशमुख यांच्याकडे होतं. भारत आणि इंग्लंड यांच्यातील संपत्ती वाटपातही देशमुख यांची महत्त्वाची भूमिका होती. त्यांच्या गव्हर्नरपदाचा काळ तसा शांततेत गेला. पण तसा तो अपवादच. कारण बँकेच्या आतापर्यंतच्या इतिहासात तब्बल २३ गव्हर्नरांची सेवामुक्ती सरळपणे झालेली नाही. अर्थात, उरलेल्यांचा काळ काही सुखात गेलाय असा त्याचा अर्थ नाही. पण त्यांची गच्छंति झाली नाही, इतकंच.

ओस्बोर्न यांच्यानंतर पहिले पंतप्रधान पंडित जवाहरलाल नेहरू यांच्या सरकार काळात गव्हर्नरांना अनेक अडचणींचा सामना करावा लागला. पं. नेहरूंच्या काळातले अर्थमंत्री टी. टी. कृष्णम्माचारी यांच्यापासूनच या मतभेदाच्या ठिणग्या उडायला सुरुवात झाली. टीटीके नावानं ओळखले जाणारे हे अर्थमंत्री तसे हडेलहप्पीच. रिझर्व्ह बँकेचा गव्हर्नर माझ्या हाताखाली आहे, असं ते जाहीर सांगायचे. रिझर्व्ह बँकेचे त्या वेळचे गव्हर्नर बेनेगल रामा राव यांच्यावर ते एकदा चारचौघात डाफरले. हा प्रसंग अगदी मंत्रिमंडळाची बैठक झाल्या झाल्या घडला. पंतप्रधान पं. नेहरू हेदेखील समोर होते. राव यांना वाटलं ते आपली बाजू घेतील. पण पं. नेहरूंनी आपण जणूकाही पाहिलंच नाही असा चेहरा केला आणि ते तिथून निघून गेले. रामा राव यांना तो अपमान सहन झाला नाही. त्यांनी तिथल्या तिथं राजीनामाच दिला. या पंडित नेहरूंची कन्या इंदिरा गांधी पंतप्रधानपदी असतानाही बँकेच्या गव्हर्नरांना अशाच अपमानास्पद अवस्थेत पदत्याग करावा लागला होता. ही वेळ आली एस. जगन्नाथन यांच्यावर. ते

जुन्या काळचे आयसीएस अधिकारी. नंतर रिझर्व्ह बँकेचे गव्हर्नर झाले. त्यांचे सरकारशी खटके उडाले ते मारुती या मोटार कंपनीस पतपुरवठा तरी किती करायचा या मुद्द्यावर. मारुती मोटार हे कै. इंदिरा गांधी यांचे चिरंजीव कै. संजय गांधी यांचे खूळ. त्यामुळे काही बोलायची सोय नव्हती. संपूर्ण सरकार त्यांच्यासमोर हात बांधून उभं असे. पण जगन्नाथन त्यातले नव्हते. मारुतीचा पतपुरवठा जरा जास्तच होतोय हे लक्षात आल्यावर ते ठाम उभे राहिले आणि त्यांनी आपली भूमिका लावून धरली. परिणामी, निवृत्तीस अवघ्या काही आठवड्यांचा अवधी राहिलेला असताना त्यांना सेवामुक्त केलं गेलं. जगन्नाथन खमके होते. बँकेच्या प्रमुखपदावरनं उचलबांगडी होत असतानाही त्यांनी इंगा दाखवलाच. सरकारला न सांगताच त्यांनी पतधोरण जाहीर केलं. त्यांच्या या कृत्यानं एक व्यक्ती भलतीच संतापली. पुढे बँकेचं गव्हर्नरपद आणि देशाचं पंतप्रधानपदही त्यांच्या वाट्याला येणार होतं. ती व्यक्ती म्हणजे मनमोहन सिंग. हे त्या वेळी आर्थिक सल्लागार होते. जगन्नाथन यांच्या कृतीनं त्यांना मुबईला यावं लागलं. ते धावत रिझर्व्ह बँकेत गेले आणि जगन्नाथन यांना म्हणाले, हे तू काय करतोयस. पण त्यांनी करायचं ते करून झालं होतं. पुढे योगायोग म्हणजे मनमोहन सिंग हे रिझर्व्ह बँकेचे गव्हर्नर असताना त्यांचं आणि त्या काळचे अर्थमंत्री प्रणब मुखर्जी यांचंही वाजलं होतं. त्या आधी संजय गांधी यांचे जवळचे मानले जाणारे के. के. पुरी यांना जनता पार्टीचं सरकार आल्यावर अर्थमंत्रिपद सांभाळता सांभाळता तत्कालीन पंतप्रधान मोरारजी देसाई यांनी काढून टाकलं. चंद्रशेखर यांच्या औटघटकेच्या पंतप्रधानकीच्या काळात तत्कालीन गव्हर्नर आर. एन. मल्होत्रा आणि सरकार यांच्यातही मतभेद होते. त्या वेळचे अर्थमंत्री यशवंत सिन्हा यांच्यामुळे मल्होत्रा यांची कारकीर्द लवकर संपली.

यावरून दिसतं ते हेच की सरकार कोणत्याही पक्षाचं असो. रिझर्व्ह बँकेवर आपलं नियंत्रण असावं असं प्रत्येकालाच वाटत असतं हे नक्की. नाही म्हटलं तरी नोटा छापायचा अधिकार कोणाला नाही आवडणार. विरोधी पक्षात असताना जे विविध संस्थांच्या स्वायत्ततेची महती सांगत असतात ते स्वतः सरकारात गेल्यावर बरोबर विरोधी भूमिका घेतात, हा इतिहास आणि वर्तमानदेखील आहे. भविष्यदेखील हेच असेल यात काही उगा शंका बाळगण्याचं कारण नाही.

आणि हे सर्व मतभेद पतधोरण, चलनवाद, व्याजदर अशा धोरणात्मक मुद्द्यांवरच होतात असं नाही. २००८ साली आपण हे पाहिलं. त्या वेळी अमेरिकेत वित्तसंस्थांनी डेरिव्हेटीव्हज नावानं गुंतागुंतीची उत्पादनं बाजारात आणली. तशी ती भारतातही बँकांना आणू द्यावीत यासाठी काही खासगी बँकांनी तगादा लावला होता. सरकारदेखील त्यासाठी अनुकूल होतं. पण त्या वेळी वाय. व्ही. रेड्डी ठाम उभे राहिले आणि हा दुहेरी दबाव त्यांनी झुगारून दिला. पुढे तेच किती बरोबर होतं ते दिसलं. कारण या

नवनव्या उत्पादकांनी अमेरिकेतल्या बँका बुडवल्या. भारतात मात्र असं काही झालं नाही. कारण अर्थातच रेड्डी यांचा ठामपणा.

या अशा ठामपणाची किंमत त्या त्या वेळी संबंधितांना द्यावी लागते.

पण ती द्यायची. आनंदानं द्यायची. कारण ही अशी किंमत मोजावी लागणं यातच त्या पदाची किंमत असते. ही अशी किंमत मोजणारेच त्या त्या समाजाचं मोल वाढवत असतात. समाजाला पुढे नेत असतात. म्हणून या मतभेदांचा आदर करायचा असतो.

तेव्हा गुरुवारी साजरा झालेल्या या संघर्षमय सहजीवनाच्या सहस्रचंद्रदर्शनाचा आढावा घेण्यामागे हाच उद्देश हे संघर्ष अधिकाधिक वाढोत.

(संदर्भ आणि आधार रिझर्व्ह बँक इतिहास खंड आणि टीसीए श्रीनिवास यांचा लेख, दै. बिझनेस स्टँडर्ड, दि. २ एप्रिल, २०१५)

०४ एप्रिल २०१५

# ४८. थोर इतिहासाचं वर्तमान

चार वर्षांपूर्वी फुकुशिमा घडलं त्यानंतर हे वाचलेलं आठवतंय. केवढा हाहाकार उडाला होता जपानमध्ये. हिरोशिमा आणि नागासाकीनंतर इतका मोठा आण्विक विध्वंस पाहून सगळ्याच जुन्या आठवणी जाग्या झाल्या असणार. माणसं सावरायला, पुन्हा त्यांच्या करपलेल्या मनांना उभारी यायला किती काळ जावा लागतो. असो. मुद्दा जपानमधल्या या अपघाताचा नाही.

या घटनेनंतर काहीच दिवसांनी जपानमध्ये आयकर भरण्याची शेवटची तारीख होती. आता जपान काही पाश्चात्त्यांसारखा केवळ भौतिकवादी वगैरे नाही. तोही आपल्यासारखाच. अघळपघळ. भावनांनी ओथंबणारा. पण या फुकुशिमानंतर तो काही आपल्यासारखा वागला नाही. म्हणजे आपल्याकडे असं काही झालं असतं तर आयकर भरायची तारीख वाढवून मागितली गेली असती किंवा अतिमहनीय व्यक्तींनी अपघातग्रस्तांसाठी कोरडे अश्रू वाहण्यासाठी गर्दी केली असती. एकूण सहानुभूतीचा राष्ट्रीय पूर वाहू लागला असता.

पण जपानमध्ये असं काहीही घडलं नाही. अगदी फुकुशिमा परिसरातले नागरिकही कर भरण्यासाठी गेले. अगदी रांगेत उभं राहून त्यांनी आपलं राष्ट्रीय कर्तव्य पूर्ण केलं. उगाच आम्हाला यंदा करमाफी द्या, आमची कर्जं माफ करा अशी एक मागणी आली नाही. नागरिक जणू हा अपघात आणि आपलं कर भरण्याचं कर्तव्य या दोन अगदी परस्परभिन्न गोष्टी आहेत, असंच वागले.

हे जपानचं उदाहरण आताच आठवायचं कारण म्हणजे अटलांटिक साप्ताहिकाच्या ताज्या अंकात आलेला लेख. तो आहे आधारित. लेखकानं त्यासाठी अमेरिकेत अनेक नागरिकांच्या मुलाखती घेतल्या. वेगवेगळ्या प्रांतांतल्या, वेगवेगळ्या वंशातल्यांना यासाठी बोलतं केलं गेलं. सगळ्यांना प्रश्न म्हणजे आयकर भरण्याविषयी तुमचं मत काय?

या पाहणीचं कारण म्हणजे सर्वसामान्य अमेरिकी माणूस कराविषयी फार कुरकुर करत असतो. अमेरिकेत किती कर आहेत, ही त्याची तक्रार असते. निवडणुकांच्या वेळी कोणता राजकीय पक्ष आयकराविषयी कोणती भूमिका घेणारे

याकडे त्याचं लक्ष असतं. कर हा त्यामुळे अमेरिकेत कायमच चर्चेचा विषय असतो. जगातल्या एकमेव महासत्तेच्या नागरिकांचा गप्पांचा, तक्रारीचा आवडता विषय म्हणजे हे कर. तरी अमेरिकेत स्कँडेनेव्हियन देशांतल्यासारखे कर नाहीत. तिकडच्या काही देशांत तर अगदी ७० टक्के वर इतका आयकराचा दर असतो. म्हणजे आपण कमावलेल्या प्रत्येक १०० रुपयातले ७० रु. सरकार कराच्या पोटी काढून घेतं. अमेरिकेत ही परिस्थिती नाही. तरीही जनता आयकरावर नाराज असते. त्यामुळे या पाहणीत अंदाज होता ही करविषयक नाराजी बाहेर पडेल. पण तिचा निष्कर्ष भलताच धक्कादायक निघाला.

तो असा की अगदी सर्वसामान्य नागरिकदेखील आपण कर भरायलाच पाहिजे या मताचा असतो आणि तसं त्याचं आचरणही असतं. किंबहुना आपण करदाते आहोत ही बाब अमेरिकी नागरिकांसाठी अभिमानाची असते. या पाहणीत नोंदवली गेलेली मतं याबाबत पुरेशी बोलकी आहेत. कर भरणं हे आपलं कर्तव्यच आहे... आपण कर नाही भरला तर देश कसा मजबूत होईल... करचुकवेगिरी झाली तर सरकार आपल्यासाठी रस्ते कसे बांधेल, संरक्षणावर कोण खर्च करेल... आयकराचे नियम आवडत नसतील तर ते बदलण्यासाठी प्रयत्न करणं हे आपलं काम आहे; पण करच भरायचा नाही हे काही बरोबर नाही... कर भरणं म्हणजे एका अर्थानं नोकरशाहीचं पोट भरणं... पण आपलेच कोणी ना कोणी नोकरशाहीत असतात तेव्हा त्यात गैर ते काय अशा स्वरूपाची मतं या पाहणीत आढळून आली. सगळेच काही आयकराविषयी प्रेमानं बोलत होते असं नाही. अनेकांनी तक्रारी केल्या, कुरकुर केली. पण तरीही कर न भरणं यावर उपाय आहे असं एकही मत या पाहणीत व्यक्त झालं नाही. अगदी ज्येष्ठ नागरिकांनीदेखील कर भरण्याच्या बाजूनंच कौल दिला. काही तरुण तर असं म्हणाले, आम्ही आता कर भरला नाही तर आमच्या म्हातारपणी आम्हाला परवडेल अशा दरांत वैद्यकीय उपचारांची व्यवस्था सरकार कसं काय करू शकेल?

आता यावर आपल्याकडच्या तुच्छतावादास सरावलेले काही असंही म्हणतील, बोलायला काय जातंय, बोलणं म्हणजे काही प्रत्यक्ष कर भरणं नाही.

तेव्हा अशांच्या शंकांना उत्तर मिळावीत म्हणून पाहणी करणाऱ्यांनी सरकार दरबारची आकडेवारीही तपासली. आश्चर्य म्हणजे ही आकडेवारी आणि पाहणीतील सहभागींनी व्यक्त केलेल्या भावना समांतर होत्या. म्हणजे अमेरिकेत कर भरण्यात नागरिकांचा उत्साह वाढू लागलाय असंच आकडेवारीही सांगत होती. साधारण निम्मी अमेरिकी जनता आयकर भरते. म्हणजे दर दोन नागरिकांतील एक जण आयकर भरणारा असतो. याचा अर्थ अन्यांना करांत सूट असते वा त्यांना वगळलेलं असतं

असं नाही. तेही कर भरत असतात. पण अप्रत्यक्ष. वयोवृद्ध झालेल्या कोणा अमेरिकी नागरिकास एकवेळ आयकरात सवलत असेल, पण म्हणून त्याचा मालमत्ताकर वा अन्य कोणता कर माफ केला जातो, असं नाही. तेव्हा जे काही आपले नियत कर आहेत ते अमेरिकी नागरिक आनंदानं भरतो. या पाहणीचा निश्कर्ष असं सांगतो, की सरकारकडून बेकारभत्ता वगैरे घेणारे, अनाथ आदी वगळले तर जवळपास सर्वच अमेरिकी नागरिक कोणत्या ना कोणत्या प्रकारे कर भरतात.

आता या मागे कायद्याचं भय किती, पाहणीकर्त्यांचं म्हणणं असं, की कायद्याचा दट्ट्या हा कदाचित सुरुवातीच्या काळात परिणामकारक ठरला असेल. कर भरला नाही तर सरकार दंड करतं हे आधीच्या काही पिढ्यांनी अनुभवलेलं असेल. पण त्याचा आताच्या करप्रेमाशी काहीही संबंध नाही, असं हा अहवाल सांगतो. याचा अर्थ असा, की वर्षानुवर्षाच्या या सवलतीमुळे कर भरणं आता नागरिकांच्या जनुकांचाच भाग होऊन गेलंय. त्यामुळे या पाहणीतला एकही नागरिक कर भरले नाहीत तर आपण पकडले जाऊ आणि शिक्षा होईल या भीतीनं कर भरत नाही. कर हे भरण्यासाठीच असतात असं त्याचं प्रामाणिक मत आहे.

म्हणजे चौकात वाहतूक पोलीस पकडायला नसला तर सिग्नल मोडला तरी चालतो असं अमेरिकी नागरिकाला वाटत नाही. वाहतुकीच्या बाबतही आणि करासंदर्भातही.

या सगळ्याचं महत्त्व आता पुन्हा नव्यानं जाणवतंय ते गेल्या आठवड्यातल्या बातमीमुळे. केंद्रीय अर्थमंत्र्यांनी बँकांना आदेश दिलेत, आयकरदात्यांच्या वेतनातून कापल्या गेलेल्या कराचा भरणा ताबडतोब केंद्राच्या तिजोरीत करण्यासाठी. कारण सरकारच्या थेट कराच्या उत्पन्नात चांगलीच खोट आलीय. आपल्या देशभरातून सरकारला वेगवेगळ्या थेट करातून ७.३६ लाख कोटी रुपये मिळतील असं सरकारला वाटत होतं. प्रत्यक्षात त्यात दोनेक लाख कोटी रुपयांची घट आहे.

या पार्श्वभूमीवर आपल्या देशातल्या कर भरणाऱ्यांची संख्या चांगलीच टोचेल. या सव्वाशे कोटी लोकसंख्येच्या भारतात आयकर भरणारे आहेत जेमतेम साडेतीन कोटी. जेमतेम ३ टक्के. किंबहुना तितकेही नाहीत. यात तीन टक्क्यांतले ८९ टक्क्यांचं उत्पन्न वर्षाकाठी पाच लाख रुपयांपर्यंत आहे. २० लाखांपेक्षा जास्त उत्पन्न असणारे १.३ टक्के इतकेच नागरिक आपल्या देशात आहेत. म्हणजे करदाते म्हणून नोंदलेले आहेत. आणि एक कोटी रुपयांपेक्षा जास्त उत्पन्न असणाऱ्यांची संख्या तर फक्त ४२ हजार इतकीच आहे.

या तुलनेत अमेरिकेत ४५ टक्के नागरिक करदाते आहेत हे पाहिलं की तसं धन्यच वाटतं. आणि तेसुद्धा अमेरिकी संस्कृती बाजारू, चंगळवादी, उच्छृंखल,

मूल्यहीन वगैरे असताना जननी जन्मभूमीश्च वगैरे असं कुठं काय असतं अमेरिकी संस्कृतीत.

आता एकदा आपणच नक्की करायला हवं. थोर संस्कृती, त्याहून थोर थोर इतिहास यांचंच कौतुक करत बसायचं, की हे काहीही नसलेल्यांचा प्रामाणिकपणा अनुकरणीय समजायचा! थोर इतिहास मोठा की प्रामाणिक कर भरणारं वर्तमान मोठं!!

१८ एप्रिल २०१५

# ४९. चीतपट की 'चीन'पट?

गेल्याच आठवड्यात चीनचे अध्यक्ष जिनपिंग पाकिस्तानात होते. भरपूर बातम्या होत्या त्यांच्या दौऱ्याच्या. पाकिस्तान-चीन महामार्ग बांधला जाणार, ३ हजार किमीचा हा मार्ग तीन वर्षांत पूर्ण होणार, चीन पाकिस्तानच्या ग्वादार बंदरात ऊर्जा प्रकल्प उभारणार, चीन पाकिस्तानमध्ये एकंदर ४६०० कोटींची गुंतवणूक करणार. वगैरे वगैरे.

या सगळ्याच्या पलीकडे एक घटना युरोप, अमेरिकेत घडत होती. कितीतरी महत्त्वाची. तिची बातमी काही तितकी आली नाही. ती घटना दर्शवते सत्ताकेंद्राचं संभाव्य स्थलांतर. जागतिक राजकारणात उदयाला येत असलेलं एक नवं केंद्र. एक नवी महासत्ता!

ती म्हणजे अर्थातच चीन.

झालंय असं, की एशियन इन्फ्रास्ट्रक्चर इन्व्हेस्टमेंट बँक स्थापन करण्याची घोषणा चीननं केली. ती घटना काही महिन्यांपूर्वीची. त्याच्या बातम्या तशा येऊन गेल्याच. आपणही त्या बँकेत सहभागी होणार आहोत. भारताला त्याचं अध्यक्षपद नाही तरी निदान उपाध्यक्षपद तरी दिलं जाणार आहे, असं बोललं जातंय. या बँकेचं बीजभांडवलच असणार आहे मुळी १०,००० कोटी डॉलर्स इतकं. म्हणजे जन्माला येतानाच या बँकेच्या खात्यात इतकी भरभक्कम रोकड असेल. प्रस्थापित बँकांना या नव्या चिनी बँकेमुळे आव्हान मिळणार हे उघड आहे. या बँका आहेत एशियन डेव्हलपमेंट बँक आणि दुसरी म्हणजे थेट जागतिक बँक. यातल्या एशियन डेव्हलपमेंट बँकेचं भागभांडवल आहे १६,००० कोटी डॉलर्स आणि जागतिक बँकेचं आहे २२,३०० कोटी डॉलर्स इतकं. म्हणजे तसं पाहायला गेलं तर नवी चिनी बँक या दोन प्रस्थापित बँकांच्या तुलनेत लहानच आहे. पण तरी तिचा धाक आतापासूनच वाटायला लागलाय.

कारण या परिसरात पायाभूत सोयी-सुविधांसाठी आवश्यक असणारी रक्कम. २०३० सालापर्यंत आशियाई देशांत पायाभूत सोयी-सुविधा निर्मितीसाठी तब्बल ८ लाख कोटी डॉलर्सची गरज लागणार आहे. याचाच अर्थ इतकी प्रचंड गुंतवणूक या

देशांत करण्याची गरज आहे आणि तितकीच प्रचंड व्यवसायसंधी या प्रदेशांत तयार होणार आहे. जेव्हा इतक्या भांडवलाची गरज लागते तेव्हा ती बँकांसाठी सुवर्णसंधी असते. म्हणजेच चीनच्या पाळण्यात जोजवल्या जाणाऱ्या या बँकेला जन्माला येतानाच इतक्या मोठ्या व्यवसायसंधी सहज मिळणार आहेत. आतापर्यंतचा प्रघात असा, की या अशा देशांच्या पायाभूत सोयी-सुविधा उभारण्यासाठी जागतिक वा आशियाई बँक स्वस्त दरात कर्जपुरवठा करतात. आणि मग ते देश या वित्तसंस्थांच्या ऋणात कायमचे राहतात. जागतिक बँक, आंतरराष्ट्रीय नाणेनिधी या संस्था हेच तर करत आल्यात जन्माला आल्यापासून. खरंतर जागतिक बँक ही नावापुरतीच. कारण तिची सूत्रं फक्त आणि फक्त राहिलेली आहेत ती एकाच देशाच्या हाती. तो देश म्हणजे अमेरिका. जागतिक बँकेचे सगळेच्या सगळे प्रमुख अमेरिकी आहेत. तसंच आंतरराष्ट्रीय नाणेनिधीचं. ती संस्था पण जागतिक बँकेच्या बरोबरीनं जन्माला आली. पण तिची सूत्रं कायम युरोपच्या हाती राहिलेली आहेत. म्हणजे जागतिक बँक अमेरिकेची, तर आंतरराष्ट्रीय नाणेनिधी हा युरोपचा. अशी ही परस्परसोयीची वाटणी आहे.

चीननं नेमका तडाखा दिलाय तो याच समीकरणाला. खरी मोठी बातमी आहे ती तीच.

झालं असं, की चीनकेंद्रित या बँकेत सहभागी होऊ नये असं अमेरिकेनं अनेक देशांना सूचित केलं होतं. कोणकोणते होते हे देश. सगळ्यात महत्त्वाचा त्यातला म्हणजे इंग्लंड. एका अर्थानं अमेरिकेचंच राज्य वाटावा इतका तो अमेरिकेचा अंकित. कोणत्याही मुद्द्यावर इंग्लंड हा अमेरिकेच्या बरोबर नाही, असं कधी झालेलंच नाही. तेव्हा अमेरिकेनं इंग्लंडला सांगितलं, चीनच्या या बँकनिर्मितीत सहभागी व्हायची गरज नाही. तसंच ते फ्रान्सलादेखील सांगितलं. तीच सूचना जर्मनीला पण केली गेली.

यातली बातमी ही, की या तीनही देशांनी ती नाकारली. या संभाव्य बँकेचं संस्थापक सदस्यत्व मिळावं यासाठी या तीनही देशांनी इच्छा व्यक्त केली. आणि चीननं या तीनही देशांना सहभागी करून घ्यायचा निर्णय घेतला. धक्का इथंच संपत नाही. चीननं या बँकेसाठी चक्क रशियालादेखील सहभागी होण्याची गळ घातली आणि रशियानं अर्थातच होकार दिला. हे इतकंच नाही. तर मॉस्को आणि बीजिंग या दोन राजधान्यांना रेल्वेमार्गानं जोडायचा निर्णय या दोन्ही देशांनी घेतलाय. ही रेल्वे या दोन देशांमधलं अंतर फक्त ४८ तासांत पूर्ण करणार आहे. (आपल्या रडतखडत जाण्यासाठी विख्यात असलेल्या मुंबई-गुवाहाती एक्स्प्रेसलादेखील इतकाच कधी कधी याहूनही जास्त वेळ लागतो. असो.) शक्यता ही की चीनमधली ही संभाव्य बँक या रेल्वेमार्गासाठी पतपुरवठा करेल.

जागतिक राजकारणात मोठा बदल घडतोय तो हा. १९८९ पर्यंत जगात दोन दोन ध्रुव होते. अमेरिका आणि सोविएत युनियन. त्यातला सोविएत युनियन बर्लिनच्या भिंतीनंतर कोसळत गेला आणि रशिया बनला. जगात महासत्तेचं एकच केंद्र राहिलं. आता चीनच्या रूपानं हे दुसरं तयार होतंय, असं जगात अनेकांना वाटू लागलंय. कारण ज्या पद्धतीनं इंग्लंड, फ्रान्स आणि जर्मनी या तीन देशांनी अमेरिकेच्या विनंतीकडे दुर्लक्ष करून चीनच्या तंबूत आपापली जागा घेण्याचा निर्णय घेतला त्यामुळे या घटनेकडे जागतिक अभ्यासक अनेक कोनांतून पाहू लागले आहेत. या घटनेचं गांभीर्य इतकं, की अमेरिकेचे अध्यक्ष बराक ओबामा यांना स्पष्टीकरण प्रसृत करावं लागलं. या प्रस्तावित बँकेस अमेरिकेचा विरोध नाही असं. आम्ही त्याचं स्वागतच करत आहोत, असं ओबामा म्हणाले. यातला पुन्हा गुंता असा, की हा प्रश्न केवळ नव्या बँकेपुरताच नाही. तर चीन इतिहासातला सिल्क रूट नावानं ओळखला जाणारा मार्ग पुनरुज्जीवित करू पाहतोय तो पण एक मुद्दा आहे. आणि परत हा सिल्क रूट सागरी मार्गानंही तयार व्हावा, असा चीनचा प्रयत्न आहे.

सगळ्यांना चीनच्या उद्दिष्टांची शंका येतीये ती त्यामुळे.

हे झालं जागतिक राजकारणाचं विवेचन. आपलं काय?

आपण या बँकेत सहभागी होणार आहोत. अनेक आफ्रिकी, आशियाई आणि इतकंच काय युरोपीय देश त्यात सहभागी होणार असताना आपण आपली वेगळी चूल धुगधुगत ठेवणं चुकीचंच ठरलं असतं. पण आपली अडचण ही, की आपण सिल्क रूट प्रयोगात मात्र सहभागी न होण्याचा निर्णय घेतलाय. त्यातलं एक महत्त्वाचं कारण म्हणजे आपल्याला खेटून असलेला पाकव्याप्त काश्मीरचा भाग. हा मार्ग तिकडून जाईल. आणि पाकिस्तान आणि चीन यांच्यातलं सौहार्द जितकं वाढेल तितकं ते आपली झोप उडवणारं ठरेल.

आता समस्या आहे ती हीच. आपण लांब राहिलं तर या नव्या सिल्क रूटचा फायदा उठवू शकणार नाही. जवळ जायचं तर किती जवळ जायचं याचा अंदाज नाही. एका बाजूला इंग्लंड, जर्मनी वगैरे चिनी तळी उचलायला तयार आहेत. पण आपण मात्र दुसरीकडे तोंड करून बसायचं. हे असं किती काळ चालणार? माहीत नाही. आता हे खरं की चीन हा काही अमेरिकेची जागा लगेचच घेऊ शकणार नाही. अमेरिकेच्या एकूण अर्थव्यवस्थेच्या निम्मीदेखील चीनची अर्थव्यवस्था नाही. पण त्याच वेळी हेही खरं, की आपल्या कित्येक पट चीनची अर्थव्यवस्था आहे. हे सगळे परकीय व्यापाराचे खेळ. ते परकीय चलनात चालणार. आपली परकीय चलनाची गंगाजळी आहे ४२६० कोटी डॉलर्स. आणि चीन या देशाची आहे ४ लाख कोटी डॉलर्स. म्हणजे आपल्या जवळपास दसपट.

आपला नेमका प्रश्न आहे तो हाच. राजकीय वास्तवाच्या ओझ्याखाली चीतपट व्हायचं की चीनपट? मोठं आव्हान आहे यातनं मार्ग काढणं. तो मार्ग निघू शकतो, मुळात आव्हानाच्या आकाराची ओळख झाल्यावर.

हा प्रयत्न त्यासाठीच.

०२ मे २०१५

## ५०. अस्वस्थ विश्वाचे वर्तमान

आता इथून पुढे तुमचे तुम्ही. आता वाजलेत बारा. मी तीन वाजेपर्यंत वाट बघीन तोपर्यंत आलात तर ठीकच. पण नाही आलात तर मी निघून जाईन आणि तुम्हाला शोधण्याच्या फंदातसुद्धा पडणार नाही. आणखी एक. याच्या पुढे तुमचं विमा कवच चालणार नाही, जर काही झालंच तर तुमचे तुम्ही.

भर रस्त्यातली चालती गाडी थांबवत माझा जेरुसलेममधला यजमान असं म्हणाला तेव्हा पहिली प्रतिक्रिया होती ती म्हणजे खिडकीबाहेर बघण्याची. काही अनपेक्षित घडलंय का वगैरे पाहिलं. पण काहीच नव्हतं. सगळंच सुरळीत. फक्त उजवीकडे एक गल्ली सुरू होत होती. कोणत्याही शहरात होते तशी. माझ्या यजमानानं तिच्याकडे बोट दाखवलं. तीवर लिहिलं होतं. इथून पुढे इस्रायलींना प्रवेश नाही.

पॅलेस्टाईनची हद्द सुरू होत होती तिथून. बेथलेहेमला जायचं तर तिथून जावं लागतं. बेथलेहेम ख्रिस्तजन्माची जागा, तर जेरुसलेमला त्याचा मृत्यू. बेथलेहेम पॅलेस्टाईनवाल्यांच्या ताब्यात तर जेरुसलेम इस्रायलच्या. म्हणजे राजकारणानं ख्रिस्ताच्या आयुष्याची मरणानंतरही अशी वाटणी करून टाकलेली. खरंतर जेरुसलेम आणि बेथलेहेम म्हटलं तर एकाच शहराचे दोन भाग. म्हणजे सरळपणे पाहात गेलं तर जेरुसलेम कुठं संपतं आणि बेथलेहेम कुठं सुरू होतं... हे कळणारदेखील नाही.

पण तरी ते कळावं, आवर्जून कळावं अशा दोन व्यवस्था आहेत. दोन्ही मानवनिर्मित.

आपण जेरुसलेममधून जसजसं बेथलेहेमच्या जवळ जाऊ लागतो तेव्हा रस्त्याच्या दुतर्फा असलेल्या घरांचा बाज बदलायला लागतो. मुंबईत कसं वांद्रे संपून धारावी सुरू होण्याच्या आधी तिचा सुगावा लागतो, तसं. समृद्धतेकडून बकालपणाकडचा प्रवास. मध्येच जॉर्डनच्या सैनिकांची उद्‌ध्वस्त झालेली एक चौकी लागते. अनेक गोष्टींची ती आठवण करून देते. ते सगळं मागे सोडून आपण मग आकाशातल्या बापाचं जन्मस्थळ पाहण्यासाठी निघतो. बेथलेहेमच्या उंबरठ्यावर येऊन थांबतो.

यू फ्रॉम पाकिस्तान?

हा प्रश्न वेगळ्याच वास्तवाची जाणीव करून देतो. त्याआधी आपल्या कातडीच्या

रंगामुळे जेरुसलेममध्ये किंवा तेल अविवमध्येही अशाच प्रश्नाला आपण सामोरे गेलेलो असतो. फरक इतकाच की इस्रायलींनी विचारलेलं असतं, तुम्ही भारतीय आहात का? त्याच इस्रायलमधल्या त्याच कोपऱ्यातल्या दुसऱ्या बाजूचा तरुण मात्र त्याच आपल्याला पाहून विचारतो, तुम्ही पाकिस्तानी आहात का? गंमतच.

त्याचं नाव अबु रहिम. मला ख्रिस्तजन्मभूमीकडे घेऊन जाणाऱ्या मोटारीचा चालक. अबु या नावाच्या आपल्या आठवणी बातमीत वाचलेल्या उल्लेखांपुरत्याच असतात. हाही तसाच दिसायला. उंच. तगडा. कोरलेली दाढी. गॉगलमुळे डोळ्याचा रंग काही दिसला नाही. तोंडात सिगरेट. ती मात्र अव्याहत. एक संपली की दुसरी. आता टॅक्सीचा चालक असून असून काय असणार असा आपला समज. त्या समजातूनच गप्पांना सुरुवात होते. पण दोन-पाच वाक्यांनंतर तो समज सोडून द्यावा लागतो.

कारण अबु फायनांन्शियल अनालिस्ट वगैरे होता. म्हणजे वित्तीय विश्लेषक वगैरे. होता म्हणजे आहेही. पण त्यात त्याला काही कामच नाही. सौदीत असताना तो यातलं काही करायचा. पण सौदी त्याला सोडावं लागलं. का? या प्रश्नावर त्याचं उत्तर, आम्ही पॅलेस्टिनी मुसलमान अरबांनाही नकोसे झालोत.

आता काय करतोयस, या पुढच्या प्रश्नावर त्याचं उत्तर, काय करणार? विजेचा भरोसा नाही, त्यामुळे उद्योग नाहीत. उद्योग नाहीत म्हणून बँकिंगची वगैरे बोंब. काही अर्थव्यवहारच नाही. आहे तो हा. पर्यटकांना घेऊन जाण्याचा. तोसुद्धा यांच्या मनावर अवलंबून असं म्हणून त्यानं बाजूच्या अभेद्य भिंतीवरच्या मनोऱ्यातून डोकावणाऱ्या इस्रायली जवानांकडे बोट दाखवलं. यांना वाटलं की हा रस्ताही बंद. मग आमची उपासमार. त्याला विचारलं, इस्रायलींना इकडे येता येत नाही, मग तुम्हाला तिकडे जाता येतं का?

अबु म्हणाला, अहो त्यांचं बरं आहे. इकडे नाही मिळालं यायला तरी काही अडत नाही. त्यांना बंदर आहे, विमानतळं आहेत. आम्हाला साधं रेल्वे स्टेशनसुद्धा नाही. मला देशाबाहेर जायचं झालं तर जॉर्डनला जावं लागतं. समोर हा असा विमानतळ असूनसुद्धा तो वापरता येत नाही.

गावात पुढे जाताना वाटेत फक्त भग्नावशेष. दुकानं होती. पण बंदच. बाजूच्या भिंतीवरचे रंगीबेरंगी फराटे हाच काय तो विरंगुळा. भिंती इतक्या उंच की एखाद्या बोगद्यातून चालल्यासारखंच वाटावं. प्रवास जेमतेम १५ मिनिटांचा. आनंदहीन. उत्साहच नाही. त्या धर्मस्थळाशी शंभर-दीडशे जणांची गर्दी होती तितकीच. नाताळात इथं मोठी मौज असते, अबु म्हणाला, आमचाही जरा धंदा होतो.

धार्मिकदृष्ट्या त्यात काहीच रस नसल्यानं तीनच्या आतच परत सीमारेषेवर आलो. माझ्या यजमानाचा जीव जरा भांड्यात पडला. एवढं काय त्यात वगैरे म्हणायचा

मी प्रयत्न केला, तर त्यावर अमुकतमुक आत गेला तेव्हा कसा गोळीबार झाला होता वगैरेचे दाखले द्यायला त्यानं सुरुवात केली. त्याला विचारलं, तू आला असतास तिकडं तर नक्की काय झालं असतं? त्यावरचं त्याचं उत्तर अंगावर काटा आणणारं होतं. तो म्हणाला–

मला दगडांनी ठेचून मारायलासुद्धा त्यांनी कमी केलं नसतं. आणि नुसता त्यांनाच दोष का द्यायचा, आमच्या लोकांनीही त्यांना अशीच वागणूक दिली असती.

बेथलेहेमहून तेल अविवला जायचं होतं. गावात शिरलो तर तणाव. कारण काय, तर इथियोपियन ज्यू जवानाला भूमिपुत्र इस्रायली पोलिसांनी मारहाण केली होती. त्यामुळे नाराज इथियोपियन ज्यूंनी मोर्चा काढला होता. म्हणजे प्रश्न स्थलांतरित विरुद्ध भूमिपुत्र असाही. रस्त्यात चौकाचौकात आफ्रिकी तरुणांचे तांडे दिसत होते. तेल अविवला आधी अनेकदा आलो होतो. हे असे आफ्रिकींचे समूह नवीनच होते. यजमानानं सांगितलं, हे सगळे निर्वासित आहेत. त्यातले बरेचसे बेकायदा आलेले. लिबिया, सुदान वगैरे देशांमधून. ही नवीनच समस्या.

संध्याकाळी पॅरिसमधला आणि रोममधला मित्र भेटले. दोघंही सांगत होते, भरमसाट संख्येनं त्यांच्या देशात आलेल्या स्थलांतरितांविषयी. तेही लिबियामधनं आलेले. असहाय असे. त्यांच्या मते त्यांचे रस्ते या स्थलांतरितांनी भरून गेलेत आणि वातावरणातही तणाव वाढलाय. त्यामुळे ते अस्वस्थ. खेरीज एकंदरच युरोपची आर्थिक गाडी अजून तरी रुळावर आलेली नाही. त्याचं एक वेगळं दडपण आहे त्यांच्यावर. नोकऱ्या राहतायत की जातायत ही काळजी. आणि त्यात हे आता विस्थापितांचं लोढणं. त्यामुळे समस्त युरोपात एक प्रकारची खदखद भरून राहिलीये. त्यातल्या एकाच्या वडिलांचा ग्रीसमध्ये व्यवसाय आहे आणि तो देश तर डब्यात गेलेला. त्यामुळे त्याची चिंता दुहेरी. पुढे दोन दिवसांनी इस्तंबूलमध्ये जायचं होतं. तिथं तर पावलापावलावर भिकारी. हातात त्यांच्या काहीतरी खरडलेले फलक. त्यावर लिहिलेलं आम्ही सीरियन आहोत, आम्हाला मदत करा. आयोजक म्हणाले, हे नवीनच सुरू झालंय. हे इतक्या संख्येनं येतायत की आमच्या व्यवस्थांवर चांगलाच ताण येऊ लागलाय. कसे पोसणार आम्ही यांना?

म्हटलं, आपण काय सांगणार. परतल्यावर हे सर्व सहज एका सरकारी अधिकारी असलेल्या मित्राच्या कानावर घातलं तर तो म्हणाला, जगभरात आज जवळपास सहा कोटींच्या आसपास नागरिक विस्थापित आहेत. त्यांच्या त्यांच्या देशातली राजकीय, आर्थिक परिस्थिती, गरिबी, हिंसाचार वगैरे कारणं आहेत त्यामागे. म्हणजे साधारण पाच ते सहा मुंबई भरतील इतका मानवसमूह बेसहारा आहे. त्यातला महत्त्वाचा मुद्दा

हा की एक खंड सध्या असा नाही की जो पूर्ण शांतता अनुभवतोय. पूर्वी निदान युरोपात, स्कँडेनेवियन देशांत वगैरे तरी शांतात असायची. आता तीही नाही.

गेल्याच शनिवारी हे सगळं सांगणारा तो सरकारी मित्र सुटीसाठी स्वित्झर्लंडला गेला. या भूतलावरचं नंदनवन वगैरे.

सोमवारी त्याचा तिथून व्हॉट्सअॅप संदेश आला.

झुरिकला मी आहे. रस्त्यावरची वाहतूक थांबवली आहे. कारण नेसलेच्या कारखान्यात स्फोट झालेत.

हे अस्वस्थ विश्वाचं वर्तमान काही संपायची लक्षणं नाहीत.

१६ मे २०१५

# ५१. स्मार्ट सिटी म्हणजे रे काय भाऊ?

अलीकडे हिची फारच चर्चा सुरू आहे. विशेषतः, सरकारनं आपल्या कार्यक्रमपत्रिकेतून घोषणा केल्यापासून अनेक ठिकाणी स्मार्ट सिटी म्हणजे रे काय भाऊ, असा प्रश्न कानावर येऊ लागलाय. काही जणांना तर सुरुवातीला असाही प्रश्न पडला, स्मार्ट सिटीत नक्की स्मार्ट कोण? शहर की शहरात राहणारे? शहरात राहणारे स्मार्ट हा जर स्मार्ट सिटीचा निकष असेल तर आपल्याकडे पुणे ही आपोआपच स्मार्ट सिटी बनते, अशी कोटीही काहींनी करून पाहिली. तर काहींना प्रश्न पडला सिटी स्मार्ट आहे, पण राहणारे अजागळ असले तर तिला म्हणजे सिटीला स्मार्ट म्हणणार का? काही चतुर बिल्डरानुयायांनी या घोषणेचा संबंध जमिनीशी असणार हे चाणाक्षपणे ताडून लगेच जमेल तिथं स्मार्ट सिटी वसवण्यासाठी जमिनी घेऊन ठेवायला सुरुवात केली. स्मार्ट झाली तर झाली नाही तर साधी सिटी तर होईलच. तेव्हा आपला फायदा काही कुठं जात नाही, हा त्यामागचा विचार. असो.

हे सगळे मुद्दे इस्रायलमधल्या दौऱ्यात अचानक पुन्हा डोक्यात आले. कारण होतं तेल अविवच्या महापौरांचं स्मार्ट सिटी प्रकल्प पाहायला यायचं निमंत्रण. इथं हे नमूद करायला हवं, की महापौर म्हटलं की आपल्या डोळ्यासमोर जे काही प्रकरण येतं तसं तिकडे नाही. महापौर हा त्या त्या प्रांताचा मुख्यमंत्री असतो. सगळे प्रशासकीय अधिकार त्याच्याकडे असतात. त्यामुळे म्हटलं इस्रायलमध्ये आहोतच तर ही स्मार्ट सिटीची भानगड पाहावी तरी काय आहे ते. त्यात उत्सुकता चाळवली गेली ती गेल्या वर्षीच्या नोव्हेंबर महिन्यातल्या एका बातमीच्या आठवणीनं. जगातल्या जवळपास ४०० स्मार्ट सिटीतनं त्या वर्षी तेल अविव शहराची सर्वोत्तम स्मार्ट सिटी म्हणून निवड झाली होती. दुसऱ्या क्रमांकावर होती कोपनहेगन. डेन्मार्कमधली. (तेव्हा पहिल्यांदा कळलं जगात इतक्या स्मार्ट सिटी आहेत.) पुढच्या वर्षी त्यांची संख्या ५०० व्हायला हरकत नाही. कारण आपल्या देशात १०० स्मार्ट सिटी उभारण्याची घोषणा सरकारनं केली आहेच. असो.

असे नक्की काय आणि कोणते घटक असतात ते साध्या शहराला स्मार्ट सिटी बनवतात? आणि माझा मुदलात प्रश्न होता, की आहे त्या शहराचंच रूपांतर स्मार्ट

सिटीत होऊ शकतं का, की त्यासाठी नव्यानं शहरं वसवावं लागतं? थोडक्यात, आहे त्या पडक्याझडक्या वाड्याचं स्मार्ट बंगल्यात रूपांतर होऊ शकतं का की तो नवाच बांधावा लागतो? आपल्यासाठी हा प्रश्न महत्त्वाचा. कारण नव्यानंच ही शहरं बांधायची असतील तर बिल्डर कंपनीसाठी पर्वणीच पर्वणी. पण तसं असेल तर जमीन अधिग्रहण वगैरे मुद्दे येणार, पर्यावरणवादी त्यात उतरणार, या नव्या शहरांत कोणासाठी किती घरं राखीव हा मुद्दा येणार, खेडी मरत असताना ही स्मार्ट सिटीजची चैन आपण करावीच काय, यावर तज्ज्ञ वादविवाद-चर्चा करणार आणि त्यातून काही हाताला लागेपर्यंत निवडणुकाच येणार. म्हणजे सगळंच लटकणार. अशात मग मार्ग कसा काढायचा?

तेल अविव शहरानं ते दाखवून दिलंय. पारंपरिक शहर ते स्मार्ट सिटी हा प्रवास आपण कुठं आहोत आणि कुठं जायचंय ते दाखवून देणारा आहे.

त्याची सुरुवात झाली एका प्रश्नानं.

नागरिकांना हे शहर आपलं कसं वाटेल? हे सर्व नागरिक आता जन्मभर या शहरात राहणार आहेत. तेव्हा हे आयुष्य त्यांना सरळपणे, आनंदात जगता यावं यासाठी काय काय करावं लागेल? या प्रश्नाच्या उत्तरासाठी मोठ्या प्रमाणावर नागरिकांची मतं मागवली गेली. तुमच्या गरजा, अपेक्षा काय याचा धांडोळा घेतला गेला. शहरं वाढणार. ती वाढताना जुना चेहरा कायम ठेवत शहराला नवीन रूप कसं देता येईल, यावर सूचना घेतल्या गेल्या.

त्यातून तयार झाला नागरिकांचा एक महाप्रचंड असा माहितीसाठा. डाटाबेस. शहरात व्यक्ती तितक्या प्रकृती असणारच. त्या कुठंही असतातच. पण शहरांत माणसं अधिक. म्हणून तिथे त्या अधिक असणार. त्यामुळे या माहितीतून समानधर्मीयांची सांगड घातली गेली. म्हणजे शास्त्रीय संगीत आवडणारे कोण, हिपहॉप संगीत कोणाला रुचतं, कोणाला चित्रांत रस आहे, कोणाला शिल्पकल्पेत असं. त्यांचे त्यांचे असे वेगळे गट तयार केले गेले. याच्या आधारे नागरिकांच्या मनोरंजनासाठी, त्यांना मन रिझवण्यासाठी काय काय लागेल त्याच्या सोयी-सुविधा उभारल्या गेल्या. मग त्यात अगदी सायकलीसाठींचा मार्गदेखील आला. सायकली हे पर्यावरणस्नेही वाहन हे सगळ्यांनाच ठाऊक. पण म्हणून ते सगळ्यांकडे असेलच असं नाही. आणि त्याची उपयुक्तता माहीत असली तरी ते लोक विकत घेतीलच असंही नाही. मग त्यातून ग्रीन सायकल्स हा उपक्रम तयार झाला. पण त्यातला साधा प्रश्न असा, की समजा एखाद्यानं एखाद्या ठिकाणी सायकल भाड्यानं घेतली आणि त्याला अमुक ठिकाणी जायचंय. तर मग ती सायकल त्याला तिथंच सोडता येण्याची सोय का नको. उगाच सायकल परत देण्यासाठी म्हणून त्यानं परत मूळ ठिकाणी का यावं. याला उत्तर निघालं तंत्रज्ञानाच्या साह्यानं. त्यासाठी आपल्याकडे पूर्वी रेल्वेस्थानकांवर वजनाची

यंत्रं असायची तशी यंत्र तयार केली गेली. इलेक्ट्रॉनिक कुलपं आली. त्यातून एक सोय तयार झाली. सायकल कुठूनही भाड्यानं घ्या आणि कुठंही सोडा. त्यासाठी रस्त्यांत पदपथाला लागून विशिष्ट थांबे तयार केले गेले. बाजूला ते यंत्र. त्यात आवश्यक ते पैसे सारले की बाजूच्या सायकल थांब्यावरच्या सायकलीचं कुलूप उघडतं. सायकल घ्यायची. हिंडायचं. आणि नंतर परत कुठल्या तरी अशाच यंत्राशेजारच्या थांब्यावर ती सोडून द्यायची. यंत्रात आपल्या सायकलीचा नंबर टाकला की पावती येते, थांब्यावरचं कुलूप उघडतं. सायकल तिथं सोडायची की झालं. यासाठी संपूर्ण शहरभर यंत्रांचं जाळं नगरपालिकेनं उभारलं. त्याच्याच बरोबरीनं सारंच्या सारं शहर वायफायनं जोडलं. ही जोडणी इतकी उत्तम आहे आणि तिला आधीच्या नागरिक माहितीसाठ्याची जोड इतकी अचूक आहे, की नागरिकांना आहे त्या ठिकाणी आवश्यक ती माहिती मिळते. म्हणजे समजा आपल्याला शास्त्रीय संगीत आवडतं असं काही नागरिकांना आपल्या माहितीत नोंदलेलं असेल तर त्यांच्या मोबाइलवर, ई-मेलवर नगरपालिकेकडनं आपोआप संदेश/ई-मेल येतो. आज संध्याकाळी समुद्रकिनाऱ्यावरच्या खुल्या नाट्यगृहात कुमारांची सायंकालीन रागांची बैठक आहे. ती मोफत असेल तर तसं कळवलं जातं. तिकीट असेल तर माहिती असते ५० शेकेल्सची ७० तिकिटंच शिल्लक आहेत. आता त्यातलं एक खरेदी करायचं तर तोही पर्याय तिथंच. पैसे बँकेतनं परस्पर देण्याची सोय. तिकीट खरेदी झाली. बैठकीच्या आधी तासभर आठवण करून देणारा संदेश येतो. आपण निघतो. सगळं ठीकठाक असेल तर ठीक. पण नसेल तर पुन्हा नगरपालिकेचा संदेश लक्ष्मीरोडवरनं जाऊ नका वाहतुकीची बोंब आहे. त्या रस्त्यानं निघालात तर बैठकीनंतर जाजमं उचलायला पोचाल. या माहितीच्या शेजारी पर्यायाचं बटण. ते दाबलं की रस्त्यांचा पर्याय.

हे फक्त गाणंबजावण्यापुरतंच नाही, तर अगदी साध्या साध्या दैनंदिन गरजाही याच मार्गानं पुरवल्या जातात. मालमत्ता कर भरणं, पाण्याचं/विजेचं बिल भरणं, त्याच्या देय तारखेच्या आधी आपल्याला आठवण करणं, झालंच तर रस्त्यावर समजा खड्डा पडलाय तर साध्या फोनवरच्या छायाचित्रानं त्याची तक्रार करणं, आपल्या घराशेजारच्या परिसरात काही अघटित घटना घडली असेल तर तिची माहिती कळवणं. ती कळवताना आपण ती कुठून करतोय हे सांगायला लागत नाही, कारण जीपीएस प्रणालीमुळे ते लगेचच कळतं. या सगळ्याच्या जोडीला उभारलं गेलंय शहरातल्या सर्वच्या सर्व शाळांचं जाळं. त्या शाळांची माहिती, तिथं कसं जायचं, अभ्यासक्रमाचा तपशील, शुल्क वगैरे जे जे लागतं ते सगळंच्या सगळं आहे त्या ठिकाणी. साध्या फोन, संगणकावर पुरवायची सोय या शहरवासीयांना आहे. नव्यानं या शहरात

येणाऱ्यांसाठी माहिती आहे. कोणत्या भागात किती नवीन घरं तयार होतायत. त्यातली रिकामी किती, त्यांच्या खरेदी-विक्रीसाठी किंवा भाडेकरारासाठी नगरपालिका मदत करते. इतकंच काय गरजेनुसार रस्त्यावरचे दिवे चालूबंद करण्याच्या व्यवस्थेतही नागरिकांना सहभागी होता येतं. हे सगळं उभारण्यासाठी मायक्रोसॉफ्ट, मोटारोलापासनं अनेक कंपन्यांना तेल अविव नगरपालिकेनं सहभागी करून घेतलंय. मोठ्या प्रमाणावर त्यासाठी कामकाजात पारदर्शकता आणली गेलीये. नाहीतर हे होणं अशक्यच.

ही सगळी माहिती देऊन झाल्यावर ती देणाऱ्या अधिकाऱ्यानं मला विचारलं, तुमच्याकडे किती तयारी झालीये. यातली आदल्याच आठवड्यात महाराष्ट्राचे मुख्यमंत्री देवेंद्र फडणवीस इस्रायलमध्ये असताना त्यांच्या समोरही या अधिकाऱ्यानं याच विषयाचं सादरीकरण केलं होतं. नंतर लगेच मी. त्यामुळे त्याचा गैरसमज झाला. आपल्याकडे खूप तयारी वगैरे झाल्याचा.

मी काही तो दूर करण्याचा प्रयत्न केला नाही. त्याला इतकंच सांगितलं, तयारी खूपच झालीये, आम्ही सगळेच आता एकमेकांना विचारू लागलोय : स्मार्ट सिटी म्हणजे रे काय भाऊ?

३० मे २०१५

# ५२. आटपाटातले अडाणी

काळानुसार सर्वच बदलतं. तसंच आटपाटनगरही आता बदललंय. देश झालाय आता त्या नगराचा. पण हा बदल बाह्यांगाचाच आहे. म्हणजे भौगोलिक वगैरे. बाकी सगळं तसंच आहे. म्हणजे नियमापेक्षा ओळखीपाळखीनं काम होणं, जॉर्ज ऑर्वेल म्हणायचा तसा सगळे समान असले तरी काहींनी अधिक समान असणं आणि एकंदरच व्यवस्थेपेक्षा व्यक्ती मोठा असणं वगैरे वगैरे. आटपाटनगरात तसं होतं. आता आटपाट देशात असं आहे.

तर या आटपाट देशात एक शाकाहारी कुटुंब होतं. पश्चिमेकडच्या राज्यात राहणारं. कापडलत्त्याचा व्यवसाय होता त्याचा. तो अधिक जोमानं चालावा, मागणी वाढावी यासाठी कुटुंबाचा आकारही मोठा होता. तब्बल सात मुलं होती त्या कुटुंबाला. त्यातला हा मधला. अभ्यासात यथातथाच. दहावी-बारावी झाला कसाबसा. पदवीलाही प्रवेश घेतला त्यानं. पण या अभ्यासात काही जीव रमेना त्याचा. काही तरी उद्योग करायला हवा, असं त्याच्या मनानं घेतलं. खरंतर व्यवसायाची कौटुंबिक परंपरा होतीच. पण त्याला त्यात रस नव्हता. आपण काही तरी वेगळं करावं, असं त्याला वाटत होतं.

आटपाट देशात वेगळं काही करायचं असेल त्यांनी महानगरीच्या आश्रयाला जायची प्रथा होती. त्यानं ती पाळायची ठरवलं. तो या महानगरीत आला. त्याला लक्षात आलं, आपल्या अनेक गाववाल्यांच्या हातीच महानगरीचं नियंत्रण आहे. त्यांच्याच हाती सगळी सूत्रं आहेत. नाही म्हणायला त्या महानगरीवर भूमिपुत्रांचा हक्क सांगणाऱ्यांचा एक समूह होता. पण यथास्थित चारापाणी दिल्यावर हे भूमिपुत्रवाले गप्प गुमान बसतात, हेही त्यानं ताडलं. मग याच महानगरीत त्यानं आपला नवा व्यवसाय शोधला. हिऱ्यांचा. दूर परदेशातनं पैलू न पाडलेले दगड आणायचे आणि त्याला पैलू पाडून त्यातून चमचमता हिरा घडवायचा हा या महानगरीतला मोठा व्यवसाय. तो करायची वेळ या महानगरीवर आली, कारण आटपाट देशातले अनेक दगड परदेशात गेले आणि तिथं पैलू पाडून घेत हिरे म्हणवते झाले. त्यामुळे आटपाट देशाला तशी हिऱ्यांची कमतरताच भासत होती. ती यानं ताडली आणि लगेच त्या

जगाला आपलंसं केलं. इतकं की वयाच्या अवघ्या विसाव्या वर्षी हा लखपती झाला. आता त्याच्या घरच्यांनाही कळून आलं त्याचं कौशल्य. त्यामुळे मग मोठ्या भावानं त्याला सांगितलं, परत मायगावी ये. नवीन व्यवसाय सुरू करू आपण. हा मग गेला परत आपल्या गावी.

नवाच व्यवसाय सुरू केला त्यानं. पॉलिविन्याल क्लोराईड म्हणजे पीव्हीसी आयात करू लागला हा. कारण त्या वेळी प्लॅस्टिक वस्तूंना चांगलीच मागणी वाढू लागली होती. त्यात पीव्हीसी हा मुख्य घटक. तोच हा आयात करू लागला. धो धो धंदा वाढला त्याचा. ही वाढ इतकी होती की त्याला कंपनीच काढावी लागली. कंपनी काढल्यावर त्याच्या व्यवसायस्वप्नांना पंख फुटले. मग त्यानं गावच्या सरकारशी करार केला. त्याच्या राज्यात बंदर नव्हतं. हा सरकारला म्हणाला, आपण बंदर बांधूया. तुम्ही थोडे पैसे घाला, मी थोडे घालतो. सरकारला असे उद्योग आवडतातच. ते हो म्हणाले. मग यानं बंदर बांधायला घेतलं. मोठ्ठंच्या मोठ्ठं बंदर. नंतर हा सरकारला म्हणाला, तुमचे पैसे घेऊन टाका, बंदर माझ्या नावावर करा. तेही झालं मग. हा मग वीज तयार करू लागला. खाणी खणू लागला.

मग याच्या आयुष्यातला खरा योगायोग सुरू झाला. त्याच्या राज्यामध्ये निवडणुका झाल्या आणि मग असाच त्याच्यासारखा धडाडीचा नेता मुख्यमंत्री झाला. त्या वेळी खरंतर हा कोणीही नव्हता. एक आपला उद्योजक. अनेकांमधला एक. त्या वेळी त्याच्याच राज्यातले, त्याचे भाषाबंधू आटपाट देशातले सगळ्यात धनवान म्हणून गणले जायचे. त्यांच्या समोर तर हा किस पेड की पत्ती. त्यांच्या संपत्तीपेक्षा याची संपत्ती ५०० टक्क्यांनी कमी होती. ते दोघं भाऊ नव्या मुख्यमंत्र्यांचे जवळचे मानले जायचे. हा म्हणाला, आपण का नाही. त्यानं अनेक खटपटी लटपटी केल्या आणि अखेर मुख्यमंत्र्यांच्या आतल्या गोटात प्रवेश मिळवलाच.

तेव्हापासून त्याचा भाग्योदय सुरू झाला तो झालाच. नंतरच्या १२ वर्षांत याच्या कंपनीच्या समभागांच्या दरात कितीनं वाढ झाली असावी? चक्क ८५ पटीनं. म्हणजे उदाहरणार्थ त्याच्या कंपनीचा त्या वेळी १ रुपयाचा समभाग आता ८५ रुपयांवर गेला. आणि खरी गंमत ही की या काळात सर्वच बाजार वाढत होता, असंही नाही. याचा अर्थ बाजाराच्या वाढीच्या सरासरी गतीपेक्षा याची गती कितीतरी अधिक होती. या काळात बाजाराची वाढ झाली आठ पटीनं, तर हा वाढला ८५ पटीनं. आता काही म्हणतील, आटपाट देशातल्या कुडमुड्या भांडवलशाहीचा त्याला फायदा झाला. त्याला काही अर्थ नाही. कारण ही कुडमुडी भांडवलशाही इतरांसाठीही इतकीच कुडमुडी होती. पण त्यांना नाही जमलं असं यश मिळवणं. तेव्हा याचं कौतुक

आवश्यक तिथं करायलाच हवं. ही कौतुकाची वेळ आटपाट देशात आता वारंवार येणार होती.

कारण याचा मित्र ते राज्य सोडून साऱ्या आटपाट देशाचाच मुख्य होणार होता. आटपाट देशात या मुख्याला पंतप्रधान म्हणतात. तोच आता याचा मित्र होणार म्हणजे साक्षात वरदा लक्ष्मीच घरी धुणीभांडी करायला येण्यासारखंच की. तसंच झालं. याच्या मित्राचं नाव आटपाट देशाचा प्रमुख म्हणून जाहीर झालं तेव्हापासून याच्या कंपनीच्या समभागाची अशी घोडदौड सुरू आहे की विचारू नका. त्यानंतर वर्षभरात याच्या कंपनीचा समभाग तब्बल ३०० टक्क्यांनी वाढला. इतकी वाढ साधणं देशातल्या भल्याभल्या कंपन्यांनाही जमलं नाही. अर्थात, जे भल्यांना जमत नाही ते वाटेल त्या मार्गानं करून दाखवणं हेच तर आटपाट देशातल्या बड्यांचं वैशिष्ट्य होतं. तेव्हा हा त्यापेक्षा वेगळा कसा निपजणार.

आणि मग पुढे ठरल्याप्रमाणे याचा मित्र आटपाट देशाचा खरोखरच पंतप्रधान झाला. मग काय विचारायचीच सोय नाही. मतमोजणीचा दिवस, याचा स्नेही पंतप्रधान झाला ते दिवस या काळात याची संपत्ती थेट २६ टक्क्यांनी वाढली. ही वाढ इतकी होती की तोपर्यंत देशातल्या महाश्रीमंत गणल्या जाणाऱ्या उद्योगपती बंधूंनाही त्यानं एकट्यानं मागे टाकलं. म्हणजे फक्त वाढीच्या वेगात. म्हणजे त्यांची श्रीमंती फक्त १७ टक्क्यांनी वाढली. याची २६ टक्क्यांनी. आता या दोघांतलं अंतर अशाच वेगानं कमी होतंय. याची एकट्याची खासगी श्रीमंती जवळपास ९०० कोटी डॉलर्स आहे आणि ती चांगल्याच जोमानं वाढतीये.

त्यात झालं असं की आटपाट देशाच्या पंतप्रधानपदी बसल्यावर नवे पंतप्रधान जिकडे जातील तिकडे याला बरोबर न्यायला लागले. अमेरिका, जपान, ऑस्ट्रेलिया. नव्या पंतप्रधानांना हिंडण्याची खूपच आवड. पंतप्रधानपदी निवड व्हायच्या आधीही ते हिंडत होते. तेव्हा यानं मदत केली होती आपलं विमान देऊन. त्याची परतफेड पंतप्रधान याला बरोबर नेऊन करतायत अशी कुजबुज राजदरबारात ऐकू येते हल्ली. ते काहीही असो. हा इतका वाढला हे त्यापेक्षा महत्त्वाचं.

याच्या स्नेह्याचं नाव आटपाट देशाच्या प्रमुखपदासाठी जाहीर झालं तेव्हापासून तो पंतप्रधानपदी प्रत्यक्ष बसला त्या कालावधीत याची मालमत्ता तब्बल ४०० पेक्षा अधिक टक्क्यांनी वाढली. पंतप्रधानपदाचं नाव जाहीर झालं तेव्हा ती १९० कोटी डॉलर्स इतकी होती. पुढच्या काही महिन्यांत ती ९०० कोटी डॉलर्स इतकी झाली. संपत्तिशास्त्रातील अंकगणितींच्या मते दिवसाला अडीच कोटी डॉलर्स इतक्या वेगानं याची संपत्ती वाढत गेली.

हा वेग अचंबित करणारा खराच. कारण आटपाट देशातल्या सव्वाशे कोटींपैकी ८० कोटी जनतेचं उत्पन्न दिवसाला २ डॉलर्स इतकंदेखील नाही.

म्हणून तर आटपाट देशातले बहुसंख्य नागरिक अडाणी आहेत आणि हा आहे.

आता याचंही उत्तर माहीत नसेल, तर त्यांना अडाणी नाही तर काय म्हणणार!

२७ जून २०१५

# ५३. मोठे होऊनही लहान

ग्रीस या टीचभर देशानं गेल्या आठवड्यात सगळ्यांची झोप उडवून टाकली. खरंतर हा एक युरोपातला टिकलीएवढा देश. थोर थोर इतिहास असलेला. एकेकाळी जगावर राज्य गाजवणारा वगैरे. पण वर्तमानात तशी बोंबच. हा प्रत्यय तसा आपल्याला बऱ्याचदा येतो. थोर इतिहास असलेले वर्तमानात बेताचेच असतात. अशी कितीतरी उदाहरणं आपल्या आसपास असतील. असो. तर हा ग्रीस युरोपीय संघटनेचा सदस्य झाल्यामुळे त्याचं भलंबुरं हे या संघटनेच्या भल्याबुऱ्याशी बांधलं गेलं. एक नाही, दोन नाही तर तब्बल २८ देश या युरोपीय संघटनेचे सदस्य आहेत. आपल्याला त्यातले माहीत असलेले म्हणजे जर्मनी, फ्रान्स, इटली, ऑस्ट्रिया वगैरे. पण ग्रीस इतकाच कदाचित त्याहूनही लहान जीव असलेले इस्टोनिया, लाटविया, बल्गेरिया आदी अनेक देश या संघटनेचे सदस्य आहेत. लक्झेंबर्गसारखा देश म्हणजे तर फक्त एक शहरच आहे. तोही या संघटनेचा सदस्य आहे. तेव्हा हे सगळे देश मिळून युरोपीय समुदाय बनतो. या सगळ्या देशांत सीमा नाहीत, त्यांचं चलन एक आहे. यातल्या एका देशाचा पासपोर्ट काढला तर दुसऱ्या देशात सहज जाता येतं. अर्थात, अपवाद फक्त ब्रिटनचा. तो या संघटनेचा सदस्य आहे; पण तरी आपली वेगळी चूल राखून आहे. काहीही असो. ही संघटना जगाच्या राजकारणात आपला एक दबदबा राखून आहे.

कशी जन्माला आली ती, काय प्रेरणा होती या देशांना स्वतंत्र संघटना स्थापन करण्याची?

या प्रश्नाच्या उत्तरात तयार होते एक रसाळ, आंतरराष्ट्रीय राजकारणाची चित्तरकथा. तिचा मागोवा घेण्यासाठी आपल्याला थेट पन्नाशीच्या दशकात जायला हवं.

दुसरं महायुद्ध संपलेलं. जगाची मांडणी नव्यानं सुरू झालेली तो हा काळ. अमेरिका आणि सोविएत युनियन या उजव्या-डाव्या विचारांच्या महासत्तांत स्पर्धा सुरू होती. आपल्या गटांत देशांना ओढण्याची. मोठी जीवघेणी होती ती. दोन्हीही गट इरेला पेटले होते. या संघर्षाची रणभूमी होती पश्चिम आशियाचं वाळवंट. एकेकाळी

ॲटोमान साम्राज्याचा भाग असलेल्या पश्चिम आशियाची पार शकलं झालेली. अनेक देश त्यातून तयार झाले. यातला प्रत्येक देश आपल्याच गटात हवा म्हणून अमेरिका आणि सोविएत युनियन यांच्यात स्पर्धा सुरू होती. या पार्श्वभूमीवर २६ जुलै १९५६ या दिवशी अलेक्झांड्रिया या शहरात एक सभा भरली.

गमाल अब्दुल नासर हे या सभेचे निमंत्रक होते. ते इजिप्तचे पंतप्रधान. धडाडीचे. समस्त अरब जगाचं नेतृत्व त्यांना करायचं होतं. पण सभेचा त्या दिवशीचा विषय वेगळाच होता. इंग्लंडच्या वाढत्या विस्तारवादाचा त्यांना त्या सभेत निषेध करायचा होता. खरंतर अगदी १८८२ पासून ते १९२२ पर्यंत इजिप्त हादेखील इंग्लंडच्या साम्राज्याचा भाग होता. त्या देशातला मशहूर सुवेझ कालवा बांधण्यातही इंग्लंडचा सिंहाचा वाटा होता. या कालव्यामुळे इंग्लंडसाठी आशिया खंड एकदम हाकेच्या अंतरावर आला. त्यामुळे या कालव्यावर इंग्लंडचा फारच जीव. खरंतर हा कालवा आता इजिप्त या सार्वभौम देशाचा भाग झाला होता. पण तरीही इंग्लंडला काही त्याचा मोह सोडवेना. सत्ता गेली तरी त्या कालव्यावर आपलीच मालकी राहावी यासाठी इंग्लंडच्या जीवाचा आटापिटा सुरू होता. हे काही अर्थातच नासर यांना मंजूर नव्हतं. त्याविरोधात जनमत संघटित करण्यासाठीच त्यांनी ती बैठक बोलावली होती.

इंग्लंडचा राग येण्यासाठी त्यांना आणखी एक कारण मिळालं होतं. नाईल नदी. इजिप्तसाठी जीवनदायिनी असलेल्या नाईलवर त्यांना धरण बांधायचं होतं. आस्वान इथं. मुदलात नाईल ही नदी कसली. नदच तो. त्यामुळे त्याला अडवायचं म्हणजे आव्हानच. ते आपल्याला एकट्याला पेलवणार नाही हे नासर जाणून होते. या धरणासाठी खर्चही प्रचंड होता. त्यासाठी त्यांना कर्ज हवं होतं. ते अमेरिका देणार होती. पण अमेरिकेचे त्या वेळचे गृहमंत्री जॉन डल्लास यांनी ऐनवेळी नासर यांना तोंडघशी पाडलं. कर्ज द्यायला नकार दिला. नासर इंग्लंडकडे गेले. इंग्लंड त्याही वेळी अमेरिकेच्या तालावरच नाचत होता. अमेरिका नाही म्हणाल्यावर ब्रिटनही त्यासाठी नाही म्हणाला.

नासर चतुर होते. या आव्हानाचं संधीत कसं रूपांतर करता येईल हे त्यांना लगेच कळलं. वास्तविक, हे कर्ज त्यांना देण्यासाठी सोविएत रशिया सहज तयार झाला असता. पण ते रशियाकडे गेले नाहीत. त्यांनी भलताच मार्ग निवडला. सुवेझवर कब्जा करण्याचा. या कालव्यातून जी काही वाहतूक होते त्यातून तयार होणाऱ्या महसुलाची गरज इजिप्तला किती आहे हे त्या सभेत सांगत त्यांनी वातावरणनिर्मिती सुरू केली. त्यासाठी त्यांनी सुवेझचा सारा जन्मेतिहासच काढला. भाषणात तब्बल १३ वेळा त्यांनी द लेसेप्स हा शब्द उच्चारला. ही सांकेतिक खूण होती. कसली?

ही सभा सुरू असतानाही इंग्लंडनं आपल्याला हे कर्ज द्यावं यासाठी त्यांचे समांतर प्रयत्न सुरू होते. नासर यांचे प्रतिनिधी इंग्लडच्या सरकारशी चर्चा करत होते. पण हे प्रयत्न यशस्वी झाले नाही, तर काय ते त्यांनी आपल्या लष्करी प्रमुखाला सांगून ठेवलेलं होतं. तो या सभेवर लक्ष ठेवून होता. या सभेत १३ वेळा नासर यांनी द लेसेप्स हा शब्द उच्चारला. हा संदेश होता लष्करप्रमुखासाठी. त्यानं लष्कर तैनात ठेवलेलंच होतं. प्रमुखाच्या आदेशानंतर जवानांनी कारवाई सुरू केली. सुवेझ कालवा ताब्यात घेतला. त्याच्यावरची इंग्लंडची मालकी एकाच कारवाईत संपुष्टात आली.

तिकडे लंडनमध्ये ही बातमी कळताच पंतप्रधान अँथनी एडन संतापानं वेडेपिसे झाले. सुवेझ ब्रिटनसाठी महत्त्वाचा होता. भारत वगैरे स्वतंत्र झाल्यामुळे आधीच त्या महासत्तेची शकलं उडत होती. त्यात आता सुवेझही हातून गेला तर ते अगदीच लाजिरवाणं होतं. त्यामुळे ब्रिटिश सरकार नासर यांच्यावर अतोनात चिडलं. त्यांच्या जोडीला फ्रान्सही रागावला. कारण मूळ फ्रेंच अभियंत्यानं (फर्डिनंड द लेसेप्स) बांधलेल्या या कालव्यात इंग्लंडच्या बरोबरीनं फ्रेंचचीही मालकी होती. आणि दुसरं म्हणजे नासर हे फ्रान्सच्या विरोधात उठावासाठी अल्जिरियाला मदत करत होते. त्यामुळे या दोन कारणांसाठी फ्रेंचांनाही नासर नकोसे झाले.

तेव्हा या समान शत्रूच्या विरोधात इंग्लंड आणि फ्रान्स दोघंही एकत्र आले. त्यांनी ठरवलं, नासर यांच्या इजिप्तवर हल्ला करायचा आणि त्यांना नेस्तनाबूत करायचं. योजना उत्तम होती. एक त्रुटी राहिली तीत. अमेरिकेचा काही पाठिंबा त्यांना मिळू शकला नाही. तिकडे अध्यक्ष ड्वाईट आयसेनहॉवर निवडणुकीच्या तयारीत होते. त्यामुळे या भानगडीत पडण्यात त्यांना रस नव्हता. तरीही फ्रान्स आणि ब्रिटननं हल्ल्याचा निर्णय घेतला. त्यांना साथ दिली इस्रायलनं. ही धाडसी कारवाई आपण करू असं इस्रायलनं सांगितलं. तिची जबाबदारी ज्यानं घेतली तो पुढे इस्रायलचा पंतप्रधान झाला. आरियल शेरॉन हे त्याचं नाव. ते पॅराशूटमधून सुवेझ कालव्याच्या परिसरात उतरले. पाठोपाठ इंग्लंड आणि फ्रान्सनं कैरोवर हवाई हल्ले सुरू केले. या तिघांनाही वाटलं आता नासर शरण येतील. तसं काही झालं नाही.

उलट आयसेनहॉवर यांनी एडन यांना तंबी दिली, गुमान आपल्या फौजा मागे घ्या. इंग्लंड हादरलं त्यामुळे. आयसेनहॉवर नुसतीच तंबी देऊन थांबले नाहीत. त्यांनी आंतरराष्ट्रीय नाणेनिधीकडून इंग्लंडला मंजूर झालेलं कर्ज थांबवलं. संयुक्त राष्ट्र संघाच्या सुरक्षा परिषदेत युद्धबंदीसाठी इंग्लंडवर दबाव आणला. त्या बैठकीत कॅनडानं सुचवलं, सुवेझचा परिसर हा आंतरराष्ट्रीय फौजांच्या ताब्यात दिला जावा. सर्वांनाच ती सूचना पटली. संयुक्त राष्ट्र संघाच्या शांतिसेनेचा तो जन्म होता. या सगळ्यातून इंग्लंडची प्रचंड अडचण झाली. एडन यांची तर लाजच गेली. त्यांनी इजिप्तमधली युद्ध कारवाई

थांबवण्याचा आदेश दिला. तोही एकतर्फीच. म्हणजे या युद्धातला त्यांचा जोडीदार असलेल्या फ्रान्सशी त्यांनी चर्चाही केली नाही. त्यामुळे फ्रान्स संतापला.

त्या वेळी फ्रान्सचे पंतप्रधान होते गाय मोले (Guy Mollet). ते अतिशय रागावले. त्यांनाही हे कमीपणाचं वाटलं. इंग्लंडवर तर ते संतापलेच. पण इंग्लंडची मुंडी पिरगाळणाऱ्या अमेरिकेचाही त्यांना राग आला. या अमेरिकेचं काय करायचं काही त्यांना कळेना. त्या वेळी त्यांना भेटायला आले होते जर्मनीचे चॅन्सेलर कोनरॅड अ‍ॅडेनॉर (Konrad Adenauer). ते मोले यांना म्हणाले, इंग्लंड, फ्रान्स आणि अगदी जर्मनी जरी तुमच्याबरोबर या युद्धात असता तरी आपल्या तिघांना अमेरिकेचा दबाव झुगारता आला नसता. आपण तिघे अमेरिकेला आवरू शकत नाही. त्यासाठी सगळ्या युरोपनंच एकत्र यायला हवं.

बरोबर एक वर्षानं १९५७ साली २५ मार्चला रोममध्ये एक बैठक भरली. युरोपीय समुदाय संकल्पनेचा जन्म झाला. त्या वेळी फक्त सहा देश त्यात होते. आज २८ देश या संघटनेचे सदस्य आहेत.

पण समस्या ही आहे, की इतके सगळे देश एकत्र येऊनही अमेरिकेला रोखणं काही त्यांना जमलेलं नाही. आताही ग्रीस संकटात असताना या देशांना भीती होती अमेरिकेनं ग्रीसला परस्पर मदत दिली तर काय घ्या. आणखी दोन वर्षांनी या संघटनेचा सुवर्ण महोत्सव साजरा होईल. पण तेव्हाही अमेरिकेइतकं समर्थ होण्याचं स्वप्न या संघटनेसाठी तितकंच दूरवर असेल.

तात्पर्य, नकारात्मक उद्देश ठेवून जन्माला आलेल्या संघटना मोठ्या झाल्या तरी लहानच राहतात.

११ जुलै २०१५

# ५४. आपला टक्का किती?

तीन वर्षांपूर्वी जर्मनीत गेलो होतो, तेव्हाचा हा प्रसंग. बर्लिनमध्ये अनेक संस्था प्रमुखांशी भेटी झाल्या. विद्यापीठ, नगरपालिका, जुना विमानतळ, उद्यान वगैरे वगैरे. त्यातली एक होती बर्लिन आंतरराष्ट्रीय चित्रपट महोत्सव आयोजित करणारी. तो चित्रपट महोत्सव दोन-तीन महिन्यांवर आला होता तेव्हा. माझं भारतीयत्व ओळखून आयोजक मोठ्या उत्साहात सांगत होती, गेल्या वर्षी इथं शाहरूख खान आला होता. काय गर्दी जमली होती त्याला पाहायला. अगदी चेंगराचेंगरीच.

या असल्या बाष्कळ माहितीत पाहुण्याला काही रस नाही हे ओळखून माझ्या यजमानबाईंनी विषय बदलला. किती देशांचे सिनेमे इथं येतात, इतरांपेक्षा आम्ही आयोजनात कसे वेगळे असतो असं काहीबाही सुरू होतं. मी मुद्दा खर्चावर वळवला. बर्लिन नगरपालिका या महोत्सवाचा खर्च करते की सरकार? दोघेही. तिनं उत्तर दिलं. वर म्हणाली, गेल्या वर्षीपासून या महोत्सवाला एक मोठा प्रायोजक लाभलाय, त्यामुळे खर्चाचा भार जरा हलका झालाय.

मला वाटलं डिस्ने, ट्वेंटिएथ सेंच्युरी फॉक्स किंवा अशाच कोण्या चित्रपट निर्मात्या कंपनीनं प्रायोजकत्व घेतलं असणार या महोत्सवाचं. अपेक्षित उत्तर काय असणार याचा अंदाज होता. त्यामुळे उत्तराबाबत काहीसा बेसावध होतो. पण तिचं उत्तर ऐकून एकदम चमकलो. ती म्हणाली, हा नवा मोठा प्रायोजक आहे चीन.

तो विषय तिकडेच संपला. चीनचा एकंदर वाढता प्रभाव हा दिसत होताच. त्याच्या बातम्याही येत होत्या. गुरुवारी संध्याकाळी एकदम बातमी आली ब्रिटनमधलं अत्यंत प्रतिष्ठित असं फायनान्शियल टाइम्स हे वर्तमानपत्र त्याच्या मालकांनी विकून टाकायचा निर्णय घेतल्याची. भारताबाहेर जी काही आदरणीय, ज्यातली संपादकीय जागा विकाऊ नाही अशी शंभर टक्के खात्री देता येते, ज्यांच्याबाबत अशोकपर्व घडू शकत नाहीत अशी जी काही वर्तमानपत्रं आहेत, त्यातलं हे एक. १९९८ साली लंडनला शिष्यवृत्ती काळात होतो त्या वेळी एफटीच्या कॅनरी व्हार्फ इथल्या कार्यालयासमोरनं नुसतं गेलं तरी काही पुण्यसंचयाचा आनंद मिळायचा. तेव्हा हे वर्तमानपत्र मालक विकून टाकणार हे वाचून धस्सच झालं आणि बर्लिन चित्रपट

महोत्सवाची आठवण झाली. वाटलं, आणखी एक संस्था आता चीनच्या मालकीची होणार. पण नाही. सुदैवानं तसं झालं नाही. एफटी जपानच्या निक्केई कंपनीनं विकत घेतला. त्या संदर्भात एका आंतरराष्ट्रीय वित्तसंस्थेतल्या मित्राशी त्याबाबत बोलणं झालं. त्यानं यादीच दिली कोणकोणत्या युरोपीय संस्था, कंपन्या वगैरे आशियाई मालकीच्या झाल्या त्याची.

यात अत्यंत महत्त्वाचे असे आहेत ते काही फुटबॉल क्लब. युरोपमध्ये क्लबमधल्या फुटबॉल स्पर्धा मोठ्या धडाक्यात होत असतात. लोकांच्या देशांवर निष्ठा असतील नसतील; पण या क्लबांवर मात्र नक्कीच असतात. अशा अनेक क्लबांमधला एक म्हणजे क्विन्स पार्क रेंजर्स. टोनी फर्नांडिस यांची त्यात ६६ टक्के मालकी आहे. हे टोनी अर्थातच मूळचे भारतीय. सध्या मलेशियाचे नागरिक. एअर एशियाचे मालक. फुटबॉल क्लबमधल्या मालकीसाठी त्यांनी ३.५ कोटी स्टर्लिंग पौंड मोजले. यातली राहिलेली ३४ टक्के मालकी कोणाकडे आहे, माहिती आहे? लक्ष्मी मित्तल आणि त्यांच्या जावयाकडे. हे मित्तल म्हणजे तेच आंतरराष्ट्रीय पोलादसम्राट.

झालंच तर मँचेस्टर सिटी हा यातला प्रतिष्ठित क्लब. त्याचा मालक आहे कतारचा धनाढ्य शेख मन्सूर बिन झायेद. त्यानं हा क्लब घेतला कोणाकडून, तर थायलंडचे पंतप्रधान थकसेन शिनावर्त यांच्याकडून. म्हणजे या क्लबचा आधीचाही मालक आशियाई होता आणि आताचाही. शेख मन्सूर यांनी या क्लबसाठी २० कोटी पौंड मोजले. असे अनेक छोटे-मोठे दाखले आहेत. पण विषय काही फक्त फुटबॉल क्लबांचा नाही. तो आहे आशियाईंच्या वाढत्या प्रभावाचा.

'द इकॉनॉमिस्ट' या साप्ताहिकात मध्यंतरी एका लेखात इटलीचे माजी पंतप्रधान रोमानो प्रोदी यांना उद्धृत केलं होतं. ते असं म्हणाले होते, हल्ली इटलीची आर्थिक धोरणं ही बीजिंगमध्ये ठरतात. संदर्भ होता इटलीची अत्यंत नामांकित अशी पिरेली नावाची मोटारींचे टायर बनवणारी कंपनी चायना नॅशनल केमिकल कॉर्पोरेशन या कंपनीनं गिळंकृत करण्याचा घाट घातला होता, त्याचा. पिरेली ही इटलीतली अत्यंत प्रतिष्ठित कंपनी. चीननं तब्बल ७७० कोटी डॉलर्स ओतले आणि त्यावर आपला कब्जा मिळवला. त्या एका व्यवहारानं चीन हा इटलीतला सर्वात मोठा गुंतवणूकदार ठरला. फेर्राटी ही इटलीतली आलिशान खासगी याट बनवणारी कंपनी. तीही आता चिनी हातात आहे. सालोव समूह हादेखील इटलीतला. ऑलिव्ह तेलाच्या क्षेत्रातला. चिनी कंपनीनं त्यावरही कब्जा केलाय.

आपल्याला कल्पनाही नाही, पण हे आता अनेक ठिकाणी मोठ्या प्रमाणावर होऊ लागलंय. लंडनमधल्या थेम्स वॉटर आणि हिथ्रो विमानतळ या मोठ्या कंपन्या.

या दोन्हींत चीननं लक्षणीय गुंतवणूक केली आहे. फ्रान्समधला टोल्युज विमानतळ चिनी हातात आहे. प्युजो सित्रोन ही मोठी मोटार कंपनी. तिच्या मालकीचा लक्षणीय वाटा हा चीनच्या हाती गेलाय. सध्या डबघाईला आलेल्या ग्रीसमधलं महत्त्वाचं पायरस बंदर चीन चालवतेय. वरच्या स्वीडनमधली वोल्व्हो ही मोटारी बनवणारी कंपनी आपल्या परिचयाची. ती आता चिनी होतीये. इन्फ्रंट हा स्वित्झर्लंडमधला महत्त्वाचा समूह. कशाच्याही निर्मितीत वगैरे नाही तो. तर विविध क्रीडा स्पर्धांचे दूरचित्रवाणी प्रसारणाचे हक्क विकणं, अन्य क्रीडा उद्योग यात तो आहे. पण तोसुद्धा आता चिनी झालाय. वायू आधारित वीजनिर्मितीची चक्की बनवणारी कंपनी, फॅशनचा मोठा ब्रँड असं बरंच काही आता चीनच्या मालकीचं झालंय किंवा त्यात लक्षणीय अशी चिनी मालकी आहे.

यातली लक्षात घ्यावी अशी बाब म्हणजे हे सर्व काही युरोपीय देशांतच होतंय. यातले बरेचसे देश चीनच्या तुलनेत अगदीच किरकोळ आहेत. दुसरं म्हणजे जवळपास सर्व युरोपीय देशांत चांगल्या पातळीवर खासगीकरण झालंय आणि नियामक व्यवस्था उत्तम आहेत. आणि मुख्य म्हणजे या देशांतल्या बऱ्याच कंपन्या आर्थिकदृष्ट्या डबघाईला आल्यात. त्या खासगी असल्यामुळे त्यांच्या त्यांच्या सरकारांना त्या वाचवण्यात रस नाही. आणि युरोपीय संघटना आणि समाईक चलनामुळे त्या वाचवण्याचं सामर्थ्यही सरकारांना नाही. कारण या संघातला कोणताही देश स्वतःचं चलन छापू शकत नाही. मग या अशा असहाय कंपन्या वखवखलेल्या चिनी कंपन्यांना बळी पडू लागल्यात.

यातली मेख... आणि गंभीरही बाब ही की बव्हंशः चिनी कंपन्यांना स्वतःच्या सरकारचा उघड पाठिंबा आहे. एक तर यातल्या बऱ्याच कंपन्या सरकारी मालकीच्याच आहेत. आणि ज्या नाहीत त्यांच्या मागे रसद पुरवठ्यासाठी सरकार आहे. त्यामुळे एका अर्थानं ही असमान लढाई आहे. ज्या युरोपनं जगाला लोकशाही आणि समतेची तत्त्वं दिली, त्या युरोपातलं हे बहरलेलं उद्योगविश्व डोळ्यादेखत हुकूमशाही व्यवस्थेपुढे नांगी टाकत चाललंय.

आपल्यासाठी यात आणखी एक गंभीर बाब आहे. एक म्हणजे या सगळ्या खेळात आपण कुठंही नाही. नावापुरताच अपवाद करायचा तर वेंकटेश्वरा हॅचरीजच्या राव यांचा. ब्लॅकबर्न रोव्हर्स नावाचा एक फुटबॉल क्लब त्यांच्या मालकीचा आहे. या कंपनीचे प्रवर्तक डॉ. बी. व्ही. राव यांचं कुटुंबीय म्हणजे चिरंजीव वेंकटेश, बालाजी आणि कन्या अनुराधा देसाई यांची या क्लबवर ९९.९ टक्के इतकी मालकी आहे. भारतीय संबंध काय तो तेवढाच. या खेळात आपलीच इतकी बोंब. तेव्हा पाकिस्तानची याहून असणार हे उघड आहे. त्या देशाचे अनिवासी पाकिस्तानी

अमेरिकी उद्योगपती शाहिद खान यांच्या नावावर तेवढा एक क्लब आहे. फुल्हम नावाचा. त्याखेरीज पाकिस्तानचंही काही नाही.

तेव्हा प्राधान्यानं या सगळ्या खेळाचे फासे पडताहेत ते चीनच्या अंगानंच. हे समजून घ्यायला हवं. कारण सध्या चर्चा आहे ती पुढचं सहस्रक कसं आशियाचं असणार आहे, त्याची. अनेकांना छान वाटतं ते ऐकल्यावर. बरोबरच आहे ते.

प्रश्न फक्त इतकाच, की त्यात आपला टक्का किती?

२५ जुलै २०१५

## ५५. मीरमरणाचं मोल!

देशद्रोहासारखं मोठं, इतकं गंभीर दुसरं पाप नाही. ज्या भूमीत आपण जन्मलो, ज्या भूमीनं आपल्याला मोठं केलं त्या भूमीशी प्रतारणा करणं किती वाईट. माणसाच्या जगण्याच्या ज्या काही किमान निष्ठा आहेत, त्यातली एक महत्त्वाची म्हणजे मातृभूमीशी असलेली बांधीलकी. पण असतात काही काही नतद्रष्ट जे देशाशी प्रतारणा करतात. कसला न कसला मोह होतो त्यांना. आणि मग ते इमान विकतात.

आणि हे असलं पाप एखाद्या लष्करी अधिकाऱ्याच्या नावावर असेल तर मग पाहायलाच नको. असा अधिकारी मग पाप्यांमधला पापी. ज्यानं देशाचं रक्षण करायचं तोच जर असं देशाच्या मुळावर उठला तर त्याइतका गंभीर गुन्हा असूच शकत नाही. अशा गुन्ह्यास एकच प्रायश्चित्त असं शकतं.

ते म्हणजे देहान्त. फासावर लटकवणं, मारून टाकणं अशा किडक्या-सडक्या व्यक्तींना हाच एक मार्ग असतो ही विषवल्ली संपवण्याचा. या अशा शिक्षेमुळे गुन्हेगाराला तर शासन होतंच. पण जे संभाव्य गुन्हेगार असतात त्यांनाही धडा मिळतो. खबरदार अशी देशप्रतारणा केलीत तर! तेव्हा देहान्त प्रायश्चित्त हा मोठा जालीम इलाज आहे बदमाश्यांना सरळ करण्याचा. आणि त्याहूनही मुख्य म्हणजे नवे बदमाश तयार होणं रोखण्याचा.

त्यामुळे मीर तोबिआन्स्की याला देहान्ताची सजा दिली गेली यात काहीही गैर नाही. मीर लष्करी अधिकारी. देशाच्या स्वातंत्र्यासाठी लढणारा. आणि त्याचा देशही कसा, तर नुकतंच स्वातंत्र्याचं स्वप्न पाहू लागलेला. भारतासारखाच. ब्रिटिशांनी सगळा जीवनरस शोषून घेतलेला. त्यामुळे स्वतःच्या पायावर उभं राहायचं तर पायात जोर नाही. आसपास मदतीला कोणी नाही. असलेच तर सगळेच शत्रू. त्यामुळे त्या देशाच्या भाग्यविधात्यांनी ठरवलं, सगळ्यांशी निष्ठुरपणे वागायचं. देशाच्या विरोधात जरा जरी आवाज करताना कोणी दिसला तर त्याचा गळाच आवळायचा. सगळे तयार झाले. देशप्रेम तसा सगळ्यांच्याच आवडीचा विषय. आणि मुख्य म्हणजे हे प्रेम व्यक्त करणं तसं सोपंदेखील असतं. शत्रूच्या नावे कडाकडा बोटं मोडली, त्याला चार शिव्या हासडल्या की आपोआप देशप्रेमाचं प्रमाणपत्र मिळतंच मिळतं. या धोरणाच्या

जोडीला त्या देशानं आणखी एक केलं. शत्रूसाठी आपल्या देशातला एक जरी नागरिक हेरगिरी करताना आढळला, फितुरी करताना सापडला तर त्याला जरादेखील दयामाया दाखवायची नाही, असं ठरवलं. थेट सुळावर चढवून मोकळं व्हायचं अशा बदमाश्याला.

त्यातूनच या देशाची कडवा राष्ट्रवादी अशी प्रतिमा उभी राहिली. कडवे राष्ट्रवादी देशासाठी काहीही करायला तयार असतात. हे असं सुरुवातीलाच करायचं असतं. एकदा का कडवा राष्ट्रवादी अशी प्रतिमा तयार झाली की नंतर तशी प्रतिमा असलेला जो काही करतोय तो राष्ट्रवाद असंच मानलं जाऊ लागतं. म्हणजे मग त्याला कुणी विरोध केला की चक्क देशालाच विरोध, असं सगळे म्हणू लागतात. आणि सगळे म्हणतात म्हणजे ते बरोबरच मानायचं असतं, लोकशाहीत.

हे मीरला माहीत नसावं कदाचित. कारण तसा त्याचा लोकशाहीशी काही फार संबंध आला नव्हता. नुकताच तर कुठं तो देश रांगायला लागला होता. स्वातंत्र्याचा श्वास घेत होता. त्यामुळे मीरला हे काही बारकावे कळत नव्हते. आता हेच जर नाही कळलं लोकशाहीत तर काय अर्थ आहे.

नव्हताच तो. जो काही होता नव्हता तो मीरचा गुन्हा उघड झाल्यावर त्याच्या विरोधातील रागात वाहून गेला. मीरनं फितुरी केल्याचं उघड झालं. मीर लष्करात होता आणि त्याच्या देशाच्या वीज कंपनीत सुरक्षा अधिकारी होता. या कंपनीतल्या अधिकाऱ्यांची ब्रिटिशांबरोबर ऊठबस असे. कारण त्या कंपनीशी ब्रिटिशांचा तांत्रिक सहकार्याचा करार होता. असं म्हणतात, की याच कंपनीच्या ठिकठिकाणच्या गोदामांत सरकारनं युद्धात कामी येतील म्हणून गुप्त अस्त्रसाठे करून ठेवले होते. आता इतकी महत्त्वाची माहिती सगळ्यांना थोडीच माहीत असणार. लष्करातले अत्यंत कळीचे अधिकारी आणि त्या कंपनीचे काही वरिष्ठगण यांनाच त्याची माहिती होती. पण तरी ती फुटली. ही माहिती फुटल्याचं कळलं कसं?

तर शत्रुराष्ट्रानं बरोबर या अस्त्रांच्या गोदामांना लक्ष्य केलं आणि उद्ध्वस्त करून टाकली ती. मीरच्या मायदेशाला हा मोठा झटका होता. सगळेच हादरले त्यामुळे. या सगळ्यांची खात्रीही पटली. कोणीतरी फंदफितुरी केल्याशिवाय ही अशी माहिती फुटणं अशक्यच. मग शोध सुरू झाला. कोण असेल तो अस्तनीतला निखारा. सगळ्यांच्या नजरा हळूहळू मीरकडे वळायला लागल्या. मीरच तो. त्यात त्याच्याकडे वॉकीटॉकी सापडला. म्हणजे नक्की तोच. याच वॉकीटॉकीवरनं त्यानं शत्रूशी संधान बांधलं असणार. खात्रीच पटली सगळ्यांची. आपला देशबांधव इतका क्षुद्र वागू शकतो. मुळापासून उपटून टाका ही विषवल्ली. राष्ट्रवादाचा सामूहिक आविष्कार संतप्त सुरांतून व्यक्त होऊ लागला. त्याची धग अगदी लष्करी नेतृत्वापर्यंत

पोहोचली. त्यांनाही जाणवलं, लवकरात लवकर काय तो निर्णय घ्यायला हवा या मीरचा. तो लवकर घ्यायचा तर कोर्टकचेऱ्या वगैरे करून चालणार नव्हतं. आणि त्याची गरजही नव्हती. कारण मीर लष्करी अधिकारी होता. कोर्टमार्शल हा सोपा आणि जलद मार्ग होता. तेव्हा हे कोर्टमार्शल ठरलं. त्यात मीर दोषी ठरला. आता तो दोषी ठरलाच आहे तर त्याला आणखी जिवंत ठेवायचं कारणच काय, असा सुज्ञ विचार लष्करी अधिकाऱ्यांनी केला. बरोबरच होतं त्यांचं. तेव्हा असाच योग्य दिशेनं विचार करणारा लष्करी अधिकारी म्हणाला, याच्या फाशीची तरी कशाला वाट पाहायची. उगाच वेळ जातो. त्यापेक्षा इथंच मारून टाकूया. त्याला मग ते मीरला घेऊन निघाले शहराकडे. जाताना वाटेत एका शाळेची रिकामी इमारत दिसली. तिकडे घेऊन गेले त्याला. मीर आत जात असताना बरोबरच्या अधिकाऱ्यांनी गोळ्या घातल्या त्याला, पाच गोळ्यांत मीर मेला. बातमी पसरली. त्याच्या बायकोला माहीत होतं, आपल्या नवऱ्यानं असं काहीही देशविरोधी वगैरे केलेलं नाही. तो अगदी निर्दोष आहे. पण कोण ऐकणार तिचं. आपल्या नवऱ्याच्या मरणाचं दुःख वागवत ती जगत राहिली.

साधारण वर्षभरानंतर राजधानीजवळच्या झुडपात दुसऱ्या एका हेराचं प्रेत सापडलं. त्याचं नाव अली कासीम. हा खरंतर याच देशासाठी काम करत होता. पण मीरप्रमाणेच त्याला हाताळणाऱ्या लष्करी अधिकाऱ्याला संशय आला की हा दुहेरी खेळ खेळतोय. म्हणजे आपल्या देशासाठी काम करता करता शत्रुराष्ट्रासाठीही काम करतोय. पण हा काही लष्करी कर्मचारी नव्हता. तेव्हा त्याच्यासाठी काही कोर्टमार्शलच्या उपचाराची गरज नव्हती. त्यामुळे या लष्करी अधिकाऱ्यानं राष्ट्रवादी विचार केला आणि या हेराला मारून टाकलं. तसंच गोळ्या घालून.

पण काही वेडपट मानवतावादी संघटनांनी त्याच्या मृत्यूचं भांडवल केलं. त्यामुळे सरकारला दखल घ्यावी लागली. अलीच्या मृत्यूची चौकशी झाली. त्याबरोबरीनं त्याला मारणाऱ्या लष्करी अधिकाऱ्याचीही चौकशी झाली. त्यात त्याला मान्य करावं लागलं. अलीला मी वैयक्तिक कारणांमुळे ठार केलं.

ही बातमी पसरली आणि मीरच्या पत्नीची आशा पल्लवित झाली. तिनं ॲटर्नी जनरलकडे अर्ज केला. माझ्या नवऱ्याच्या मृत्यूची पण चौकशी व्हायला हवी.

एव्हाना राष्ट्रवादाचा उन्माद ओसरला होता. सरकारनं ती विनंती मान्य केली. मीरच्या मृत्यूची साद्यंत चौकशी झाली. आणि त्यातल्या निष्कर्षानं सर्वांनाच धक्का बसला.

मीर निर्दोष होता. त्याच्यावर ज्या हेरगिरीचा आरोप झाला होता ती प्रत्यक्षात

दुसऱ्यानंच केली होती. तिच्याशी मीरचा काडीचाही संबंध नव्हता. आणि तो दुसरा हेरगिरी करणारा ब्रिटिशच होता. पण त्याच्यासाठी ती हेरगिरी नव्हतीच.

पण या निष्कर्षानं सगळेच हादरले. सगळ्यांनी मान्य केलं. ज्याचं मरण आपण साजरं केलं, त्याचा या गुन्ह्यात काहीही दोष नाही. सरकारनं मग त्याचं पार्थिव कबरीतून पुन्हा काढलं. त्यावर सरकारी इतमामानं अंत्यसंस्कार केले. त्याचा लष्करी हुद्दा पुन्हा परत केला. त्याच्या कबरीवर लिहिलं, चुकून मारला गेलेला.

त्याच्या पत्नीची माफी मागायला त्या देशाचे पंतप्रधान जातीनं त्याच्या घरी गेले. पत्नीला तेवढंच समाधान. नवरा तर परत येणार नव्हताच. पण निदान त्याच्यावरचा दोष-डाग तरी दूर झाला. ती पंतप्रधानांना म्हणाली, या सरकारी चुकीची किंमत मी किती मोजली हे तुम्हाला कळतंय का? माझं काय आणि कसं नुकसान भरून देणार तुम्ही?

पंतप्रधानांनी जाहीर केलं.

यापुढे या देशात कोणालाही देहान्त प्रायश्चित्ताची शिक्षा दिली जाणार नाही.

ही घटना १९४८ सालातली.

------

त्या देशाचं नाव इस्रायल.

पंतप्रधानांचं नाव बेन गुरियन.

१९६२ साली अ‍ॅडॉल्फ आएकमन या होलोकॉस्ट गुन्हेगाराला दिलेली फाशी वगळता इस्रायलनं हा निर्णय आजतागायत पाळलाय. अगदी गेल्याच महिन्यात इस्रायल पार्लमेंटनं केनेसेट फाशीच्या शिक्षेचं पुनरुज्जीवन करण्याचा ठराव फेटाळून लावला.

त्या देशाचं म्हणणं, काळाबरोबर नवनवे पुरावे पुढे येत असतात. इतिहासही बदलत असतो. आज समोरच्या पुराव्यांमुळे दोषी ठरलेला उद्या नव्या घटना उघडकीस आल्या की निर्दोष असल्याचं समजतं, मग मारलेला जीव परत कसा आणणार.

अनेकांसाठी आदर्श असणाऱ्या, अनुकरणीय वाटणाऱ्या, राष्ट्रवादाचा महामेरू अशा इस्रायलची भूमिका माहीत असावी, यासाठीच या मीरमरणाचं मोल.

०८ ऑगस्ट २०१५

# ५६. जन्म : एक व्याधी

शुक्रवारी अब्दुल्ला कुर्डी यांचं छायाचित्र पाहिलं. डोळे शून्यात. त्यात नजर आहे. पण दिसत काहीच नाहीये. शुष्क. रडायला पण त्राण नाहीये त्या डोळ्यांत.

हे छायाचित्र ताजं. टर्कीतलं.

ते पाहिलं आणि अगदी काही महिन्यांपूर्वी पुन्हा अनुभवलेले इस्तंबूलमधले दिवस आठवले. पूर्वी गेलो होतो तेव्हा वेगळ्या भागात राहिलो होतो. बॉस्फरसपासून अगदीच दूर. या वेळी अगदी मध्यवर्ती भागात. हागिया सोफियाची रम्य मशीद हाकेच्या अंतरावर होती. या वेळी टर्कीत पोचायला मध्यरात्र उलटून गेली होती. त्यामुळे हॉटेलवर पोहोचेपर्यंत तसं सगळंच शांत होऊन गेलं होतं. दुसऱ्या दिवशी भल्या सकाळी बाहेर पडलो आणि चर्र झालं.

हॉटेलच्याच बाहेर एक बाई आपल्या मुलाला कडेवर घेऊन भीक मागत होती. अंगावर थंडीचे कपडे होते. डोक्याला गुंडाळलेलं काहीतरी. हातातल्या तान्ह्या बाळालाही तसं उबेच्या कपड्यात गुंडाळलेलं होतं. त्यामुळे तशी ती भिकारी वाटत नव्हती. पुढे गेलो तर पावला पावलावर अशा आया आणि त्यांची तान्ही बाळं. भीक मागताना. सोफियाचा परिसर सगळा माणसांनी फुललेला. छान ऊन होतं. हवेत गारवा होता. वातावरणातला उत्साही, उत्सवी आनंद शोषून घेईल असं एकच तिथं काही होतं.

या अशा तान्ही बाळं घेऊन हिंडणाऱ्या बायका. सोफियाच्या परिसरात तर त्यांनी बसकणच मारली होती. मागे एक फलक. पुठ्ठ्याचा. त्यावर खडूनं लिहिलेलं– मदत करा. आम्ही सीरियन निर्वासित आहोत.

तिथल्या यजमानाशी बोलायला गेलो त्याबाबत. यजमानीणबाईंनी तिरस्कारनं पाहिलं त्या बायकांकडे. ती नजर चांगलीच ओळखीची वाटली. आपल्याकडे मलबार हिलवर उत्तुंग इमारतीत राहणाऱ्या महिला आपल्या कोट्यवधींच्या मोटारीतून जाताना रस्त्यावरच्या भय्या म्हणून जो ओळखला जातो त्याच्याकडे साधारण याच नजरेतनं बघतात. तर त्या टर्कीश बाई म्हणाल्याही, यांची ब्याद अलीकडे चांगलीच वाढलीये... सीरियातनं येतायत यांचे लोंढे. आमचं जगणं महाग करून टाकलंय यांनी. कशाला आपला देश सोडून मरायला येतायत आमच्याकडे कुणास ठाऊक.

प्रश्न महत्त्वाचाच होता त्यांचा; पण त्या बाईंना अमेरिका नावाची महासत्ता, तिचा लोकशाहीसाठीचा कथित आणि निवडक आग्रह, सीरियातली असाद पिता-पुत्रांची कराल राजवट, ती उलथून पाडण्याचे सुरू असलेले अर्धवट आणि अपयशी प्रयत्न, त्या देशास इराणची असलेली मदत आणि आता त्याच इराणशी अमेरिकेनं केलेला करार हे सगळं कसं सांगणार. त्या बाईंचा संबंध त्यांच्या जगण्याशी होता आणि त्या जगण्याचा संबंध जगण्यासाठी आपापल्या देशांतून बाहेर पडून स्वखुशीनं देशोधडीला लागणाऱ्या या अशा निर्वासितांशी होता.

त्यांना माहीतही नसणार हे सगळं २००३ पासनं नव्यानं सुरू झालंय. त्या वर्षी मार्च महिन्यात अमेरिकेचे तेव्हाचे अध्यक्ष जॉर्ज बुश यांना वाटलं इराकच्या सद्दाम हुसेन याला काढून टाकावं. त्यांनी हल्ला केला इराकवर. अमेरिकेच्या ताकदीपुढे कोण टिकणार. अर्थातच सद्दामची राजवट पडली. अमेरिकेनं जगाला सांगितलं, तो खूप क्रूर होता, त्याची रसायनास्त्र होती... त्यामुळे त्याला मारणं आवश्यक होतं. पण हे नाही सांगितलं, की १९९१ साली अमेरिकेनंच त्याला ते रसायनास्त्राचं तंत्रज्ञान दिलं होतं ते. असो. तेही साहजिकच. सद्दामनंतर मग लीबियाचा क्रूरकर्मा मुअम्मर गड्डाफी. तोही गेला. एव्हाना अरब इस्लामी जगात आपापल्या राज्यकर्त्यांविरोधात चांगलंच जनमत तयार झालं होतं. त्याचा फायदा उठवत अमेरिकेनं मग ओसामा बिन लादेन याला टिपलं. या सगळ्यांना मदत करणारा एक शिल्लक होता. बशर अल असाद. सीरियाचा सर्वेसर्वा. त्याला काढण्यासाठी अमेरिकेचे प्रयत्न सुरू झाले.

पण एव्हाना अमेरिकेतच राजवट बदलली. बुश यांच्या रिपब्लिकनांऐवजी डेमॉक्रॅट्सचे बराक ओबामा अध्यक्ष झाले. त्यांना अमेरिकेनं हे बंदुका घेत दादागिरी करणं तितकं मंजूर नव्हतं. त्यांनी असाद यांना इशारा वगैरे देऊन बघितला. पण असाद यांनी ओबामा यांना भीक घातली नाही. दरम्यान, त्यांना आणखी एक पाठीराखा मिळालेला होता. रशियाचे पुतिन. इराणच्या मेहमूद अहेमदीनेजाद यांची मदत होतीच असाद यांना. तेव्हा ही स्फोटक परिस्थिती लक्षात घेता ओबामा यांनी या भानगडीत न पडण्याचं ठरवलं. त्यांच्या या विचाराला अमेरिकेच्या ढासळत्या अर्थव्यवस्थेची वास्तववादी किनार होती. आधीच्या बुश यांच्या युद्धखोरीमुळे अमेरिकेच्या डोक्यावरची कर्जं प्रचंड वाढली होती. तेव्हा ओबामा यांचा निर्णय शहाणपणाचाच होता.

परंतु तोपर्यंत आखातात हाहाकार माजलेला. अमेरिकी हस्तक्षेपाचा लंबक एकदम दुसऱ्या बाजूला जाणं या देशांना झेपलेलं नाही. एखाद्याला बरीच वर्षं पांगुळगाड्यावर ठेवायचं आणि अचानक तो काढून घेऊन धाव म्हणायचं, कसं जमेल त्याला. तसंच या देशांचं झालं. हुकूमशाह तर हुकूमशाह. पण कुंकू लावायला

राज्यकर्ता म्हणून कोणी होता. त्यांना अमेरिकेनं उडवलं आणि पर्यायी व्यवस्था मात्र काहीच नाही. त्यामुळे या साऱ्या देशांत अक्षरशः अंधाधुंदीची परिस्थिती आहे. इतके दिवस इराक शांत होता. पण तोही आता फुटू पाहतोय. तिथल्या कुर्दांना वेगळं व्हायचंय. जे कोण टिनपाट राज्यकर्ते या साऱ्या देशांना लाभलेत त्यांनी आपली खुर्ची बळकट करण्यासाठी नागरिकांवर अनन्वित अत्याचार सुरू केलेत. नागरिकांना एकच पर्याय उरलाय.

परागंदा होण्याचा. अखेरचा हा तुला दंडवत म्हणत आपलाच देश सोडून जाण्याशिवाय त्यांना गत्यंतर नाही. आणि जाणार तरी कुठं. पश्चिम आशियात सगळीकडेच आनंदी आनंद आहे. हे सगळेच देश अमेरिकेच्या आणि त्यामुळे युरोपीय सत्तांची बांडगुळं म्हणून जगले. त्यामुळे त्या देशातल्या हताश नागरिकांना जाण्यासाठी एकच जागा उरली.

युरोप. नेमकं तेच सध्या होतंय. एका आकडेवारीनुसार गेल्या चार वर्षांत युरोपात तब्बल ४० लाख हे इतके निर्वासित आलेत. म्हणजे वर्षाला दहा लाख. याच्या दहापट, म्हणजे एक कोटी इतके, निर्वासित भारतात बांगलादेश युद्धानंतर आले. त्या वेळी आपलं बिघडलेलं गणित अजूनही कसं सुधारलेलं नाही, हे आपण पाहतोय. त्यामुळे युरोपचं आता काय होत असेल, याचा अंदाज येईल.

पण तो युरोपियनांना मात्र अजूनही नाही. ते भांबावलेत. स्वच्छ, सुंदर, परीटघडीचं जगणं जगणाऱ्या युरोपियनांना या इतक्या माणसांची सवय नाही. तीसुद्धा गरीब. आणि अस्वच्छ. मुंबईतल्या उच्चभ्रू वस्तीत स्थिरावलेल्या, उष्मांकाची काळजी करत मोजकं खाणाऱ्या, चौकोनी आयुष्य जगणाऱ्यांच्या घरी अचानक गावाकडचा लबादला आला तर त्याचं काय होईल, तसं युरोपियनांचं झालंय. त्यामुळे आपण एका प्रचंड मानवी संकटाच्या केंद्रस्थानी आहोत, याची जाणीव त्यांना अद्याप झालेली नाही. दुसऱ्या महायुद्धाचे व्रण बुजवून उभारी घेणाऱ्या युरोपला या अशा संकटाची सवय नाही.

पण हे संकट ही शिक्षा आहे. केवळ स्वतःची प्रगती साधण्याचा अप्पलपोटेपणा केल्याची शिक्षा. अमेरिकेनं ती भोगली. मेक्सिकन, चिनी, आशियाई आणि आफ्रिकींना अमेरिकेनं आपलं म्हटलं. आता युरोपवर ती वेळ आली आहे. युरोपातल्या अनेक छोट्या देशांना यासाठी मनाची तयारी करावी लागणार आहे. जनांचा हा लोंढा येणारच. ते जगायला बाहेर पडलेत. मिळेल त्या मार्गानं रस्त्यातनं... बोटीनं... हवेतनं मिळेल त्या मार्गानं माणसं बाहेर पडणार. हा संघर्ष आहे मिष्टान्नाची काळजी करणारे आणि साध्या भाकरतुकड्याला मोताद झालेले यांच्यातला. कारणं काहीही असोत.

अब्दुल्ला कुर्डी यांना हे कळेल का? राजकारणाच्या साठमारीत त्यांच्यावरही देश सोडून जायची वेळ आली. ते बोटीतनं पळू पाहात होते. ती कलंडली आणि त्यांची बायको रिहाना आणि दोन मुलं आयलान आणि घालेब पाण्यात पडून मेली. आयलान तीन वर्षांचा आणि घालेब एक वर्षानं मोठा. सगळेच गेले.

किनाऱ्यावर वाहात आलेलं छायाचित्रात दिसतंय ते ते शव हसऱ्या, मस्तीखोर आयलान याचं. ज्या वयात चौपाटीवर वाळूत खेळायचं त्या वयात आयलानचा प्राणहीन देह त्याच वाळून तोंड खुपसून पडलाय. ज्या लाटांनी अचंबित व्हायचं त्याच लाटांनी त्याचा चिमुकला देह किनाऱ्यावर आणलाय. पायातले बूटसुद्धा तसेच आहेत त्याचे. आता त्याच्या वडिलांना, चाळिशीच्या अब्दुल्ला यांना हे तीन तीन मृतदेह न्यायचेत. त्यांना प्रश्न पडलाय आपले खांदे इतके मजबूत आहेत का आणि आपण का, कुणाचं हे ओझं वाहतोय!

अंत झाला अस्ता आधी जन्म एक व्याधी
वेदनांची गाणी म्हणजे पोकळ समाधी
देई कोण हाळी त्याचा पडे बळी आधी
... कुणाच्या खांद्यावर कुणाचे ओझे

०५ सप्टेंबर २०१५

# ५७. काळ्या सोन्याचा सोनेरी मुलामा

देश म्हणून आपला सगळ्यात मोठा खर्च कशावर होतो- शिक्षण, आरोग्य, रस्ते, संरक्षण.

या सगळ्याचं उत्तर नकारार्थी आहे. आपण सगळ्यात जास्त खर्च करतो खनिज तेलाच्या आयातीवर. सगळ्यात जास्त म्हणजे किती? सध्या आता तेलाचे भाव घसरलेले आहेत ते लक्षात घेतलं तर आपण वर्षाला साधारण १५,००० कोटी डॉलर्स. डॉलरच्या आजच्या दरानं सुमारे ९ लाख ९० हजार कोटी रुपये इतकी भव्यदिव्य रक्कम केवळ तेलाच्या आयातीसाठी खर्च करतो. आता कल्पना करा हे सगळ तेलाचा दर प्रतिबॅरल ४५ डॉलर्सच्या आसपास आहे म्हणून. तो जर २०१२ साली होता तसा १४७ डॉलर्स इतका झाला तर आपलं आणि आपल्या अच्छे दिनाच्या स्वप्नांचं काय होईल, याची कल्पनाही न केलेली बरी. आता इतका हा खर्च होतो कारण आपल्याला जो काही स्वयंपाकाचा गॅस लागतो, मोटारींसाठी पेट्रोल, डिझेल लागतं, नाप्था लागतो, नैसर्गिक वायू लागतो. ते सगळं आपल्याला आयात करावं लागतं. या आयातीचं प्रमाण किती आहे, तर आपण जे काही खनिज तेल वापरतो त्यातलं ८३ टक्के हे आयात केलेलं असतं. म्हणजे देशातल्या देशात जे काही तेल, नैसर्गिक वायू निघतो त्यातनं आपली गरज भागेल असं फक्त १७ टक्के इतकंच असतं. यातली लक्षात घेण्यासारखी बाब म्हणजे आपल्या विकासाचा दर असाच राहिला तर २०३० सालापर्यंत आपला तेलाच्या आयातीवरचा खर्च आताच्या बरोबर दुप्पट झालेला असेल. म्हणजे आपण ३०,००० कोटी डॉलर्स केवळ तेलाच्या आयातीवरच खर्च करू. आणि समजा त्या वेळी तेलाचा दर इतका कमी नसला आणि डॉलरही वधारलेला असला तर त्या वेळी काय होईल आपलं? या प्रश्नाचं उत्तर मठ्ठोत्तमालाही घाम फोडण्यासाठी पुरेसं ठरेल.

तेव्हा यावरनं दोन मुद्दे पुरेसे स्पष्ट होतात. एक म्हणजे तेलाच्या क्षेत्रात स्वदेशीचं तुणतुणं किती निरुपयोगी आहे ते. आणि दुसरं म्हणजे आपल्याकडे जी काही ऊर्जा, साधनसंपत्ती आहे ती आपण किती निगुतीनं आणि जबाबदारीनं वापरायला हवी. याच संदर्भात नरेंद्र मोदी सरकारनं गेल्या आठवड्यात एक अत्यंत महत्त्वाचा निर्णय घेतला,

तो आपण समजून घ्यायला हवा. इथं एक बाब लगेच अधोरेखित करायला हवी. ती म्हणजे हा निर्णय जरी मोदी सरकारनं घेतला असला तरी त्याचं सुतोवाच मनमोहन सिंग सरकारनं नेमलेल्या सी. रंगराजन समितीनं केलं होतं. हे रंगराजन म्हणजे विख्यात अर्थतज्ज्ञ आणि रिझर्व्ह बँकेचे माजी गव्हर्नर. मनमोहन सिंग सरकारनंही तो घेतला, कारण माजी महालेखापाल म्हणजे कॅग. विनोद राय यांनी आपल्या अहवालात सरकारचे वाभाडे काढले होते म्हणून. तेव्हा त्याच सरकारच्या काळात या बदलाची प्रक्रिया सुरू झाली होती. हे सगळं स्पष्ट करायचं कारण ते नाही केलं, तर लगेच अभिनिवेशी मंडळी आपापल्या पक्षीय पताका घेऊन विजय मिरवणुका काढायला लागतात आणि त्यात सहभागी न होणाऱ्यांना थेट राजद्रोहीच ठरवायला लागतात. अर्थात, तरीही हा निर्णय घेतला याबद्दल विद्यमान तेल, नैसर्गिक वायुमंत्री धर्मेंद्र प्रधान नक्कीच अभिनंदनास पात्र आहेत. त्यांच्या प्रामाणिकपणाचं श्रेय त्यांना द्यायला हवं आणि 'मुरली देवरा' नसलेला तेलमंत्री दिला याचं श्रेय नरेंद्र मोदी यांना द्यायला हवं. असो.

तर हा निर्णय नक्की आहे तरी काय?

तेलविहिरी खणणं हे मुळात भयंकर खर्चिक. त्यात त्या जर समुद्रात खणायच्या तर पाहायलाच नको. आपल्याकडे राजस्थान, आसाम वगैरे अगदी किरकोळ अपवाद सोडले तर बहुतांश तेल किंवा नैसर्गिक वायुसाठे समुद्रखोऱ्यात आहेत. यातलं सगळ्यात मोठं उदाहरण म्हणजे आंध्र प्रदेशातलं कृष्णा-गोदावरी या नद्यांचं खोरं. के. जी. बेसीन या नावानं या खोऱ्यातले तेल, वायुसाठे ओळखले जातात. तिथं हे उत्खननाचं काम करणं महाजिकिरीचं. दोन्ही अर्थांनी. ते खर्चिकही असतं आणि तांत्रिकदृष्ट्याही अवघड. तरीही ते होतं कारण अर्थातच त्यातनं मिळणारा महसूल. तेव्हा यासाठी जो कोणी भांडवली गुंतवणूक करतो त्याच्या वसुलीची व्यवस्था हवी. इतका मोठा खर्च करतोय एखादा, तर त्याचं मुद्दल वसूल होऊन वर नफा मिळायला हवा. पण प्रश्न असा, की मुदलात एखाद्यानं त्यासाठी केलेला खर्च मोजायचा कसा?

हा प्रश्न १९९७च्या आधी आपल्याला पडत नव्हता. कारण त्याआधी हे तेल-वायू उत्खननाचं काम सरकारी मालकीच्या कंपन्याच करत. म्हणजे ओएनजीसी वगैरे. पण त्या वर्षापासनं आपण त्यात खासगी कंपन्यांना सहभागी करून घ्यायला सुरुवात केली. त्यासाठी एक धोरण आखलं. त्याचं नाव एनईएलपी. न्यू एक्स्प्लोरेशन लायसेन्सिंग पॉलिसी. आता या सरकारनं हाती घेतलेली एनईएलपी ही दहावी. आतापर्यंतच्या या नऊ धोरणांतून आपण जवळपास ३६० तेल अथवा वायू क्षेत्रं विकसित केलेली आहेत. आणि या सगळ्यांत २१०० कोटी डॉलर्सची गुंतवणूक झाली आहे. या सगळ्यांशी आपल्या सरकारनं करार केले. त्यांना म्हणतात प्रॉडक्शन

शेअरिंग काँट्रॅक्ट्स. म्हणजे उत्पादन वाटून घेण्याचे करार. ते वेगवेगळे केले जायचे. म्हणजे समजा तेलविहिरीसाठी करार केला आणि ती विहीर खणताना तेलाबरोबर नैसर्गिक वायूही सापडला, तर लगेच सरकार दुसरा करार करणार.

खरी भानगड सुरू झाली ती इथं. कारण एव्हाना दुनिया मुठ्ठी में घेऊ पाहणारे या क्षेत्रात उतरले होते. त्यांचे आणि सरकारचे लागेबांधे इतके की सरकार आणि हे यांच्यातलं अंतरच नाहीसं झालं. सरकार यांचं की हे सरकारचे की दोन्हीही एकमेकांचे असा प्रश्न पडेल, अशी परिस्थिती तयार झाली. यातनं मग सरकारनं एक भारी म्हणजे भारीच निर्णय घेतला.

तो असा, की तेलकंपन्यांनी विहीर खणताना जो काही खर्च केला असेल त्याची वसुली सरकार त्या कंपन्यांना आधी करू देणार. म्हणजे या विहिरीतनं तेल निघालं, नाही निघालं, सरकारला पैसा मिळाले, नाही मिळाले तरी या कंपन्यांना मात्र त्याचा खर्च वसूल करता येणार. आपला कायदा असं सांगतो, की भारतीय भूभागाखाली काहीही खनिजसंपत्ती मिळाली तरी ती देशाच्या मालकीचीच असते. म्हणजे एखाद्याच्या शेतात किंवा अंगणात जमिनीखाली सोनं मिळालं, तर ते सरकारच्या मालकीचं. (अमेरिकेत याच्या बरोबर उलट आहे. तिथं जमिनीच्या मालकालाही त्या खनिजसंपत्तीत मालकी मिळते. असो.) तेव्हा या कायद्यानुसार जमिनीखालचं तेल काढण्यासाठी खासगी कंपन्यांनी जरी गुंतवणूक केली असली तरी त्यावर मालकी सरकारची असते. त्यानुसार या कंपन्यांनी सरकारलाही महसुलात वाटा द्यायला हवा. पण आपलं सरकार इतकं उदार अंतःकरणाचं की त्यांनी या कंपन्यांना सांगितलं, काही काळजी करू नका, आमचा वाटा मिळाला नाही तरी हरकत नाही. तुमच्या खर्चाची मात्र नक्की परतफेड केली जाईल. आता सरकारच्या या औदार्याचा फायदा काही मूठभरांनाच मिळाला, त्यात त्यांचा काय दोष. आणि या मूठभरांत दुनिया मुठ्ठी में घेणारे होते, त्यात त्या बिचाऱ्यांचा काय दोष. सरकारचं हे औदार्य इथंच संपलं नाही.

पुढचा प्रश्न. या कंपन्यांनी केलेला खर्च मोजायचा कसा, त्यावर सरकारचं उदारउदार उत्तर सोप्पं होतं. ते म्हणजे, या कंपन्या सांगतील तो त्यांचा खर्च. आता या कंपन्या सांगतायत ते खरं की खोटं हे पाहायचं कसं? त्यावर सरकारचं उत्तर नाहीच पाहायचं, या कंपन्यांवर विश्वास ठेवायचा.

तो ठेवला की काय होतं, हे गेल्या काही दिवसांत दिसून आलं. या कंपन्यांनी मग त्या दूरसंचार क्षेत्रातल्या असोत की तेल क्षेत्रातल्या, आपला खर्च इतका वाढवून सांगितला की सरकारी पातळीवर एक शब्दच तयार झाला. गोल्ड प्लेटिंग. म्हणजे खऱ्या भांडवली खर्चाला दिलेला सोन्याचा मुलामा. यातून प्रचंड भ्रष्टाचाराचे आरोप झाले. आणि आपलं नुकसान दुहेरी झालं. एक तर या कंपन्यांची धन झाली आणि

दुसरं म्हणजे ती होऊनही देशाच्या हाती काहीच लागलं नाही. या कंपन्यांनी सांगितला तितका खर्च सरकारनं त्यांना वसूल करू दिला. त्यात आणखी एक योगायोग असा की चोरी जेव्हा पकडली गेली, या कंपन्यांना जाब विचारला गेला तेव्हा यांच्या वायुविहिरींचा घसा कोरडा पडू लागला. आता तर त्यातनं काही निघतच नाही.

तेव्हा आता सरकारनं जो नवा निर्णय घेतलाय त्यात ही काही भानगडच नाही. कंपन्यांनी किती गुंतवणूक केलीये त्यात सरकार काही पडणार नाही. पण या कंपन्यांना तेल वा वायूच्या उत्खननातून जो काही महसूल सुरू होईल त्यातला वाटा पहिल्या दिवसापासून एका निश्चित दरानं सरकारला द्यावा लागेल. मग हे तेल किंवा वायू या कंपन्यांनी कितीही दरानं विकावं. सरकारला निश्चित महसूल त्यातून मिळणार. आणि दुसरं म्हणजे यापुढे सरकार या कंपन्यांशी एकच करार करणार. तेलाचा एक आणि वायू सापडला तर दुसरा अशी भानगड नाही. करार एकच. विहिरीतनं काहीही निघो. या कंपन्यांना सरकारचं देणं द्यावं लागणार.

बदल झालाय तो हा. या बदलाच्या आधारे नवी ६९ तेलक्षेत्रं आता लवकरच लिलावात निघतील. या तेलक्षेत्रांत तब्बल ७० हजार कोटी रुपयांची आपली म्हणजे देशाची साधनसामग्री लपून आहे. ती वाया जाता नये.

म्हणूनच या काळ्या सोन्याच्या विहिरी आणि त्यांच्या सोनेरी मुलाम्याची भानगड आपण समजून घ्यायची.

१९ सप्टेंबर २०१५

# ५८. विज्ञानवास्तवाचा 'विदिता' व्याघात

एका अर्थानं हा प्रसंग अत्यंत आनंददायी आणि उत्साह वाढवणारा आहे. आणि त्याच वेळी तो प्रचंड निराश अशी वास्तवाची जाणीव करून देणारादेखील आहे. हे परस्परविरोध समजून घेण्यासाठी थोडी पार्श्वभूमी मांडावी लागेल.

गेल्या काही 'अन्यथा' सदरांत परदेशी विद्यापीठं, त्याचं मोठेपण, तिथं दाखल होऊन मोठं काम करणाऱ्यांच्या गौरवगाथा बऱ्याच दिल्या गेल्या. त्यांचं उत्तम स्वागत देखील झालं. काहींना त्यामुळे आपण कुठं आणि का आहोत, हे कळायला मदत होतीये, असं वाटलं. तर काहींच्या मते त्या हताश करणाऱ्या आणि भारतमातेला वगैरे कमी लेखणाऱ्या होत्या आणि आहेत. अशांतल्या काहींनी तर हे भारतमातेचं मानभंग करणारं असं काही लिहू नका, अशी धमकीवजा प्रेमळ सूचनाही केली.

या पार्श्वभूमीवर लोकसत्ता व्हिवा लाउंज उपक्रमासाठी विदिता वैद्य यांना बोलवायचं ठरलं. वैज्ञानिक संशोधनासाठीचा यंदाचा 'शांती स्वरूप भटनागर पुरस्कार' त्यांना नुकताच जाहीर झाला. वैद्य मुंबईत टाटा मूलभूत संशोधन संस्थेत असतात. मेंदू आणि भावभावना हा त्यांच्या संशोधनाचा विषय. ही टाटा मूलभूत संशोधन संस्था देशातलं आद्य विज्ञानपीठ. देश स्वतंत्रदेखील झाला नव्हता तेव्हा जेआरडी टाटा नावाच्या द्रष्ट्या उद्योगपतीनं आपल्या पैशातनं ती स्थापन केलेली. देश स्वतंत्र झाला तर बाकीच्या गोष्टी विकत आणता येतील, पण अभियंते एका रात्रीत कसे घडणार हा त्यांचा यामागचा विचार. याच संस्थेतनं मग होमी भाभा, विक्रम साराभाई वगैरे तगडे वैज्ञानिक घडत गेले आणि भारत विज्ञानाच्या क्षेत्रात एकेक पाऊल पुढे टाकत गेला. तर अशा या शुद्ध वैज्ञानिक संस्थेत विदिता वैद्य असतात. तेव्हा त्यांची कथा लोकांना सांगायलाचा हवी, या विचारानं त्यांना लाउंजमध्ये निमंत्रण द्यायचं ठरलं.

जरा धाकधूकच होती. कारण विज्ञान क्षेत्रातल्या महिला हे प्रकरण काही आपल्याला माहीतच नाही. शोधायचं म्हटलं तर एकदम कमलाबाई सोहोनींपर्यंत मागे जावं लागतं. नंतर हा रस्ता तसा कोरडाच. आणि दुसरं म्हणजे बाबा-बापू, गोमाता, मार्गशीर्षातले गुरुवार, लक्ष्मीव्रत, शकुन-अपशकुन, गंडेदोरे वगैरे ठासून भरलेल्या वातावरणात विज्ञानाला कोण विचारतंय हीदेखील भीती होतीच. त्यामुळे हा कार्यक्रम

मारे आपण करतोय, पण लोक तरी येतील का. नाही तर आपलीच फजिती व्हायची वगैरे चर्चा कार्यालयात झडल्या होत्या. पण या सगळ्या निर्बुद्ध रूढींवर आपण सतत कोरडे ओढत आलो आहोत आणि आधुनिक असल्याचा आव आणत गावोगावची देवदेवळं वगैर छापण्याचा उद्योग कधी आपल्याला करावा लागलेला नाही. तेव्हा विज्ञानावरील निष्ठेसाठी तरी यांना आपल्या कार्यक्रमात बोलवायला हवं. ते आपलं कर्तव्यच आहे असं म्हणून तो कार्यक्रम ठरला. विदिता वैद्यदेखील त्यासाठी तयार झाल्या.

आनंदाचा भाग तो आता. तो म्हणजे या कार्यक्रमाला झालेली आबालवृद्धांची तुडुंब गर्दी. कार्यक्रमस्थळी वरच्या मजल्यावर जाणारे सर्व रस्ते रोखावे लागले इतकी ही गर्दी होती. सभागृहाइतकेच किंबहुना जास्तच लोक बाहेर होते. मग त्यांच्यासाठी कार्यक्रम प्रक्षेपणाची सोय करावी लागली.

आनंद अर्थातच गर्दी झाली म्हणून फक्त नाही. आनंद याचा की अजूनही विज्ञानावर प्रेम असलेले आपल्याकडे उदंड आहेत. बाबा-बापूंचे अनुयायी, सिद्धिविनायकाला चालत जाण्याचं व्रत करणारे वाढते असले तरी अस्सल विज्ञानाच्या करकरीत बौद्धिकतेवर प्रेम करणारेही चांगल्या संख्येनं आहेत, हा आनंद. आणि मग आला या आनंदामागचा विषाद.

त्यास कारणीभूत ठरली विदिता वैद्य यांनी लोकसत्ताच्या संपादकवर्गाशी केलेली बातचीत. बोलता बोलता त्या सहज बोलून गेल्या-

विज्ञान संशोधनासाठी हल्ली पुण्या-मुंबईतून फार जण येतच नाहीत. येतात ते अर्धग्रामीण, अर्धनागरी सीमारेषांवरच्या शहरांतून. त्यांचा बौद्धिक दर्जाही चांगला असतो. काही काही तर अत्यंत हुशार असतात, पण पुण्या-मुंबईतल्या तरुणांना हे क्षेत्र आता महत्त्वाचं वाटत नाही हे खरं. कदाचित इथली म्हणजे पुण्या-मुंबईतली मुलं अमेरिका आणि अन्यत्र जाण्यात धन्यता मानत असावीत

हे असं का होत असावं, या प्रश्नावरही त्यांचं उत्तर भेदक आणि डोळे उघडणारं आहे.

पुण्या-मुंबईत किंवा अन्य मोठ्या शहरांत विज्ञानाचं वगैरे असं काही छापलंच जात नाही. आताही बघा ही भटनागर पुरस्काराची बातमी एकाही इंग्रजी वर्तमानपत्राला तितकी महत्त्वाची वाटली नाही. त्या वर्तमानपत्रात पुरस्काराच्या घोषणेच्या चार ओळी छापून आल्या. कर्तव्य म्हणून. भाषिक वर्तमानपत्रांनीच त्या मोठ्या छापल्या. आणि इंग्रजी वर्तमानपत्रांना या विद्यापीठीय संशोधनाचं वावडं आहे असं म्हणावं तर तेही नाही. कारण प्रिन्स्टन, हॉर्वर्ड, एमआयटीमध्ये वगैरे खुट्ट झालं तरी ही वर्तमानपत्रं एवढी मोठमोठी जागा देतात त्या बातम्यांना, पण देशांतर्गत विज्ञान संशोधनाला कधी

इतकी प्रसिद्धी मिळत नाही. आणि तशी प्रसिद्धी नसते म्हणून त्याचं महत्त्व आर्थिकदृष्ट्या उच्च वर्गातल्यांना इथं कधी जाणवतच नाही. या वर्गाला वाटतं- अमेरिकेतल्या वगैरे विद्यापीठांत चालू आहे तेच मोठं आणि महत्त्वाचं. त्यामुळे इथली मुलं कधी आमच्या संस्थांत येतच नाहीत.

विदितांच्या या वक्तव्यावर एका बड्या इंग्रजी वर्तमानपत्रात काम करणाऱ्या पत्रकार मित्राचा अनुभव आठवला. तो त्याच्या संपादकाला ही अशीच एक चांगली बातमी किती महत्त्वाची आहे, पान १ वर मोठी छापायला हवी वगैरे सांगायला गेला. तर तो संपादक त्याला म्हणाला, हू रिड्स धीस, गिव्ह मी सम सेक्स ऑर क्राईमबेटर इफ बोथ. त्याच वर्तमानपत्रातल्या दुसऱ्या एका पत्रकार मित्राला पुलंच्या निधनाची बातमी पान १ वर यायला हवी यासाठी घाम गाळावा लागला होता. असो.

विदितांबरोबरच्या गप्पांत दुसरा विषय निघाला तो आपल्याकडे विज्ञान क्षेत्रात महिला का नाहीत, हा. त्यावरही त्यांचं निरीक्षण भेदक होतं.

कशा असणार, वातावरण कुठं आहे. परत दुसरं असं, की हे संशोधन करून काय मिळतं हे लोकांना कळतं त्या भाषेत दिसत नाही. त्या भाषेत सांगता येत नाही. माझ्या माहितीतली एक तरुणी आली या क्षेत्रात. २२ वर्षांची आहे. जरा कुठं स्थिरावतीये तर ती तिच्या घरच्यांची भुणभुण सुरू झालीय... लग्न कर लग्न कर म्हणून. आता तिचे आई-वडीलच जर समजून घेऊ शकत नसतील विज्ञान संशोधन म्हणजे काय आहे ते मग सासू-सासऱ्यांकडून कशी अपेक्षा ठेवणार.

परिस्थिती अशी असेल तर त्या कशा आल्या या क्षेत्रात.

मी आले कारण माझ्या आई-वडिलांची पार्श्वभूमी म्हणून. ते या क्षेत्रातलेच आहेत. त्यामुळे मला जराही जड गेलं नाही. पण सगळ्यांनाच कसे असे आई-वडील मिळणार?

प्रश्न बरोबर होता त्यांचा. विज्ञान क्षेत्रातल्या असल्या तरी आसपासच्या वर्तमानाचं त्यांना असलेलं भान जागं करणारं म्हणायला हवं. पण जागं होऊन तरी करणार काय?

आसपास सगळेच झोपलेले असले, की जो जागा असतो तोही कंटाळतो आणि थोड्या वेळानं तोही आडवा होतो. मग लागते डुलकी त्यालाही. आपल्याकडच्या विज्ञान शिक्षणाला लागलीये तशी. प्रिन्स्टन, हॉर्वर्ड, एमआयटी वगैरेतला कसला तरी गाजावाजा झाला की तात्पुरते डोळे किलकिले करतो आपण. मग पुन्हा झोप. जाग आलीच तर विज्ञानवास्तवाचा हा विदिता व्याघात आपण समजून घ्यायला हवा.

१७ ऑक्टोबर २०१५

# ५९. उद्योगपतीच, पण...

कालपरवा मार्क झुकेरबर्ग आपल्याकडे येऊन गेला. फेसबुक काढण्याची कल्पना त्याची. त्यामुळे अर्थातच तो तरुणांच्या गळ्यातला ताईत वगैरे. त्याला विचारले गेलेले प्रश्नही त्याच संदर्भातले. त्यावर बोलताना तो म्हणाला, फेसबुकचं श्रेय हे माझं एकट्याचं नाही. फेसबुक, ॲपलसारखं जेव्हा काही घडतं तेव्हा ते एकट्यादुकट्याचं नसतं.

त्याच दिवशी ॲपलच्या विक्रमी फायद्याची बातमी आली. न भूतो न भविष्यति इतका रग्गड नफा या कंपनीनं कमावलाय. त्या कंपनीच्या कामाचा आणि त्यामुळे आकाराचा आवाका किती आहे, ते एकदा समजून घ्यायलाच हवं.

तर ॲपलचा वट्ट नफा आहे तब्बल ५३०० कोटी डॉलर्स इतका. याचा अर्थ ही कंपनी एका आठवड्याला १०० कोटी डॉलर्स म्हणजे साधारण ६५०० कोटी रुपये. इतका नफा गेले वर्षभर कमवतीये. तरीही त्याही वर ॲपलनं १०० कोटी डॉलर्स कमावलेत. याचाच दुसरा आणि तितकाच खरा अर्थ असा, की एका सेकंदाला १६९३.११ डॉलर्स इतकी कंपनीची कमाई आहे. म्हणजे हा लेख वाचायला समजा एखाद्याला १० मिनिटं लागली तर तेवढ्या वेळात १०,१५,८६६ इतके डॉलर त्या कंपनीच्या खिशात गेले असतील.

या अवाढव्य आकाराचा अर्थ काय?

या कंपनीची मार्केट कॅप ७५,००० कोटी डॉलर्सपेक्षाही अधिक आहे. तर जगात केवळ २३ इतकेच देश असे आहेत, की ज्यांची अर्थव्यवस्था ॲपलच्या आकाराशी स्पर्धा करू शकेल. म्हणजे उर्वरित १७३ देशांची अर्थव्यवस्था ॲपलपेक्षा लहान आहे. भारताच्या सकल राष्ट्रीय उत्पन्नाचा तब्बल २० टक्के वाटा एकट्या ॲपलकडून येऊ शकेल. भारतातली सगळ्यात मोठी कंपनी म्हणजे रिलायन्स इंडस्ट्रीज. ॲपल ही रिलायन्सपेक्षा आकारांने २७ पट मोठी आहे. ॲपलचा एका तिमाहीतला फायदा १८०० कोटी डॉलर्स. भारतातल्या नॅशनल स्टॉक एक्स्चेंजमधल्या पहिल्या ५० कंपन्या घेतल्या, तर या कंपन्यांच्या एकत्रित वार्षिक नफ्यापेक्षाही अधिक ॲपलचा फक्त तिमाही नफा आहे. आपल्याकडच्या सगळ्यात मोठ्या

कंपन्यांचा नफा जेमतेम १०० कोटी डॉलर्स इतकाच आहे. म्हणजे आपल्या मोठ्या कंपन्यांच्या वार्षिक नफ्याच्या कितीतरी पट ॲपलचा फक्त तिमाही नफा आहे. अर्थातच ॲपलच्या या इतक्या प्रचंड नफ्यामुळे कंपनीच्या हाती केवळ रोकड पडून आहे. ती आहे २०,००० कोटी डॉलर्स इतकी प्रचंड. म्हणजे ही रक्कम म्हणजे आजचा गल्ला आहे. ही रक्कम खर्च करून ॲपलनं समजा कंपन्याच विकत घ्यायचं ठरवलं, तर या रकमेतून अख्खी आयबीएम, अख्खी इंटेल आणि अख्खी आपली टीसीएस या कंपन्या ॲपलला विकत घेता येतील आणि तरीही वर काही चिल्लर शिल्लक राहील.

या फायद्यातला सगळ्यात मोठा वाटा येतोय तो अर्थातच आयफोन्समधून. हे फोन्स हे ॲपलचं इंजिन आहेत. ॲपलनं एका तिमाहीत फक्त विकल्या गेलेल्या आयफोन्सची संख्या आहे ४ कोटी ८० लाख इतकी. गेल्या वर्षी याच तिमाहीत ॲपलला ३ कोटी ९० लाख इतके आयफोन्स विकता आले होते. म्हणजे या कंपनीच्या एका तिमाहीपुरत्या विकल्या जाणाऱ्या फोन्समध्ये तब्बल एक कोटींनी वाढ झालेली आहे. या कंपनीच्या टीकाकारांच्या मते नव्यानं बाजारात आणलेलं आयवॉच तितकं काही चांगलं नाही, त्याला इतकी मागणी नाही. काही प्रमाणात ते खरं असेलही. पण तरीही केवळ आयवॉचच्या विक्रीतून कंपनीनं ३०० कोटी डॉलर्स कमावलेत. आता काय करायचं या आकाराचं.

खुद्द कंपनीलाही हा प्रश्न पडला असावा. कारण पुढच्या काळात आपली वाढ इतकी तेज नसेल असा इशारा कंपनीनंच दिलाय. चीनची मंदावलेली अर्थव्यवस्था हे त्याचं कारण आहे. तो दिल्यामुळे चीनबाबतही आपल्या जाणिवा जरा अधिक स्पष्ट होतील. आपल्या भारतीय अशा टाटा समूहाकडे मालकी असलेल्या जग्वार लँड रोव्हर म्हणजे जेएलआर या कंपनीसाठी आगामी काळ आव्हानाचा आहे. कारण चीन मंदावतोय म्हणून. या कंपनीची सगळ्यात मोठी बाजारपेठ चीन आहे. तेव्हा त्याची गती मंदावली तर तीवर आधारित सगळ्यांनाच फरक पडणार. म्हणजे ॲपल ते आपली जेएलआर इतक्या मोठ्या पसाऱ्यातल्या कंपन्यांना फरक पडणार तो फक्त चीनमुळे. असो. अर्थात, तरीही नवनव्या उत्पादनांमुळे हे नुकसान अन्यत्र भरून काढलं जाईल, असा ॲपलला विश्वास आहे.

ॲपलच्या या भव्यदिव्य यशामुळे जगाच्या इतिहासात पहिल्यांदाच एक बाब घडली. ती म्हणजे पेट्रोलियम कंपनीवर पहिल्यांदाच एखाद्या अशा आधुनिक उत्पादनाच्या निर्मात्यानं मात केली. इतके दिवस म्हणजे गेल्या वर्षअखेरीपर्यंत एक्झॉन मोबील ही जगातली क्रमांक वरची कंपनी होती. ती कमवत असलेला नफा हा असा इतका अगडबंब होता. त्या कंपनीची ताकद इतकी होती, की सरकारं त्या कंपनीच्या

तालावर नाचायची. ही कंपनी रॉकफेलर या आद्य उद्योगसम्राटाच्या स्टँडर्ड ऑईल या कंपनीच्या परिवारातली. सगळा परिवारच तो बड्या कंपन्यांचा. सगळ्याच्या सगळ्या एकजात मोठ्या झाल्या. असो. मुद्दा तो नाही.

तर पहिल्यांदाच एखाद्या तंत्रज्ञान कंपनीनं तेल कंपनीला कसं मागे टाकलं हा आहे. या दोन अव्वल नंबरी कंपन्यांतला फरक म्हणजे तेल कंपनीच्या आगेमागे खूप राजकारण चिकटलं. आणि अजूनही चिकटतं. कारण तेल हा विषयच मुळी राजकारणाचा आहे. आणि फक्त तेलच नाही. तर जे जे खनिजाच्या रूपातनं निघतं मग ते तांबं असेल, पोलाद, बॉक्साईट किंवा तेलही असेल, त्यांचं व्यावसायीकरण हे राजकीयच होतं. आपल्याकडंच बघा. आपण काही तेल वा पोलाद वा तांब वा बॉक्साईट आदी खनिजांच्या उत्पादनात जागतिक कंपन्यांइतके मोठे नाही. तरीही आपल्याकडेही राजकीय वादात सापडतात त्या तेल आणि अन्य खनिज कंपन्याच. या आणि अशा कंपन्यांच्या नफ्याला त्यामुळे एका अर्थानं राजकीय दुर्गंधी असते. अशा बड्या तेल कंपनीला मागे टाकून ॲपलनं मुसंडी मारली त्यामागचा मोठेपणा आहे तो हा.

ही माहिति-तंत्रज्ञान, दूरसंचार क्षेत्रातली कंपनी. या क्षेत्रातली उत्पादनं एका अर्थानं निर्गुण, निराकार असतात. म्हणजे उत्पादनाआधी ती केवळ संकल्पना असतात. खनिजांचं तसं नाही. ती दिसतात, त्यांना स्पर्श करता येतो. त्यांच्याकडून काय होणार आहे, त्यांचा उपयोग काय हे सगळं अगदी सामान्य बुद्धिमत्तेच्या व्यक्तीलाही कळू शकतं. पण संकल्पनांचं तसं नाही. या संकल्पना मूर्त स्वरूपात साकारल्या गेल्या तर नक्की काय होणार आहे हे फक्त द्रष्ट्यांनाच समजू शकतं.

मार्क झुकेरबर्ग, ॲमेझॉनवाला जेफ बेझोस, ॲपलचा स्टिव जॉब्स हे खूप मोठे ठरतात ते यामुळे. अशी अनेक नावं यात घेता येतील. जे आतापर्यंत कधीच नव्हतं ते या मंडळींनी करून दाखवलं. जे केलं ते अफाट आहे. आणि तरीही ही मंडळी म्हणतात जे काही झालं ते श्रेय एकट्यादुकट्याचं नाही. सर्वोच्च पदावर पोचूनही मार्क झुकेरबर्ग बारा महिने चौदा काळ साध्या करड्या रंगाचा टीशर्ट आणि जीनची पँट अशा वेशात असतो. परवा आपल्याकडे येऊन गेला तेव्हाही तो तसाच होता. स्टिव्ह जॉब्सही तसाच. काळा पुलओव्हर आणि जीनची पँट. स्टिव्हनंतर कंपनीची सूत्रं ज्याच्या हाती गेली तो टिम कुक हादेखील तसाच. काळा शर्ट आणि जीनची पाटलोण.

झुकेरबर्ग काय किंवा जॉब्स काय. त्यांनी जे काही केलं त्याचं अनुकरण केलं, करता आलं तर फारच उत्तम. पण इतकं प्रचंड, गगनाला हात लागेल असं काम केल्यानंतरही त्यांचे प्रवर्तक, उद्गाते यांचे पाय जमिनीवर राहातात तरी कसे हे

आपल्याला कळायला हवं. एरवी एखाददुसरा कशीबशी जेमतेम एक पिढी टिकणारा कुटीरोद्योग चालवून जन्मभरासाठी उद्योगपती असं बिरुद मिरवणारे आपण आसपास पाहात असतोच की.

३१ ऑक्टोबर २०१५

# ६०. विल्यमच्या हॅम्लेजचं आनंदस्मरण

लंडनला नेहमी ज्यांचं जाणं असेल आणि यादीतलं पर्यटन ज्यांचं पूर्ण झालं असेल, त्यांना हे लगेच कळेल. निवांत भटकंतीसाठी ऑक्सफर्ड स्ट्रीटसारखी राजस जागा जगात दुसरी कोणती नाही.

न्यूयॉर्कला पार्क अ‍ॅव्हेन्यू, वॉल स्ट्रीट वगैरे रस्ते आहेत. पण तिथं सगळे आपले ह्याच्यात. तिथल्या भटकंतीला संपत्तीची ऊब असावी लागते. आणि दुसरं म्हणजे न्यूयॉर्कमधली भटकंती ही केवळ धंदे की बात असते. वॉशिंग्टन आपल्याला विचारतच नाही. व्हेनिस अथवा मिलान सुंदर आहे. पण चित्रप्रदर्शनं नसतील तर तिथल्या भटकंतीत बौद्धिक असं काही नाही. इस्तंबूलमध्ये अशा भटकंतीचा आनंद आहे. पण तिथं आपणही एकसारख्या रंगातले टीशर्ट घालून, एकाच रंगाच्या बॅगा गळ्यात वागवत समूह पर्यटन करणाऱ्यांपैकी आहोत की काय, असं वाटायला लागतं. तिथं तो क्लास नाही.

ऑक्सफर्ड स्ट्रीटला तो आहे. इथं सगळंच आहे.

टॉटनहॅम कोर्ट रोड स्टेशनला उतरायचं आणि उलटं चालत निघायचं. साधारण १०० पावलांना एक तास लागेल इतका निवांत चालण्याचा आनंद या रस्त्यावर आहे. काहीही घ्यायचं नसलं तरी पाहायलाच हवीत अशी दुकानं. पुढे काहीतरी घ्यायलाच हवं अशी पुस्तकांची दुकानं. बाहेर पुस्तक हारीनं मांडून ठेवलेली. कधीतरी कोणीतरी एखादा महनीय लेखक त्या दुकानात आलेला असतो. रस्त्याच्या दुतर्फा अशीच प्रेक्षणीय दुकानं. मध्येच कॉफी शॉप. पुस्तकाच्या दुकानातनं पुस्तक घ्यायचं, कॉफी घ्यायची आणि कोपऱ्यातल्या बाकावर बसून त्या रसरशीत, वाहत्या रस्त्याच्या साक्षीनं त्या अनाघ्रात पुस्तकाला माणसाळवायचं. काय आनंद आहे. तर असंच चालत राहिलं तर ऑक्सफर्ड स्ट्रीट संपतो. सर्वसाधारण पर्यटक म्हणवून घेणारा इथं वळतो. परतीच्या प्रवासाला निघतो.

तर तसं करायचं नाही. ऑक्सफर्ड स्ट्रीट स्टेशनचा बोर्ड दिसला की उजवीकडे वळायचं. हा रिजंट्स स्ट्रीट. तो पिकॅडली सर्कस स्टेशनकडे जातो. त्याच रस्त्यावर चालत राहायचं. साधारण अर्धा रस्ता पार केला की उजव्या हाताला थांबायचं. हे

दुसरं, चोखंदळांनी जायलाच हवं असं गंतव्य स्थान. लालसर रंगाच्या पडद्यांवर पांढऱ्या रंगातल्या अक्षरांनी त्याचं नाव लिहिलेलं दिसेल.

हॅम्लेज.

हे खेळण्यांचं दुकान. फक्त खेळण्यांचं. केवढं मोठं तर थेट सातमजली. मराठी संस्कारात खेळण्याच्या दुकानांना मोठी माणसं फारच लहान लेखतात. त्यांना वाटतं हे काय हे तर पोराबाळांसाठी, आपल्यासारख्या पोक्तांपुढे काय त्याचं एवढं कौतुक. तर असं ज्यांना वाटतं आणि ज्यांना वाटत नाही अशा दोघांनी पोराबाळांसकट किंवा पोराबाळांशिवाय हाती जमेल तितका वेळ ठेवून जायलाच हवं अशी जागा म्हणजे हॅम्लेज.

विल्यम हॅम्लेज या जातिवंत ब्रिटिश सद्गृहस्थाची ही निर्मिती. विल्यम हा त्या वेळी कामगार झाला असता किंवा बोटीवरचा खलाशी. पण त्याला वाटलं आपण काहीतरी वेगळं करावं. म्हणून त्यानं हे खेळण्यांचं दुकान काढलं. कधी? तर १७६० साली. म्हणजे आपल्याकडे पानिपताच्या लढाईला आणि माधवराव पेशवे सत्तेवर यायला आणखी एक वर्ष होतं. थोरले बाजीराव जाऊन वीस वर्षं झाली होती त्या वेळी विल्यमनं खेळण्याचं दुकान काढलं. नोहाच्या नौकेसारखी एक बोट बनवली आणि जमेल तितकी खेळणी त्यात कोंबून तो ती विकायला लागला. बघता बघता त्याचं हे खेळण्याचं दुकान चर्चेचा विषय झालं. त्या वेळी त्याला विल्यमचं आनंद निधान, असं म्हटलं जाई. कुटुंबच्या कुटुंब घरातल्या लहानांना घेऊन त्याच्या दुकानाला भेट देत. १८३७ साली व्हिक्टोरिया राणीचं राज्यारोहण झालं त्या वेळी या दुकानाचा लौकिक राजघराण्यापर्यंत गेलेला होता. नंतर एकदा खुद्द राणी या दुकानात आली होती.

१८८१ साली या दुकानानं आमची कोठेही शाखा नाही असं न म्हणता एक नवी जागा घेतली. तेच हे रिजंट स्ट्रीटवरचं भव्य दुकान. त्या वेळी ते पाचमजली होतं. आता त्याचे दोन मजले वाढलेत. म्हणजे आपल्याकडे नसेल एक वेळ पण जगात मोठी माणसं लहानांच्या खेळण्यांना पुरेशा गांभीर्यानं घेतात, त्याचंच हे लक्षण. नव्या शतकाच्या सुरुवातीलाच जगातल्या अनेक आस्थापनांप्रमाणे हॅम्लेजलाही चांगलाच फटका बसला. पहिल्या महायुद्धानं हॅम्लेजचं कंबरडंच मोडलं.

युद्ध माणसांना म्हातारं बनवतं. पहिल्या महायुद्धानं आलेलं म्हातारपण जायच्या आत दुसरं महायुद्ध आलं. हॅम्लेजची वाताहतच झाली. मोठे राहातायत की जगतायत याचाच प्रश्न असताना लहानांच्या खेळण्यांच्या दुकानांना कोण विचारतंय. तसं काही काळ झालं खरं. दुकानावर पाच वेळा बॉम्ब पडले होते. ते आतनं कोसळलं होतं. पण त्याही वेळी दुकानातले विक्रेते डोक्यावर पत्र्याच्या टोप्या घालून बाहेर उभं राहून

मुलांसाठी खेळणी विकायचे. पण आर्थिकदृष्ट्या काही काळ हाल झाले ते दुकान चालवणाऱ्यांचे. त्या काळी दुकानात नोंदवलेली खेळण्यांची मागणी घरपोच पाठवली जायची. त्यासाठी दोन घोड्यांच्या बग्ग्या होत्या हॅम्लेजकडे. किती छान वाटत असेल मुलांना. छान सजवलेल्या घोड्यांच्या बग्गीतून आपली खेळणी घरी येतायत. पण महायुद्धानंतर ही चैन सोडावी लागली हॅम्लेजला. कर्जाचा डोंगर वाढला. ऐन महायुद्धाच्या काळात वॉल्टर लाईन्स या दुसऱ्या उद्योगपतीनं हॅम्लेज विकत घेतलं. त्याचं कौतुक आणखी एका कारणासाठी म्हणजे त्यानं दुकानाचं नाव नाही बदललं. हॅम्लेजच ठेवलं. त्याही काळात दुसरी एलिझाबेथ राणी दुकानात खेळणी घ्यायला आल्याची नोंद आहे. १९५५ साली राणीनं दुकानाचा शाही गौरव केला. एका खेळण्याच्या दुकानाचा मोठ्यांकडून इतका मोठा गौरव झाल्याची नोंद दुसरीकडे कुठं नसेल. हॅम्लेजचं नाव सर्वतोमुखी झालं.

तेच ते हे रिजंट स्ट्रीटवरचं दुकान. सातमजली. जवळपास ३५ हजारांहून अधिक खेळणी आहेत या दुकानात. ती बघणं, ती बघायला, विकत घ्यायला आलेल्या पोरांना बघणं आणि अतिशय उत्साहात ती दाखवणाऱ्या विक्रेत्यांनाही बघणं हे सगळंच विलक्षण आनंददायी आहे. ब्रिटनला ग्रेट करणारे जे काही मानबिंदू आहेत त्यातला हा एक. ब्रिटनमधल्या विल्यम शेक्सपीअरचा अजरामर हॅम्लेट अनेकांना माहीत आहे. त्यानं अनेक ज्येष्ठांना आनंद दिलाय. पण दुसऱ्या विल्यमचं हे हॅम्लेज अनेकांना माहीत नाही. त्यानंही अनेकांचा मोठेपणाचा रस्ता समृद्ध केलाय.

पण ही हॅम्लेज कहाणी आताच सांगायचं प्रयोजन काय,

तर गेल्याच आठवड्यात या हॅम्लेजची मालकी ब्रिटिशांकडून गेलीये. एका चिनी उद्योगपतीनं ते विकत घेतलंय. हा उद्योगपती कसला, तर पादत्राणं बनवणारा. त्यानं १० कोटी पौंड मोजून हॅम्लेज विकत घेतलं. एका पौंडाची किंमत साधारण ९५ रुपयांच्या आसपास आहे. त्यावरून या दुकानाचं मोल लक्षात येईल. तर अशा तऱ्हेनं ब्रिटिशांचा हा तब्बल २५५ हून अधिक वर्षांचा जुना खेळकर वारसा आता संपुष्टात आलाय. चीनचे अध्यक्ष झि जिनपिंग नुकतेच ब्रिटनच्या दौऱ्यावर होते. त्या वेळी काही महत्त्वाचे व्यापार करार झाले. त्यातला एक हा. हॅम्लेजला विकून टाकणारा.

पण प्रश्न फक्त हॅम्लेज या एकाच दुकानाचा, एका आगळ्या, लोभस ब्रँडचा नाही, तर युरोपातले एकापेक्षा एक ब्रँड कसे चीनशरण होतायत, त्याचा आहे. इटलीतली जगद्विख्यात टायर कंपनी पायरेली ही आता चीनची झालीय. इटलीतलीच फेरेटी ही जगातली लोकप्रिय अशी श्रीमंती खासगी नौकायाट बनवणारी कंपनी. ती आता चिनी उद्योगाचा भाग आहे. फ्रान्समधला टोलूज विमानतळ चिनी कंपनीनं घेतलाय. त्याच देशातली प्युजो सिट्रेन ही मोटार कंपनी चिनी झालीय. स्वीडन

ओळखला जात होता वोल्वो ब्रँड मोटारींसाठी. या कंपनीवरसुद्धा आता चीनची मालकी आहे. इतकंच काय युरोपातले अगदी ऑलिव्ह तेलाचे किंवा फॅशनचेसुद्धा अनेक ब्रँड्स आता चीनच्या ताब्यात गेलेत.

अमेरिकी कंपन्या अशा सहजासहजी विकल्या जात नाहीत. आपण कोणाकडे जातोय याबाबत अमेरिका जागरूक असते. जर्मनी स्वतःच स्वतःच्या ब्रँड प्रेमात आहे. त्यामुळे त्या कंपन्याही सहजासहजी विकल्या जात नाहीत. युरोपतल्या अन्य कंपन्यांचं मात्र तसं नाही. युरोपियनांच्या मनाच्या आणि म्हणूनच व्यापार-उदिमाच्या मोकळेपणाचा फायदा चीन हा असा उचलू लागलाय.

अशा वेळी काय फक्त कालाय तस्मै नमः इतकंच म्हणायचं असतं.

याचं उत्तरही काळच देईल. पण तोपर्यंत विल्यमच्या हॅम्लेजचं हे आनंदस्मरण. लंडनला जाऊन ते करता येत नसेल तर मुंबई, ठाण्यात आता हॅम्लेजची दुकानं उघडली आहेत. तिथं जाऊन करावं. मुलाबाळांना घेऊन जावं. अन्यथा आपल्या करि मनोरंजन जो मुलांचे, जडेल नाते प्रभुशी तयाचे या वचनाला काय अर्थ आहे.

१४ नोव्हेंबर २०१५

# ६१. ते आणि आपण

एका बड्या अर्थपत्रकारानं सांगितलेला हा किस्सा. सत्यकथेचा.

त्याचा एक मित्र सिंगापूरला होता. चांगला स्थिरावला होता व्यवसायात. उत्तम चाललं होतं तसं. तर त्याला एकदा सिंगापूरच्या विक्रीकर खात्यातून फोन आला. त्याच्या सचिवानं तो घेतला. तो सचिवही मूळचा भारतीय. पण जन्मानं आणि कर्मानं सिंगापूरचा. त्यामुळे तो तसा तिथल्या व्यवस्थेशी परिचित होता. त्याचे आई-वडील सिंगापूरला स्थलांतर करून गेलेले. म्हणून त्याचा जन्म तिकडचा. पण या व्यावसायिकाचं तसं नव्हतं. तो नुकताच कुठं सिंगापुरात आलेला. पण त्याचे सर्व सामाजिक वगैरे संस्कार मात्र भारतीयच होते.

त्याचमुळे कर अधिकाऱ्याचा फोन आल्या आल्या त्याची प्रतिक्षिप्त क्रिया काय झाली, तर तो आपल्या सचिवास म्हणाला, त्या अधिकाऱ्याला म्हणावं साहेब नाहीयेत.

त्या सिंगापुरी सेवकास काही कळेना, आपला साहेब हे असं खोटं बोलायला का सांगतोय ते. पण करणार काय. त्यानं त्याप्रमाणे कर अधिकाऱ्याला कळवलं, साहेब नाहीयेत. तो कर अधिकारी निघून गेला. दुसऱ्या दिवशी आला. तरी याचं पुन्हा तेच. दुसऱ्या दिवशीही तो अधिकारी निघून गेला. वास्तविक, त्या सिंगापुरी कर्मचाऱ्याला ठाऊक होतं, उद्या तो पुन्हा येणार ते.

तसाच तो आला. पण तिसऱ्या दिवसासाठी या सिंगापुरी कर्मचाऱ्यानं आपल्या साहेबाला सांगितलं होतं, आज असं करू नका. कर खात्यातल्या अधिकाऱ्याला भेटण्यासाठी इतकं का घाबरायचं आपण. काय कुणाचं घोडं मारलंय की काय. या भारतीय व्यापाऱ्याला काही ते पटत नव्हतं. हे कर अधिकारी येणार, जुन्या किरदावण्या तपासायला घेणार, काही ना काही खुसपट काढणार आणि नसती आपल्या डोक्याला कटकट. काही नाही तरी निदान चहापाण्याचं तरी बघावं लागेल त्यांच्या. पण तरी त्याला हेही कळत होतं, आपण किती दिवस असे साहेब नाही सांगत बसणार. कधी ना कधी यांना भिडायलाच हवं. तेव्हा एकदाची ही कटकट काय ती मिटवावी, म्हणून तो तयार झाला कर अधिकाऱ्याला भेटायला.

गेला बाहेर तो त्यासाठी. छातीत धडधड होती, कशाला सामोरं जावं लागतंय ही चिंता होती. त्यानं बघितली, एक तरतरीत तरुणी हातात कागदपत्रांची बॅग घेऊन उभी होती स्वागत कक्षात. यानं विचारलं, तुमचे कर खात्याचे साहेब यायचेत का?

ती म्हणाली, नाही. आणखी कोणी येणार नाही, मीच तेवढी.

हा उडालाच. सरकारी कर खात्यात हे असे प्रसन्न कर्मचारी. लगेच जमिनीवर आलाही तो. कारण ती कर खात्याची अधिकारी आपली बॅग उघडत होती. याची धडधड पुन्हा वाढली. खात्रीच होती त्याची... आता कोणत्या तरी नोटिशीला आपल्याला तोंड द्यावं लागणार. या भीतीनं तो गार पडत चालला. पण त्या तरुणीनं बॅगेतनं कागद काढला आणि हात पुढे केला. हस्तांदोलनाच्या पवित्र्यात. याला कळेचना असं काय ते. त्यानंही नकळत आपलाही हात पुढे केला. त्या तरुणीनं तो घेतला आणि म्हणाली, अभिनंदन!

कशाबद्दल ते काही याला कळेना. याला फार काळ अंधारात न ठेवता, ती म्हणाली, आमच्या प्रशासनाला आढळून आलेल्या प्रामाणिक करदात्यांच्या यादीत तुमचा समावेश झालाय म्हणून मी अभिनंदन करायला येत होते गेले दोन दिवस. हरकत नाही. आता करते, सिंगापूर सरकारच्या वतीनं आपलं अभिनंदन!

एवढं बोलून तिनं पुन्हा एकदा बॅगेत हात घातला. एक छोटं खोकं बाहेर काढलं आणि या व्यापाऱ्यास म्हणाली, त्याबद्दल सिंगापूर सरकारनं आपलं अभिनंदन करण्यासाठी मला आपल्याकडे पाठवलंय. आणि ही छोटीशी भेट. असं म्हणून ते खोकं तिनं त्याच्या हाती सरकावलं.

मोब्लाचं पेन होतं. हा बधिर.

कर भरला म्हणून कोणतंही सरकार असं कसं काय वागू शकतं. याला कळता कळेना.

ही सत्यकथा वाचणाऱ्या अनेकांनाही ते कळणार नाही. पण हे आणि असं घडतं. सिंगापूरमध्ये.

ते आता आठवलं. कारण नुकताच जाहीर झालेला सातव्या वेतन आयोगाचा अहवाल. अलीकडेच सिंगापूरमध्ये असताना त्यांचं सरकार नेमकं चालतं कसं, हे समजून घेण्यासाठी तिथल्या काही ज्येष्ठ सरकारी अधिकाऱ्यांना भेटलो होतो. त्यात जे काही समोर आलं ते हे.

आपल्या वेतन आयोगानं ज्येष्ठतम सरकारी अधिकाऱ्याचं मासिक वेतन २.५ लाख रुपयांच्या वर असणार नाही, असा निर्णय घेतलाय. सिंगापूरमध्ये हा प्रकार नाही. खासगी क्षेत्रातील सर्वाधिक वेतनापेक्षा विशिष्ट प्रमाणात कमी असा तिथल्या वेतनाचा प्रकार आहे. खासगी क्षेत्राशी बरोबरी करणारं वेतन द्यायचं

कारण त्यामुळे उत्तम गुणवत्ता येऊ शकते आणि तरीही ते काही प्रमाणात कमी ठेवायचं कारण हे सरकारी काम आहे, त्यात सेवाभाव अनुस्युत आहे याचं भान राहावं म्हणून. दुसरं म्हणजे सिंगापुरात सरकारी सेवेत खासगी क्षेत्रातल्या व्यक्तींनाही सहज सामावून घेतलं जातं. आपल्याकडे सरकारी अधिकाऱ्यांची म्हणून जी काही स्वतंत्र वर्गवर्णव्यवस्था असते ती तिथं नाही. त्यांची वार्षिक वेतनवाढ ही त्यांच्या कामगिरीवर अवलंबून असते. आणि ही कामगिरी मोजण्यासाठी तिहेरी निकष त्यांनी तयार केले आहेत. कोणावर अन्याय होऊ नये म्हणून. ही पद्धत खासगी क्षेत्रासारखी आहे. म्हणजे एखादा चांगलं काम करत असेल, तर त्याला अधिक वेतन, मोबदला वगैरे. त्यामुळे साहजिकच प्रत्येक जण अधिकाधिक चांगलं काम करण्यासाठी आपोआप झटतो. वेतन हा काही चांगलं काम करणाऱ्यांसाठी अडथळा असत नाही तिथं. परिणामी, काही अधिकाऱ्यांना अगदी वर्षाला २० लाख अमेरिकी डॉलर्स इतकं वेतनसुद्धा दिलं जातं. हे निकष अगदी मंत्र्यासंत्र्यांच्या मूल्यमापनासाठीही वापरले जातात. ही व्यवस्था इतकी चोख चालते, की सिंगापूरचे कित्येक मंत्री हे खासगी क्षेत्रातनं आलेले आहेत.

आणखी एक महत्त्वाचा फरक तिकडे आहे. तो म्हणजे सरकारी सेवेत लागल्यानंतर एखाद्यात चांगली चमक आढळली तर त्याला वेगळं करून खास तयार केलं जातं. मोठ्या जबाबदारीसाठी. आणि हे असे गुणवान ऐन तिशीतच हेरले जातात. मग ते कोणत्याही जातीचे, धर्माचे, पंथाचे किंवा इतकंच काय अगदी कोणत्याही राष्ट्रीयत्वाचे का असेनात. गुणवान आहे म्हणजे त्याला जपायचं आणि वाढवायचं हे धोरण. आणि हे काम करायचं कोणी, तर पन्नाशीला पोचलेल्या ज्येष्ठांनी. अशा उच्चपदस्थ ज्येष्ठांनी मग मार्गदर्शकाची मेंटॉरची भूमिका बजावायची. गंमत म्हणजे अशा ज्येष्ठांची कामगिरी मोजली जाते त्यांनी किती जणांना तयार केलंय यावर. महत्त्व आहे ते फक्त दर्जेदार सेवा देणाऱ्यांना. गुणवानांना. या दर्जा आणि गुणवंतांबाबत किती असोशी असावी तिकडे. एक नियम कळला तर आपल्याला रडायलाच येईल. तो म्हणजे–

सिंगापुरात शिक्षक व्हायचं असेल तर त्या संभाव्य शिक्षकाची अगदी शालेय कामगिरीदेखील तपासली, शोधली जाते. शालेय वयात पहिल्या तिनांत ज्याचा क्रमांक नसेल तर त्याला/तिला सिंगापुरात शिक्षकाची नोकरीदेखील मिळत नाही. आणि मुख्याध्यापकपदाची कसोटी तर पाहायलाच नको. मुख्य म्हणजे ऐन तिशीत एखादा/एखादी तिकडे मुख्याध्यापकपदी नेमला/नेमली जाते. एखादा मुख्याध्यापक गुणवान निघाला तर त्याचं इतकं कोडकौतुक व्यवस्था करते, की तो एखादा खासगी उच्चपदस्थ वाटावा. परंतु उलटंही होतं. त्या मुख्याध्यापकाच्या शाळेची कामगिरी यथातथाच

असली तर पहिली गदा येते मुख्याध्यापकावर. त्याला पुन्हा साधा शिक्षक म्हणून परत पाठवलं जातं. म्हणजे पदावनतीच ती.

ही सर्व प्रशासकीय माहिती ऐकून अविश्वसनीय वाटू लागलं होतं. हे असं काही ऐकायची आपल्याला सवयच नाही. त्यामुळे माझ्यातला भारतीय जागा झाला अन् मी विचारलं, मग गरीब, पददलित वगैरे विद्यार्थ्यांना अनुदान वगैरे काही दिलं जातं की नाही? त्यांना हे कसं परवडणार?

माझा यजमान अधिकारी म्हणाला, नाही. ली कुआन यु (आधुनिक सिंगापूरचे जनक) यांना अनुदानं दिलेली आवडायची नाहीत. ते म्हणायचे, गरजूला मदतच करायची असेल तर रोख रक्कम उचलून द्या त्याला. मोफत किंवा सवलतीत एखादी सेवा दिलीत तर तिची किंमत राहणार नाही. अनुदानांमुळे दर्जाशी तडजोड होते ती कधीही करायची नाही.

कालच बातमी आली. आता चीनसुद्धा आपल्या ज्येष्ठ अधिकाऱ्यांना प्रशिक्षणासाठी सिंगापूरला पाठवणार आहे म्हणून.

२८ नोव्हेंबर २०१५

# ६२. समर्थांचा साधेपणा

काही काही गोष्टी आपल्याला खऱ्या वाटूच शकत नाहीत. ही त्यातलीच.

तीन वर्षांपूर्वी बर्लिनला गेलो होतो तेव्हा अनुभवलेली. शहरातल्या मित परिसरात एक वस्तुसंग्रहालय बघून परतत होतो, तर यजमानानं गाडी कडेला घेतली आणि म्हणाला, उतर. सहज बाहेर नजर टाकली. तसं वेगळं काहीच नव्हतं. एक रस्ता. बऱ्यापैकी रहदारी. खूप गजबजलेला होता असंही नाही. दोन्ही बाजूला युरोपीय शहरांमध्ये असतात तसेच रेखीव पदपथ. दगडी. दोन्ही बाजूला इमारतींची रांग. सगळ्या अगदी एकाच उंचीच्या. मध्येच एखादी भसकन मान वर करतीये असा प्रकार नाही. सगळ्या इमारतींमधल्या घरांच्या खिडक्या रस्त्याकडे तोंड करून. त्या इमारत रांगांत मध्ये एक फिकट पिवळ्या रंगाची इमारत. तिच्याकडे बोट दाखवून माझ्या यजमानानं विचारलं, तिथं कोण राहात असेल?

त्या घराला कसलाही डामडौल नव्हता. अगदी साधं घर. अशा घरात कोण राहात असेल. एखादा लेखक, कलाकार, प्राध्यापक किंवा असंच कोणी तरी मी याचं क्रमानं उत्तर दिलं. तर यजमान म्हणाला, शेवटचं अर्ध बरोबर आहे म्हणजे प्राध्यापकाचंच घर आहे. पण फक्त प्राध्यापक नाही राहात म्हटलं म्हणजे काय?

अँगेला मर्केल. तो म्हणाला, अँगेला मर्केल तिथं राहतात. आताही. म्हणजे जर्मनीच्या चॅन्सेलर आहेत तरीसुद्धा त्या याच घरात राहतात. जगातल्या एका बलाढ्य राष्ट्राची प्रमुख त्या इमारतीत राहते, हे सांगितल्याशिवाय कळतसुद्धा नाही. तिकडे इमारतीत राहणाऱ्यांची नावं खालती पाटीवर असतात. त्याच्यासमोर एक बटन. ते दाबलं की ज्याच्याकडे जायचं त्याच्या घरी घंटा वाजते. म्हणजे इतरांना त्रास नाही. तशाच पाट्या या इमारतीच्या तळमजल्यावर आहेत. त्यातल्या एका पाटीवर नाव आहे प्रा. सोर. हे मर्केल यांचे पती. जवळच्याच विद्यापीठात रसायनशास्त्राचे प्राध्यापक आहेत. नीट पाहिलं तर कळतं की इमारतीच्या प्रवेशद्वारापाशी दोन सशस्त्र पोलीस फक्त आहेत. बाकी जर्मनीचा चॅन्सेलर या इमारतीत राहतो याच्या कोणत्याही खुणा वातावरणात सापडत नाहीत. खरंतर जर्मन सरकारनं चॅन्सेलरसाठी भलीमोठी, अद्ययावत चॅन्सेलरी बांधलेली आहे. ती बघताही येथे बर्लिनमध्ये. मंत्रिमंडळाची खोली, चॅन्सेलरचं

घर, कार्यालय तिथं आहे. पण मर्केल तिथं राहात नाहीत. त्या सरकारी घरापेक्षा त्यांना आपलंच घर आवडतं. साधा फ्लॅट. हजारभर चौरस फुटांचा असेल नसेल.

त्यांचं आधीचं घर तर फक्त ५५० चौ. फुटांचं आहे. १९८६ ते ९० अशी चार वर्षं मर्केल त्या घरात राहिल्या. ते घर जर्मनीला पूर्व-पश्चिम असं दोन भागांत करणाऱ्या बर्लिन भिंतीलगत आहे. त्या घरात तर आता पर्यटकांना राहतासुद्धा येतं. लिव्ह लाईक अँगेला, अशी पर्यटक घोषणाच आहे तिकडे. चांगलीच मागणी आहे त्या घराला. त्या घराची इमारतही पाहिली. अगदीच साधी.

पण हेच मर्केलबाईंचं वैशिष्ट्य आहे. टाइम साप्ताहिकानं पर्सन ऑद द इयर या वर्षाची मानकरी म्हणून मर्केलबाईंची निवड केली, त्यात या साप्ताहिकाच्या संपादकांनी नेमकी हीच बाब आग्रहानं नमूद केलीये. कोणताही भपका नाही, कसलाही तोरा नाही. काही खास करिष्मा आहे म्हणावं, तर तोही नाही. तरीही आपल्या वरकरणी साध्या व्यक्तिमत्त्वानं पण निश्चयी स्वभावानं मर्केलबाईंनी यंदा जग गाजवलं. मग तो सीरियातनं येऊ पाहणाऱ्या निर्वासितांचा प्रश्न असेल किंवा रशियाचे अध्यक्ष व्लादिमीर पुतिन यांना खडसावण्याचा मुद्दा असेल. मर्केलबाई आपल्या अंगभूत शांतपणानं आणि तरीही ठाम वाणीनं जे म्हणायचं ते म्हणतात. टाइमच्या वर्षमानांकितात स्थान मिळवणारी ही फक्त चौथी महिला. पहिली म्हणजे ब्रिटनच्या इतिहासात वादग्रस्त ठरलेली वॅलिस सिम्प्सन हिच्यासाठी आठव्या एडवर्डनं राजपदाचा त्याग केला. आणि ते तिचं तिसरं लग्न होतं. ते असो. दुसऱ्या पर्सन ऑफ द इयर म्हणजे राणी एलिझाबेथ. नंतर फिलिपिन्सच्या अक्विनो आणि मग थेट अँगेला मर्केलच.

बाई मूळच्या प्राध्यापक. जन्मानं अँगेला केस्नर. वडिलाना धर्माचं आकर्षण होतं. एका स्थानिक चर्चमध्ये नेमणूक झाल्यानंतर हे सर्व कुटुंबीय पूर्व जर्मनीत गेले. कारण ते चर्च पूर्व जर्मनीत होतं. शाळेत गणित आणि भाषा हे त्यांचे आवडते विषय. रशियन भाषेत त्यांना उत्तम गती आहे. इतकी की व्लादिमीर पुतिन यांच्याशी त्या रशियन भाषेत बोलतात त्या वेळी त्यांच्याकडून काही शिका असं पुतिन यांना आपल्या सरकारी भाषांतरकारांना सांगावं लागतं. महाविद्यालयात त्यांना शास्त्रात गोडी निर्माण झाली. क्वांटम केमिस्ट्री हा त्यांच्या अभ्यासाचा, संशोधनाचा विषय. बर्लिनच्या विज्ञान अकादमीत त्या संशोधक, प्राध्यापक होत्या. तो काळ जर्मनीच्याच नव्हे तर साऱ्या जगाच्या धामधुमीचा.

तेव्हाच्या सोविएत रशियात सत्तेवर आलेल्या मिखाईल गोर्बाचोव यांनी कम्युनिझमच्या मुळावरच घाव घातला होता. त्यामुळे बर्लिनची भिंत डळमळू लागली होती. १९८९ साली ती पडलीच. त्या काळात अँगेला राजकारणाच्या परिघावर होत्या. नंतर त्या आत आल्या. वैयक्तिक आघाडीवर. त्याआधी त्यांचं लग्न झालं

होतं. त्यांचा भौतिकशास्त्राचा विद्यार्थी होता उलरिच मर्केल नावाचा. अँगेलांनी त्यांच्याशी लग्न केलं. पण ते चार वर्षंच टिकलं. दोघांचं काही पटलं नाही. चार वर्षांत घटस्फोट झाला त्यांचा. पण मर्केल आडनाव राहिलं. याच दरम्यान त्यांचा जोआकिम सोर यांच्याशी परिचय झालं. मग स्नेह. मग ते जोडपं म्हणून राहू लागले आणि आपलं जमतंय हे लक्षात आल्यावर अगदी अलीकडे १९९८ साली त्यांनी लहानशा, खासगी समारंभात सोर यांच्याशी अधिकृत लग्न केलं. ते रसायनशास्त्राचे प्राध्यापक आहेत. अँगेला यांच्याप्रमाणेच. पण मुख्य म्हणजे चॅन्सेलरचा पती म्हणून ते कधीही कुठंही दिसत नाहीत. समारंभात तर नाहीच नाही. आपण बरं आपलं शिकवणं बरं, असाच त्यांचा दृष्टिकोन. हे फारच महत्त्वाचं. नाहीतर आपल्याकडे 'मि. प्रेसिडेंट' आपली 'प्रतिभा' दाखवत किती फालतू गोष्टीत कशी 'पाटील'की करत असतात ते आपण पाहिलेलंच आहे. असो.

खरंतर जर्मन राजकारणाची परंपरा बघितली तर मर्केल यांच्याकडे तीन तीन वैगुण्यं आहेत. एक तर घटस्फोटित विवाहित महिला, त्यात संशोधक आणि परत पूर्व जर्मनीची. म्हणजे सगळाच आनंद. तरीही बाई इतकी खमकी की सगळ्यांना पुरून उरली. त्यांचं वैशिष्ट्य म्हणजे त्या कधी रागवत वगैरे नाहीत. म्हणजे भावनाच दाखवत नाहीत. भावनेला मी चार हात लांबच ठेवते, कारण भावनेमुळे तर्कसंगत विचारावर परिणाम होतो, असं त्या म्हणतात. मूळच्या शास्त्रज्ञ. त्यामुळे स्वभाव अत्यंत चिकित्सक. कोणताही विषय समोर आला की थेट मुळालाच हात घालायचा. चहूबाजूनं त्याचा विचार करायचा आणि एकदा का निर्णय घेतला की मग परिणामांचा कसलाही विचार करायचा नाही, हा खाक्या. त्यांच्या सहकाऱ्यांना त्या अस्वस्थ करून सोडतात. बरं, त्यांच्या मनात काय आहे ते चेहऱ्यावर वाचायचीही सोय नाही. त्यामुळे मर्केलबाईंबरोबर काम करणं हे किती आव्हान आहे, याच्या अनंत कथा जर्मनीत ऐकायला मिळतात. सगळ्यात धक्कादायक गोष्ट आहे ती माजी चॅन्सेलर हेल्मट कोल यांचं मर्केल यांनी काय केलं ती. कोल यांचा पक्षात प्रचंड दरारा असताना पक्षाच्या निधीची एक भानगड बाहेर आली. पण पक्षात कोणाची हिंमत नव्हती त्याबाबत ब्र काढायची. तर त्या वेळी मर्केलबाईंनी वर्तमानपत्राच्या संपादकाला फोन केला आणि म्हणाल्या, यावर मला बोलायचंय. त्या वेळी मर्केल नवशिक्याही नव्हत्या. त्यामुळे संपादकानं कुत्सितपणे विचारलं, काय बोलायचंय ते माहिती आहे का? त्यावर या म्हणाल्या, मी ते लिहूनच काढलंय. पाच मिनिटांत फॅक्स मिळेल. तसा तो खरोखरच आला. या नवशिक्या मुलीनं थेट कोल यांच्यावर हल्ला करणारा लेख लिहिला होता आणि तो नावानिशी छापून यावा अशी त्यांची इच्छा होती. दुसऱ्या दिवशी त्या लेखानं भलतीच खळबळ माजली. मर्केल यांनी लिहिलं होतं,

पक्षानं आता कोल यांना नारळ देण्याची वेळ आली आहे. त्यांच्या चालीनं चालण्यात आता अर्थ नाही.

पुढच्या काही महिन्यांत पक्षानं कोल यांना खरोखरच नारळ दिला. खरंतर कोल यांनी त्यांना राजकारणात आणलं. पण त्यांनीच ते मागे पडतील अशी व्यवस्था केली. मर्केलबाई निवडल्या गेल्या. २००५ साली आपसूकच चॅन्सेलरपद त्यांना मिळालं ते आजतागायत कायम आहे. नंतर कोल म्हणाले, मी माझ्या मारेकऱ्यालाच पोसत होतो.

पुढे सलग तीन वेळा त्या निवडून आल्या. आणि आता हे टाइमचं पर्सन ऑफ द इयर म्हणून निवडलं जाणं. ती बातमी आली आणि त्यांचा हा इतिहास आणि साधेपणा आठवला.

तो पाहिला. एक जाणवतं, महत्त्व असतं ते समर्थांच्या साधेपणाला. असमर्थांच्या साधेपणाला कोणीही भीक घालत नाही. तेव्हा...

१२ डिसेंबर २०१५

# ६३. बोला अमृत बोला!

जगाच्या बाजारात आपल्या अनेक ब्रँड्सनी आता नाव काढलंय. टाटा तर आहेच, पण माहिती-तंत्रज्ञानाच्या क्षेत्रातली इन्फोसिस आहे, विप्रो आहे, टीसीएस आहे, मोटारींचे साचे बनवणारी जगातली अव्वल कंपनी म्हणून भारत फोर्ज आहे, जगातली सगळ्यात मोठी चहा कंपनी टाटा टी आहे. या सगळ्या तालेवार कंपन्यांच्या प्रभावळीत एक अलवार ब्रँड जगात सध्या भारताचं नाव रोशन करून राहिलाय.

अमृत. त्याचं नावच आहे अमृत.

आता हे नाव असं फसवं आहे, की ते कोपऱ्यावरती कटिंग कटिंगनं पाजणाऱ्या अमृततुल्यचं आहे की डोकेदुखीवर उतारा म्हणून वापरलं जात असलं तरी डोक्यापेक्षा केवळ चोळणाऱ्या हातांना समाधान देणाऱ्या अमृतांजन या पिवळ्या बामचं आहे हे लक्षात येणार नाही. पण हे नाव आहे एका उच्च दर्जाच्या कुलीन व्हिस्कीचं.

आहे ती भारतीय. पण तिची ओळख झाली परदेशात. तिकडे एकदा नाव काढल्याखेरीज आपल्याला आपल्या अंगणातल्या वस्तूचं मोठेपण कळत नाही. हिचंही तसंच झालं. आणि त्यात ती बोलून चालून व्हिस्की. ती प्यायची तर स्कॉटलंडची. स्पे नदीच्या शांतशार पाण्यात बार्लीसत्त्व सामावून घेणारी. आपल्या व्हिस्कीज म्हणजे मळीपासनं तयार झालेल्या. उग्र. उगाच मोठ्यानं बोलणाऱ्या व्यक्तींसारख्या. स्कॉटलंड, झालंच तर आयर्लंड अशा साहेबाच्या देशातल्या व्हिस्कींची सर आपल्या व्हिस्कींना नाही, याचा अगदी पूर्ण परिचय होता. त्यामुळे परदेशातनं येताना ड्युटी फ्रीमध्ये जायचं आणि दरडोई दोन (कारण तेवढ्याच बाटल्या आणता येतात म्हणून) अशा किमान ग्लेन कुलातल्या सिंगल माल्ट घ्यायच्याच घ्यायच्या हा रिवाज. कधीतरी पाकीट जड असलं तर मग तलिस्कार किंवा लॅफ्रॉय वगैरे. अशाच एका परतीच्या प्रवासात लंडनच्या हिथ्रो विमानतळावर ड्युटी फ्री विक्रेती माझी खरेदी बघून म्हणाली, सिंगल माल्ट साधक दिसताय तुम्ही.

या सिंगल माल्ट साधकांचं एक पाहिलंय. ते नाक वर करून बोलतात. म्हणजे ते कधीही व्हिस्की पितो असं म्हणत नाहीत. सिंगल माल्ट पितो असं म्हणतात. जणू अन्य व्हिस्की पिणारे कमअस्सलच. परत पंचाईत ही की तसं बोललं नाही, तर जणू

सिंगल माल्ट साधकच नाही, असंच मानलं जातं. एका अर्थानं हे गर्वसे कहो प्रकरण इथंही घुसलंच आहे. तर असो. तेव्हा हे सगळं आठवून जमेल तितकं नाक वर करून म्हणालो, अर्थात, फक्त सिंगल माल्ट. हे अपेक्षित उत्तर अपेक्षित टेचात ऐकून समाधान पावलेली ती म्हणाली, क्षणभर थांबा. ती पटकन जाऊन एक बाटली घेऊन आली. म्हणाली, हिची चव घेऊन बघा. यंदाच व्हिस्की बायबलमध्ये ती अव्वल क्रमांकाची व्हिस्की ठरलीये.

ती ही अमृत. तिचं ऐकून मी अमृत घेतली. ही तिची पहिली भेट. एरवी गोड वाटलेली पहिली भेट दुसऱ्या भेटीनंतर अर्थशास्त्रातल्या लॉ ऑफ डिमिनिशिंग रिटर्न्स या संकल्पनेची आठवण करून द्यायला लागते. पण अमृत हिचं तसं झालं नाही. चांगल्या गाण्याप्रमाणे दरवेळी नवनवं काही ना काही देत राहिली. खरंतर त्या वेळी खजील व्हायला झालं. आपल्या अंगणातली ही आणि आपल्याला माहीत पण नव्हती. आपल्या घराशेजारी विश्वसुंदरी राहते हे बीबीसीवर बातमी आली की कळावं, तसंच. पण झालं होतं खरं. म्हणून मग पापक्षालनासाठी तिचं कूळमूळ शोधणं सुरू केलं. पण त्यामुळे उलट खजीलतेच्या लाटाच अंगावर आदळायला लागल्या. अमृत जागृतावस्थेतले धक्के देत गेली. बरंच काही कळलं तिच्याविषयी.

बंगलोरची आहे ती. मराठमोळ्या घरात जन्मलेली. राधाकृष्ण जगदाळे यांच्या डिस्टिलरीत तिचा उगम आहे. अर्थात, त्यांनी डिस्टिलरी सुरू केली तेव्हा काही सिंगल माल्टचा त्यांचा विचार नसणार. कारण ही डिस्टिलरी सुरू झाली १९४८ साली. देशाला स्वातंत्र्य मिळाल्यानंतर औद्योगिक उत्पादनं, अभियंते, औषधं आता स्वदेशी असायला हवीत या विचारानं आपल्या उद्यमशीलतेनं उसळी घेतली. त्याच काळात मद्य का स्वदेशी नको, या उदात्त विचारानं राधाकृष्णरावांनी या डिस्टिलरीचं उदक सोडलं असणार. काहीही असो. झालं ते उत्तम झालं. कारण इतकी वर्षं भारतीयांच्या ढोसणे या सवयीशी जोडली गेलेली रम, छोट्यामोठ्या व्हिस्कीज वगैरे करून पाहिल्यानंतर जगदाळ्यांच्या पुढच्या पिढीला सिंगल माल्टचे डोहाळे लागू लागले. पुढची पिढी वाडवडिलांचं काम पुढे नेते ती अशी. तेव्हा बऱ्याच खटपटी लटपटींनंतर त्यांना सिंगल माल्ट प्रसन्न झाली. तोपर्यंत त्यांच्या डिस्टिलरीतल्या व्हिस्कीज इतर भारतीय भगिनींप्रमाणे उसाच्या मळीपासून व्हायच्या. नव्या जगदाळ्यांना या सगळ्यात आमूलाग्र बदल करायचा होता. त्यांनी म्हणून स्वतःसाठी बार्ली पिकवून घ्यायला सुरुवात केली. (अमृतच्या दुसऱ्या प्रकारासाठी तर ते स्कॉटलंडमधून बार्ली आयात करतात.) तिचीसुद्धा उस्तवारी अशी की ती जास्तीतजास्त रसायनमुक्त असेल याची काळजी त्यांना घ्यावी लागली. कारण नाही तर झाडातली रसायनं बार्लीत उतरण्याचा धोका होता. तसं झालं असतं तर बिचाऱ्या व्हिस्कीचं नाव बदनाम झालं

असतं. ती बदनामी त्यांना टाळायची होती. आपल्या घरच्या व्हिस्की चारित्र्यावर कसलाही शिंतोडा उडलेला त्यांना नको होता. म्हणून त्यांनी इतकी काळजी घेतली की तिच्यासाठी स्वतंत्र विहीर खणली आणि त्या विहिरींच्या झऱ्यातसुद्धा कोणतीही रसायनं मिसळली जाणार नाहीत, हे पाहिलं. व्हिस्कीचा बाज ठरतो तो पाण्याच्या आणि बार्लीच्या दर्जावर. स्कॉटलंडमध्ये तर व्हिस्कीसाठी वापरलं जाणारं पाणी उगमाकडचं आहे का खालच्या बाजूचं यापासनं तिची प्रतवारी आणि दर्जा ठरायला लागतो. ते कसं हे प्रत्यक्ष पाहिलेलं असल्यानं हे पाण्याचं प्रस्थ फार असतं ते माहीत होतं. त्याचमुळे एकदा अनेकांच्या जगण्यासाठी आनंदद्रव पुरवणाऱ्या स्कॉटलंडच्या स्पे नदीत अर्घ्यसुद्धा मी देऊन आलोय. या नदीच्या पोटी जितक्या व्हिस्कीज जन्माला आल्यात तितकी पुण्याई अन्य कोणत्याही नदीच्या किनारी लिहिलेली नाही. तेव्हा अशी नदी जवळ नसूनही जगदाळे यांनी विहिरीच्या पाण्याचा दर्जा वाढवत नेला आणि एकदाची सिंगल माल्ट बनवली. ही घटना अगदी अलीकडची. नव्वदच्या दशकातली.

पण ती घेणार कोण, हा मोठा प्रश्न. युरोपीय मंडळी हसायची सुरुवातीला भारतात कोणी सिंगल माल्ट बनवलीये हे सांगितल्यावर. सुरुवातीला त्यांची खूप अवहेलना झाली असणार. परत त्यांची पंचाईत दुहेरी. ती भारतातही विकायची सोय नाही. कारण मुदलात भारतीयांना सिंगल माल्ट हे काय प्रकरण आहे, हेच माहीत नव्हतं. आणि नाहीही. ज्या देशात लोकं व्हिस्कीबरोबर फरसाण किंवा मसाला पापड असं काही तरी छछोर खातात त्यांना सिंगल माल्टचं पावित्र्य कळणार तरी कसं. तेव्हा भारतात ती जाईना आणि युरोपियन ती घेईनात. मग त्यांनी एक क्लृप्ती लढवली. तिचं विकणं बंद केलं आणि उत्तमोत्तम मद्यालयांत चवीन पिणाऱ्यांना तिची ओळख करून द्यायला सुरुवात केली. तशाच युरोपीय पद्धतीनं. ते विशिष्ट आकाराचे ग्लास, त्यात ओतल्यावर ग्लासच्या आतल्या भितींवर तिला घुसळवणं, मग तिच्या गंधाची ओळख करून घेणं आणि मग अगदी हलकासा घोट घेऊन जिभेतल्या सर्व चवचिन्हांशी तिचा परिचय करून देणं हे सगळं त्यांनी केलं. दोन वर्षांच्या या उद्योगानंतर अमृत स्थिरावली. मग लोक आवर्जून ती मागायला लागले. आणि एकदा लंडनमध्ये ती रुळल्यानंतर युरोपनं फार आढेवेढे घेतले नाहीत. फार वेळ न घालवता तिला आपलं म्हटलं. आणि मग तो क्षण आला.

२००५ साली व्हिस्कीचा जगत्गुरू जिम मरे यानं तिला १०० पैकी ८२ गुण दिले. तेव्हापासून अमृतचं सोनं झालं. हा हा म्हणता ती यशोशिखरावर चढली आणि जाताना अनेकांचं मनोबल अलगदपणे वर उचलून गेली. पुढे अनेक पुरस्कार तिच्या वाट्याला आले. पुन्हा २०१० साली मरे गुरुजींनी तिचा समावेश जगातल्या उत्तम

व्हिस्कींमध्ये केला. व्हिस्की बायबलनं तर तिचा जगातली तिसऱ्या क्रमांकाची सर्वोत्कृष्ट व्हिस्की म्हणून गौरव केला.

तर आता अमृत रुळावलीये. सूनबाईंच्या चेहऱ्यावर सुरुवातीला दिसणाऱ्या संसारातल्या नवखेपणाच्या खुणा जाऊन ती जशी नंतर सहजपणे मालकीण वाटू लागते तसं आता अमृतचं झालंय. अनेक दर्दींच्या घरात ठेवणीतल्या खास कपाटाची ती मालकीण झालीये. सणासुदीला काय चार पावलं चालत असेल तितकंच. असो.

पण तिचं हे मोठेपण ऐकून अनेकांना तोच खजीलतेचा अनुभव आला असण्याची शक्यता आहे. ती खजीलता घालवण्यासाठी एक चांगला वर्षांत योग जवळ असल्यानं तिचा परिचय करून दिला, इतकंच. ती ओळख आपल्यातल्या काही सुसंस्कृतांनी करून घेतली, तर तेही नक्कीच मो. ग. रांगणेकर यांच्या कुलवधूप्रमाणे म्हणतील, बोला अमृत बोला. शुभसमयाला गोड गोड!

२६ डिसेंबर २०१५

# ६४. वाचनोत्सवाचा वसंत

असं कधी होतं का, म्हणजे हलवाईच म्हणतो की हल्ली लोकांना मिठाई खायला आवडत नाही, म्हणून मी मिठाई खूपच कमी बनवतो किंवा एखादा वैद्यक म्हणतो का की हल्ली आजारी पडल्यावरही लोकांना औषध घ्यायला आवडत नाही, म्हणून मी ते देतच नाही. किंवा एखादा चित्रकार म्हणतो की लोकांना हल्ली भव्य चित्र आवडतच नाहीत, म्हणून मी चिटोऱ्यांवरच चित्र काढतो हल्ली.

या प्रश्नांची उत्तरं काय असतील हे सांगायला विद्वान असण्याची गरज नाही. परंतु एका व्यावसायिकाच्या मते मात्र त्याची उत्तरं होकारार्थी असतील.

तो व्यावसायिक म्हणजे मराठी संपादक. हल्ली काही बड्या दैनिकांचे संपादकच म्हणू लागलेत, लोकांना वाचायला आवडत नाही म्हणून आम्ही ते देतच नाही. आता लोकांनी आवडीनं वाचावं असं त्यांना लिहिता येत नाही, हे सत्य असलं तरी ते कुठं लोकांना माहितीये. त्यामुळे लोकांना वाचायला आवडत नाही, ही यांची भूमिका खपून जाते.

या पार्श्वभूमीवर ठसठशीतपणे समोर येत राहातं ते द न्यूयॉर्कर साप्ताहिक. वाचकांना भरभरून दिलं पाहिजे, असं मानणारं आणि त्याप्रमाणे प्रत्येक अंक काढणारं. डेव्हिड रेम्निक संपादक झाल्यापासनं तर ते माझं अत्यंत आवडतं अत्यावश्यक वाचन बनून गेलेलं आहे. माल्कम ग्लॅडवेल, सेमुर हर्ष, ॲमी डेव्हिडसन, स्टिव्ह कोल, अतुल गावंदे वगैरे आणि ती एकापेक्षा एक अत्यंत बुद्धिमान व्यंगचित्रं. न्यूयॉर्कर म्हणजे वाचनानंदाची परिसीमा असते.

डेव्हिडच्या आधी टिना ब्राउन या संपादक होत्या. त्यांच्या काळात नियतकालिक चांगलंच वाढलं. चटपटीत झालं. पण वर्गणीदारांची संख्या मात्र घसरायला लागली. जगात सर्वत्र इंग्रजी साप्ताहिकांना घरघर लागायचा तो काळ. त्यामुळे न्यूयॉर्करदेखील त्याच मार्गानं जाणार असं बाजारपेठीय वाऱ्यावर आपलं मत बनवणाऱ्यांना वाटून गेलं. त्याची इतकी घसरगुंडी झाली, की त्या काळात त्यांना ते सोडावं लागलं. मग डेव्हिड संपादक झाला. १९९८ सालची ही घटना. त्या आधी तो वॉशिंग्टन पोस्टचा मॉस्को इथला प्रतिनिधी होता. तो अशा काळात रशियात होता की त्या काळात

इतिहास घडत होता. गोर्बाचोव यांचं ग्लासनोस्त, पेरिस्त्रोयका वगैरे आणि ते रशियाचं दुभंगणं. त्यावर आधारित असं लेनिन्स टुंब हे पुस्तक वाचनात आलेलं आणि त्याच्या पुरेशा प्रेमातही पडून घेता आलं. त्यानंतर बातमी आली डेव्हिड आता न्यूयॉर्करचा संपादक होतोय. तो झाला. आणि त्यानं पत्रकारितेचा घाटच बदलला. अगदी दहा दहा हजार शब्दांचे, भलेमोठे लेख यायला लागले. विषयांचं वैविध्य येऊ लागलं. लिहिण्याची शैली बदलली. डेव्हिडही बऱ्याचदा लिहू लागला.

माध्यमांनी नोंद घ्यावी अशी घटना या टप्प्यावर घडू लागली. न्यूयॉर्करचा खप झरझर वाढत गेला. आजमितीला जवळपास १३ लाख इतके त्याचे वर्गणीदार आहेत. महत्त्वाचं म्हणजे डेव्हिड आता हक्कानं सांगतो, आमच्या उत्पन्नातला मोठा वाटा हा वर्गणीदारांकडून येतो, जाहिरातदारांकडून नाही. १९९८मध्ये डेव्हिडनं संपादकपद हाती घेतलं तेव्हा एका अंकाची किंमत होती फक्त ३ डॉलर्स. अमेरिकेतला चलनवाढीचा दर लक्षात घेता ती आजच्या काळात साधारण साडेचार डॉलर्सच्या आसपास असायला हवी. पण डेव्हिडनं आग्रह धरून ती थेट ८ डॉलर्स इतकी करून घेतली. धर्मांतर करून सांगायचं, तर रुपयांच्या भाषेत होईल ५३१ रुपये. इतकी किंमत मोजूनही वाचक घेतात. आणि तिकडे दहा रुपयांत सहा महिने वगैरे अशी, स्वतःचीच किंमत कमी करून अंक विकण्याची दरिद्री पद्धत नसते. तेव्हा यावरनं लक्षात यावं वर्गणीतनंच त्याचा महसूल कसा वाढला ते.

हे संपादकपद हाती घेतल्यावर काही दिवसांनी लंडनच्या द गार्डियन या दैनिकाला डेव्हिडनं प्रदीर्घ अशी मुलाखत दिली. त्यात त्यांनी लोकांना वाचायला आवडत नाही असं तत्त्वज्ञान मांडणाऱ्यांना पार उघडं पाडलं. लोक वाचतात, गंभीरही वाचतात, त्यांना उत्तमोत्तम वाचायला देणं हे आपलं कर्तव्यच आहे, असं डेव्हिड या मुलाखतीत म्हणतो.

तर आता या न्यूयॉर्करनं नुकतंच रेडिओ केंद्र सुरू केलंय. छापील शब्दांत इतकी वर्षं स्वतःला गुंतवून घेणाऱ्या न्यूयॉर्करनं हे असं काय केलं, असा प्रश्न अनेकांप्रमणे मलाही पडला होता. पुन्हा लंडनच्या गार्डियननीच त्याचं उत्तर दिलं. या दैनिकानं पुन्हा डेव्हिडला बोलतं केलं. आता गार्डियनदेखील द न्यूयॉर्करप्रमाणेच पत्रकारिता, लेखन ही मूल्यं मानणारा आहे, हे सांगायला नकोच. त्यामुळे गार्डियनलाही न्यूयॉर्करच्या रेडियो उद्योगाचा प्रश्न पडला असणार. तेव्हा गार्डियननं त्याला विचारलं, हे तू का करतोयस? त्यावर खास न्यूयॉर्करीय विनोदबुद्धीचं दर्शन घडवत डेव्हिड यानं विली सटन या बँक दरोडेखोराचा दाखल दिला. विलीला एकदा एकानं विचारलं, तू बँकांवर दरोडे का घालतोस? त्यावर तो म्हणाला, दॅट्स व्हेअर द मनी इज. तसा मी रेडिओंच्या प्रांतात शिरलो कारण दॅट्स व्हेअर द रिडर्स आर. ते ऑनलाइन असतील

तर मी तिकडे जाईन. प्रिंटमध्ये ते माझ्याबरोबर आहेतच. दुसरीकडे ते जिकडे असतील तिकडे जाणं आणि त्यांना माझ्याकडे आणणं हे माझं कर्तव्यच आहे.

हा डेव्हिड न्यूयॉर्करचा फक्त पाचवा संपादक. पहिले दोन हॅरॉल्ड रॉस आणि विल्यम शॉन या दोघांनी मिळून तब्बल ६२ वर्षं संपादकपद भूषवलं. यातले रॉस हे संस्थापक-संपादक. नंतरचे दोन रॉबर्ट गॉटलिब आणि टिना ब्राउन यांनी ११ वर्षं न्यूयॉर्कर सांभाळला. आणि ९८ पासून डेव्हिड रेम्निक. म्हणजे आता त्याचंही १८ वं वर्ष आहे संपादकपदावरचं. या काळात, एक टिना ब्राउन यांचा काळ सोडला तर, द न्यूयॉर्कर उत्तरोत्तर यशस्वीच होत गेला. न्यूयार्करच्या आसपास त्या वेळी दोन साप्ताहिकं सुरू झाली होती. अमेरिकन मर्क्युरी आणि टाइम. दोघांनाही आता चांगलीच घरघर लागलीये. मर्क्युरी तर काळाच्या पडद्याआड गेलंदेखील. पण न्यूयॉर्कर अजूनही ताजंतवानं आहे. आपली कालसुसंगतता राखून आहे. काय कारण असेल त्यामागचं?

डेव्हिड स्वतः, झालंच तर त्याआधी रॉस यांनी याचं कारण नमूद करून ठेवलंय. ते आहे न बदलणं. लोकांना वाचायला आवडतंच आवडतं हे द न्यूयॉर्करचं तत्त्व आहे आणि त्यावर या सगळ्यांचा विश्वास आहे. जन्माला येतानाच न्यूयॉर्कर सुसंस्कृत, अभिजनांसाठीच आपण आहोत अशी द्वाही फिरवत आला. मराठीत ज्याला शिष्ट म्हणतात तसा न्यूयॉर्कर होता. आणि महत्त्वाचं म्हणजे आजही आहे. या काळात मुखपृष्ठावरचा तो उच्चभ्रू, भिंगातनं फुलपाखराचं निरीक्षण करणारा अमेरिकन आजही तसाच आहे.

आता आजच हे सगळं न्यूयॉर्कराख्यान लावायचं कारण-

कारण न्यूयॉर्कर आता लवकरच ९१ व्या वर्षात पदार्पण करेल. वाचनसंस्कृतीचा आदर करणाऱ्यांनी साजरी करायलाच हवी, अशी ही घटना आहे. तुला इतकं मोठं लिहायचा कंटाळा येत नाही का, तू का लिहितोस, असा प्रश्न यानिमित्तानं डेव्हिडला विचारला गेला. त्यावर खास त्याच त्या न्यूयॉर्करी विनोदाचा आधार घेत, तो म्हणालाः I write because this is the only thing you can have the most fun with pants on.

तर अशा न्यूयॉर्करचा वसंतोत्सव हरखून न्याहाळत असताना डोळ्यांपुढे तरळून जातायत कलेवरं... माणूस, सत्यकथा, मौज अशा आपल्या नियतकालिकांची.

०९ जानेवारी २०१६

# ६५. मेड इन इंडियाचं काय?

या महिन्यात विज्ञानाशी संबंधित दोन मोठ्या घटना घडल्या. एक म्हणजे मराठी विज्ञान परिषदेचा सुवर्ण महोत्सव आणि दुसरी घटना इंडियन सायन्स काँग्रेसची वार्षिक सभा. दखल घ्यायला हवं असं दोन्हींत बरंच काही घडलं.

इंडियन सायन्स काँग्रेस वार्षिक अधिवेशनाचं उद्घाटन परंपरेप्रमाणे पंतप्रधानांच्या हस्ते झालं. पण ही सायन्स काँग्रेस गाजली ती नोबेल विजेते वेंकटरामन रामकृष्णन यांनी केलेल्या सडकून टीकेमुळे. हे रामकृष्णन फार फटकळ आहेत. ते मूळचे चेन्नईचे. पण शिक्षण वगैरे सगळं झालं इंग्लंडमध्ये. गेल्या वर्षी ते चेन्नईला आले होते. त्या वेळी त्यांच्या सत्कारप्रसंगी रामकृष्णन यांच्या भारतीय मुळाचे गोडवे गायले गेले. तेव्हा उत्तर देताना रामकृष्णन म्हणाले, हे भारतीय भारतीय पहिले बंद करा. माझा भारताशी काहीही संबंध नाही. उलट मी इथं असतो, तर जे काही मी करतोय ते करू शकलो नसतो.

याहीवेळी त्यांच्या परखडपणाचा प्रत्यय आला. या वेळी ते आपल्या सायन्स काँग्रेससाठी आले होते. परंतु तिथं जे काही चालतं ते पाहून रामकृष्णन म्हणाले, ही सायन्स काँग्रेस म्हणजे शुद्ध सर्कस आहे, तिचा विज्ञानाशी काहीही संबंध नाही. पुन्हा मी इथं पाऊल टाकणार नाही.

बरोबरच आहे त्यांचं. याच सायन्स काँग्रेसच्या अधिवेशनात शंकर (म्हणजे तो भरबर्फात नाग घेऊन कैलास पर्वतावर असतो म्हणे तो.) हा पहिला पर्यावरणवादी असं एक उच्च दर्जाची निर्बुद्धता दाखवणारं विधान केलं गेलं. गेल्या वर्षी याच काँग्रेसमध्ये भारतीय ऋषिमुनींना आधीच कशी विमानविद्या माहीत होती वगैरे लोणकढ्यांना ऊत आला होता.

त्या पार्श्वभूमीवर मराठी विज्ञान परिषदेचं काम खूपच गंभीर आणि महत्त्वाचं. महाराष्ट्रासारख्या राज्यात शुद्ध विज्ञान प्रसारासाठी जन्माला आलेली संस्था पुढे ५० वर्षं टिकते, हे तसं अप्रूपच. ते गेल्या आठवड्यात साजरं झालं. भाभा अणुसंशोधन केंद्रात तीन दिवस रंगलेल्या या सुवर्णमहोत्सवी सोहळ्यात सहभागीही होता आलं. अनेक विषय चर्चिले गेले या अधिवेशनात. आणि ते खूप महत्त्वाचेही होते.

यानिमित्तानं पुढे आलेला एक मुद्दा म्हणजे विज्ञानाविषयी समाजात असलेली उदासीनता. गाय नव्हे गोमाता, मुलगा होण्याची हमी देणारे गर्भसंस्कार, गाईचं शेण किरणोत्सर्ग रोखतं वगैरे थोतांडं ज्या समाजात हातोहात खपून जातात त्या समाजाची वैज्ञानिक समज आणि साक्षरता बेताचीच असणार हे ओघानं आलंच. पण ही विज्ञानसाक्षरता वाढावी यासाठी काही प्रयत्न होतायत का आपल्याकडे? त्याचं हे वास्तवदर्शी उत्तर.

आपल्याकडे विज्ञान शिक्षण, प्रसार आदींसाठी अर्थसंकल्पातली फक्त १ टक्का रक्कम राखून ठेवली जाते. गेली कित्येक वर्षं आपले राजकीय पक्ष निवडणुकांआधी आपल्याला सांगतायत, ही रक्कम २ टक्के इतकी केली जाईल. अजून काही ती झालेली नाही. आपण हे असे हात राखून विज्ञानावर खर्च करत असताना चीनचा विज्ञानावरचा खर्च आहे १.९ टक्के आणि अमेरिका तर २.७५ टक्के. हे दोन्ही देश अर्थव्यवस्थेनं आपल्यापेक्षा साधारण चारपट आणि आठपट मोठे आहेत. तेव्हा त्याच्यावरनं अंदाज येईल ते किती खर्च विज्ञानावर करतायत आणि आपल्याकडे किती आहे.

याचा परिणाम संपूर्ण विज्ञान क्षेत्रावरच दिसतो. म्हणजे असं, की माध्यमिक म्हणून ओळखल्या जाणाऱ्या शिक्षण टप्प्यांत असणाऱ्या विद्यार्थ्यांपैकी तब्बल ५९ टक्के विद्यार्थ्यांना विज्ञान प्रयोगशाळा म्हणजे काय, तेच माहीत नसतं. कारण त्यांच्यासाठी तशी सोयच नसते. त्यांना प्रयोगशाळा माहीत होते ती थेट दहावीच्या वर्गात गेल्यावर. आता त्यात त्यांचा काय दोष. कारण देशातल्या संपूर्ण शाळांपैकी ७८ टक्के इतक्या शाळांना प्रयोगशाळा उभारण्यासाठी वेगळा वर्ग वगैरे काहीही सुविधाच नाहीत. म्हणजे फक्त ३२ टक्के शाळांत प्रयोगशाळांची स्वतंत्र व्यवस्था आहे. खरा धक्का पुढेच आहे.

सध्या डिजिटल इंडियाचे वारे जोरजोरात वाहतायत. संगणक ही डिजिटायझेशनची पहिली गरज. पण ती पूर्ण होतीये फक्त ३७ टक्के इतक्याच शाळांत. कारण तेवढ्याच शाळांत फक्त आपल्याकडे संगणक आणि त्यांची जोडणी आहे.

मागे एकदा मरहुम एपीजे अब्दुल कलाम मानखुर्दला भाभा केंद्रात गप्पा मारताना म्हणाले होते– आपल्याकडे शुद्ध विज्ञान कोणाला नकोच आहे. सगळ्यांना उपयोजनांतच. म्हणजे अप्लाईडमध्येच रस आहे. म्हणजे विज्ञान शिकायचं नाहीये, पण अभियंते व्हायचंय. साहजिकच आहे ते. इंजिनिअर झालं की नोकऱ्या वगैरे मिळतात... पटकन अमेरिकेला जाता येतं वगैरे. त्यामुळे आपल्याकडे वैज्ञानिकांची संख्या त्यामुळे कमीच होताना दिसते. अमेरिकेत दर दहा लाखांत ७९ शास्त्रज्ञ असतात. चीनमध्ये ते १८ आहेत, ब्राझीलमध्ये १४ आणि रशियात तब्बल ५८. आपल्याकडे काय आहे हे प्रमाण–दर दहा लाखांत फक्त ४. म्हणजे एकाच हाताची बोटंसुद्धा पुरून

उरतील. आता इतकं कमी प्रमाण आहे विज्ञान आणि तंत्रज्ञानाच्या प्रसाराचं. त्यामुळे अर्थातच पेटंटसाठी अर्ज करणाऱ्यांचं प्रमाणही तितकंच असणार. आपल्याकडे दर दहा लाखांत पेटंटसाठी अर्ज केले गेले फक्त १७, तर चीनमध्ये ही संख्या आहे ५४१. आता या सगळ्यचीच बोंब म्हटल्यावर वैज्ञानिक प्रकाशनं वगैरेंबाबत काय परिस्थिती असेल हे सांगायलाच नको.

आपल्याकडे खऱ्याखुऱ्या विज्ञान विषयाला वाहिलेली प्रकाशनं आहेत फक्त ९०. इथं खऱ्याखुऱ्या म्हणायचं कारण म्हणजे अलीकडे वर उल्लेख केलेल्या थोतांडी विज्ञानातल्या छाछुगिरीलादेखील लोक खरं विज्ञान मानू लागली आहेत. या आणि अशा विषयांचा आणि विज्ञानाचा दुरान्वयानंदेखील संबंध नसतो. सव्वाशे कोटींच्या भारतात खऱ्याखऱ्या करकरीत विज्ञानाला वाहिलेली प्रकाशनं आहेत फक्त ९० इतकीच. अमेरिकेची लोकसंख्या ४० कोटीही नाही. पण त्या देशात अशा विज्ञान प्रकाशनांची संख्या आहे ४५०. इंग्लंड तर लोकसंख्येत महाराष्ट्रापेक्षाही कमी आहे. पण विज्ञान विषयक प्रकाशनं आहेत १२५. आकार आणि लोकसंख्येनं आपल्यापेक्षा मोठा आहे चीन. विज्ञान प्रकाशनांतही चीन आपल्यापेक्षा कितीतरी पुढे आहे. चीनमध्ये वर्षाला ३२५ इतकी वैज्ञानिक प्रकाशनं आहेत. विज्ञानाबाबतच जर इतकी अनास्था असेल तर नवनवीन संशोधनात आनंदीआनंदच असणार हे काही वेगळं सांगायची गरज नाही. जगात नवीन काही करणाऱ्या देशांचा म्हणून एक निर्देशांक आहे. ग्लोबल इनोव्हेशन इंडेक्स. त्यात आपण अगदी तळाच्या काही देशांत आहोत. आपल्या मागे आहे कझाकिस्तान वगैरे.

आणि आता आपण एकदम हे मेक इन इंडिया वगैरे सुरू करतोय. छानच आहे ते. पण आपल्याकडे प्लॅस्टिक सर्जरी आधीच होती, औषधशास्त्र होतं, विमानं उडत होती, हे होतं, ते होतं, त्यांचं आता काय करायचं याचा विचार करायला हवा. कारण प्रश्न आहे या पुराणातल्या मेड इन इंडिया गोष्टी पुसल्याशिवाय नवं मेक इन इंडिया होणार का?

१३ जानेवारी २०१६

# ६६. मेक इन इंडियातला भारत

नाही म्हटलं तरी चमकदार घोषणांनी जनतेला भुरळ पाडता येणं, हीसुद्धा एक कला आहे. प्रयत्नसाध्य असेलही ती. पण मुळात ती अंगी असावी लागते. तिचं असणं उपयुक्त असेल-नसेल; पण नसणं मात्र उपद्रवी असतं, हे नक्की. या कलेची आराधना केली नाही, तर काय होतं हे पाहायचं असेल तर मनमोहन सिंग यांच्याइतकं जिवंत उदाहरण दुसरं नाही. असो. उगाच अपयशी उदाहरणं देण्याचं काही कारण नाही. त्यांचं जे काही करायचं ते लोकांनी केलेलं आहे.

आपण पाहायला हवं या उदाहरणांच्या यशोगाथेकडे.

'मेक इन इंडिया'. 'स्टार्ट अप इंडिया'. पूर्णपणे स्वयंसेवी म्हणून सुरू झालेली आणि नंतर आपल्याकडनं पैसे वसूल करणारी 'स्वच्छ भारत अभियान' या आणि अशा काही यशस्वी कहाण्या लगेच कोणालाही आठवतील. यातली मेक इन इंडिया ही सगळ्यात मोठी असेल बहुधा.

पुढच्याच शनिवारपासून, म्हणजे १३ फेब्रुवारीपासून, इंडियाची आर्थिक राजधानी असलेल्या मुंबईत मोठ्या झोकात या योजनेचं उद्घाटन होईल. मेक इन इंडियाचे जनक दस्तुरखुद्द पंतप्रधान नरेंद्र मोदी जातीनं या मुंबापुरीत दोनेक दिवस राहणार आहेत. गिरगाव चौपाटीवर धम्माल भव्य सोहळा, उद्योगपतींच्या बैठका, आंतरराष्ट्रीय तज्ज्ञ, उद्योगपती यांची भारत किती महान होऊ शकतो हे सांगणारी (पण प्रत्यक्षात का होत नाही त्याची कारणं दडवणारी) भाषणं अशी मोठी कार्यक्रमांची रेलचेल असणार आहे. न मिळे अशी मौज पुन्हा पाहण्या नरा असं वर्णन करता येईल अशीच बहार असेल सगळी.

आणि का नसावी.

जगाच्या अर्थव्यवस्थांना बाक आलेले असताना आपल्याच अर्थव्यवस्थेचा कणा त्यातल्या त्यात ताठ आहे, असं सगळेच आणि आपलं सरकारही म्हणतायत. आता इतके सगळे म्हणतायत, म्हणजे ते खरंच असायला हवं. नाहीतरी पाचामुखी परमेश्वर असं आपली संस्कृती सांगतेच. आणि इथं तर काय पाचापेक्षा कितीतरी अधिक तेच सांगतायत. म्हणजे खरं असणार म्हणजे असणारच. युरोप आर्थिक मंदीनं

गारठलाय, जपानवर तर उणा व्याज दर आकारायची वेळ आलीये. त्यामुळे एकेकाळच्या जगातल्या या दुसऱ्या क्रमांकाच्या अर्थव्यवस्थेचंही काही खरं नाही. जपानला मागे टाकलं चीननं. पण आता त्याच्याही नाकातोंडात पाणी जाऊ लागलंय. अमेरिकेचं तसं उत्तम चाललंय. पण त्यांचं त्यांना झालंय थोडं. त्यामुळे सध्या तरी अमेरिका जगाची उठाठेव करण्याच्या मनःस्थितीत नाही. रशिया अडचणीत आहे. ब्राझील डबघाईला आलाय, अशी मोठी यादी करता येईल.

तिचा मथितार्थ इतकाच, की आपलं उत्तम चाललंय. सात टक्क्यांच्या आसपास वेगानं आपली अर्थव्यवस्था वाढणार आहे. घसरणाऱ्या तेलानं परकीय चलनाची गंगाजळी बऱ्यापैकी साठू लागलीये. चालू खात्यातील तूट शून्यापर्यंत खाली येतीये. वित्तीय, महसुली आघाडीवर आहेत काही समस्या. पण त्या काही आपली प्रतिमा डागाळण्याइतक्या मोठ्या नाहीत. तेव्हा आपण आपली अर्थव्यवस्था आता टरारणार हे समजून घेण्यासाठी काही तज्ज्ञांच्या भाकिताची गरज नाही.

आपल्याकडे अर्थव्यवस्थेची प्रगती समजून घेण्याचा एक सोपा मार्ग आहे. तो म्हणजे उद्योगांचं कसं चाललंय ते पाहायचं. म्हणजे उद्योगांची धडाडी कायम असेल तर अर्थव्यवस्था धडधडीत आहेत, असं आपण मानतो. बरोबरच आहे ते काही अंशी. कारण भांडवलवृद्धी, रोजगारक्षमता, संपत्तीनिर्मिती वगैरे अनेक मुद्दे फक्त उद्योगाशी तर निगडित असतात. तेव्हा 'मेक इन इंडिया' करायचं म्हणजे उद्योगांचं जमेल तितकं भलं करायचं. पुढच्या शनिवारपासून उद्योगांचं भलं करण्याच्या राष्ट्रीय महोत्सवाला सुरुवात होईल. मोठं उत्साहाचं वातावरण असेल त्या वेळी. अशा वातावरणात एका मुद्द्याकडे दुर्लक्ष होण्याची दाट शक्यता आहे त्याकडे लक्ष वेधण्याचा हा एक नम्र प्रयत्न.

हा मुद्दा म्हणजे आपल्यावर आलेली कृषी उत्पादन आयातीची वेळ. म्हणजे इतक्या अनेक वर्षांनंतर आपल्यावर धनधान्य आयात करायची वेळ आली आहे. सगळ्यात धक्कादायक बाब म्हणजे उद्योगांचं भलं करण्याच्या नादात आपलं या कृषीवास्तवाकडे लक्षसुद्धा गेलेलं नाही. तेव्हा काय काय आयात करायची वेळ आलीये आपल्यावर.

यंदा तब्बल १६ वर्षांनंतर पहिल्यांदाच आपण चक्क मका आयात करणार आहोत. २०१५ साली, म्हणजे अगदी गेल्या वर्षात, आपण तब्बल २८ लाख टन मका निर्यात केला होता. म्हणजे देशातल्या गरजा भागवून अन्यत्र विकण्याइतका अतिरिक्त मका आपल्याकडे होता. परंतु या वर्षी परिस्थिती बरोबर उलटी. पण उलटी म्हणजे किती उलटी, तर चक्क २० लाख टन मका आपल्याला आयात करावा लागणार आहे. यंदासाठी तर आपण तशी मागणी नोंदवली आहेच. पण यंदाच

पीकपाण्याची परिस्थिती अशी आहे, की पुढच्या वर्षीची मागणीसुद्धा आपण नोंदवून टाकलीये.

दुसरा सगळ्यात मोठा धक्कादायक घटक राहणार आहे तो साखरेचा. आपण एकेकाळी जगातले दुसऱ्या क्रमांकाचे साखर उत्पादक होतो. पहिल्या क्रमांकावर होता ब्राझील. आणि आहेही. पण आपला दुसरा क्रमांक मात्र चांगलाच ढळलाय. आपली घसरण इतकी आहे की यंदा कदाचित आपल्यावर साखरसुद्धा आयात करायची वेळ येईल, अशी लक्षणं आहेत. या आधी २००९ साली, म्हणजे सात वर्षांपूर्वी आपल्यावर साखर आयात करायची वेळ आली होती. आता ती यंदा येईल.

यंदा आपली दणदणीत आयात असेल ती डाळींची. गुजरात, मध्य प्रदेश, महाराष्ट्र आदी राज्यांत डाळींचं उत्पादन किती घसरलंय याचा अंदाज आपल्याला नुकताच आला. साध्या डाळभातासाठी लागणारी तूरडाळ मध्यंतरी दीडशे रुपये प्रति किलो इतक्या वर गेली होती. त्याच वेळी या डाळसंकटाची चाहूल आपल्याला लागली होती. पुढच्या काळात हे संकट आता अधिक गहिरं होईल. आपल्याला तब्बल ५० लाख टन इतक्या वेगवेगळ्या डाळी आयात कराव्या लागणार आहेत.

गहू ही खरंतर आपली मक्तेदारी. हरितक्रांतीनंतर पंजाब आणि हरयाणानं गव्हाच्या निर्मितीत जी काही झेप घेतली तिला तोड नाही. पण त्या राज्यांतही यंदा गव्हाच्या उत्पादनात २५ टक्क्यांची घट होईल अशी भीती व्यक्त होतीय. वाईट अंदाज सहजा चुकत नाहीत. त्यामुळे हाही जर बरोबर आला तर आपल्याला गहूदेखील आयात करावा लागणार हे नक्की.

सगळ्यात हास्यास्पद ठरेल ती पेंड. सरकी, सोया आदींतलं तेल काढून झालं की उरलेला चोथा गुरांना घालतात खायला. कारण तोही पौष्टिक असतो. गेली कित्येक वर्षं आपण तो निर्यात करतोय. इराण, जपान, कोरिया, तैवान वगैरे देशांना आपल्याकडून तब्बल ४५ लाख टन इतकी पेंड निर्यात होते. पण यंदा आपण फक्त १० लाख टन इतकीच पेंड निर्यात करू शकणार आहोत. कारण उत्पादनच घटलंय सरकी आणि सोया वगैरेंचं. तेव्हा पेंड तयार होणार तरी कशी. ही घसरण अशीच राहिली तर पुढच्या वर्षी आपल्याला पेंडसुद्धा आयात करावी लागणार, हे उघड आहे.

आता हे वास्तव मेक इन इंडियाच्या झगमगाटात किती महत्त्वाचं आहे, ते ज्याचं त्यानं ठरवावं. मेक इन इंडियाच्या भरजरी शालूला भारताच्या वास्तवाची ही असली ठिगळं लावणं बरं दिसणार नाही. तरीही...

०६ फेब्रुवारी २०१६

# ६७. जे कधीच नव्हते त्याची...

शिक्षणाचा उपयोग काय, आपण कशासाठी शिकायचं, या प्रश्नाचं उत्तर हवं असेल तर लक्षात घ्या, खरं शिक्षण सुखकारक नसतं. आपल्याला अमान्य असणाऱ्या, आव्हान देणाऱ्या विचारांना सामोरं जायला शिकवते ते खरं शिक्षण. हे विचार आपल्याला का मान्य नाहीत, याची तर्कशुद्ध मांडणी आणि कारणमीमांसा करायला शिकवते ते शिक्षण. अशा तर्कशुद्ध युक्तिवादातून आपल्या विचाराच्या विरोधात विचार असलेल्याचं मतपरिवर्तन करायला शिकवते ते शिक्षण आणि या प्रक्रियेत समोरच्याचे विचार पटले तर स्वतःचं मत बदलण्याइतका मनाचा मोठेपणा दाखवायला शिकवतं ते शिक्षण ही प्रक्रिया क्लेशकारक असते. पण नक्कीच खरं काहीतरी शिकवणारी असते.

लुईस रिचर्डसन या बाईंचं हे मत आहे. त्या राज्यशास्त्राच्या ज्येष्ठ अभ्यासक आहेत. पण हे मत त्यांनी मांडलं ते काही त्यांच्या विषयाच्या अनुषंगानं नाही, तर दोन आठवड्यांपूर्वी विद्यार्थ्यांना मार्गदर्शन करताना त्या हे असं म्हणाल्या. विद्यार्थ्यांना उद्देशून काही बोलावं असं त्यांना वाटलं कारण प्रख्यात ऑक्सफर्ड विश्वविद्यालयाच्या कुलगुरुपदी त्यांची नियुक्ती झाली. त्यांच्या या विचारस्वातंत्र्याची आणि शिक्षणाची महती सांगणाऱ्या भाषणास दोन कारणांची पार्श्वभूमी आहे. एक तात्कालिक. आणि दुसरं गेलं वर्षभर धुसफुसत राहिलेलं.

प्रथम तात्कालिकाविषयी. या विश्वविद्यालयाच्या ओरायल महाविद्यालयाच्या ऱ्होड्स इमारतीच्या दर्शनीभागात एक पुतळा आहे. सेसिल ऱ्होड्स यांचा. सेसिल ऱ्होड्स हे याच महाविद्यालयाचे विद्यार्थी. खाणसम्राट, व्यापारी आणि नंतर राजकारणी. पण हे शेवटचे त्यांचे तीन गुण दिसले ते दक्षिण आफ्रिकेत. तिथल्याच केप कॉलनीचे ते पंतप्रधान होते १८९० ते १८९६ या काळात. प्रचंड यशस्वी ऱ्होड्स हे ब्रिटनसाठी साम्राज्यवादाच्या तेजाचं प्रतीक आहेत, तर दक्षिण आफ्रिकेसाठी ते आहेत मूर्तिमंत शोषक. त्यामुळे ऑक्सफर्डमधल्या दक्षिण आफ्रिकेच्या विद्यार्थ्यांनी मोहीम हाती घेतलीये. ऱ्होड्स पुतळा पाडा. खरंतर या मोहिमेचा नेतृत्व करणारा विद्यार्थी हा ऱ्होड्स शिष्यवृत्तीचा लाभार्थी आहे. ऱ्होड्स यांनी दिलेल्या देणग्यांच्या आधारे शेकडो विद्यार्थी आज जगातल्या उत्तम विद्यापीठांत उच्च शिक्षण घेतायत. हा त्यातलाच. पण

आता तो विद्यार्थी ऱ्होड्स पुतळा पाडा या मोहिमेचं नेतृत्व करतोय. त्याचं म्हणणं दक्षिण आफ्रिकेतल्या हजारो जणांसाठी ऱ्होड्स हे अन्यायाचं, शोषणाचं प्रतीक आहेत. त्यांचा पुतळा पाहून आम्हाला आमच्या लुटीची आठवण होते, तेव्हा तो हटवा.

इंग्लंडमधलं शहाणं मत या वादात दुभंगलंय. एका बाजूचे म्हणतायत, या पोराचा काय संबंध. त्रास होतो तर बघू नको पुतळा. दुसऱ्या बाजूचे ज्यात आशियाई, आफ्रिकी यांचा जास्त भरणा आहे त्यांचं म्हणणं अर्थातच उलटं आहे. ते पुतळा हटवावा या मताचे आहेत. हे झालं तात्कालिक कारण.

इंग्लंडातल्या शिक्षणविश्वात दुसरा धुमसता मुद्दा आहे तो केट स्मर्टवेट या एकपात्री विनोदी कलाकारासंदर्भात. तिचा लंडन विद्यापीठातला कार्यक्रम गेल्या वर्षी जानेवारी महिन्यात अचानक रद्द केला गेला. का तर ती मुसलमान महिलांना बुरख्यात ठेवण्याच्या प्रथेची आणि वेश्यागमनाची खिल्ली उडवते म्हणून. तिला महिला वा पुरुषांचा शरीरविक्रयाचा अधिकार मान्य आहे; परंतु पैशासाठी देहविक्रय करावं लागणं तिला अमान्य आहे. त्याचप्रमाणे या व्यवसायाभोवती जे गुन्हेगारीचं वलय आहे त्याचीही ती टर उडवते.

वरवर पाहता ही कारणं काही तिचा कार्यक्रम रद्द करावा लागावा इतकी तीव्र वा नाजूक नाहीत. परंतु विद्यापीठातल्या उच्चपदस्थांना ती तशी वाटली. कारण विद्यापीठातल्या उजव्या विचारांच्या विद्यार्थ्यांनी तिच्याविषयी आक्षेप नोंदवायला सुरुवात केली म्हणून. मग विद्यापीठानं जनमत घेतलं. बहुतांश विद्यार्थ्यांनी कार्यक्रमाच्या बाजूनंच कौल दिला. पण मूठभर म्हणाले, हा कार्यक्रम आमच्या धार्मिक भावना दुखावणारा आहे. तरीही तुम्ही तो केलात तर आम्ही तो उधळून लावू.

या छोट्याशा कारणावरनं वातावरण इतकं तापतंय असं लक्षात आल्यावर विद्यापीठानं तो कार्यक्रमच रद्द केला. साहजिकच त्यावर टीकेची झोड उठली. त्यावर विद्यापीठाचा खुलासा आला. हा कार्यक्रम आम्हाला आमच्या 'सुरक्षित पैस' धोरणाला आव्हान देणारा वाटला, म्हणून आम्ही तो रद्द केला. आता सुरक्षित पैस म्हणजे काय?

तर असा अवकाश की जिथं कोणीही कोणाच्या धार्मिक, सामाजिक, वांशिक, वर्णीय इतकंच काय तर राजकीय भावनादेखील दुखावणार नाही, अशी अवस्था. म्हणजे कोणीही कोणाविरुद्ध काहीच बोलणार नाही. म्हणजेच सगळेच्या सगळे गप्प बसण्यात आनंद मानतील. यावर प्रश्न असा, की लोकशाहीत असा अवकाश, अशी परिस्थिती असावी का?

नेमका हाच प्रश्न ब्रिटिश बुद्धिजीवींना सध्या भेडसावतोय. वास्तविक, अशा सर्वच बुद्धिजीवींना या प्रश्नाचं उत्तर माहितीये. ते म्हणजे नाही. विचारस्वातंत्र्याचा

पराकोटीचा आग्रह धरणाऱ्या आणि त्यांचं रक्षण, आदर करणाऱ्या या समाजाला विचारस्वातंत्र्यावर अशी कोणतीही बंधनं नकोयत. कोणताही काच व्यक्तीच्या अभिव्यक्ती स्वातंत्र्यावर असता नये, असं हा समाज मानतो. नुसतंच मानतो असं नाही, तर या तत्त्वाचं तो पालन करतो. पण आता आपली ही मतं बदलावी लागतायत की काय, असा प्रश्न या समाजाला पडलाय. आणि या प्रश्नाची व्याप्ती फक्त काही ब्रिटनपुरतीच मर्यादित नाही. संपूर्ण युरोप ते अमेरिका या प्रदेशांतील विचारी जन जे काही होतंय त्यानं अवाक झालेत.

उजवी, धार्मिक विचारसरणी या सगळ्यामागे आहे, असं या सगळ्यांचं विचारांती, पाहणीअंती ठाम मत झालेलं आहे. अतिरेक धर्मविचार हा विचार स्वातंत्र्याच्या मुळावर अशा तऱ्हेनं आलाय असं त्यांचं निरीक्षण आहे. या सगळ्यांचं म्हणणं इतकंच, की व्यक्तीनं व्यक्तिगत पातळीवर हवं तितकं धार्मिक व्हावं, धर्मसंकेत पाळावेत, पण त्यामुळे इतरांच्या विचारस्वातंत्र्यावर बंधनं यायला नकोत. पण दुर्दैवानं ती येताना दिसतात. ब्रिटनमधल्या काही महत्त्वाच्या विद्यापीठांत या उजव्यांच्या दबावाखाली येतायत.

तो झुगारून देण्यासाठी इंग्लंडातल्या २४ कुलगुरूंनी लंडनच्या टाइम्समध्ये सामूहिक आवाहन प्रसिद्ध केलं. विद्यापीठ हे मुक्त विचारांची गंगोत्री असते. ती तशीच राहायला हवी. इथं कोणत्याही युक्तिवादाचा प्रतिवाद युक्तिवादानंच व्हायला हवा. तो करताना विद्यार्थ्यांच्या मनावर दडपण वा सुडाची भीती असणार नाही, याची हमी आपल्याला द्यायला हवी. या अशा वैचारिक मुक्ततेस विरोध करणाऱ्यांनाही विचाराने आणि युक्तिवादानंच उघडं पाडावयास हव. ही वैचारिक बंधनं आम्हाला मंजूर नाहीत.

या सगळ्यावर 'अ‍ॅकॅडमिक फ्रीडम इन अ‍ॅन एज ऑफ कॉन्फॉर्मिटी' या पुस्तकाची लेखिका जोआन विल्यम्स हिनं मत नोंदवलं : विद्यार्थ्यांना वैचारिकदृष्ट्या धडधाकट बनवण्याऐवजी आजची व्यवस्था त्यांना शिकवते शब्द, भाषा, विचार. हे स्फोटक असतात. सबब ते दाबूनच टाका.

------

ओळखीचं वाटतंय हे

हे अशा देशात घडतंय की ज्यानं देशद्रोहाचा कायदाच घटनेतनं काढून टाकलाय. तिथं तसं असेल तर आपल्याला सुरेश भटांचे जे कधीच नव्हते त्याची आस का धरावी असा प्रश्न पडत असेल, तर ठीकच म्हणायचं.

२० फेब्रुवारी २०१६

# ६८. ग्राहक हिताचे राष्ट्रप्रेम...

तर ही सत्यकथा आहे. अगदी अलीकडची. दोन आठवड्यांपूर्वी सुरू झालेली. आपल्या देशातली नाही ती. असूच शकत नाही ती आपली. नसेलही. पण आपल्याला शिकवून जाते ती बरंच काही. पण ते अर्थातच शिकायचं असेल तर. पण आपली पंचाईत होते ती आपली या मुद्द्यावर. शिकण्यासारखं इतकं काही घडत असतं. पण आपण काही शिकता शिकत नाही. आता सारखं सारखं शिकवूनही न शिकणाऱ्याला काय म्हणतात, हे तर आपल्याला माहीतच आहे. पण ते काही सांगायला नको. फट् म्हणता राष्ट्रद्रोहाचा ठपका लागायचा कपाळावर. असो. पण आधी ती कथा तर समजून घ्यायला हवी.

तर ही कथा आहे एका भल्या मोठ्या देशातली. हा देश मोठा म्हणजे किती मोठा, तर जगातल्या अन्य अशा १२ सर्वोच्च बड्या देशांचा संरक्षणाचा अर्थसंकल्प एकत्र केला तरी या आपल्या कथादेशाच्या अर्थसंकल्पाशी त्याची बरोबरी होऊ शकत नाही. त्या देशात जगातल्या लोकसंख्येपैकी फक्त पाच टक्के लोकसंख्या राहते. पण जगातल्या एकूण औद्योगिक उत्पादनांमधला २६ टक्के वा अधिकच इतका वाटा त्या देशाकडनं येतो. त्या देशातली एकेक कंपनी एकेका देशाला विकत घेऊ शकेल इतकी श्रीमंत. म्हणजे महासत्ताच म्हणायचं त्या देशाला.

तर प्रश्न असा पडू शकतो की हा देश हा महासत्ता झालाच कसा? उत्तर अगदी सोपं आहे. त्या देशातल्या नागरिकांच्या उद्यमशीलतेनं, धाडसानं, जिद्दीनं आणि अपार कष्ट करायच्या क्षमतेनं त्या देशाला मोठं केलं. तो देश मनानं मोकळा. जो कोणी आपल्या देशात येऊन नशीब अजमावून पाहू इच्छितो त्याला मोकळ्या मनानं प्रवेश देणारा. हा मोकळेपणा इतका की त्या देशातले मूळ कोण आणि निर्वासित कोण हेदेखील कोणाला कळू नये. आता हे असं घडू शकलं त्यामागचं कारण साधं आहे समजून घ्यायला. ते म्हणजे त्या देशात भूमिपुत्रांच्या रक्षणाचा वगैरे बनाव करत कोणी राजकीय पक्ष जन्माला आला नाही. असा राजकीय पक्षच जन्माला न आल्यानं इथल्या नोकऱ्या स्थानिकांनाच मिळायला हव्यात, आम्ही बाहेरच्यांना इथं येऊ देणारच नाही वगैरे घोषणा देणारे या देशात तयार झालेच नाहीत.

तर या मोकळेपणामुळे तो देश आणि त्यातले काम करणारे इतके मोठे झाले, की साऱ्या जगाला कवेत घेऊ लागले. पण सारखं पुढे जायची सवय लागली की मागे कोणी राहिलं किंवा काय ही बघायची सवयच निघून जाते. सारखं पुढेच जात राहायची इच्छा तयार होते. या देशातल्यांचंही तसंच झालं. तो देश इतरांपेक्षा इतका पुढे गेला की मागे राहिलेले मग या देशाचा रागराग करायला लागले. असं मागे राहायची वेळ आलेल्यांना आपल्या मागे पडण्याच्या कारणांसाठी इतरांना दोष द्यायला नेहमीच आवडतं. साहजिकच नाही का. एकदा दोष स्वतःचा आहे हे मान्य केलं की मग स्वतःलाच सुधारावं लागतं. ते महाकर्मकठीण. त्यापेक्षा इतरांना दोष दिलेला बरा असाच सोयीस्कर विचार माणसं करतात आणि पुढे गेलेल्याशी पुढे जाण्यासाठी स्पर्धा करण्याऐवजी पुढे गेलेला आपल्याप्रमाणे कसा मागेच राहील यासाठी प्रयत्न सुरू करायला लागतात.

तर हे प्रयत्न अनेक असतात. अलीकडच्या काळात या प्रयत्नांना हिंसक वळणसुद्धा लागलंय. या मोठ्या देशांनी या हिंसाचाराला नाव ठेवलंय दहशतवाद. यात होतं असं की मागास देशांतले असंतुष्ट सुखासीनांच्या देशात जातात आणि जो समोर दिसेल त्याचा जीव घेतात. बॉम्ब टाकतात, गोळीबार करतात किंवा असंच काय काय. आता यामुळे खरंतर काही परिणाम होत नाही. पुढे जाणारा पुढे जातोच. पण तरी मागासांना तेवढंच समाधान. पुढे गेलेल्यांतल्याचा काही जीव घेतल्याचं.

तर दोन महिन्यांपूर्वी झालं असं, की अशाच प्रगतिशून्य देशातले काही या आपल्या कथेतल्या बड्या देशातल्या एका गावात गेले आणि सक्काळी सक्काळी व्यायाम वगैरे करून परतत असलेल्या अश्राप नागरिकांवर त्यांनी गोळीबार केला. अनेक जण ठारच झाले. यातला विरोधाभास असा असतो, की हे मागास प्रगतिवानांचा असा दुस्वास करत असले तरी प्रगतिवानांनी तयार केलेल्या अनेक वस्तू वापरायला त्यांचा नकार नसतो. म्हणजे सुखासीनांची मदत तर घ्यायची आणि तरी त्यांच्या नावानं बोटं मोडायची, असं.

तर या बाबतीत या अश्रापांना ठार करणाऱ्यांकडे या आपल्या कथेतल्या देशांच्या अनेक चिजा होत्या. त्यातली एक होती मोबाइल फोन. तेव्हा या दहशतवाद्यांचा शोध घेणाऱ्या पोलिसांना, सुरक्षा यंत्रणांना वाटलं हा फोन खूप महत्त्वाचा. त्यात या दहशतवाद्यांचा सगळा तपशील दडलेला असेल. या फोनमध्ये दडलेली माहिती जर आपण बाहेर काढू शकलो तर त्यातनं अनेक गुपितं बाहेर पडतील. त्यांनी तसे प्रयत्न सुरू केले. ती माहिती बाहेर काढणं तसं काही अवघड नसतं. कोणत्याही फोनमधनं आपल्याकडे ती काढून देणारे आहेतच की. पण हा फोन असा नव्हता. जरा जास्तच प्रगत होता तो.

तर तो बनवला होता या आपल्या कथादेशात निर्वासित म्हणून आलेल्या एका कामगाराच्या मुलानं. तो मुलगाही खूप हुशार. कंपनी वगैरे काढली त्यानं मग फोनची. त्याच्या फोनचं वैशिष्ट्य म्हणजे त्यातली माहिती काढून घेण्याची जबरदस्ती कोणी केलीच तर त्यातली माहिती सगळीच्या सगळी पुसली जायची. या फोनची तटबंदी इतकी भक्कम की आपल्या कथादेशातल्या सुरक्षा यंत्रणांनाही ती काढून घेता आली नाही त्या फोनमधून. मग या देशाच्या सुरक्षा यंत्रणेच्या प्रमुखानं या फोन कंपनीला विनंती केली, की या दहशतवाद्यांच्या फोनमधली माहिती काढून द्या

तर ही फोन कंपनी चक्क नाही म्हणाली ही माहिती द्यायला. मग सरकारनं या कंपनीच्या प्रमुखाला लिहिलं, आपल्या देशाच्या सुरक्षिततेचा प्रश्न आहे. त्यासाठी फोनमधली माहिती हवी. राष्ट्रहित महत्त्वाचं. त्यामुळे या फोनमधली माहिती द्या. ती दिली नाहीत तर तुमची कृती राष्ट्रद्रोहाची ठरेल.

तर या कंपनीच्या प्रमुखानं आपल्या अमेरिकी सरकारला लिहिलं. आपलं पत्र मिळालं. मजकूर समजला. आपण मागता ती माहिती मी देऊ शकत नाही. देणार नाही. कारण ती द्यायची तर मला माझ्या ग्राहकाशी असलेला गुप्ततेचा करार मोडावा लागेल. तुम्हाला ज्याच्या फोनमधली माहिती हवी तो तुमच्या लेखी भले दहशतवादी असेल, पण माझ्यासाठी तो ग्राहक आहे. ज्याप्रमाणे मी माझ्या सरकारी उच्चपदस्थ ग्राहकांच्या फोनमधली गुप्त माहिती प्राणपणानं जपेन त्याच निष्ठेनं मी माझ्या अन्य ग्राहकांच्या फोनमधली माहिती जपण्यासही बांधील आहे. मला राष्ट्रहित, राष्ट्रवाद कळतो. पण राष्ट्र मोठं होतं ते नागरिकांमुळे. आपल्या नागरिकांशी असलेल्या बांधिलकीमुळे. तुम्हाला हवी ती माहिती मी फोनची सुरक्षा यंत्रणा मोडून दिली तर ती माझ्या फोनग्राहकाशी प्रतारणा ठरेल. मी आणि ग्राहक यांच्यात असलेल्या गुप्ततेच्या कराराचा तो भंग ठरेल. सबब मी माहिती देणार नाही. आपला टिम कुक. मुख्याधिकारी, ॲपल.

तर कुक यांच्या या निर्धाराची, ग्राहक बांधिलकी जपण्याची बातमी सर्वत्र पसरली आणि गुगलपासून अन्य अशा बड्या कंपन्यांनी कुक यांचं अभिनंदन केलं.

तर मुद्दा हा की यानंतरदेखील कुक यांना कोणी राष्ट्रद्रोही म्हटलं नाही. त्यांच्या घरावर मोर्चे नेले नाहीत. त्यांच्यावर हल्ला केला नाही. संसदेत त्यांच्या निषेधाचा ठराव केला नाही. त्याच्या उत्पादनांवर बहिष्काराची हाकदेखील दिली नाही. महत्त्वाचं म्हणजे कुक यांच्या राष्ट्रप्रेमावर अमेरिकी सरकार आणि नागरिक यांनी कोणताही संशय घेतला नाही.

०५ मार्च २०१६

# ६९. नव्या बुडबुड्याकडे

बऱ्याच वर्षांपूर्वीचा प्रसंग आहे. साधारण पंधरा-वीस वर्षांपूर्वीचा. एका वित्तविषयक बड्या वर्तमानपत्रात बातमी होती. सत्यम नावाच्या त्या वेळच्या कंपनीबाबत. माहिती-तंत्रज्ञान क्षेत्राचा नुकताच उदोउदो सुरू झाला होता. जगात कोणाचं काही भलं होणार असेल तर ते याच क्षेत्रामुळे, अशीच समजूत करून दिली जात होती. अन्न-वस्त्र-निवारा कोणत्याही क्षेत्रातली कोणतीही लहान-मोठी समस्या असो, माहिती-तंत्रज्ञान क्षेत्रसंगणक त्या चुटकीसरशी सोडवणार असाच तो माहोल होता. त्या काळातली ही बातमी.

ती अशी होती, की सत्यम या टीचभर कंपनीची मार्केट कॅप ही टाटा स्टील, एल अँड टी, टाटा मोटर्स या कंपन्यांपेक्षाही सत्यम या कंपनीची मार्केट कॅप जास्त असल्याची ती बातमी होती. भांडवली बाजारात नोंदले गेलेले एखाद्या कंपनीचे सर्व समभाग समजा एकत्र केले आणि त्याला त्या दिवशीच्या दरानं गुणलं तर जी रक्कम होईल ती म्हणजे मार्केट कॅप. त्या बातमीचा अर्थ असा, की टिकलीएवढ्या सत्यमची मार्केट कॅप ही टाटा स्टील आदी कंपन्यांपेक्षाही जास्त होती. हे म्हणजे नवजात अर्भकाची ताकद ही हिंदकेसरीपेक्षा अधिक आहे, असं म्हणण्यासारखंच. म्हणजे थोडक्यात वेडपटपणाचं. पुढे त्या सत्यमचं आणि प्रवर्तक राम लिंगम राजू याचं काय झालं ते आपण जाणतोच.

पण तरीही त्या वेळी तो वेडपटपणा सर्रास केला गेला. कारण एकच. नवीन, कोवळ्या अशा माहिती-तंत्रज्ञान क्षेत्राची हवा करायची. हे असं हवा वगैरे करणं माध्यमांतल्या काही घटकांना मनापासून आवडतं. या काळात मग लोकांना या हवावाल्यांविषयी चांगलीच ओढ तयार होते. आणि ही हवा काही फक्त उत्पादनांविषयीच होते, असं नाही. ती व्यक्तीबाबतचीही असू शकते. उदाहरणार्थ,

ही नावं कोणीही आपापल्या राजकीय सोयीनं भरू शकेल. ती भरणं हा काही या लेखामागचा उद्देश नाही. तर तो आहे अशा नव्या हवाभरू क्षेत्राची माहिती देणं.

हे नवं क्षेत्र म्हणजे ई-कॉमर्स.

आता पारंपरिक व्यापार जणू काळाच्या उदरात, अशा पद्धतीनं सध्या ही हवा

केली जातीये. त्यामुळे वाणसामान ते जेवण ते अंतर्वस्त्र ते औषधं ते गर्भनिरोधकं असं सगळंच कसं ऑनलाइन खरेदी व्हायला लागलंय असं आपल्याला प्रसारमाध्यमं सांगू लागलीयेत. ही अशी इतकी प्रगती बघून डोळेच विस्फारतायत. लग्न ऑनलाइन जमू लागली त्यालाही आता जमाना झाला. त्या ऑनलाइन लग्नकर्त्यांची पुढची पिढी सुद्धा आता वाढू लागली असेल. अर्थात खरीखरी. ऑनलाइन नव्हे. पण आता हे ई चं भूत त्याच्याहीपेक्षा मोठं झालंय.

त्याला सुरुवात झाली ॲमेझॉन या कंपनीमुळे. अमेरिकेतल्या सिएटल शहरातल्या एका गॅरेजमध्ये जेफ बेझोसनं ही कंपनी सुरू केली. आज जगातल्या काही बलाढ्य कंपन्यांत तिची गणना होते. अमेरिकेत तर या कंपनीनं इतका पैसा केला, की बेझोस यानं त्यातून वॉशिंग्टन पोस्ट हे बलाढ्य दैनिकच विकत घेतलं. अमेरिकेत ती इतकी यशस्वी झाली.

पण अमेरिकेतच. काही वर्षांपूर्वी ती आपल्याकडे आली. नंतर तिचंच भारतीय रूप तयार झालं फ्लिपकार्ट नावानं. मग स्नॅपडील. पेटीएम. मग आणखी काही अशा अनेक विक्रेत्या वेबसाईट्स तयार झाल्या. मध्येच लोकल बनिया, घरेलू बनिया किंवा तत्सम काही साईट्स आल्या. हॉटेलांची माहिती देणारी झोमॅटो आली. आणि बरंच काय काय.

दूरसंचार क्षेत्राचा जसजसा विस्तार होत गेला तसतसं या अशा विक्रेत्या वेबसाईट्सचं पेवच फुटलं. त्यातून खरेदी-विक्री करणं सगळ्यांसाठीच सोयीच. अन्य दुकानांसारखं ऑनलाइन. दुकानांना प्रत्यक्ष जमिनीवर जागा घेऊन आपल्या वस्तू हारीनं मांडून ठेवाव्या लागत नाहीत. त्या दाखवण्यासाठी विक्रेते ठेवावे लागत नाहीत. त्यामुळे त्यांना पगार देण्याचा प्रश्नच नाही. नगरपालिकेचं भाडं, जागाभाडं, वीज बिल वगैरे काहीच नाही. त्यामुळे या साईट्सद्वारे खरेदी-विक्री करणं चांगलंच किफायतशीर वाटू लागलं.

आणि ते आहेही. त्यात सोयदेखील आहे. उदाहरणार्थ, रेल्वे आरक्षण. किती सोयीचं होऊन गेलंय ऑनलाइन आरक्षण. खरंतर ऑनलाइन आरक्षण करणं आणि प्रत्यक्ष जाऊन तिकीट काढणं यात दुसरा पर्याय स्वस्त आहे. पण पहिला सोयीचा आहे. म्हणून चार पैसे जास्त द्यावे लागले तरी आपल्याला काही वाटत नाही. आपण ऑनलाइन तिकीट काढणंच पसंत करतो. अर्थातच त्यामुळे ऑनलाइन खरेदी-विक्रीची देशातली सर्वाधिक नफा मिळवणारी वेबसाईट म्हणजे रेल्वे. यातली लक्षात घेण्याजोगी बाब म्हणजे प्रत्यक्ष तिकिटापेक्षा ऑनलाइन तिकीट महाग असूनही रेल्वेची वेबसाईट ही सर्वाधिक नफा मिळवणारी साईट आहे.

नेमकी हीच बाब खासगी ऑनलाइन विक्रेत्यांनी लक्षात घेतली नाही. त्यामुळे

झालं असं, की ऑनलाइन विकायचं म्हणजे स्वस्तच विकायला हवं असा सोयीचा विचार या वेबसाईट्सनी केला आणि परिणामी एकमेकांचे गुडघे फोडून घ्यायला सुरुवात केली. ॲमेझॉनला मागे टाकायचंय म्हणून फ्लिपकार्टनं आपले दर कमी केले. फ्लिपकार्टला मागे टाकायचं म्हणून आणखी कोणी आपले दर कमी केले. या स्वस्त दराचा एक फायदा झाला.

या सेवा चांगल्याच लोकप्रिय झाल्या. त्यामुळे त्यांना प्रचंड मोठे गुंतवणूकदार मिळाले. इतके मोठे की यंदाच्या पहिल्या तीन महिन्यांतच यातल्या काही कंपन्यांनी तब्बल ५० कोटी डॉलर्सची गुंतवणूक मिळवली. म्हणजे जवळपास ३५०० कोटी रु. इतकी प्रचंड रक्कम. २०२० पर्यंत भारतातली ही ऑनलाइन बाजारपेठ जगातली सगळ्यात मोठी बाजारपेठ ठरेल, असं भाकीत आंतरराष्ट्रीय बँकर्सनी केल्यानंतर तर हा गुंतवणुकीचा ओघ आणखीनच वाढत गेला. गुंतवणूक वाढतीये म्हटल्यावर वेबसाईटवालेही चेकाळले. त्यांनी आपला व्यवसाय वाढवण्यासाठी आणखी दर कपात केली. स्वस्त दर म्हणजे अधिक ग्राहक हे आपल्याकडचं साधं गणित आहेच. त्यामुळे प्रत्येकाला वाटू लागलं, आपले दर सगळ्यात कमी हवेत. म्हणजे आपल्याकडे जास्तीतजास्त ग्राहक येतील.

खरंतर काही वर्षांपूर्वी याच मार्गानं ग्राहक आकर्षून घेण्याच्या खेळात आपल्या दूरसंचार कंपन्यांनी स्वतःला किती जायबंदी करून घेतलंय, याचं उदाहरण समोर आहेच. तुझ्यापेक्षा मी स्वस्त असं सांगत ग्राहकांना खेचून घेणाऱ्या कंपन्यांचं कंबरडं इतकं मोडलं, की ते अजूनही सरळ झालेलं नाही. या कंपन्यांनी ग्राहक शोषून घेतले. मात्र, मधल्या खेळात त्यांचा खर्च इतका वाढला की ती स्वस्ताई त्यांना परवडेना. पण दर वाढवायची पंचाईत. कारण दर वाढले की ग्राहक दुसऱ्या कंपनीकडे जाणार हे नक्की. परिणामी, या भीतीनं हे सगळेच दूरसंचारवाले तसेच रक्तबंबाळ राहिले. त्यांनी आपल्या जखमांवर काही इलाजच केले नाहीत.

आता या ऑनलाइन कंपन्या याच खेळात अडकू लागल्यात.

आणि आता या कंपन्यांमधले गुंतवणूकदार अस्वस्थ होऊ लागलेत. गेल्या काही आठवड्यांत या ऑनलाइन कंपन्यांचे निकाल जाहीर झाले. हजार कोटी रु., दीड हजार कोटी रु. अशा एकापेक्षा एक नुकसानीत या ई-कॉमर्स कंपन्या आघाडीवर आहेत आता. त्यात त्यांची डोकेदुखी वाढवणारी आणखी एक गोष्ट घडलीये. ती म्हणजे उत्तराखंड, बिहार, आसाम वगैरे राज्यांनी या ऑनलाइन खरेदीवर प्रवेश कर लावायला सुरुवात केलीये. परिणामी, या कंपन्यांचं उत्पन्न अधिकच ढासळणार.

पण हे सगळं आताच सांगायचं कारण-

कालच एक बातमी आलीये.

ती सांगते, की देशात इंटरनेट वापरणाऱ्यांची संख्या प्रचंड वाढत असली तरी त्यातले फक्त ६ टक्के इतकेच ऑनलाइन खरेदी-विक्री करतात. म्हणजे ई-कॉमर्स, ई -कॉमर्स असा गजर आपल्या कानावर येत असला तरी इंटरनेट वापरणाऱ्यांतले ९४ टक्के या फंदात पडत नाहीत. ते आपले गड्या आपले दुकान बरे, असाच विचार करतात.

त्यामुळेच मुद्दा असा, की हे ऑनलाइन व्यापार, ई-कॉमर्स म्हणजे नव्या युगाचा नवीन बुडबुडा आहे की काय?

१९ मार्च २०१६

# ७०. हवा अंधारा कवडसा

पत्रकारिता! प्रामाणिक पत्रकारिता करणाऱ्याच्या आयुष्यात असे प्रसंग अनेकदा येतात. जेव्हा व्यवस्थेतले शीर्षस्थ मग ते कधी शिक्षणसम्राट असतात, कधी कोणत्या खात्याचे मंत्री असतात, कधी वरिष्ठ नोकरशाह असतात, कधी एखाद्या कोणत्या नामांकित संस्थेचे प्रमुख असतात, कधी महत्त्वाच्या रुग्णालयाचे संचालक असतात किंवा कधीकधी थेट मुख्यमंत्री किंवा पंतप्रधानच असतात. सलगीनं पत्रकाराच्या खांद्यावर हात ठेवतात आणि म्हणतात : तुमचं आणि आमचं ध्येय एकच आहे. समाजाचा विकास. तेव्हा या विकासासाठी आपण खांद्याला खांदा लावून लढलं पाहिजे. या विकासाच्या लढाईत तुम्ही आम्हाला साथ दिली पाहिजे.

असाच संवाद 'द बोस्टन ग्लोब' या वर्तमानपत्राचा संपादक मार्टी बॅरन आणि बोस्टनचे आर्चबिशप कार्डिनल बर्नार्ड लॉ यांच्यात होत असतो. प्रसंग असाच. धर्मगुरूंनी या संवादासाठी शोधून काढलेला. आणि त्याला निमित्त होतं बोस्टन ग्लोबचे शोधपत्रकार हाती घेत असलेल्या बातमीचं. बोस्टनमधल्या काही ख्रिश्चन धर्मगुरूंनी लहान मुलांवर केलेल्या लैंगिक अत्याचारांचा वृत्तमाग बोस्टन ग्लोब घेत असतं. बातमी साहजिकच खळबळजनक. छापून आली तर इतक्या मोठ्या धर्मसंस्थेची पापं वेशीवर टांगण्याचं पुण्य निश्चितच वर्तमानपत्राच्या नावावर जमा होणार. तेव्हा ती छापून येऊ नये अशी चर्चची इच्छा असणं तसं साहजिकच. त्याच हेतूनं आर्चबिशप लॉ हे संपादक बॅरन याला म्हणतात : शहराशी संबंधित सर्व यंत्रणा एकदिलानं काम करत असतील तर त्या शहराची प्रगती होते. तेव्हा कधी काही मदत लागली तर सांगायला अनमान करू नकोस. आपण एकत्र काम करायला हवं.

त्यावर संपादक बॅरन यानं दिलेलं उत्तर तमाम पत्रकार आणि वाचक या दोघांनीही निश्चितच लक्षात ठेवायला हवं.

तो म्हणतो : मदतीच्या इच्छेबद्दल धन्यवाद! पण वर्तमानपत्राला आपलं नियत कर्तव्य चोख पार पाडायचं असेल, तर त्याचं धोरण 'एकला चालो रे' असंच असायला हवं. याचा अर्थ असा, की वर्तमानपत्रानं आपल्या बरोबर कोण आहे कोण नाही याची फिकीर करू नये.

------

हा प्रसंग आहे स्पॉटलाईट या सिनेमातला. नुकतंच सर्वोत्कृष्ट सिनेमाचं ऑस्कर त्याला मिळालं. सत्य घटनेवर आधारित आहे तो. बोस्टन ग्लोब या वर्तमानपत्रानं शहरातल्या चर्चमधले धर्मगुरूंचे हे असले घृणास्पद प्रकार खरोखरच उघडकीस आणले. ते करताना व्यवस्था आणि वर्तमानपत्रं यांच्यातल्या संघर्षाची कहाणी म्हणजे हा सिनेमा. तो अस्वस्थ करत नाही. आदळआपट करत नाही. उगाच संदेशबिंदेश द्यायला जात नाही. वर्तमानपत्राला नायकत्व देत धर्मगुरूंना तो खलनायक ठरवत नाही. दुष्ट आणि सुष्टांच्या लढाईत सुष्ट कसे जिंकले याची बाळबोध कहाणी तो सांगत नाही. तो फक्त जे काही घडलं ते दाखवतो. आणि महत्त्वाचं म्हणजे खरोखर त्या काळची वातावरणनिर्मिती करून ते दाखवतो.

तो भावतो त्यातल्या विषयामुळे आणि वास्तव दर्शनामुळे. त्यातनं चित्रकर्मींचा गृहपाठ दिसतो. तो फारच महत्त्वाचा. (तो नसला की चित्रपट किती हास्यास्पद होतो हे समजून घ्यायचं असेल त्यांनी कट्यार काळजात घुसली वा नटसम्राट पाहावा. कट्यारमधल्या हास्यास्पद पगड्या, खाँसाहेबांचा भीषण अभिनय, सत्तरच्या दशकातला असूनही नटसम्राटमध्ये सहज दिसणाऱ्या पाचशे रुपयांच्या नोटा, नवऱ्याला अरे कारे करणारी पत्नी, कोणाचे तरी वडील हरवले म्हणून सगळ्यांना बडवत सुटलेले पोलीसही सर्व कच्च्या गृहपाठाची उदाहरणं. अशी अनेक देता येतील. असो.) या उलट स्पॉटलाईट. त्यातलं वर्तमानपत्राचं कार्यालय, तिथले ताणतणाव, बातमीची उत्सुकता, बातमीदाराचा अभिनय करणाऱ्यांचं वागणं, संपादक, त्या वेळचा समाज, धर्मसत्तेची प्रतिक्रिया यात सगळं सगळं काही खरं आहे. पण तेच काही त्याचं मोठेपण नाही. हा सिनेमा महत्त्वाचा ठरतो आणखी एका खरेपणासाठी.

खऱ्या पत्रकारितेसाठी.

पत्रकारिता या व्यवसायाचं एकंदरच घाऊक मनोरंजनीकरण होत असताना आणि आता काय बुवा लोकांना वाचायलाच आवडत नाही, असं स्वतःच म्हणणाऱ्या संपादकांची वर्दळ आपल्याकडे वाढत असताना हा सिनेमा डोळ्यात झणझणीत अंजन घालतो. वर उल्लेखलेल्या प्रसंगाबरोबरच त्यातला एक संवाद अशा पत्रकारितेचं महत्त्व अधोरेखित करणारा आहे.

संपादक बॅरन त्याच्या सहकाऱ्यांना धर्मगुरूंची बातमी कशा पद्धतीनं आपण देणार आहोत, ते सांगत असतो. या चर्चेत एक वार्ताहर लैंगिक दुष्कृत्यं करणाऱ्या धर्मगुरूंची नावं सांगतो. तरी संपादक स्तब्धच. त्याच्या चेहऱ्यावर काहीच भाव नाहीत. मग सहसंपादक या वेळी या संदर्भातील कायद्याचा दाखला देतो आणि म्हणतो, म्हणजे आपण या व्यक्तींची गैरकृत्यं आणि कायद्यातल्या त्रुटी दाखवणार, तर त्यावर संपादक बॅरन म्हणतो : आपण व्यक्तीच्या विरोधात नाही, तर व्यवस्थेच्या

विरोधात आहोत. त्रुटी दाखवायच्या आहेत त्या व्यक्तीतल्या नाही, तर व्यवस्थेमधल्या.

किती महत्त्वाचा मुद्दा आहे हा. तो सहजपणे आपल्याला व्यवस्था ही व्यक्तीच्या वरच असायला हवी, ते सांगून जातो.

हा झाला पत्रकारांनी, माध्यमांनी या सिनेमातून काही शिकावं असा भाग.

------

आता जनतेविषयी.

जनतेनं शिकायचं हे की कोणतीही एक वा अनेक व्यक्ती म्हणजे व्यवस्था नव्हे. यात धर्मगुरूंना उघड्या पाडणाऱ्या संपादकाचं उदात्तीकरण नाही की अनैतिक कृत्यं करणाऱ्या धर्मगुरूंची जाहीर निर्भर्त्सना करणं वगैरे दिखाऊ प्रकार नाहीत. बोस्टन ग्लोबचे पत्रकार धर्मगुरूंच्या लैंगिक विकृतीचे बळी शोधण्यासाठी जंगजंग पछाडतात. त्यांना भेटतात तेव्हा त्यातला प्रामाणिकपणा मोठा अनुभवण्यासारखा आहे. त्यात उगाच नाट्य नाही, भावनांचे कढ नाहीत की रडारड नाही. सगळं कसं सरळ. जसं घडलं तसंच. पण यात आपल्या जनतेला शिकण्यासारखं काय–

हेच की आपल्याला वाटतं तसं जगात फक्त काळं आणि पांढरं इतकंच माणसांचं वर्गीकरण नसतं. पांढऱ्याशुभ्र जनांत काही तरी काळेपण असू शकतं आणि ज्याला आपण काळाकुट्ट म्हणून ओळखत असतो त्यात कुठेतरी श्वेतधवल पट्टे असू शकतात. याचा अर्थ इतकाच, की माणसांची नायक आणि खलनायक अशी आणि इतकीच प्रतवारी करणं चूक आहे.

याच टप्प्यावर चांगल्या माध्यमांचं काम सुरू होतं. ते म्हणजे समाजाला जो नायक वाटतोय त्याच्यातलं खलनायकत्व दाखवून त्याला अधिक चांगला नायक व्हायला भाग पाडायचं. स्पॉटलाईट नेमकं तेच दाखवतो. अलगदपणे. कोणताही अभिनिवेश नाही. आणि महत्त्वाचं म्हणजे आपली बातमी खरी ठरल्यावर राजकीय व्यासपीठावर जाऊन भाषणं ठोकणं नाही. अमुकतमुक इम्पॅक्ट असं स्वतःचं स्वतःच बावळट कौतुकही या संपादकाकडनं होत नाही. पण म्हणूनच उत्तम पत्रकारितेचा पुलित्झर पुरस्कार त्याला मिळतो.

ही बोस्टन ग्लोबची सत्यकथा समजून घेताना आपल्याला आणखी एक आश्चर्य वाटतं ते म्हणजे इतक्या वादग्रस्त बातम्या देऊनही धर्मगुरूंच्या संयत प्रतिक्रिया. कोणीही या वर्तमानपत्रावर बहिष्काराची हाक देत नाही, त्याचे अंक जाळले जात नाहीत की बातम्या देणाऱ्यांना वा संपादकांना 'बघून घेऊ'चे फोन येत नाहीत.

त्याचमुळे स्पॉटलाईट हा केवळ सिनेमा नाही. तो प्रकाशझोत आहे. आपल्या अंधारावरचा. या अंधारावर कसा कवडसा हवाय ते शिकवणारा.

१९ मार्च २०१६

# ७१. उघड्या डोळ्यांच्या गांधारी!

एक व्यक्ती काय काय करू शकते याचं मूर्तिमंत उदाहरण म्हणजे सिंगापूर. ली कुआन यांनी अक्षरशः स्वतःच्या हातांनी देश घडवला. आताच्या बकाल मुंबईसारखाच आणि त्याहूनही बकाल असणारा हा आपल्यासारखाच तिसऱ्या जगातल्या शेवटच्या काही पंगतीतला हा देश ली कुआन यांनी पहिल्या जगातल्या खाशा स्वाऱ्यांच्या रांगेत आणून ठेवला. त्याचं कौतुक करावं तेवढं थोडंच आहे.

पण त्यामुळे एक झालं. ते म्हणजे व्यवस्था असली नसली तरी चालेल; पण व्यक्ती जर प्रबळ, सामर्थ्यवान आणि निर्धारी असेल तर ती चमत्कार घडवू शकते या आपल्या सिद्धान्तावर त्यामुळे चांगलंच शिक्कामोर्तब झालं. म्हणजे ते आपल्यासारखंच तसं. संभवामि युगे युगे कोणीतरी हरीचा लाल उगवणार आणि आपला उद्धार करणार. ली कुआन यांनी ही गीता खरी करून दाखवली. व्यक्तीची निष्ठा, कार्यतत्परता आणि त्याला जोडून धोरणं राबवण्याचे अमर्याद अधिकार दिले गेले की झालं. व्यवस्था असो वा नसो. परिस्थितीत सकारात्मक बदल होतोच होतो. म्हणजे अच्छे दिन येतातच येतात.

आता ली कुआन यांनीच हे सिद्ध करून दाखवलेलं असल्यामुळे त्याचा प्रतिवाद आपण करायची आणि केला तरी जनसामान्यांनी तो मान्य करायची काही शक्यताच नव्हती. त्यामुळे जेव्हा केव्हा व्यक्तिकेंद्रित व्यवस्थेपेक्षा व्यवस्थाकेंद्रित व्यक्ती घडवणं हे जास्त महत्त्वाचं आहे, असं सांगितलं, लिहिलं की त्यातल्या त्यात जे चतुर जन होते ते ली कुआन आणि सिंगापूर यांच्याकडे बोट दाखवायचे. काही काय सांगता राव, कशाला हवी व्यवस्था? एक पोलादी व्यक्तिमत्त्व दिलं की झालं. येतातच अच्छे दिन, असे युक्तिवाद तोंडावर फेकले जायचे.

ते फेकणाऱ्यांची राजकीय समज किती, काय वगैरे शोध घेण्याच्या फंदात पडायचं कारण नाही. त्यानं काही साध्य होणारही नाही. कारण एखाद्यानं मग ती व्यक्ती असो वा समाज, गांधारी होऊनच राहायचं ठरवलं असेल, तर कोणीच काही करू शकत नाही. पण या सगळ्यांपेक्षा ली कुआन हे नक्कीच शहाणे, प्रामाणिक आणि द्रष्टे होते. याचं कारण असं, की सिंगापुरी जनता आपल्या पायाशी कशी लोळण

घेतीये, आपल्याला कसं देवत्व देऊ पाहतीये हे त्यांनी डोळ्यांनी पाहिलं होतं. मुख्य म्हणजे त्यात ते आनंद मानणारे नव्हते. नाही तर नमस्कार वगैरे करू नका असं म्हणणारे स्वतःचं मंदिर उभारलं गेलं तरी कसे गप्प असतात हे आपण पाहतोच आहोत. पण स्वतःच्या हयातीतच मंदिरात जाऊन बसणाऱ्या नरेंद्रांपेक्षा ली कुआन निश्चितच वेगळे होते. त्यामुळे त्यांचा या देवत्वीकरणास ठाम विरोध होता. मी मेल्यावर माझं घर पाडून टाका असा स्वच्छ आदेश त्यांनी आपल्या मुलाला देऊन ठेवला होता. माझ्या जयंत्या-मयंत्या साजऱ्या करायच्या नाहीत, असंही त्यांनी सांगून ठेवलं होतं.

यामागे, कुठंतरी आपण व्यवस्थानिर्मितीत कमी पडलोय, ही खंत ली कुआन यांना सतावत असेल का?

उत्तर होकारार्थी असणं शक्य आहे. याचं कारण इतकं करूनही ली कुआन यांना आपल्यानंतर देशाची सूत्रं आपल्याच पोराच्या हाती द्यावी लागली. म्हणजे सिंगापुरी नागरिकांच्या मते देवत्व देण्याइतके कार्यक्षम वगैरे असूनही ली कुआन आपला उत्तराधिकारी तयार करू शकले नाहीत. याचाच अर्थ असा, की ली कुआन व्यक्ती म्हणून थोर होते; पण ते थोर व्यवस्था मात्र तयार करू शकले नाहीत.

आता व्यक्तिपूजेतच धन्यता मानणारे आपल्याकडील अनेक महाभाग, मग त्यात काय झालं, सिंगापूर या देशाला तर ते थोर करून गेले, असा युक्तिवाद करतील. पण तो किती फसवा आहे हे समजून घ्यायचं असेल, तर याच सिंगापूरच्या वर्तमानाचा प्रामाणिक वेध घ्यायला हवा.

कारण तिकडे ली कुआन यांच्या दोन मुलांत जाहीर वादविवाद झडू लागले आहेत आणि पंतप्रधानपदी असलेले ली सेन लुंग हे माझ्या वडिलांच्या पुण्याईचा वापर स्वतःचं महत्त्व वाढवण्यासाठी, स्वार्थासाठी करतायत असा खळबळजनक आरोप पंतप्रधान ली सेन यांची सख्खी बहीण ली वै लिंग हिनं केलाय. म्हणजेच ली कुआन या थोर व्यक्तीच्या निधनानंतर त्यांच्याच दोन मुलांमध्ये जाहीर मतभेद निर्माण झालेत. कशावरून, तर ली कुआन यांचा खरा वारस कोण, ली कुआन यांची मुलगी ली वै ही शल्यक आहे. मज्जारज्जू, मेंदू परिसरातील शस्त्रक्रिया हे तिचं वैशिष्ट्य. सिंगापुरातल्याच बलाढ्य रुग्णालयात ती या विभागाची प्रमुख आहे. पण आपल्या पंतप्रधान भावावर ती आताच का रागावली?

गेल्या महिन्याच्या अखेरीस या दोघांचे वडील आणि आधुनिक सिंगापूरचे जनक ली कुआन यांचा पहिला स्मृतिदिन होता. मोठा दणक्यात साजरा झाला तो. लंडनच्या मादाम तुसा इथं उभा केला गेलाय. तसे ली कुआन यांचे मेणाचे पुतळे या निमित्तानं मोक्याच्या ठिकाणी उभारले गेले. ठिकठिकाणी त्यांच्या स्मृतीला वंदन

करण्यासाठी लोकांची झुंबड उडाली. अगदी रांगा लागल्या. सरकारी पातळीवरही वेगवेगळ्या मार्गांनी ली कुआन यांचं स्मरण केलं गेलं. त्यांच्या कार्यकर्तृत्वाला चांगलाच उजाळा मिळेल, अशी खबरदारी घेतली होती सरकारनं. म्हणजेच पंतप्रधान ली सेन यांनी.

ली वै या भडकल्या आहेत ते याचमुळे. त्यांचं म्हणणं असं की हयातभर ली कुआन यांचं मत नागरिकांनी आपल्याला देवत्व वगैरे देऊ नये असंच होतं. निधनानंतर आपण राहात होतो त्या घराचं मंदिर होईल, म्हणून मी गेल्यावर ते घरच पाडा, असं त्यांचं म्हणणं होतं. पण आपला भाऊ नेमकं तेच करतोय जे होऊ नये असं आपल्या वडिलांना वाटत होतं. आणि भाऊ हे सगळं करतोय कारण त्याला वडिलांच्या आठवणींवर आपला सत्तेचा खुंटा बळकट करायचाय.

त्या इतक्या रागावल्या, की त्यांनी सरकारनं जे काही चालवलंय त्या विरोधात लेखच लिहिला आणि दिला पाठवून 'द स्ट्रेट टाइम्स' या एकमेव, बलाढ्य अशा स्थानिक वर्तमानपत्रात. तसं त्यांना या वर्तमानपत्रात लिहायची सवय होतीच. त्यांचं सदरही होतं तिथं. त्यामुळे त्यांना वाटलं हा लेखही येईल छापून.

पण या वर्तमानपत्रानं त्यांचा एक शब्द छापला नाही. कसा छापणार ते तरी. हे वर्तमानपत्रही सरकारच्याच मालकीचं. सरकारची री ओढणं हेच त्यांचं काम. तेव्हा सरकारविरोधात जाण्याची हिंमत त्याला होणारच कशी. हे कळल्यावर ली वै इतक्या संतापल्या की त्यांनी आपला न छापला गेलेला लेख तसाच्या तसा फेसबुकच्या पटलावर ठेवला. आणि मग अर्थातच हलकल्लोळ उडाला. पंतप्रधान ली सेन यांनाही याच माध्यमात येऊन आपल्या सख्ख्या बहिणीनं केलेल्या आरोपांचा प्रतिवाद करावा लागला.

पण जी लाज जायची ती गेली. जे काही झालं त्यामुळे सिंगापूरच्या स्थैर्यावर भरवसा ठेवून असलेले बँकर्स, गुंतवणूकदार सगळेच हादरलेत. हे या बहीण-भावांतलं भांडण असंच वाढलं तर काय, हा प्रश्न त्यांना पडलाय.

सिंगापूरकरांच्या डोळ्यावरील पट्टीही आता निघायला लागलीये. व्यक्तिमाहात्म्य आणि व्यक्ती यातला फरक, निर्भय वर्तमानपत्रं वगैरे सगळं समजून घ्यायचाय त्यांना आता. चांगलंय!

पण उघड्या डोळ्यांच्या गांधारींचं काय करायचं, हा प्रश्न आहे.

१६ एप्रिल २०१६

# ७२. मेक इन सौदीचा धडा

वयाच्या चाळिशीपर्यंत घरात ऐतं बसून खायची सवय झालेल्या बाप्याला त्याचे सहस्रचंद्रदर्शनोत्तर वडील एक दिवस म्हणाले, बाबारे उद्यापासून सकाळी तू आपला नोकरीस जायला लाग कसा.

सौदी अरेबियाला नेमका सध्या हाच प्रश्न पडलाय. त्याचं कारण म्हणजे राजगादीच्या रांगेत दुसऱ्या क्रमांकावर असणारा सौदी राजपुत्र महंमद बिन सलमान यानं गेल्या सोमवारी, म्हणजे २५ एप्रिलला जाहीर केलेले निर्णय. त्यानुसार महंमद पुढच्या चार वर्षांत सौदीची अर्थव्यवस्था तेलापासून तोडायचं म्हणतोय. त्यानंतर २०३० सालापर्यंत सौदी अर्थव्यवस्था इतकी तगडी करायची की ती एका पैशानं तेलावर अवलंबून नसेल, असं त्याचं स्वप्न आहे. फक्त तेल एके तेल असंच सौदी अर्थव्यवस्थेचं स्वरूप राहिलेलं असल्यानं आपल्या देशाला चांगलाच फटका बसतोय, दुसऱ्या कशाचा त्यामुळे विकासच झालेला नाही, तेव्हा तेलाचे दर कोसळतात तेव्हा सौदी अर्थव्यवस्था संकटात येते असं त्याचं म्हणणं आहे. ते रास्त नाही असं कोणीही म्हणणार नाही. त्यामुळे अर्थातच त्याच्या म्हणण्यात तथ्य आहे. पण जन्मापासनं फक्त तेलावर जगलेल्या सौदीला हे असं तेलापासनं तोडता येणं शक्य आहे का, हा प्रश्न त्या निमित्तानं विचारला जातोय. पण काही म्हणा. या मुद्द्याला हात घातल्याबद्दल महंमदची साऱ्या जगानं दखल घेतली.

पाश्चात्त्य देशांतल्या वित्त माध्यमांनी महंमदला या सगळ्यासाठी शुभेच्छा तर दिल्याच. पण त्या देताना एक मुद्दा तेवढा मांडला. ही माध्यमं म्हणाली, राजपुत्र महंमद यानं फक्त एक जरी केलं तरी त्याचं हे स्वप्न आपसूक साकार होईल. हे फक्त एक म्हणजे आर्थिक सुधारणा. म्हणजे त्याला काय काय करावं लागेल?

एक म्हणजे सौदी सरकारच्या मालकीची असलेली अराम्को ही तेल कंपनी खासगीकरणाच्या दिशेनं न्यावी लागेल. ही आजमितीला जगातली सगळ्यात मोठी तेल कंपनी. किती मोठी, तर सगळ्यात मोठ्या असलेल्या एक्झॉन मोबील या कंपनीच्या १७ पट अराम्कोचा आकार आहे. एक्झॉन मोबील ही अमेरिकन आहे आणि पूर्ण खासगी आहे. अराम्को सौदीची आहे आणि पूर्ण सरकारी आहे. एक्झॉन

मोबीलचा ताळेबंद, तेलसाठे, कंपनी काय काय उद्योग करतीये हे सगळं जनतेला, गुंतवणूकदारांना माहीत असतं. अराम्कोची काहीही माहिती राजघराणं सोडलं तर कोणालाही नसते. सौदी राजघराण्याच्या मालकीची ही कंपनी. पण महंमद म्हणतो, तो आता तिचं भागभांडवल खासगी गुंतवणूकदारांसाठी खुलं करणार. सुरुवात म्हणून तिच्यातली पाच टक्के इतकी मालकी सौदी सरकार कमी करेल आणि समभागातनं खासगी गुंतवणूकदारांना त्यात पैसे गुंतवता येतील. या अवघ्या पाच टक्के मालकीच्या विक्रीतनं तब्बल २ लाख कोटी डॉलर्स उभे करता येतील, असा त्याचा दावा. ते एकदा झालं की कंपनी चालवण्यासाठी खासगी व्यक्तींचं संचालकपद नेमायचं आणि अत्यंत पारदर्शीपणे कंपनीचा ताळेबंद, अन्य तपशील जनतेला उपलब्ध करायचा, असं तो म्हणतोय. हे ठीक एक वेळ.

दुसरा मुद्दा संरक्षणाचा. सौदी आकारानं भला मूठभर असेल; पण त्याचा संरक्षणाचा अर्थसंकल्प जगातला तिसऱ्या क्रमांकाचा आहे. पण संरक्षणावर इतका खर्च असूनही देशांतर्गत शस्त्रास्त्रांच्या खरेदीवर सौदी फक्त २ टक्के इतकीच रक्कम खर्च करतो. म्हणजे ९८ टक्के शस्त्रास्त्र खरेदी सौदी परदेशातनं करतो. आता राजपुत्र महंमद म्हणतोय, पुढच्या दीड दशकात हे देशी सामग्री खरेदीचं प्रमाण थेट ५० टक्क्यांवर न्यायचं. याचाच अर्थ देशांतर्गत संरक्षण उद्योग वाढवायचा. हेही ठीक. जमेलही कदाचित.

पण प्रश्न आहे अन्य सुधारणांचा. हा प्रश्न आहे कारण त्याला धार्मिक किनार आहे. त्यामुळे पुढच्या दशकभरात सौदीत विविध क्षेत्रांत काम करणाऱ्या महिलांच्या प्रमाणात वाढ करायची, असं महंमद म्हणतोय. सध्या हे प्रमाण आहे फक्त २२ टक्के इतकंच. पुढच्या १५ वर्षांत ते त्याला ३० टक्क्यांवर न्यायचंय. पण त्यानं हा निर्धार नुसता व्यक्त केला आणि वादाचा आग्यामोहोळ उठला सौदीत. वहाबी इस्लामी मंडळींनी त्याला विरोध सुरू केला. महिलांना मुळात इतकं तरी कामांवर ठेवायची गरजच काय, असं या मुल्ला-मौलवींचं म्हणणं आहे. तेव्हा हे प्रमाण वाढवणं राहिलं दूरच. आहे ते कसं टिकवायचं हा प्रश्न आता महंमदला भेडसावणार आहे. दुसरा मुद्दा आहे तो महिलांना मोटारी चालवू द्याव्यात की नाही हा. महंमदला हा निर्णय घेणं अजूनही जमलेलं नाही. या संदर्भात त्यानं जरा काही केलं की धर्मगुरू चवताळतात आणि महंमदला आपला प्रयत्न सोडून द्यावा लागतो.

आता बायकांना मोटारी चालवू देण्याचा देशाच्या अर्थव्यवस्थेशी काय संबंध असा प्रश्न काहींना पडू शकेल. तर हा संबंध म्हणजे महिलांना मोटारी चालवू देणं हे देशांतर्गत रोजगारनिर्मितीशी निगडित आहे. महंमदला मेक इन सौदी करायचं असेल तर त्याला आपल्याच देशातल्या लोकांना जास्तीतजास्त रोजगार कसे देता येतील ते

पाहावं लागणार आहे. तूर्त परिस्थिती अशी आहे, की सौदीत मोठ्या प्रमाणावर अन्य देशीय अनेक क्षेत्रांत रोजगारावर आहेत. तिथल्या खासगी क्षेत्रातल्या कंपन्या माणसं भरायची वेळ आली की परदेशी कामगारांना जास्त पसंती देतात. त्याचं म्हणणं असं की कार्यशैली, मोकळेपणा, धर्मसंकल्पना आदी मुद्द्यांवर देशी कामगारांपेक्षा परदेशातनं माणसं आणणं स्वस्त आणि सोयीचं होतं.

याचाच दुसरा अर्थ असा, की महंमद याला आपल्या देशातल्या नागरिकांच्या कार्यशैलीत बदल करावा लागेल. ही कार्यशैली कालसुसंगत, बाजारपेठीय गरजा भागवणारी आणि आधुनिक असायला हवी. तसंच ही कार्यशैली पारदर्शीही हवी. याचं कारण गुंतवणूकदारांना कळायला हवं आपल्या समोर काय वाढून ठेवलेलं आहे ते. आणि जे काही समोर वाढून ठेवलेलं असतं त्यांच्या त्यात वारंवार बदलही होता नयेत. म्हणजे मध्येच कधीतरी पूर्वलक्ष्यी प्रभावानं कर आकारणं वगैरे. याचंही महत्त्व महंमदला पटलंय. त्याच्या सौदीला आधुनिक बनवण्याच्या प्रयत्नांची वाच्यता झाल्यापासून त्याला संभाव्य गुंतवणूकदारांकडून अनेक प्रश्नही येतायत. त्यातला एक म्हणजे- तुम्ही मनोरंजन, धर्म आणि अर्थव्यवस्था यांच्या संबंधांचं काय करणार, हा आहे. निरोगी अर्थव्यवस्थेसाठी मनोरंजनाच्या सोयी-सुविधाही असाव्या लागतात. तीदेखील एक मोठी अर्थव्यवस्था असते. तेव्हा सौदीच्या पडदानशीन संस्कृतीत या मुद्द्याचं काय करणार, असा प्रश्न राजपुत्र महंमदला विचारला गेलाय. कोणत्या तरी गुन्ह्यांसाठी जाहीर फटके मारण्याची, शिरच्छेदाची शिक्षाप्रथा तुम्ही बंद करणार का, असंही त्याला विचारलं गेलंय.

त्याचं उत्तर त्यानं अर्थातच अजून दिलेलं नाही. देईल की नाही, हेही माहीत नाही. पण यामुळे त्याची त्याला का असेना एक गोष्ट मात्र निश्चितच कळली असणार यात शंका नाही.

ती म्हणजे बंदिस्त आणि संकुचित धर्मसंस्कृतीत अर्थव्यवस्था फुलूच शकत नाही. मेक इन सौदीच्या मार्गावरचा हा धडा नोंद घ्यावी असा.

३० मार्च २०१६

# ७३. कळविण्यास ‘हर्ष’ होतो की

२ मे २०११ या दिवशी अमेरिकेच्या मरिन्स नावानं ओळखल्या जाणाऱ्या विशेष फौजांनी पाकिस्तानातील अबोताबाद इथं एका गूढ घरात अज्ञातवासात राहणाऱ्या ओसामा बिन लादेन याला ठार केलं. मध्यरात्री मूठभर अमेरिकी सैनिक दोन हेलिकॉप्टरमधून या परिसरात आले. त्यांनी गच्चीवरनं घरात प्रवेश केला. झटापट झाली आणि त्यातल्या एका मरिननं ओसामाच्या डोक्याचा वेध घेतला. खेळ खलास. अल कईदा नावाची कराल दहशतवादी संघटना स्थापन करणारा ओसामा बिन लादेन एकाच गोळीत मारला गेला. त्यानंतर जाता जाता त्याच्या पार्थिवाचीही विल्हेवाट अमेरिकी सैनिकांनी लावून टाकली.

हे सगळं झालं आणि मग जगाला कळलं, ओसामा बिन लादेन या जगात नाही. अमेरिकेत वॉशिंग्टनला व्हाईट हाउसमध्ये बसून अध्यक्ष बराक ओबामा, गृहमंत्री हिलरी क्लिंटन आणि अन्य ज्येष्ठ उशिरा जागून ही कारवाई पाहात होते. तीवर लक्ष ठेवून होते.

दुसऱ्या दिवशी मग अमेरिकी यंत्रणांनी आपल्या या शौर्याचा आढावा घेतला. ओसामाचा माग कसा काढला, सापडलेली व्यक्ती ओसामाच आहे ही खात्री कशी करून घेतली, मग त्याच्या हत्येची मोहीम आखली कशी, ती किती जोखमीची होती पण तरीही आम्ही ती कशी पार पाडली, अगदी पाकिस्तानलासुद्धा जराही सुगावा लागू न देता आमची हेलिकॉप्टर्स कशी अबोताबादला पोचली आणि ओसामाला टिपला वगैरे. युद्धस्य कथा रम्यच असतात. त्यामुळे हे सगळं वाचणं, ऐकणं अगदी थरारकच होतं त्या वेळी. दोन सिनेमेही त्यावर निघाले नंतर.

त्या वेळी या विषयावर लोकसत्तेत लिहिताना अमेरिका किती लोणकढी मारतीये, असं रविवारच्या लेखात मी म्हटलं होतं. या विषयाचा त्याआधी चार-पाच वर्षं पाठपुरावा करताना अमेरिका, पश्चिम आशियातील अनेक देश आणि पाकिस्तान यांची खरी बाजू समोर आली होती. त्यामुळे ओसामा हा पाकिस्तानात लपून बसलेला नाही. तर पाकिस्ताननं प्रेमानं, हक्कानं त्याचं यजमानपण स्वीकारलेलं आहे. तो पाकिस्तानच्या संमतीशिवाय, त्याच्या सहकार्याशिवाय तिथं असूच शकत नाही अशा

स्वरूपाचा युक्तिवाद त्या लेखात होता. त्याचं साधं कारण असं, की ओसामा जिथं राहात होता तिथून हाकेच्या अंतरावर पाक लष्कराचा मोठा तळ होता. आणि आहेही. तेव्हा पाक लष्कर आणि अल कईदा यांच्यातील मधुर संबंध लक्षात घेता पाक लष्कराला ओसामाचं अस्तित्व माहीतच नाही ही बाब केवळ अशक्य.

आणि दुसरी तशीच अशक्य बाब म्हणजे अमेरिकेनं पाकिस्तान लष्कराला अंधारात ठेवून ओसामाला टिपणं. पहिल्याइतकीच ही दुसरी बाबही सर्वथा अतर्क्य. ती तशी असायला अनेक कारणं आहेत. एक म्हणजे पाकिस्तानचा डोलारा संपूर्णपणे अमेरिकेच्या टेकूवर उभा आहे. हा टेकू अर्थातच अमेरिका काढायची काहीही शक्यता नाही. कारण अमेरिकेला पाकिस्तानची गरज आहे. अपंग, अशक्त असा पाकिस्तान. आणि पाकिस्तानला तर अमेरिकेची गरज आहेच आहे. तेव्हा अमेरिकेवर इतकं अवलंबून असणाऱ्या पाकिस्तानची भीड इतक्या महत्त्वाच्या कारवाईत अमेरिका बाळगेल याची सुतराम शक्यता नाही. तेव्हा पाकिस्तानी लष्करी तळाजवळ राहणाऱ्या ओसामाला ठार करायला जाताना अमेरिकेनं पाक सरकारला न सांगता जाण्याचं काही कारणही नाही.

आणि दुसरं असं, की पाकिस्तान अण्वस्त्रसज्ज देश आहे. भारताविषयी एक प्रकारची असूया, भीती आणि शत्रुत्वाची भावना हे पाकिस्तानच्या अस्तित्वाचं प्रयोजन आहे. भारताच्या धोक्याचा बागुलबुवा जिवंत ठेवला नाही तर पाकिस्तानी सत्ताधीश राजकीयदृष्ट्याही जिवंत राहू शकणार नाही. तेव्हा अशा परिस्थितीत पाकचं हवाईदल २४ तास सजग असतं. या इतक्या सज्ज हवाई दलाला दोन हेलिकॉप्टर थेट रावळपिंडीपर्यंत येतात हे कळूच नये, ही बाब केवळ अशक्य आहे. तेव्हा पाकला अमेरिकी हेलिकॉप्टर्स घुसल्याचं कळलंच नाही, असं होऊच शकत नाही.

फक्त इतकंच, की आम्ही पाकच्या मदतीनं ही कारवाई केली असं अमेरिका कधीही सांगणार नाही. कारण साधं आहे. पाकिस्तान आणि शेजारच्या वाळवंटी देशातील इस्लामी माथेफिरू पाकिस्तानचा गळा घोटणार हे उघड आहे. तेव्हा तुम्ही येऊन ओसामाचं काय करायचं ते करा, आम्ही काणाडोळा करतो, अशी ही व्यवस्था असणार, हे समजून घेणं अवघड नव्हतं.

सेम्युर हर्ष या धडाकेबाज पत्रकारानं नेमकं तेच समजून सांगितलंय. त्याचं ताजं पुस्तक आलंय द किलिंग ऑफ ओसामा बिन लादेन. सेम्युर हर्ष याच्या पत्रकारितेचा खाक्याच वेगळा आहे. तो एकलकोंडेपणानं काम करतो. हिंडतो. अनेकांना भेटतो. स्वतः माहिती घेतो आणि नंतर जे काही लिहितो त्यामुळे अनेकांची 'सहनही होत नाही आणि सांगताही येत नाही', अशी अवस्था होते. मग तो मुद्दा अबु घारिबच्या अमानुष अमेरिकी तुरुंगाचा असो, ग्वाटानामो बे असो, बुश यांची युद्धखोरी असो किंवा अगदी

आपले मोरारजी देसाई हे अमेरिकेच्या सीआयए या गुप्तहेर यंत्रणेला माहिती पुरवतात असा खळबळजनक वृत्तान्त असो. सेमूरला एकही विषय वर्ज्य नाही. आणि जे काही लिहितो ते खणखणीत बंदा रुपया. फेटाळताच येत नाही ते कोणाला.

त्याचमुळे त्याचा हा ताजा मुद्दा अत्यंत महत्त्वाचा ठरतो. सेम्युरच्या मते अमेरिकेनं ओसामा बिन लादेनवरच्या कारवाईची पूर्ण कल्पना पाकिस्तान सरकारला दिली होती. इतकंच काय, पाक लष्कर आणि हवाईदल यांचं अमेरिकेला या कारवाईत उलट सहकार्यच मिळालं. हर्षची ताकद ही की त्या वेळच्या गृहमंत्री हिलरी क्लिंटन यांनीही त्याला दुजोरा दिलाय. फक्त यातले अधिक काही तपशील उघड करायला क्लिंटनबाई तूर्त तरी नाही म्हणाल्यात. त्यांचंही बरोबर आहे. अमेरिकेच्या अध्यक्षीणबाई होऊ घातल्यात त्या. तेव्हा त्या जरा जपून बोलणारच.

२ मे २०१४च्याही आधी किमान दोन वेळा ओसामा हा थेट अमेरिकी हवाईदलाच्या टप्प्यात आला होता. पण त्यांनी त्या वेळी ओसामाला सोडला. कारण राजकीय होतं. उपग्रह, द्रोण आदींच्या मदतीनं गवताच्या गंजीतली सुईही शोधायची क्षमता असलेल्यांना ओसामाचा ठावठिकाणा लागत नाही, ही बाब अज्ञ आणि बालमनांनी विश्वास ठेवण्यापुरतीच. असो.

इथं मुद्दा ओसामा हत्येविषयीचा अंदाज किती बरोबर ठरला हा नाही. तर तो आहे १९९८च्या मे महिन्यात आपल्या इथं पोखरण २ घडलं त्याचा. या पोखरण २ च्या अणुचाचण्या आपल्या शास्त्रज्ञांनी अमेरिकी उपग्रहांना चकवून केल्या. हे अणुस्फोट अमेरिकेला न कळताच घडवले. अमेरिकेचे उपग्रह भारताच्या डोक्यावर नसतात त्याच वेळात तिथं अणुस्फोटाची यंत्रसामग्री नेली. आपले अब्दुल कलाम, अनिल काकोडकर वगैरे शास्त्रज्ञही आकाशातल्या उपग्रहांचा डोळा चुकवून पोखरणला पोचले आणि अशा तऱ्हेनं अमेरिकेला पूर्ण अंधारात ठेवून, फसवून आपण या अणुचाचण्या केल्या असं आपल्याला सांगितलं गेलंय. ते ऐकून अनेकांच्या छात्या त्या वेळी ज्या राष्ट्राभिमानं फुगल्या त्या अजूनही तशाच आहेत. आता तर त्या अधिकच फुगल्यात.

परंतु ज्याप्रमाणे अमेरिकेची ओसामाला ठार करण्याची कारवाई पाकिस्तानला विश्वासात घेतल्याशिवाय केवळ अशक्य त्याचप्रमाणे आपल्या अणुचाचण्यांची पूर्वकल्पना अमेरिकेला नसणं हे अशक्य.

हे सिद्ध करण्यासाठी उणीव आहे ती सेम्युर हर्षची आणि ती भरून निघणार असेल तर त्याला स्वीकारणाऱ्या वातावरणाची. देश म्हणून इतका समंजस मोकळेपणा असला तरच म्हणता येतं कळवण्यास हर्ष होतो की...

१४ मे २०१६

# ७४. एक जखम वाहती...

जो माणूस असत्य बोलत असतो त्याला सत्य लपवायचं असतं; पण ते कुठं आहे हे त्याला माहीत असतं. पण जो माणूस अर्धसत्य बोलत असतो त्याला त्या उरलेल्या अर्ध्या सत्याचं काय करायचं, हे माहीत नसतं, अशा आशयाचं वाक्य १९६२ साली गाजलेल्या आणि आजही तितक्याच भारदस्तपणे ज्याविषयी बोललं जातं त्या 'लॉरेन्स ऑफ अरेबिया' या सिनेमात आहे.

प्रसंग आहे टी. ई. लॉरेन्स यांना त्यांचा एक ब्रिटिश अधिकारी ऑटोमन साम्राज्याच्या विभागणीची माहिती देतो तेव्हा लॉरेन्स रागावतात. त्या वेळच्या संवादात हे वरचं वाक्य आहे. ही ऑटोमन साम्राज्याची वाटणी झालेली असते सायकस पिको या नावानं ओळखल्या जाणाऱ्या करारातून. हा सिनेमा बऱ्याच बऱ्याच वर्षांपूर्वी पाहिलेला. त्यानिमित्तानं तेव्हा पहिल्यांदा हे सायकस पिको कराराचं नाव ऐकलं. पुढे हे सायकस पिको वारंवार समोर येत राहिले. अगदी गेल्या आठवड्यापर्यंत. सायकस पिको यांनी जी काही विभागणी केली त्यातला बराचसा प्रदेश व्यवसायाच्या निमित्तानं पाहता आला. त्यामुळेही त्यांच्या या उद्योगाचं महत्त्व अधिकाधिक पटत गेलं.

सायकस पिको हे एक नाव नाही. सर मार्क सायकस हे ब्रिटिश अधिकारी, तर फ्रान्का जॉर्जेस पिको हे फ्रेंच. हे सायकस आणि पिको जेव्हा आपापल्या देशांसाठी काम करत होते तेव्हा त्यांचे देश हे महासत्ता म्हणून ओळखले जायचे. जगातल्या अनेक देशांवर त्यांचा अंमल होता. ग्रेट ब्रिटन तर अमेरिकी साम्राज्यापेक्षाही मोठा होता. किंबहुना अमेरिकादेखील ब्रिटनच्या साम्राज्याचाच भाग होती. तर अशा या महासत्ता असलेल्या दोन देशांचा डोळा एका तिसऱ्या महासत्तेवर होता.

ती म्हणजे ऑटोमन साम्राज्य. आपल्याला या साम्राजाची ओळख झालेली असते केमाल पाशा या नावामुळे. ऑटोमन साम्राज्याला आधुनिक दृष्टी देणारा केमाल पाशा हा इस्लामी सत्तांमधला आणि अर्थातच एकंदरही आदर्श सत्ताधीश मानला जातो. पण त्याच्यापश्चात हे साम्राज्य लयाला जाणार अशी चिन्हं होती. पश्चिम आशियाच्या जवळपास सर्व देशांना कवेत घेणारं हे साम्राज्य पहिल्या महायुद्धाच्या तोंडावर विघटनाला लागलं होतं. फ्रान्स आणि ग्रेट ब्रिटन हे दोन्हीही देश या घरघर

लागलेल्या साम्राज्याच्या नाकाला सूत धरून बसले होते. संपत्तीसाठी हपापलेल्या धनाढ्य वृद्धाच्या मुलांनी तीर्थरूप 'राम' कधी म्हणतायत याची वाट पाहावी तसाच हा प्रकार. पण या दोन्ही देशांनी केला खरा. या दोन्हींचा हेतू एकच. तो म्हणजे ऑटोमन साम्राज्याचा जास्तीतजास्त भाग हा आपल्या अधिपत्याखाली कसा येईल.

तर त्या वाटणीचं काम हे या सायकस आणि पिको या अधिकारीद्वयीनं आपापल्या देशांसाठी केलं. फारच महत्त्वाचं ते. या दोघांनी वाळूत रेषा मारून नवनवे देश जन्माला घातले. सायकस आणि पिको यांनी परस्परच या भूभागाचे नकाशावर तुकडे पाडले आणि हा घे तुला, हा मला असं म्हणत हे तुकडे आपापसात वाटून टाकले. यात त्या देशातल्या जनतेचा कोणताही विचार झाला नाही. अर्थात, पराभूतांना निवडीचा अधिकार कुठं असतो म्हणा. गावच्या माजलेल्या मुखियानं कर्ज फेडू न शकणाऱ्या शेतकऱ्यांनी तारण म्हणून ठेवलेल्या जमिनी परस्पर वाटून टाकाव्यात तसा हा उद्योग होता. तो करताना ब्रिटन आणि फ्रान्सचा अहं इतका तीव्र होता की हे सायकससाहेब लंडनमध्ये बोलताना म्हणाले, मला तर (आताच्या) पॅलेस्टाईनमधल्या एकरमधल्या ई पासून ते किर्कुकमधल्या केपर्यंत एक सरळ रेषाच मारायची होती. त्या रेषेच्या उत्तरेकडचा भाग फ्रान्सला द्यायचा आणि दक्षिणेकडे सगळा ब्रिटननं ठेवायचा, पण ते जमलं नाही. ही वाटणीची रेषा वेडीवाकडी झाली आणि त्याप्रमाणे देशांची विभागणी झाली.

त्यातून मग जन्माला आला इराक. आधीचा तो मेसोपोटेमिया. मग जॉर्डन झाला. कुवेत बनला. सीरियाचा जन्म झाला. म्हणजे थोडक्यात आपण ज्याला पश्चिम आशियातले देश म्हणतो असे अनेक देश या करारांतून जन्माला आले.

आज हेच सगळे देश एका महाप्रचंड अस्वस्थतेची गंगोत्री बनलेत. मग तो इराक असो किंवा सीरिया. कधी या देशांवर सुन्नीधर्मीयांची राजवट असते. कधी शिया असतात. मध्येच कधी या दोघांत चांगला हिंस्र संघर्ष होतो. हजारो सामान्य नागरिक या धर्मयुद्धात मारले जातात. मग कधी या प्रदेशात मुबलक आढळणाऱ्या तेलाच्या मालकीवरनं माणसं एकमेकांची डोकी फोडू लागतात. सीरियासारख्या देशाची अवस्था तर वर्णनही करता येणार नाही, इतकी केविलवाणी होऊन जाते. जवळपास सव्वादोन कोटींची लोकसंख्या होती त्या देशाची. पण अंतर्गत यादवीला कंटाळून त्यातल्या कोटभर लोकांनी देशत्याग केला. तशीच वेळ आली त्यांच्यावर. पाच लाख सीरियन या यादवीत हकनाक मारले गेलेत. साधारण ६५ लाख जणांवर आपापली घरं सोडून मदत छावण्यांमध्ये जाऊन राहायची वेळ आलीये. या सगळ्यात देशाच्या अर्थव्यवस्थेचे तर तीनतेरा वाजलेत. पण याचा सत्ताधीश बशर अल असाद यांच्यावर काहीही परिणाम नाही. निवांत आहेत ते आपल्या प्रासादात.

खरी केविलवाणी अवस्था आहे ते कुर्द नावानं ओळखल्या जाणाऱ्यांची. त्यांना देशच नाही. टर्कीमध्ये त्यांची उपस्थिती डोळ्यात भरेल इतकी लक्षणीय आहे. त्या देशातल्या कुर्दींचा राजकारणातही मोठा वावर आहे. इतका की त्यांना स्वतंत्र कुर्दीस्थान हवा आहे. हे कुर्द इराणात मोठ्या संख्येनं आहेत. तिथंही त्यांना फारशी ओळख नाही. सीरियामध्ये सुद्धा कुर्दांचा मोठा वावर आहे. पण त्यांना राजकारण, समाजकारणात काही स्थान नाही. इराकमध्ये तर सद्दाम हुसेन त्यांच्या मागे हात धुऊन लागला होता. त्याचे सैनिक दहा दहाच्या रांगेत या कुर्दांना उभे करायचे आणि एकाच वेळी गोळ्या घालून त्यांना ठार केलं जायचं. त्यांच्या दफनात वेळ जाऊ नये म्हणून खड्ड्यांच्या टोकांवर त्यांना उभं करायचे. गोळी लागली की आपसूकच ते समोरच्या खड्ड्यात पडणार. रासायनिक अस्त्रांनीही त्यांचे प्राण घेतले गेले. आता इराकातच ते आपली वेगळी चूल मांडून आहेत. तिथं त्यांची लढाई दुहेरी. एका बाजूला इराकी फौजा आणि दुसऱ्या बाजूला नुकतीच जन्माला आलेली संघटना. आयसिस.

या ऑटोमन साम्राज्याचं महत्त्व इतकं की आयसिस नवीन खिलाफत स्थापन करायचं म्हणते ती हीच. ऑटोमन साम्राज्य जितकं पसरलं होतं तितक्या साऱ्या ठिकाणी आपला अंमल असायला हवा, अशी आयसिसची मनीषा आहे.

आणि पश्चिम आशियाचे अभ्यासक त्याचमुळे या साऱ्यासाठी सायकस पिको कराराला दोषी ठरवतायत. या करारामुळे इतक्या प्रचंड प्रदेशाची इतकी सारी विभागणी झाली नसती तर पश्चिम आशियाची वाळू इतकी तापली नसती, असं त्यांचं मत आहे.

पण या जरतरला आता अर्थ काय, झालं ते झालं. या सायकस पिको करारानं नवनवे देश जन्माला आले हे तर खरंच. तेव्हा आता ते काही पुसता येणार नाहीत. म्हणजे या देशांचं अस्तित्व त्यांच्यातल्या हिंसक अस्थिरतेसह मान्य करायला हवं.

खरं म्हणजे ते नाकारतंय कोण आणि आता ही चर्चा करायचं कारणच काय?

चर्चेचं कारण म्हणजे की गेल्याच आठवड्यात, १९ नोव्हेंबरला या सायकस पिको कराराची शताब्दी पार पडली. आज शंभर वर्षांनंतरही ही जखम किती वाहती आहे, हे आपल्याला लक्षात यावं, इतकंच.

२८ मे २०१६

# ७५. अपेक्षा : आपल्या आणि त्यांच्या

समजा एखाद्या सरकारला वाटलं देशातल्या सर्व नागरिकांना एकसारखं किमान असं मासिक उत्पन्न असायला हवं. पण तसं तर शक्य नसतं. काहींचं उत्पन्न जास्त– काहींचं कमी हेच वास्तव.

मग समजा त्यातनं सरकारनंच मार्ग काढला की ते काहीही असू दे आपण अमुकअमुक रक्कम दर महिन्याला नागरिकांना द्यायचीच द्यायची, मग तो कमावत असू दे किंवा नसू दे. ही रक्कम आपण या आपल्या नागरिकांच्या खात्यात जमा करून टाकायची. म्हणजे एखादा कमावता असेल तर त्याला ही रक्कम वरकड म्हणून मिळेल आणि एखादा बेरोजगार असेल, तर त्याला त्यातून जगण्याचा आधार सापडेल.

आणि समजा ही रक्कम साधारण महिन्याला १५ हजार रुपये प्रौढांसाठी आणि पाच हजार रुपये बालकांसाठी इतकी असेल, तर नागरिक काय करतील? या विषयावर नागरिकांना त्यांची मतं नोंदवायला सांगितली, तर नागरिकांचा कौल काय असेल?

खरंतर यात समजण्यासारखं काहीही नाही. नागरिक भरभरून मतं देतील आणि ही योजना सुरू होईल. नागरिकांच्या खात्यावर सरकारची ही दक्षिणा जमा व्हायला सुरुवात होईल.

पण हे नागरिक जर समजा स्वित्झर्लंड या देशाचे असतील तर ते नाही म्हणतील. आणि हे कसं झालं हे आपल्याला समजणार नाही. पण ते खरोखरच अशा काही योजनेला नाही म्हणालेत. गेल्याच आठवड्यात यावर स्वित्झर्लंड देशात जनमत घेण्यात आलं. आश्चर्याची बाब अशी, की या जनमताचा कौल सरकारनं हे असं काही करू नये, असा नोंदला गेला.

झालं असं, की स्वित्झर्लंड देशाच्या घटनेनुसार कोणत्याही विषयावर किमान लाखभर लोकांनी मागणी केली की त्यावर जनमत घ्यावं लागतं. तर झालं असं की काही महिन्यांपूर्वी तिथल्या एका संस्थेनं देशातल्या विषमतेचा आढावा घेतला. आता ही स्वित्झर्लंड या देशातली विषमता. तिची तुलना आपल्या विषमतेशी करून चालणार नाही. म्हणजे एका बाजूला एका वेळचं जेवणही नाही आणि दुसरीकडे एका कुटुंबासाठी २७ मजल्यांचा बंगला. स्वित्झर्लंड देशात तसं नाही. तो देश चांगला सुखवस्तू आहे.

नागरिकांचं दरडोई उत्पन्न जगाला हेवा वाटावं इतकं आहे आणि १५ ते ६५ या वयोगटातल्या तब्बल ८० टक्के नागरिकांना त्या देशात चांगला रोजगार आहे. बेरोजगारीचं प्रमाण ३ टक्के इतकंही नाही. उत्तम वातावरण, त्याहून उत्तम हवामान, चोख पायाभूत सोयी-सुविधा यामुळे या देशातल्या नागरिकांचं सरासरी आयुर्मानही भलतंच तगडं आहे. म्हणजे सर्वसाधारण स्वीस नागरिक सरासरी ८३ वर्षं जगतो. आणि तेही उत्तमपणे जगतो. पण तरीही या संस्थेचं म्हणणं होतं की आपल्या देशात विषमता फार आहे. (ही संस्था भारतात आली तर?)

त्यावर काही नागरिकांना असं वाटलं, की ही विषमता आहे, कारण नागरिकांसाठी काही किमान उत्पन्न असं नाही. म्हणजे अगदी साधेपणानं जगायचं म्हटलं तरी स्वित्झर्लंड देशात महिन्याला किती उत्पन्न असायला हवं याची पाहणी करायला हवी आणि तेवढं उत्पन्न सर्वच नागरिकांना मिळेल याची खात्री करायला हवी. ही रक्कम निघाली २५०० स्वीस फ्रँक्स इतकी. म्हणजे साधारण २५२४ अमेरिकी डॉलर्स. रुपयांत हिशेब केला तर १५ हजार रुपयांच्या आसपास.

हे एकदा नक्की झाल्यावर पुढची मागणी आली. नागरिकांना इतकं किमान उत्पन्न मिळायलाच हवं आणि ते मिळत नसेल तर सरकारनं आपल्या तिजोरीतनं ते द्यायला हवं. कोणीतरी स्वाक्षरी मोहीम हाती घेतली. एक लाखांहून अधिक नागरिकांनी या मागणीला अनुमोदन दिलं. मग या मागणीचा कागद सरकारकडे गेला. झालं. स्वीस घटनेनुसार यावर जनमत घेणं सरकारवर बंधनकारक ठरलं. आणि ही घटना असंही सांगते की जो काही जनमताचा कौल असेल तो सरकारवर बंधनकारक.

गेल्या आठवड्याच्या अखेरीस ही जनमत चाचणी झाली. एखाद्या निवडणुकीत असावेत तसे दोन तट या जनमत चाचणीच्या निमित्तानं नागरिकांत पडले होते. दोन्ही बाजू आपली मागणी किती योग्य/अयोग्य आहे ते तावातावानं सांगत होत्या. वृत्तवाहिन्यांवर या मागणीचं घसाफोडी विश्लेषण झालं. एकंदर देशातली हवा या प्रश्नावर तापताप तापली. आणि अखेर ही जनमत चाचणी झाली.

तब्बल ८० टक्के नागरिकांनी हा ऐतखाऊ प्रस्ताव फेटाळून लावला.

हे धक्कादायक म्हणायला हवं. काहीही न करता, तुम्ही किती कमावत आहात की नाही हे न तपासता सरकार नागरिकांना घरबसल्या १५ हजार रुपये देऊ करतंय आणि नागरिक दारी आयती चालून आलेली ही लक्ष्मी नाकारतायत हे वास्तव कल्पनेपेक्षाही अद्‌भुत आहे. नागरिकांना ही अवदसा का आठवली असावी?

जनमतानंतर यामागची कारणं बाहेर आली. ज्यांनी ही मागणी फेटाळली त्या नागरिकांची मतं घेतली गेली. सरकार काय ऐतखाऊ समजलं का आम्हाला?, सरकारचा काय संबंध? आम्ही आमचे कमवायला सक्षम आहोत?, सरकारनं

नागरिकांचा हा भार का घ्यावा?, तो घेतला तर सरकारवर किती ताण येईल?, सरकारची तूट वाढेल त्याचं काय? आणि ही मागणी पुरवण्यासाठी सरकारनं आमच्या अन्य सामाजिक योजनांना कात्री लावली तर पुन्हा आमचंच नुकसान?

अशा काही त्यातल्या प्रातिनिधिक प्रतिक्रिया. वास्तविक, स्वीस सरकारचाही या मागणीला विरोध होता. पण आवर्जून लक्षात घ्यावी अशी बाब म्हणजे सरकारनं आपलं मत जनतेच्या डोक्यावर लादलं नाही. सरकारच जनतेला म्हणालं विचार करा. तुम्हाला वाटत असेल सरकारनं हे असे फुकट पैसे वाटावेत तर आम्ही वाटायला तयार आहोत; पण हे योग्य आहे का?

आणि नागरिकांनीच सांगितलं हे योग्य नाही.

हरखून जावं असं हे जनमताचं शहाणपण. ते काय असतं हे आपल्याला काही तितकं माहीत नाही. त्यामुळे तर अधिकच आश्चर्यचकित व्हायला होतं. या पाहणीचा निकाल होकारार्थी लागला असता, तर एका मोठ्या लोकसंख्येला पोटापाण्यासाठी काहीही हातपाय हलवायची गरज लागली नसती. सरकारी हरीनं त्यांच्या खाटल्यावर हातात ठरावीक रक्कम टाकली असती. पण या वर्गानंही ही मागणी फेटाळली, हे अधिक महत्त्वाचं. हे असं बसून खायची सवय लागणं बरोबर नाही असं स्वीसमधल्या गरीब जनतेचं मत पडलं. बिच्चारे स्वीस गरीब. अनुदान, कर्जमाफी, आरक्षण, हक्काची पदोन्नती वगैरे काही त्यांना माहीत नाही.

यातला योगायोगाचा भाग म्हणजे आपले पंतप्रधान नरेंद्र मोदी गेल्या आठवड्यात स्वित्झर्लंडमध्ये असतानाच हा पाहणीचा निष्कर्ष आला. म्हणजे मोदी आणि अध्यक्ष भेटीच्या बातम्या येतायत आणि त्याच वेळी हा जनमताचा कौल लागतोय. हे पाहून मोदी यांना त्या वेळी आठवलं असेल का, की आपण याच देशातल्या बँकांत पडून असलेला काळा पैसा भारतात घेऊन जायचं आश्वासन दिलं होतं ते? लक्षात आलं असेल का त्यांना तो पैसा परत भारतात नेऊन प्रत्येक नागरिकाला आपण १५ लाख रुपये देणार होतो, ते!

आणि हे वाचून आपण नागरिकांनाही कळेल का, आपण किती चुकीची अपेक्षा करत होतो ते!!

११ जून २०१६

# ७६. आपण काय शिकणार?

हातउसने घेऊन दिवस काढावे लागणारा अचानक गावजेवणं घालू लागला, तर जी काही प्रतिक्रिया उमटेल तसंच काहीसं ही बातमी वाचून वाटू शकेल. कारण एक इतिहासच घडलाय.

ब्रिटिश पेट्रोलियम कंपनीचा ताजा तेल अहवाल प्रसृत झालाय. जगातल्या तेल अभ्यासकांचं या अहवालाकडे लक्ष असतं. तेलवापराचे देशोदेशीचे बदलते प्रवाह, चढ-उतार, नवनवे कल वगैरे सगळी इत्थंभूत माहिती या अहवालात असते. अगदी आकडेवारीसह. त्यामुळे या अहवालाला एक संदर्भमूल्य असतं. खरंतर बीपी ही स्वतःच तेल क्षेत्रातली कंपनी. पण तरी त्याचा परिणाम या अहवालावर कधीही दिसत नाही. त्यामुळे तेल क्षेत्राच्या अभ्यासकांसाठी बीपीचा अहवाल वाचणं हे मोठं आनंददायी काम असतं. दोनच दिवसांपूर्वी २०१४ सालातल्या तेल घडामोडींचा साद्यंत तपशील देणारा बीपीचा अहवाल सादर झालाय. अर्थात, ही काही ऐतिहासिक घटना नाही. इतिहास घडलाय तो या अहवालात जो काही तपशील आहे, त्यामुळे.

गेल्या वर्षात अमेरिकेनं तेल उत्पादनात अशी काही आघाडी घेतलीये की त्या देशानं तेल उत्पादनातले दोन अतिबलाढ्य देश सौदी अरेबिया आणि रशिया यांना मागे टाकलंय. म्हणजे अमेरिकेचं तेल उत्पादन या देशांतल्या तेल उत्पादनापेक्षा अधिक झालंय.

अमेरिकेनं गेल्या वर्षात दिवसाला १ कोटी ६० लाख बॅरल्स इतक्या प्रचंड गतीनं तेल उपसलंय. तेदेखील मायदेशात. याच काळात सौदी अरेबियाची तेल उत्पादनाची गती होती दिवसाला १ कोटी १५ लाख बॅरल्स इतकी, तर रशियाचा उपसा होता १ कोटी ८ लाख बॅरल्स इतका.

हे सर्वार्थानं भयानक आहे. म्हणजे समजा दुष्काळी राजस्थाननं नारळ उत्पादनात केरळ आणि गोवा राज्यांना मागे टाकलं तर किंवा उंटाच्या दुधाचं उत्पादन राजस्थानपेक्षा हिमाचल किंवा मिझोराममध्ये जास्त होऊ लागलं, तर आपल्याला जसा सांस्कृतिक, आर्थिक धक्का बसेल तसा जागतिक पातळीवर अमेरिकेनं तेल उत्पादनात जी मुसंडी मारली आहे, त्यामुळे बसेल. खरंतर बसलेला आहे.

याचं कारण असं, की अमेरिका अगदी अलीकडेपर्यंत जगातला सगळ्यांत मोठा तेल आयातदार देश होता. अमेरिकेची तेलाची तहान किती होती, तर जगात जे काही तेल निघतं त्यातलं २६ टक्के तेल हे एकट्या अमेरिकेच्या मातीत रिचवलं जायचं. आणि त्यात अमेरिकेची लोकसंख्या फार आहे, असंही नाही. जगाच्या एकूण लोकसंख्येच्या फारतर ५ टक्के लोक अमेरिकेत राहतात. पण हे पाच टक्के लोक जगातल्या एकूण तेलातलं २६ टक्के तेल पितात. या आकडेवारीवरनं अमेरिकेची तेलपिपासा लक्षात येऊ शकेल.

पण २००१ सालातल्या सप्टेंबरच्या ११ तारखेला वर्ल्ड ट्रेड सेंटरचे न्यूयॉर्कमधल्या त्या दोन भव्य इमारती दहशतवाद्यांच्या विमानांनी पाडल्या आणि अमेरिका बदलली. एका दिवसात बदलली. हे भयानक कृत्य करणारे दहशतवादी सौदी अरेबियातले आहेत. तेव्हा सौदी अरेबियाच्या तेलावर आपल्याला काही फार काळ अवलंबून राहता येणार नाही, याची जाणीव त्या देशाच्या राज्यकर्त्यांना झाली आणि बघता बघता चित्र बदललं. मेक्सिकोचं आखात, कॅनडाबरोबरची सीमा, समुद्राचा तळ अशा अनेक ठिकाणी अमेरिकेनं तेल संशोधन सुरू केलं. आणि त्या देशाचं नशीब असं की तिथं खरोखरच तेल सापडलं. याही आधी ७०च्या दशकापर्यंत अमेरिकेच्या मेक्सिको आदी आखातात तेल होतंच. पण वयपरत्वे या तेलविहिरी शुष्क होत गेल्या. आणि मग हळूहळू झरे आटलेच त्यांचे. खेरीज तिकडे सौदीच्या वाळवंटात इतकं तेल सापडलं होतं, की देशातल्या या तेलापेक्षा ते वाळवंटी तेल अमेरिकेला स्वस्त पडू लागलं. सौदी तसा मांडलिकच अमेरिकेचा. अमेरिकेचे माजी अध्यक्ष रूझवेल्ट यांनी १९४४ साली करार करून सौदीला ६० वर्षांसाठी बांधून घेतलं होतंच. त्यामुळे तो देश हव्या तितक्या तेलाला काही नाही म्हणायची शक्यता नव्हती. त्यामुळे अमेरिका सौदी तेलावर निश्चिंत होती. पण ज्या क्षणाला अमेरिकेला लक्षात आलं, सौदी तेलाचं काही खरं नाही त्या क्षणी त्या देशानं तेल उत्खननात अशी काही मुसंडी मारली की तेल क्षेत्राच्या डोळ्यापुढे काजवेच चमकले. प्रचंड भांडवल ओतलं अमेरिकी कंपन्यांनी हे नवं तेल भूगर्भातून बाहेर काढण्यासाठी. समांतर विहिरी खणण्याचं फ्रॅकिंग नावानं ओळखलं जाणारं तंत्रज्ञान त्या देशातल्या तज्ज्ञांनी विकसित केलं. खरंतर हे सगळं प्रचंड खर्चिक होतं. पण तेलाच्या, ऊर्जेच्या क्षेत्रात स्वावलंबी नसण्याइतकं महाग काही नाही, हे त्या देशाला कळलं.

अमेरिका आणि अन्य त्यात आपणही आलोच. फरक आहे तो हा. वाढीसाठी ऊर्जा लागते. मग ती व्यक्ती असो वा देश. त्यामुळे ऊर्जास्रोतांवर मालकी मिळवण्यापेक्षा महत्त्वाचं काहीही नाही, हे तो देश इतकं मनापासून समजतो की त्या देशाचे सगळे घटक एका निश्चित ध्येयानं काम करत असतात. या सगळ्यांचं

अर्थकारण, आकार, पद्धती सगळं काही भिन्न असतं. पण समान असतं ध्येय! ऊर्जा क्षेत्रातलं स्वावलंबत्व.

त्याचमुळे हा चमत्कार तो देश घडवून आणू शकला. जगाच्या भूगोलाची रचना अशी की सौदी पाठोपाठ सर्वाधिक तेलसाठे आहेत ते रशियात. पण अमेरिकेनं या क्षेत्रात रशियालाही मागे टाकलं. या काळात आपली काय परिस्थिती होती. आपली आयात वाढली, किती? तर ती थेट ८३ टक्क्यांवर गेली. म्हणजे आपल्याला पेट्रोल, डिझेल, रॉकेल, स्वयंपाकाचा गॅस वगैरे जे काही लागतं त्यातलं तब्बल ८३ टक्के इतकं आपल्याला गेल्या वर्षात आयात करावं लागलं. त्या आधीच्या तुलनेत ही वाढ ७.१ टक्के इतकी होती. आपल्यापेक्षा अधिक तेल आयात एका देशानं केली. तो म्हणजे अल्जिरिया. त्या देशाच्या तेल आयातीत ८.४ टक्के वाढ गेल्या वर्षात झाली. आपण गेल्या वर्षी ६३.७८ कोटी इतकं तेल वापरलं. तेलाचा वापर हा एक घटक असतो, अर्थव्यवस्थेची गती मोजण्याचा. तेव्हा हा आपला तेलवापर प्रचंड आहे असं ज्यांना वाटतं त्यांनी चीनच्या तेलवापराकडे पाहावं. त्या वर्षात चीननं २९७ कोटी २१ लाख टन तेल वापरलं. यातली धक्कादायक बाब म्हणजे चीनचा त्या वर्षातला तेलाचा वापर हा अमेरिकेच्या तेल वापरापेक्षाही अधिक आहे. अमेरिकेला गेल्या वर्षात २२९ कोटी ८७ लाख टन इतकं तेल लागलं. यांच्या तुलनेत आपला संसार म्हणजे भातुकलीच म्हणायला हवा.

या सगळ्याच्या वर दशांगुळे राहणारी बाब म्हणजे अमेरिकेनं पारंपरिक तेल उत्पादक देशांना मागे टाकणं. याचं महत्त्व आकडेवारीपेक्षा बरंच अधिक आहे. त्याचे परिणाम राजकीय आहेत. अमेरिकेचे अध्यक्ष बराक ओबामा यांना अलीकडे पश्चिम आशियातल्या घडामोडींत काही स्वारस्य उरलेलं नाही. सीरिया, इराकमध्ये इस्लामिक स्टेटचा धुमाकूळ सुरू आहे, पण अमेरिका लक्ष द्यायला तयार नाही. सौदी राजघराण्यात कुरबुरी आहेत; पण त्यांना भाव द्यायला अमेरिका तयार नाही.

या सगळ्यामागचं कारण हे तेल आहे. इतकं तेल अमेरिकेला मायभूमीतच सापडत असेल तर पश्चिम आशियातल्या वाळवंटात काही रस घेण्याचं, पैसा आणि वेळ घालवण्याचं अमेरिकेला कारणच काय? अमेरिकेची ही उदासीनता इतकी काळजी वाढवणारी आहे, की इकॉनॉमिस्टसारख्या साप्ताहिकाला आठवड्याची मुखपृष्ठ कथा लिहावी लागली. व्हाय अमेरिका मस्ट नॉट ॲबंडन द रीजन. हे सगळं आपल्याला बरंच काही शिकवून जाणारं आहे.

अर्थात, ते पाहायची आपली तयारी असली तरच.

१३ जून २०१६

# ७७. वरचे आणि खालचे

या आठवड्यातल्या बुधवारी आसामातल्या गुवाहाटी विमानतळावर दोन विमानांची टक्कर होता होता वाचली. एक उतरत होतं तर दुसरं उड्डाण करत होतं. त्यातल्या एकाला अचानक विमान ३०० फूट वर न्यावं लागलं, तर तिथं त्या ठिकाणी हे दुसरं विमान होतं.

अशा प्रसंगाला हवाई वाहतूक क्षेत्रात 'निअर मिस' असं म्हणतात. यात विमानं एकमेकांच्या वाहतूक मार्गात धोकादायकरीत्या जवळ येतात. हे असं बऱ्याचदा होत असलं तरी गुवाहाटीत झालं ते गंभीर होतं. ही विमानं एकमेकांच्या खूपच जवळ आली. ही बातमी वाचली आणि गेल्या वर्षी वॉल स्ट्रीट जर्नल या तालेवार आणि विश्वासार्ह वर्तमानपत्रानं प्रसिद्ध केलेला भारतीय हवाई क्षेत्राचा अहवाल आठवला. युनायटेड नेशन्स इंटरनॅशनल सिव्हिल एव्हिएशन ऑर्गनायझेशन या संघटनेच्या पाहणीवर तो आधारित आहे. वाचायला हवंच असं हे प्रकरण आहे. फक्त एकच गोष्ट हवी त्यासाठी. ती म्हणजे निधडी छाती. कारण–

गतसाली आशिया खंडातून ३ कोटी ९२ लाख इतकी विमानोड्डाणं झाली. युरोपमधल्या उड्डाणांची संख्या आहे ३ कोटी ५६ लाख आणि उत्तर अमेरिका खंडातनं झालेल्या उड्डाणांची संख्या भरते ५ कोटी १४ लाख इतकी. म्हणजे दिवसाच्या काही प्रहरांत रडारवर आकाश हे गजबजलेल्या बसस्टँडांच्या आसपास दिसतं तसं असतं. म्हणजे वाहतुकीनं गजबजलेलं.

आता एका अर्थी चांगलंच आहे हे असं विमानांचं प्रमाण वाढणं. अर्थव्यवस्थेची उभारी दिसते त्यातनं. ते ठीकच आहे. पण या अहवालाचा खरा मुद्दा वेगळाच आहे. तो असा की, इतक्या प्रचंड संख्येनं विमान वाहतूक या परिसरात वाढत असताना त्यात टळलेल्या विमान अपघातांचा तपशील आशिया खंडात प्रामाणिकपणे सादर केला जात नाही. विमानाच्या क्षेत्रात कितीही क्षुल्लक अपघात घडला तरी तो स्थानिक हवाई संचालकाकडे नोंदवणं अपेक्षित असतं. याचं कारण या अपघातांवरनं पुढे काय काय सुधारणा करायला हव्यात याचे धडे घेतले जात असतात. विमान वाहतूक हे

अखंड शिकत असलेलं क्षेत्र आहे. संयुक्त राष्ट्राचा अहवाल सांगतो, की आशिया खंडाला मात्र काही शिकायची इच्छा नाही.

उदाहरणार्थ इंडोनेशिया. गेल्या पाच वर्षांत या देशातनं जवळपास ५० लाख विमानांचं उड्डाण झालं. ही संख्या याच काळात ऑस्ट्रेलियातनं उतरलेल्या उडालेल्या विमानांच्या संख्येइतकी आहे. या पाच वर्षांत इंडोनेशियात विमानांचे २८ गंभीर अपघात नोंदले गेले. विमानं प्रत्यक्षात एकमेकांवर आपटणं, कोसळणं, काहीचा जीव जाणं आदी घटना या गंभीर अपघात मानल्या जातात. असे २८ अपघात इंडोनेशियानं पाहिले, तर याच कालावधीत ऑस्ट्रेलियात झालेल्या अपघातांची संख्या आहे फक्त पाच. पण हा मामला इथं संपत नाही.

याच पाच वर्षांच्या कालावधीत ऑस्ट्रेलियात गंभीर विमान अपघात टळल्याच्या ५८ घटना नोंदल्या गेल्या. हे अपघात नाहीत. पण गंभीर अपघात होता होता टळल्याच्या या घटना आहेत. याच कालावधीत इंडोनेशियात अशा फक्त १३ घटना नोंदल्या गेल्या. या वर्गवारीपेक्षा अधिक छोटेमोठे असे ७४ अपघात ऑस्ट्रेलियात नोंदले गेले. त्या तुलनेत इंडोनेशियात अशा नोंदल्या गेलेल्या अपघातांची संख्या फक्त पाच इतकी आहे.

याचा अर्थ ऑस्ट्रेलियापेक्षा विमान वाहतूक क्षेत्रात इंडोनेशिया अधिक प्रगत आहे, असा नाही. तर प्रत्येक छोटा-मोठा अपघात नोंदवण्याचा प्रामाणिकपणा इंडोनेशियात नाही, हे यातून दिसतं. म्हणजे दाबून ठेवायची माहिती. नाहीच कळली कुणाला तर प्रश्नच नाही. पण कळली तर पुढचं पुढे बघू असं म्हणायचं आणि झालं गेलं विसरून जायचं, ही खास तिसऱ्या जगातली नैतिकता. या अहवालाचं म्हणणं असं की विमानाबाबत प्रत्येक लहानमोठा घात-अपघात हा नोंदला गेला पाहिजे. म्हणजे त्याची चौकशी तरी होते आणि त्यावरून असे प्रकार पुन्हा होऊ नयेत यासाठी काय काय करायला हवं, याचे धडे घेतले जातात.

या अहवालाचं म्हणणं असं, की आशियातले बरेचसे देश ही माहिती दडवतात. इंडोनेशियातली ही माहिती मग उघडकीस आली तरी कशी?

त्याचं झालं असं की या देशाची राष्ट्रीय वाहिनी असलेल्या गरुडा विमान कंपनीनं गतसाली आपली एक परिषद भरवलेली होती. त्यात सुरक्षा हा विषयही होता. या विषयावर बोलताना विमान कंपनीच्या अधिकाऱ्यांनी छोट्या-मोठ्या अपघातांची जंत्रीच सादर केली. परंतु यातले अनेक अपघात हे विमान वाहतूक नियंत्रकाकडे नोंदलेच गेले नव्हते. ही बाब त्या वेळी उघड झाली आणि मग सगळीच लबाडी बाहेर आली. या अहवालाच्या म्हणण्यानुसार आशियाई देशांत सर्रास असेच प्रकार होतात.

हे असं का, याची अनेक कारणं हवाई क्षेत्रातले तज्ज्ञ नमूद करतात. सुरक्षा उपाय, प्रतिबंधात्मक पावलं वगैरे या देशांना मंजूर नसतं. एखादा धोका असेल, तर त्याची जाणीव या देशांत प्रत्यक्ष अपघातानंतरच होते. आणि अपघातानंतरही परत अशी दुर्घटना होऊ नये म्हणून योग्य ती उपाययोजना केली जाते, असंही नाही. हे झालंच. परंतु याच्या जोडीला एक कारण जरा वेगळं आहे.

ते म्हणजे शिक्षा. आशियाई देशात विमानविषयक सुरक्षा उपायांत एखाद्यानं/एखादीनं हेळसांड केल्याचं आढळलं तर जबर शिक्षा आहे. ती बऱ्याचदा मोठा दंड वा प्रसंगी तुरुंगवास या रूपांत असते. यामुळे आपल्या हातून काही नियमउल्लंघन होऊ नये असा प्रयत्न या देशांतील नागरिकांचा असतोच. पण त्याच बरोबरीनं विचार असतो, की आपल्या हातनं समजा उल्लंघन झालंच तर ते निदान उघड तरी होऊ नये. शिक्षा असते ती उघड झालेल्या गुन्ह्याला. एखाद्यानं तो दडवूनच ठेवला असेल तर कसली शिक्षा नि कसलं काय.

अमेरिकेत याच्या बरोबर उलट आहे. तिथं वैयक्तिक शिक्षाच केली जात नाही. म्हणजे एखाद्यानं ठरवून काही घातपात वगैरे केला असेल तर गोष्ट वेगळी. परंतु त्याच्या/तिच्या हातून एखादी प्रामाणिक चूक झाली असेल, तर त्यासाठी शिक्षा केली जात नाही. खेरीज, अमेरिकी हवाई नियंत्रक यंत्रणा निनावी तक्रारदारांना जास्तीतजास्त उत्तेजन देतात. तसंच एखाद्यानं स्वतःच आपली चूक कबूल करून संबंधितांना कळवलं तर त्यालाही काही शिक्षा वगैरे केली जात नाही. तसंच निनावी तक्रारदाराचं नाव-गाव गुप्त राखलं जातं. सरकारी यंत्रणा त्याच्या मागे हात धुऊन लागल्यात असं काही तिथं होत नाही. याचा परिणाम असा की हवाई वाहतूक नियंत्रकांकडे वर्षाला शेकड्यांनी तक्रारी दाखल होतात, त्याची दखल घेतली जाते आणि त्यावर मार्ग काढला जातो काही तरी. पण इंडोनेशियासारख्या देशात एकही तक्रार आल्याची नोंद गेल्या काही वर्षांत नाही. इंडोनेशियाच्या बरोबर या अहवालासाठी चीन, द. कोरिया आदी देशांच्या आकडेवारीचंही संकलन केलं गेलं. तिथंही साधारण हीच परिस्थिती. चीनच्या हवाई खात्याची प्रवक्ती तर म्हणाली, तक्रारी वगैरे काही करायला आम्ही काही उत्तेजन देत नाही. आणि झालीच एखाद्या विरोधात तक्रार त्याला चांगली कडक शिक्षा देतो.

या अहवालात दुर्दैवानं भारत नाही. पण अहवालाची सुरुवातच एका भारतीय घटनेनं झाली आहे. आपल्या एक बड्या, खासगी प्रवासी विमान कंपनीच्या विमानातला हा प्रकार. हवेत असताना हे विमान अचानक २५०० फुटांनी खाली आलं. आतले सगळेच हादरले. 'अल्टिट्यूड बस्ट' म्हणतात त्याला. पण ही अशी विमानाची उंची अचानक का घसरली?

वैमानिकाला डोळा लागला आणि सहवैमानिक आपल्या फोनटॅब्लेटमध्ये हरवून गेली.

नंतर एका वरपर्यंत हात असलेल्या प्रवाशानं हा प्रकार संबंधितांच्या कानावर घातला. मग तक्रार नोंदली गेली. आणि दोन्ही वैमानिक निलंबित झाले.

हे असे वरपर्यंत हात पोचलेले आणि असे कोणी नसलेले हीच तर खरी समस्या आहे.

०७ ऑगस्ट २०१६

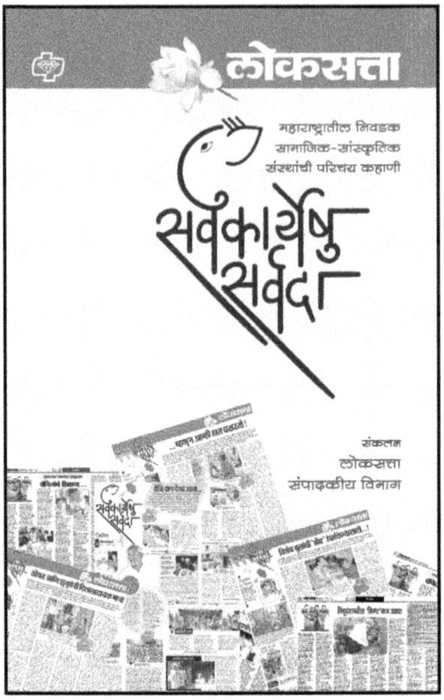


*महाराष्ट्रातील निवडक सामाजिक-सांस्कृतिक संस्थांची परिचय कहाणी*

## लोकसत्ता
## सर्वकार्येषु सर्वदा

*संकलन*
लोकसत्ता संपादकीय विभाग

किंमत : ₹ २००/-

---

*समर्थ रामदास आणि संत तुकाराम या समकालीन संतांची नव्याने ओळख करून देणारे पुस्तक*

## तुका‘राम’दास

तुलसी अंबिले, समर्थ साधक

किंमत : ₹ २५०/-

www.ingramcontent.com/pod-product-compliance
Ingram Content Group UK Ltd.
Pitfield, Milton Keynes, MK11 3LW, UK
UKHW021240031026
15588UKWH00001B/183

9 788184 836745